I0691616

VĂN HỌC MIỀN NAM
tổng quan

VÕ PHIẾN

VĂN HỌC MIỀN NAM

tổng quan

NGƯỜI VIỆT BOOKS

Khi thuận lợi 118

Lúc suy đồi 120

Hai giai đoạn 123

VĂN HỌC 124

Đặc điểm 124

Tính cách chính trị 124

Thành tích 175

CÁC GIAI ĐOẠN 185

GIAI ĐOẠN 1954-1963 187

BỐI CẢNH 187

Tình hình trước 1954 187

Tình hình từ 1954 199

VĂN HỌC 219

Hoạt động tưng bừng 219

Hai chặng – hai thế hệ 222

Chặng 1954-1960 225

Chặng 1960 – 1963 246

Đặc điểm mỗi thế hệ 249

GIAI ĐOẠN 1964-1975 255

BỐI CẢNH 255

Chính trị bất ổn 255

Chiến tranh gia trọng 257

Kinh tế suy sụp 258

Xã hội sa đọa 260

Sự hiện diện của người Mỹ 261

Vai trò của Phật giáo 262

VĂN HỌC 263

Thất vọng 263

VÕ PHIẾN

VĂN HỌC MIỀN NAM

tổng quan

NGƯỜI VIỆT BOOKS

VĂN HỌC MIỀN NAM
tổng quan
của Võ Phiến
Người Việt Books tái bản, 2014

Trình bày: Uyên Nguyên

ISBN: 978-1-62988-475-2

Tác giả giữ bản quyền

MỤC LỤC

LỜI NÓI ĐẦU 9

KHÁI QUÁT 25

CÁC YẾU TỐ CỦA SINH HOẠT VĂN HỌC 31

    NHÀ VĂN 31

        Thế giá 34

        Thành phần 44

        Phái tính 47

        Mức sống 50

        Lối sống 56

        Các nhóm, các đoàn 70

        Năng suất 74

    ĐỘC GIẢ 77

        Số lượng 77

        Địa phương 88

        Nông thôn và thành thị 92

        Phái tính 99

        Tuổi tác 100

    XUẤT BẢN 103

        Một thời kỳ mới 103

        Một hiện tượng mới: xuất bản tài tử 107

        Kiểm duyệt 112

MẤY NÉT TỔNG QUÁT VỀ NỀN VĂN HỌC 1954-75 ...117

    BỐI CẢNH 117

Khi thuận lợi 118

Lúc suy đồi 120

Hai giai đoạn 123

VĂN HỌC 124

Đặc điểm 124

Tính cách chính trị 124

Thành tích 175

CÁC GIAI ĐOẠN 185

GIAI ĐOẠN 1954-1963 187

BỐI CẢNH 187

Tình hình trước 1954 187

Tình hình từ 1954 199

VĂN HỌC 219

Hoạt động tưng bừng 219

Hai chặng – hai thế hệ 222

Chặng 1954-1960 225

Chặng 1960 – 1963 246

Đặc điểm mỗi thế hệ 249

GIAI ĐOẠN 1964-1975 255

BỐI CẢNH 255

Chính trị bất ổn 255

Chiến tranh gia trọng 257

Kinh tế suy sụp 258

Xã hội sa đọa 260

Sự hiện diện của người Mỹ 261

Vai trò của Phật giáo 262

VĂN HỌC 263

Thất vọng 263

Thiên vị 267

Dấn thân 271

Phản chiến 273

Yêu đương 276

Chính sách tự do và: 282

Thời đại mới và: 286

Văn hóa tiêu khiển 286

Cái trâng tráo 296

Phong trào về nguồn 303

Phong trào dịch thuật 308

Khảo luận phát triển 311

Ký thịnh hành 312

Lập trường chính trị và quan điểm văn nghệ 314

CÁC BỘ MÔN 319

TIỂU THUYẾT 321

  THAY ĐỔI 321

  Tiểu thuyết truyền kỳ, hoạt kê, trinh thám tàn lụi 322

  Tiểu thuyết luận đề phát triển 325

  Tiểu thuyết lịch sử biến thể 328

  TIẾN HÓA 333

  Freud và việc đào sâu tiềm thức 333

  Tiểu-thuyết-mới 334

  PHÂN LOẠI 337

  ĐẶC ĐIỂM 344

  Người dân quê 346

  Người phụ nữ 347

  Cái hùng vĩ bao la 349

TUỲ BÚT 357

ĐI TÌM MỘT ĐỊNH NGHĨA..................357

TÙY BÚT MỘT THỜI QUA PHÂN..................359

TÙY BÚT VÀ CÁC ĐẶC TRƯNG THỜI ĐẠI..................364

THI CA..................369

MỘT NỀN THI CA KHÔNG TÌNH ÁI..................371

MỘT NỀN THI CA KHÔNG TRAU CHUỐT..................376

ĐẶC ĐIỂM HAI GIAI ĐOẠN..................382

Trước tự do sau khuôn khổ..................382

Trước tối sau sáng..................386

LÝ DO..................389

KỊCH..................393

KỊCH PHÁT TRIỂN?..................393

KỊCH BẾ TẮC?..................396

KỊCH VÀ NĂNG KHIẾU CỦA DÂN TỘC..................399

KÝ..................405

PHONG PHÚ..................406

THIẾT THA..................410

CỞI MỞ..................413

KẾT..................417

LỜI NÓI ĐẦU

Sách, hễ thích thì viết; từ hồi nào tới giờ tôi vẫn yên trí thế nên thấy không việc gì phải phân trần tại sao viết cuốn này tại sao viết bài nọ. Người đọc sách trên đời chẳng ai cần biết những cái tại sao ấy, chỉ cần sách đừng quá dở, quá nhảm. Vả lại đến như đệ nhất danh phẩm của dân tộc là Truyện Kiều mà về lý do sáng tác tác giả cũng chỉ cho biết là để bà con "mua vui" trong "một vài trống canh", thế thôi; mình chưa chi đã bi bô lắm lời chẳng hóa ra muốn chọc cười thiên hạ sao?

Ấy thế mà hôm nay trước khi bắt đầu tôi lại thấy cần bàn qua về lý do biên soạn cuốn sách đầy những lôi thôi thiếu sót này. Sở dĩ thế là vì thoạt tiên thấy sờ sờ trước mắt những lý do không nên biên soạn.

Trước hết mình không phải là một nhà phê bình nhà biên khảo gì ráo mà tự dưng xông ra làm công việc biên khảo phê bình là chuyện không nên. Đây không phải việc dễ dàng; ngay trong giới chuyên môn bình và khảo mỗi một thời đã có được mấy người thành công để lại những công trình đáng tin cậy, huống hồ kẻ tay ngang sao dám xía vào bôi bác?

Hơn nữa hoàn cảnh thật là khó: xung quanh không có tài liệu mà mình thì không có điều kiện để đi tìm tài liệu, lấy gì tham khảo? Bảo rằng tác phẩm của một thời gần gũi như thời 1954-1975 vừa qua mà không còn tìm được ở các thư viện Âu Mỹ thì khó tin, nhưng trong thực tế làm sao có thể đi tìm ở khắp các thư viện Âu Mỹ. Cho đến nay người cầm bút thoát nước ra đi kể ra đã khá nhiều, mấy ai trong số ấy đem theo được tác phẩm của chính mình. Hiện còn được lấy một vài tác phẩm của mình trong nhà đã là trường hợp may mắn đáng mừng rồi; rất nhiều kẻ không có lấy một cuốn nào. Tự mình cố công tìm kiếm, mua hay mượn sao lại sách của mình đã thiên nan vạn nan, nói gì đến việc sưu tầm khắp các văn thi gia? Xin được lấy chuyện riêng làm thí dụ: hồi còn ở trong nước trước sau viết và in được vài chục cuốn sách, sang đây tôi thử tìm thì thấy tại thư viện trường Cornell có 11 cuốn, thư viện Quốc hội Hoa Kỳ có 5 cuốn, thư viện trường Yale có 9 cuốn, thư viện trường Nam Illinois có 6 cuốn; phần lớn các danh sách lặp nhau, những cuốn thiếu thì các nơi đều thiếu; ấy là chưa kể đối với những bài đã đăng tản mác trên các báo mà chưa in thành sách thì sự săn tìm còn vất vả hơn nhiều (mà đây là phần quan trọng nhất trong toàn bộ trước tác của một số văn gia). Tôi vừa nói đến chuyện "tìm kiếm", đó chẳng qua là tìm ra cái tên sách mà thôi, chứ không phải là tìm mang được sách về nhà, nhẩn nha thưởng thức, suy ngẫm, khảo bình: thư viện đại học Mỹ bây giờ không hay gửi sách Việt ngữ đến các độc giả xa xôi. Vậy thì nên bỏ công ăn việc làm để từ tây nam sang đông bắc Hoa Kỳ đến với sách chăng? nên nhờ bạn bè những miền gần thư viện bỏ công ăn việc làm của họ mà đi sao chép hộ chăng? sao hết tác phẩm của hai mươi năm văn học?!

Hoặc có kẻ bĩu môi: "Chao ôi! chỉ tìm đọc lại những cuốn sách ra đời cách đây mới hơn mười năm mà nói như chuyện dời non lấp biển!" Vâng, có lẽ chuyện ấy sẽ rất dễ dàng, sau này, đối với những nhà văn chuyên nghiệp thành công tại nước này, sẽ dễ dàng khi cộng đồng Việt kiều đã bắt rễ, lớn mạnh, có khả năng đài thọ cho các hoạt động văn hóa. Còn hiện nay, chúng ta sống trong một hoàn cảnh khác.

Hiện nay chúng ta không có kẻ cầm bút chuyên nghề chuyên nghiệp nào cả trên đất Mỹ, chỉ có những người vừa làm ăn theo cái đà hối hả của xã hội này vừa viết lách qua quýt vào những ngày nghỉ, những dịp hở tay hiếm hoi. Tiến hành công việc trong điều kiện như thế chắc chắn sẽ bị chê là thiếu tinh thần trách nhiệm. Thi phú làm ra để vịnh hoa xuân lá thu, vịnh cây quạt cây đa, hay thậm chí để ca ngợi lãnh đạo xưng tụng cách mạng v.v..., thơ phú ấy có thể làm thật kỹ cũng có thể làm qua quýt: hay thì được truyền tụng dở sẽ bị vất đi là rồi. Làm dở có hại chăng bất quá chỉ hại cái "danh" của tác giả. Còn như viết cái gì có liên quan đến kẻ khác, có chê khen người nọ người kia mà viết qua quýt thì bị mắng mỏ xỉa xói tưng bừng là cái chắc.

Đã thế, lại còn cái này mới thật rắc rối: Số là trong thời kỳ 1954-75 riêng phần tôi trót múa may vung vít khá nhiều, bây giờ viết về thời kỳ văn học đó mình lại "nhận định" về những hoạt động của mình thì sự lố lăng biết để đâu cho hết? Hoặc giả đừng nhắc nhở gì tới, cứ vờ vĩnh làm như không hề biết có mình, lờ tịt đi, được chăng? Như thế, có vẻ gian quá. Hay là hãy giả vờ chê bai nhặng xị cả lên? Khốn nỗi quân tử khắp hải nội hải ngoại có phải là trẻ con cả đâu, người ta sẽ che miệng cười rinh rích. Còn như rủi ro mà hở ra cái giọng âu yếm thì chết với thiên hạ ngay. Cho nên xưa nay chẳng ai làm cái việc dại dột này. Nếu gặp lúc đứng ngồi không yên, trong người cảm thấy muốn viết quá lắm, thì trên đời thiếu gì chuyện để viết mà cứ phải nhất định lao vào cái công việc vừa nhọc nhằn vừa lố bịch như thế?

Ấy vậy mà nghĩ đi nghĩ lại chán chê rồi tôi lại quyết định cứ viết cuốn sách này.

Trước hết là vì chỗ nặng tình với một thời kỳ văn học kém may mắn. Thật vậy, thời kỳ 1954-75 gặp cái rủi ro hiếm thấy, là trong suốt hai mươi năm trời không có được lấy một nhà phê bình chuyên nghiệp. Trên báo chí vẫn có những bài điểm sách, giới thiệu, phê bình; nhưng hầu hết là bài của giới sáng tác nhận xét lẫn nhau. Như thế không phải là không có giá trị, dĩ nhiên. Tuy vậy những cái đó không thể thay thế công việc của nhà phê bình chuyên nghiệp. Người sáng tác nhân khoái một tác phẩm hay bực mình về một tác phẩm nào đó mà cất lời, lời nói lắm lúc chủ quan. Họ nói theo cái quan niệm nghệ thuật của họ, thường khi thiếu công bình. Mà thực ra họ cũng chẳng bận tâm mấy đến chỗ công bình trong sự khen chê; bận tâm chính yếu của họ là thành công trong sáng tác. Trong khi ấy nhà phê bình lấy việc phát huy được cái hay cái đẹp của người khác làm sự thành công của mình, xem những bất công, lầm lẫn, thiếu sót trong sự nhận xét người khác như sự thất bại của chính mình; do đó mà phải thận trọng. Ngoài ra, đã chọn lấy nghiệp, người phê bình trước khi đi vào các tác phẩm thuộc những lãnh vực, bộ môn khác nhau, đến với những tác giả thuộc nhiều khuynh hướng khác nhau, trước khi khảo sát sự kiện văn nghệ trong những liên hệ với bối cảnh xã hội, kinh tế, chính trị khác nhau v.v..., họ lại phải tự trang bị lấy một cái vốn kiến thức rộng rãi, điều không nhất thiết cần nơi những người sáng tác. Trong sự tìm hiểu về các thời kỳ văn nghệ, quần chúng trông cậy ở họ.

Bảo rằng ở Miền Nam[1] Việt Nam trong vòng hai mươi năm không người có tài phê bình văn học thì không đúng. Đặng Tiến chẳng hạn, vào đầu những năm 60, khi ông hãy còn rất trẻ, đã viết trên Tin Sách những bài phê bình thật sắc sảo thâm trầm, và sau này khi Miền Nam gần sụp đổ nhà Giao Điểm có in một tác phẩm xuất sắc của ông, nhận định về một số thi sĩ cả xưa lẫn nay, cuốn Vũ trụ thơ. Thế nhưng Đặng Tiến không hề nhận cái công việc theo dõi suy tìm về thời kỳ văn học 1954-75; ông chợt đến chợt đi, khi sống trong nước khi ở nước ngoài, khi xuất hiện khi vắng mặt thật lâu trên văn đàn. Lại như Lê Huy Oanh, như cô Phương Thảo, như Cao Huy Khanh, từng viết những bài về các thi sĩ và tiểu thuyết gia; tuy nhiên mới chỉ có những bài lẻ tẻ đăng báo. Rốt cuộc văn học Miền Nam Việt Nam vẫn chưa hề được ai theo dõi nhận xét trên toàn bộ, cho chúng ta một cái nhìn tổng quát, dù là đại khái.

---

[1] Nước Việt Nam, trong thời Pháp thuộc, chia ra làm 3 phần, gọi là Nam kỳ, Trung kỳ, Bắc kỳ. Cũng 3 phần đất ấy, về sau có khi được gọi là Nam phần, Trung phần, Bắc phần, lại có lúc còn được gọi là Nam Việt, Trung Việt, Bắc Việt, hay Nam bộ, Trung bộ, Bắc bộ, hay miền Nam, miền Trung, miền Bắc. Trong trường hợp sau cùng vừa kể, ở sách này chúng tôi không viết hoa chữ miền. Trong khoảng thời gian 21 năm sau hiệp định Genève, nước Việt Nam bị phân chia làm 2 miền, lấy sông Bến Hải làm ranh giới. Trong trường hợp ấy, chúng tôi viết hoa chữ Miền (Miền Nam, Miền Bắc).

Trong quần chúng khi nhắc lại thời kỳ 54-75 ở Miền Nam, có kẻ nhớ đến bà Tùng Long được yêu thích rộng rãi, có người nêu tên nữ sĩ Lệ Hằng viết hay ác, có kẻ bảo Thanh Tâm Tuyền mới thật cao siêu, có người lại nhớ đến ông Chu Tử tài ba quấy động thiên hạ một thời v.v... Chín người mười ý, loạn xị cả lên. Thậm chí, hồi trước 75, ở ngay trong nước, trong giới giáo chức giảng dạy về văn chương ở bậc trung học chẳng hạn, mấy ai đưa ra cho học sinh được một ý niệm chung chung về tình hình văn học thời kỳ mình đang sống, về những diễn biến tâm trạng của thời đại phản ảnh trong từng giai đoạn nghệ thuật, về các khuynh hướng của thi ca, của tiểu thuyết v.v... Chẳng qua trên các sách giáo khoa chỉ có những đoạn trích giảng và chút ít tiểu sử của một số tác giả may mắn. (Ông Cao Huy Khanh có nghiên cứu về bộ môn tiểu thuyết cùng các tiểu thuyết gia trong thời kỳ này, nhưng sách chưa kịp phát hành thì Miền Nam sụp đổ.)

Đối với cái sinh hoạt tinh thần và tình cảm của một thời kỳ xa hơn, thời kỳ trước 1945, chúng ta không hề có sự bối rối như thế; được vậy là nhờ ở công trình tổng kết của Vũ Ngọc Phan và Hoài Thanh. Cũng như đối với tình hình văn học hiện tại ở Pháp, ở Anh, ở Mỹ v.v..., dù là người ngoại cuộc, chúng ta nhìn vào cũng không đến nỗi lúng túng: bao nhiêu sách nhận định phê bình sẵn sàng hướng dẫn những kẻ bỡ ngỡ qua các ngóc ngách diễn biến, các chủ trương trường phái phức tạp nhất. Bối rối hơn cả vẫn là cái nhìn của chúng ta về ngay những hoạt động tinh thần của chính chúng ta.

Cả một thế hệ văn học không có phê bình, toàn bộ thành tích văn nghệ phản ảnh những cảm nghĩ băn khoăn, những buồn vui khóc cười của hai mươi triệu đồng bào trong suốt thời gian hai mươi năm, rồi lây lất phôi pha với năm tháng, chẳng ai màng xét đến, tìm hiểu đến. Buồn biết mấy!

Hoặc có người bảo: "Hãy thong thả! làm gì mà cuống lên thế. Bây giờ chưa có phê bình thì rồi sau sẽ có. Muốn phán đoán công bình sáng suốt cần có một khoảng cách thời gian." — Có lẽ thế. Nhưng trước khi có sự công bình, sự sáng suốt, hãy chỉ mong được chút lưu tâm. Vả lại kẻ đồng thời nếu thiếu sáng suốt thì lại có sự cảm thông của người trong cuộc. Giả sử trong khi suy nghĩ về mấy bài thơ của Lý Thường Kiệt, Đặng Dung, Hồ Xuân Hương v.v... mà ta bắt gặp đâu đó một tài liệu viết về văn học của một người đương thời, chắc chắn không khỏi lấy làm mừng rỡ. Có được một ý kiến phát biểu ngay lúc bấy giờ dù thế nào vẫn quí hóa hơn là phải chờ hoặc tám chín trăm hoặc đôi ba trăm năm sau để nghe lời "sáng suốt" của những kẻ lạ hoắc, xa lạ với tâm sự của người xưa, với phong tục xưa, xã hội xưa, và trong tay chỉ nắm dăm ba tư liệu còm cõi, lạc loài.

Sau hiệp định Genève, tôi về gia nhập vào cái sinh hoạt văn nghệ Miền Nam tuổi đã ba mươi; từ đó trong hai mươi năm viết văn làm báo, cùng với hàng trăm bạn bè, kẻ tả người hữu, kẻ già người trẻ, kẻ Nam người Bắc v.v... mải miết say mê. Có lúc ai nấy chứa chan hy vọng, ăm ắp hoài bão ước mơ; có lúc hầu hết não nề chán ngán. Chuyện mừng vui đắc ý có nhiều mà điều vất vả khổ nhục cũng lắm. Thế rồi khi đời đã về chiều, bỏ cuộc ra đi, ở nơi đất lạ không khỏi có lúc ngơ ngác: "Những bạn bè vui buồn có nhau trong hai mươi năm cũ bây giờ ở đâu?" Tại một thị trấn tây bắc Hoa Kỳ, Thanh Nam có lần kiểm điểm:

"Bằng hữu qua đây dăm bảy kẻ
Đứa nuôi cừu hận, đứa phong ba
Đứa nằm yên phận vui êm ấm
Đứa nhục nhằn lê kiếp sống thừa."
(Thơ xuân đất khách", Đất khách)

Đó là những "đứa" may mắn nhất. Trải qua một thời chiến tranh dài rồi trong cơn tan rã sụp đổ mà lại thoát đi được chẳng qua là một số ít. Trong số còn lại, có kẻ gục ngã trên chiến trường (Y Uyên, Doãn Dân v.v...), có người phải dùng cách nọ cách kia mà kết liễu cuộc đời (Nhất Linh, Tam Ích, Dzoãn Bình v.v...), có kẻ bỏ mình trên đường thoát thân tìm tự do (Chu Tử, Trần Đại...), có người gục ngã vì tù đày (Vũ Hoàng Chương, Hồ Hữu Tường, Nguyễn Mạnh Côn...), và rất đông là cái số quần quại trong lao tù, có kẻ đến tận ngày nay chưa thoát khỏi (Như Phong, Duy Lam, Phan Nhật Nam, Trần Dạ Từ, Doãn Quốc Sỹ...).

Thân thế của họ thế ấy, văn nghiệp như thế kia..., làm sao mình chẳng nặng lòng.

Vừa rồi ta nói đến những thiệt thòi của một thời kỳ văn học không phê bình. Thời kỳ 1954-75 không phải chỉ chịu một điều bất hạnh ấy thôi: câu chuyện hủy diệt văn hóa phẩm Miền Nam từ 1975 đến nay không ai là không biết.

Còn nhớ hôm thứ hai 26 tháng 5 năm 1975, lúc bấy giờ chúng tôi còn ở một trại tị nạn trên đảo Guam, buổi sáng thức giấc nghe phát thanh cái tin tại Sài Gòn có lệnh cấm bán sách xuất bản dưới chế độ cũ và từ thứ năm tuần trước các tiệm sách đều đóng cửa. Mấy anh em cầm bút có mặt trong trại nhìn nhau lắc đầu: Chúng tôi mới ra đi được nửa đường thì sách ở quê nhà đã đi đời.

Sách cũ bị cấm bán, rồi bị tịch thu. Tịch thu đi tịch thu lại năm lần bảy lượt cho kỳ sạch vết tích. Mãi sáu năm sau ngày chiếm Sài Gòn, đầu năm 1981 cộng sản lại mở một đợt càn quét sách báo đối lập. Sau ba tháng hoạt động, tức là đến tháng 6-81, họ đã đạt được những thành tích đăng tải trên Tạp chí Cộng Sản số tháng 10-81: trên toàn quốc tịch thu 3 triệu ấn bản, riêng tại Sài Gòn 60 tấn ấn phẩm.

Những câu chuyện về tịch thu, đốt phá, cấm đoán, hủy hoại sách báo tại xứ ta từ xưa đến nay xảy ra quá nhiều, đã thành chuyện quá phổ biến. Sự mất mát trong văn học lớn lao đến nỗi một nữ sĩ nổi tiếng như Hồ Xuân Hương mà chỉ không đầy hai thế kỷ sau đã mất gần hết dấu vết, khiến văn giới có lúc đâm ra nghi ngờ về bà, nghĩ rằng người nữ sĩ tinh nghịch nọ chỉ là một huyền thoại, một chuyện bịa đặt lưu truyền trong quần chúng. Ông Lữ Hồ đã nêu ra câu hỏi: "Có chăng một bà Hồ Xuân Hương?"[2]

Cái sự rủi ro xảy đến cho Hồ Xuân Hương chẳng qua chỉ là sự mất mát tự nhiên, vì thiếu bảo quản; đàng này lớp văn gia đối thủ của cộng sản là nạn nhân của một chính sách hủy diệt nghiệt ngã mọi vết tích. Thành thử, nếu xứ xứ vẫn còn cách biệt nhau như hồi thế kỷ XVIII, nếu sách Việt ngữ không thoát ra ngoài và được lưu giữ ở ngoại quốc, thì sau này người ta tha hồ ngơ ngác hỏi

---

[2] Tạp chí Sáng Tạo, số 34, tháng 9-1958.

nhau: "Có chăng một ông Khái Hưng? Có chăng một bà Nhã Ca? Có chăng một ông Phan Khôi? Có chăng một bà Thụy Vũ? v.v... Có chăng những nhân vật huyền hoặc, tuyệt vô tung tích ấy?" Mà dù cho có sự tàng trữ ở nước ngoài, có sự trốn chạy của sách Việt, thì cái phần được cứu thoát cũng không mấy lớn lao. Thật vậy, trước 1975 học giả Nguyễn Hiến Lê đã cho xuất bản hơn một trăm tác phẩm, bây giờ mở tập thư mục thư viện Quốc hội Hoa Kỳ ấn bản 1982 đếm thử được bảy nhan đề! Ta đã không thể ngăn chận được việc phá hủy, không thể bảo tồn được cái thành tích văn học nọ, thì ngay lúc này cũng nên có một tổng kết, một kiểm điểm sơ lược, để về sau những ai lưu tâm còn có chút căn cứ sưu khảo. Không thế, sao đành?

Văn học Miền Nam 54-75 không có phê bình, văn học Miền Nam đang bị tiêu hủy. Chưa hết. Chung quanh nó còn diễn ra lắm trò lố bịch: tôi muốn nói đến câu chuyện "văn học giải phóng Miền Nam". Nhà nước cộng sản dựng lên một nền văn học, cho cán bộ nghí ngố om sòm về nền văn học ấy, cố gây ra cái cảm tưởng đây mới là nền văn học chân chính của Miền Nam, là tiếng nói tự do của nhân dân Miền Nam; còn bao nhiêu sách báo xuất hiện trên khắp lãnh thổ Việt Nam từ vĩ tuyến 17 trở vào trong vòng 20 năm qua không phải là văn hóa phẩm đâu, đó là những món sản xuất theo lệnh của CIA cả đấy. CIA sai khiến ngụy quyền, ngụy quyền sai khiến bồi bút viết cái nọ cái kia, cái thì gieo rắc chủ nghĩa hiện sinh, cái thì mô tả cảnh dâm ô đồi bại, cái thì xúi giục chống cộng v.v..., tất cả cùng nhằm một mục đích đầu độc quần chúng làm hại nhân dân cả.

"Văn học giải phóng" mới là văn học chân chính của Miền Nam, ông Phạm Văn Sĩ viết một cuốn sách về nền văn học ấy,[3] trong sách ông cẩn thận dành ra một phần phụ lục để thóa mạ "văn nghệ vùng tạm chiếm". Đáng tiếc là không có phần nào dành nói về việc tạo thành văn nghệ giải phóng. Bởi vì việc đánh tráo một nền văn học tất nhiên ngộ nghĩnh, mà sự chế tạo nên một nền văn học cũng ly kỳ, đáng nói lắm chứ, không sao?

Xem nào, văn học giải phóng là do những ai? Ông Phạm Văn Sĩ kể ra những tên như: Nguyễn Đức Thuận, Thanh Hải, Giang Nam, Lê Anh Xuân, Nguyễn Thi, Huỳnh Minh Siêng, Trần Bạch Đằng, Anh Đức, Trần Hiếu Minh, Nguyễn Trung Thành, Phan Tứ, Nguyễn Vũ v.v... Ông không chịu nói ra cái điều lý thú này: là tất cả những kẻ vừa kể trên đều được phái từ ngoài Bắc vào. Những kẻ mới lớn lên thì được đảng dạy dỗ cẩn thận, cũng có người được cho đi rèn luyện tận bên Tàu bên Nga, có người là con ông cháu cha, xuất thân từ gia đình đảng viên cao cấp, bố là yếu nhân trong chính phủ. Hạng cao niên hơn thì lại là những văn nghệ sĩ đã có tên tuổi ngoài Bắc, đổi tên đổi họ, hóa thân làm người mới: Lưu Hữu Phước hóa làm Huỳnh Minh Siêng, Nguyễn Văn Bổng hóa thành Trần Hiếu Minh, Nguyên Ngọc hóa ra Nguyễn Trung Thành, Bùi Đức Ái thành ra Anh Đức, Trần Bạch Đằng làm Hưởng Triều, làm Hiếu Trường, Lê Khâm hóa thành Phan Tứ, Nguyễn Ngọc Tấn thành Nguyễn Thi v.v...

Bảo rằng những văn nghệ sĩ ấy gốc từ Miền Nam nên những gì họ viết ra có thể cho vào văn học Miền Nam? -

---

[3] *Văn học giải phóng Miền Nam*, nhà xuất bản Đại Học Và Trung Học Chuyên Nghiệp, Hà Nội, 1975.

Nếu thế thì tác phẩm của Doãn Quốc Sỹ, Nguyễn Mạnh Côn, Vũ Hoàng Chương v.v... phải trả về văn học Miền Bắc cả?

Lại bảo rằng những người gốc Nam kia đã trở về sáng tác ngay tại Miền Nam cho nên rất có thể cho vào văn học Miền Nam? - Những cán bộ kia chợt ra chợt vào chưa hẳn đã viết ở trong Nam. Mà giả sử họ có ở lại hẳn trong Nam một thời gian[4] thì lại vẫn là chuyện kỳ cục. Hãy tưởng tượng trường hợp chúng ta đưa nhạc sĩ Phạm Duy ra thả dù ở một vùng biên giới Hoa Việt nào đó, đổi tên làm ông Trần Doai, thi sĩ Tú Kếu đổi làm Tú Cối, các nhà văn Trần Dạ Từ, Doãn Quốc Sỹ v.v... thành những ông Phạm Nhật Nghiêm, Hồ Hải Dương v.v..., rồi trốn nấp trong khoảng núi rừng Bắc Việt, cứ cất lên đều đều tiếng nói của nhân dân cách mạng, nhân dân giải phóng Miền Bắc, được chăng? Lại thử tưởng tượng ngày trước chúa Nguyễn bỗng có ý kiến đưa Đào Duy Từ ra Đàng Ngoài? Vâng, bình thường thì Đào Duy Từ cứ ở Đàng Trong; lấy vợ sinh con đều đặn, ăn lộc chúa Nguyễn, lãnh quan tước Đàng Trong, đến một lúc nào đó chúa Nguyễn thấy "nhân dân" Đàng Ngoài cần lên tiếng bèn hạ lệnh cho Đào Duy Từ mang tay nải lén lút trở ra Bắc, đào cái hầm thật sâu nấp thật kín, rồi ngồi dưới đó cất lên tiếng nói giải phóng của toàn thể nhân dân Đàng Ngoài. Người của Đàng Ngoài sáng tác ngay trên lãnh thổ Đàng Ngoài đấy mà. Được chăng?

---

[4] Nguyễn Văn Bổng chẳng hạn, suốt một thời gian dài, cứ chân trong chân ngoài. Thoắt cái ông vào Nam làm nhà văn Miền Nam Trần Hiếu Minh, rồi vụt cái ông lại ra Bắc làm việc ở trụ sở hội Văn nghệ "trung ương" với Xuân Diệu, Huy Cận, trong tư cách Nguyễn Văn Bổng (Xem Bên lề các cuốn sách).

Nghe chuyện như thế chúng ta ở Miền Nam bò lê bò càng ra mà cười, rồi xúm nhau đàn ngang cung, xúm nhau làm thơ chua thơ đen thơ xám v.v... Thế là hỏng.

Người cộng sản không cười. Họ trịnh trọng trình bày vấn đề. Xong, họ trịnh trọng đưa hai tay lên ngang ngực vỗ lép bép; tất cả cùng vỗ tay theo. Mọi người nhất trí, họ tiến hành kế hoạch. Chuyện kỳ cục đến đâu họ cũng làm được. Họ làm ra mặt trận giải phóng Miền Nam bằng người của họ, họ làm ra chính phủ giải phóng Miền Nam bằng người của họ, họ làm ra quân đội giải phóng Miền Nam bằng người của họ, tại sao họ không làm ra được một đội ngũ văn nghệ sĩ, một nền văn học giải phóng Miền Nam bằng người của họ mang vào, sau khi đã dạy dỗ kỹ càng và tiếp tục "lãnh đạo", kiểm soát chặt chẽ. Vả lại trong một xã hội mà người quốc trưởng có thể lần lượt đội hết tên này đến tên kia, ký hết "bút hiệu" này đến "bút hiệu" nọ, viết sách tự ca tụng mình inh ỏi, tự tâng bốc mình lên tới mây xanh, cho in đi in lại phổ biến tưng bừng khắp nước, như thế mà vẫn đẹp mặt như thường,[5] thì văn nghệ sĩ thay đổi vùng để kể xấu đối phương có gì là kỳ cục đâu? Làm được tất.

Họ làm một cách trịnh trọng, không cười, và thế giới Tây phương trịnh trọng ghi nhận những gì họ nói họ làm. Do chính sách tiêu diệt tàn tích văn hóa Mỹ ngụy, một ngày kia dần dần không ai tìm thấy sách của Chu Tử, Nguyễn Mạnh Côn, Vũ Hoàng Chương để đọc nữa, không ai nghe nói đến Nhã Ca, Dương Nghiễm Mậu, Nguyễn Đình Toàn... nữa, những tên tuổi ấy mỗi lúc một

---

[5] Hồ Chí Minh viết Những mẩu chuyện về cuộc đời hoạt động của Hồ Chủ tịch ký Trần Dân Tiên, viết Vừa đi vừa kể chuyện ký T. Lan.

phai mờ, trở nên mơ hồ, rồi tác phẩm của Phạm Văn Sĩ tái bản sẽ lặng lẽ bỏ đi phần phụ lục. Lúc bấy giờ khi cần biên khảo về văn học Việt Nam thời kỳ 1954-75, với tài liệu sách báo do nhà nước Việt Nam phổ biến rộng rãi, cung ứng đầy đủ, các học giả Tây phương tha hồ hăng hái nghiên cứu về cái văn học giải phóng như là nền văn học chân chính, nền văn học duy nhất của Miền Nam Việt Nam, với những tác phẩm sáng chói kể chuyện anh hùng Nguyễn Văn Trỗi, chuyện "tục ăn thịt người" ở Miền Nam[6] v.v... với những văn nghệ sĩ cách mạng Nguyễn Trung Thành, Trần Hiếu Minh, Huỳnh Minh Siêng v.v... thường thường nhất trí quan điểm với những nghệ sĩ cách mạng Miền Bắc Nguyên Ngọc, Nguyễn Văn Bổng, Lưu Hữu Phước. Và đối với Tây phương sẽ chỉ còn có nền văn học ấy ở Miền Nam. Chúng ta thấy hài hước? Thật hài hước chết người.

Vì những chuyện như thế, rốt cuộc đành miễn cưỡng viết cuốn sách này trong những điều kiện rất không nên viết. Viết như là một sơ thảo, một bản nháp, một gợi ý, nhắc nhở, một cách nêu vấn đề, để sau này những người có đầy đủ tư cách và điều kiện sẽ viết lại một cuốn xứng đáng.

Sách gồm nhiều tập, tập này trình bày một cái nhìn tổng quát; các tập kế tiếp sẽ được dành cho từng bộ môn sáng tác: thi ca, tiểu thuyết, tùy bút, kịch, phóng sự, ký sự.

Trong sách chúng ta sẽ gặp một số tác giả tiền chiến, tức những vị đã nổi danh từ trước 1954, không những

---

[6] Văn học giải phóng Miền Nam, nhà xuất bản Đại Học Và Trung Học Chuyên Nghiệp, Hà Nội, 1975.

thế lại có những vị mà phần quan trọng nhất của sự nghiệp thuộc về thời kỳ trước 1945. Thiết tưởng dù vậy, nếu sau Genève họ còn hoạt động thì các hoạt động ấy vẫn phải được nói đến.

Còn lớp nhà văn 54-75, sau khi Miền Nam sụp đổ vẫn có kẻ không ngừng viết văn làm báo: nên thêm một phần phụ lục dành cho các hoạt động ấy chăng? Tôi nghĩ là việc ấy không thích hợp. Sau 1975, trong chúng ta có kẻ tiếp tục viết ở hải ngoại, có kẻ tiếp tục viết âm thầm trong nước, có người lén lút viết trong tù; ngoài ra lại cũng có một số cộng tác với chế độ mới. Đây là một thời kỳ văn học khác hẳn, với tất cả sự phức tạp của nó, xứng đáng một công trình nghiên cứu riêng; nó không thể coi là một phần "phụ" vào thời kỳ 1954-75, cũng như thời kỳ sau 54 không hề "phụ" vào thời văn học tiền chiến: không có một thời kỳ nào nên "phụ" vào thời kỳ khác.

Vả lại nếu chỉ nói riêng về văn học lưu vong sau 1975, cái văn học tự do ngoài chế độ cộng sản, tôi thấy về tinh thần nó cũng không mấy gần gũi với thời kỳ 1954-75. Trước 1975 trong nước và sau 1975 ngoài nước chỉ có chung một số tên tác giả, ngoài ra hoàn cảnh trước tác khác nhau, bối cảnh xã hội khác nhau, tâm tư con người khác nhau, động cơ viết lách khác nhau...

Vậy ở đây xin chỉ có thời kỳ văn học 1954-75 với những người đã đóng góp vào thời kỳ văn học này. Những người ấy về sau làm gì, thay đổi ra sao, cái đó thuộc về vấn đề khác mà chúng ta không đề cập đến.

Tôi đã phân trần về những lý do không nên viết, rồi lại phân trần về những lý do phải viết. Rõ thật nhiều lời. Nhưng khi xong việc, không khỏi ngẩn ngơ tự hỏi: Cái đã viết ra đó là cái gì vậy? Là lịch sử hai mươi năm văn học Miền Nam chăng? Là kiểm điểm phê bình nền văn học Miền Nam chăng? ¾ Rõ ràng nó không xứng đáng là lịch sử, là phê bình gì cả. Nó không có cái tầm tổng hợp rộng rãi, nó thiếu công phu suy tìm và phân tích đến nơi đến chốn về bất cứ môn loại nào khuynh hướng nào. Chẳng qua chỉ có những nhận xét rất khái lược, liên quan đến nền văn học và các văn gia một thời mà thôi. Thôi thì của ít lòng nhiều vậy.

Mặt khác, nhân đọc lại bản thảo chợt thấy sao mà lắm trích dẫn ghi chú, sao mà rườm ra đến thế? Nghĩ đi nghĩ lại, đâm bật cười: thì ra đó là một điểm yếu về tâm lý. Xưa nay kẻ xấu hay làm tốt, người thiếu chữ thường hay nói chữ. Vậy vì thiếu tài liệu mà ham khoe tài liệu cũng là thường tình. Số là trong hoàn cảnh ít sách báo Việt ngữ, mỗi khi bắt gặp được trang chữ nào in từ Sài Gòn trước 1975 tôi không cầm lòng được, cứ nhấp nhổm muốn xòe ra cho ai nấy cùng xem. Có lúc đã toan gạch toẹt bỏ tuốt các trích dẫn không cần thiết, nhưng rồi lại thôi: Chỗ yếu đó chẳng qua là một biểu lộ tâm lý của người xa xứ, mạnh tay trấn áp nó làm chi!

Tập sách được hoàn tất là do sự giúp đỡ về tài chánh của Ủy ban Nghiên cứu Khoa học Xã hội (Hoa Kỳ) và sự giúp đỡ chí tình về tài liệu của nhiều bạn hữu sống ở Âu châu và Mỹ châu, mà tôi xin chân thành cảm tạ. Lẽ ra tôi nên công khai tạ ơn từng vị, tuy nhiên nhiều người không muốn nêu tên, vậy nên đành để lòng biết lòng mà thôi.

Võ Phiến

Tháng 1-1986

KHÁI QUÁT

1954-1975, chúng ta có những thời điểm ngộ nghĩnh: 1954 chấm dứt một cuộc chiến tranh, 1975 chấm dứt một cuộc chiến tranh khác; 1954 một cuộc di cư, 1975 lại một cuộc di cư nữa; 1954 đất nước đang là một bị chia hai, 1975 đất nước đang chia hai lại hoàn làm một... Chiến tranh phát sinh rồi chiến tranh kết thúc trên nước ta xưa nay đã nhiều lần, nước qua phân rồi nước trở lại thống nhất xảy ra ở ta cũng nhiều lần, duy có chuyện hàng triệu người kéo nhau ra đi là chưa từng thấy. Đó là đặc điểm một thời. Vậy có thể nói thời kỳ chúng ta đang nói đây là thời kỳ văn học giữa hai cuộc di cư.

Mặc dù 1954 và 1975 là những thời điểm ngộ nghĩnh, chúng ta không chọn thời kỳ văn học này vì cái ngộ nghĩnh, dĩ nhiên. Cũng như chiến tranh, qua phân, thống nhất, di cư đều là những biến cố quân sự, chính trị, xã hội trọng đại, nhưng chúng ta không chọn vì những cái trọng đại ấy: Quân sự, chính trị, kinh tế, xã hội ảnh hưởng đến văn học, nhưng không phải là văn học.

Sở dĩ chúng ta tách cái khoảng thời gian nọ làm một thời kỳ văn học riêng biệt tại Miền Nam Việt Nam là vì

nhận thấy quả thực trong vòng hai mươi năm ấy văn
học nghệ thuật ở đây đã có những sắc thái riêng, đặc
biệt, khác hẳn trước đó và sau đó. Trong vòng hai mươi
năm ấy ở Miền Nam quần chúng đã có những cảm nghĩ
khác, văn nghệ sĩ đã có một quan niệm sáng tác khác
thời trước và thời sau. Cái khác, cái thay đổi trong tâm
tình con người vào thời kỳ này thật sâu xa và thật đột
ngột: chỉ trong vòng năm trước năm sau, vụt cái lòng
người biến đổi, văn nghệ chuyển hướng hoàn toàn. Ở
ngoài Trung trong những năm đầu thập niên 50, cho
đến 1954, những tên tuổi nổi bật là Kiêm Minh, là Vân
Sơn PMT; trong Nam tiếng tăm vang dội nhất là Vũ Anh
Khanh, Thẩm Thệ Hà, Trúc Khanh, Lý Văn Sâm... với
những nhà khảo luận như Tam Ích, Thiên Giang, Thê
Húc v.v... Sau 1954, loay hoay chừng mấy tháng, tự dưng
những vị ấy lui vào bóng tối, lặng lẽ, từ đó cho đến suốt
hai chục năm kế tiếp không còn có cơ hội xuất hiện
thắng lợi trên văn đàn nữa. Và một lớp người mới xông
ra, ồ ạt: Doãn Quốc Sỹ, Thanh Tâm Tuyền, Võ Phiến, Sơn
Nam, Nguyễn Văn Trung, Nguyễn Mạnh Côn, rồi Dương
Nghiễm Mậu, rồi Nhã Ca v.v... Thật nhanh chóng: Thoắt
cái những người mới được quần chúng độc giả đón tiếp
niềm nở, chừng một vài năm sau họ nghiễm nhiên thay
thế các lớp nhà văn trước.

Đây không phải là sự thay thế của những cái tên
suông, mà là sự thay thế cả một chiều hướng tinh thần.
Không có gì khác nhau xa bằng cái tinh thần Nửa bồ
xương khô của Vũ Anh Khanh với tinh thần Dòng sông
định mệnh của Doãn Quốc Sỹ, Mưa đêm cuối năm của Võ
Phiến, bằng tư tưởng của Thiên Giang với tư tưởng của
Nguyễn Mạnh Côn chẳng hạn.

Giữa lớp trước 54 và sau 54 ở Miền Nam chỗ khác nhau không phải chỉ có ở thái độ chính trị. Thế hệ độc giả này không phải chỉ đột nhiên lạnh nhạt với những Vũ Anh Khanh, Trúc Khanh, Vân Sơn PMT v.v..., mà cũng hững hờ luôn cả đối với những nhà văn chống cộng như Nhất Linh, Tam Lang v.v... Họ chối bỏ hết quá khứ. Một giai đoạn mới tự xác nhận một cách mạnh mẽ, ồn ào, có khi quá lố. Thật vậy, một trong những danh từ thời thượng lúc bấy giờ là "hôm nay": lớp trẻ hôm nay, văn nghệ hôm nay, tiếng nói hôm nay v.v... Hôm nay không hẳn là giỏi hơn hôm qua, hôm nay không hẳn là hay hơn hôm qua. Miễn nó là hôm nay. Nếu không thế nó không được chấp nhận.

"Chấp nhận" là chữ của Thế Uyên. Ông bảo: "Riêng hai đứa chúng tôi[7] thán phục Nhất Linh tiền chiến và chấp nhận Nhất Linh hậu chiến."[8] Thế Uyên cho thấy không phải ai cũng "rộng rãi" được như thế: chỉ riêng hai đứa thôi. Còn về phía Nhất Linh, ông có lần tâm sự với Nguyễn Vỹ: "Tôi thì hết tin tưởng vào đời sống và thế hệ ngày nay (...) Thế hệ trẻ ngày nay, họ không hiểu được tụi mình. Họ bảo tôi là kiêu ngạo, là tự cao, tự đại, anh xem có vô lý không? Tôi không chịu được họ, không có nghĩa là tôi tự cao, tự đại."[9]

---

[7] Tức Duy Lam và Thế Uyên, hai anh em văn sĩ, hai người cháu gọi Nhất Linh bằng bác.

[8] Nhật Thịnh, Chân dung Nhất Linh, trang 160. Những tác phẩm tái bản tại Hoa Kỳ hầu hết không ghi tên nhà xuất bản cùng ngày tháng ấn loát, vì vậy trong sách này đành không nêu được các điểm cần thiết ấy.

[9] Nguyễn Vỹ, Văn thi sĩ tiền chiến, Khai Trí, 1970, trang 162.

Cả đôi bên cùng xác nhận sự cách biệt; cả đôi bên cùng từ chối lẫn nhau. Sự thay đổi hồi 1954 đã hiển nhiên.

Và rồi đến đầu năm 1975 cuộc đổi đời còn đột ngột, còn sâu xa hơn nữa. Đến đây kết thúc một thời kỳ ở Miền Nam, về mọi phương diện: chính trị, kinh tế, xã hội, văn hóa. Cả cái xã hội ở Miền Nam từ sau 1975, cả nếp sống vật chất lẫn tinh thần ở đây sau 1975 không còn giữ được mấy tí của ngày trước. Rụp một cái: báo chí, sách vở, ca xướng, kịch tuồng, tranh vẽ... nhất nhất đều đổi chiều.

Cho nên có thể nói thời kỳ văn học 1954-1975 khởi đầu và chấm dứt không có chuyển tiếp. Hiếm có thời kỳ văn học nào trong lịch sử được qui định giữa những thời điểm dứt khoát như thế. Giữa hai thời điểm dứt khoát, tại Miền Nam một nền văn học thành hình thật nhanh, phát triển tưng bừng và vội vã, rồi bị vùi dập một cách tức tưởi. Nền văn học ấy có nhiều nét đặc sắc về phẩm cũng như về lượng, rất quí báu đối với bất cứ ai muốn tìm hiểu về đời sống của dân tộc Việt Nam trong thời hiện đại.

CÁC YẾU TỐ
CỦA SINH HOẠT VĂN HỌC

NHÀ VĂN

Trước khi đi vào từng giai đoạn phát triển của nền văn học này, tưởng nên có một kiểm điểm qua về đôi ba yếu tố quan trọng trong sinh hoạt văn học: về người văn nghệ sĩ, về cuốn sách, về người độc giả của thời 54-75. Những cái này vẫn luôn thay đổi, tùy nơi, tùy thời. Nếu không được nhắc lại những nét đặc điểm trong hoàn cảnh hoạt động mỗi nơi mỗi thời, lắm lúc chúng ta khó thông cảm được với tâm lý, tư tưởng của người văn nghệ, lấy làm khó hiểu về những thái độ, phản ứng của họ trước việc nọ việc kia. Hồi 1978 có mấy người cầm bút Việt Nam vượt biển sang Mỹ, đến Los Angeles, tìm gõ cửa Henry Miller kêu gọi nhà văn hào này làm một cái gì cho Việt Nam. Ông cụ bấy giờ tuy đã gần đất xa trời nhưng không thiếu nhiệt thành: ông bảo rất sẵn sàng.

Ông cụ sẵn sàng, mà thái độ tỏ ra không mấy tin tưởng ở ảnh hưởng của mình, không tin bằng mấy người cầm bút trẻ từ phương xa đến. Quả nhiên, rồi sự lên tiếng của một uy tín văn nghệ quốc tế cũng chẳng đi đến đâu. Henry Miller không tin tưởng vì ông biết cái vị trí của người văn nghệ, của nhà tư tưởng, của người trí thức trong xã hội Mỹ. Ở đây có khi ông không sánh nổi một cô đào hát, một cầu thủ bóng bầu dục... Ở đây lời nói của ông không có tiếng vang rộng rãi như lời nói của những đồng nghiệp ở Âu châu, Á châu. Đối với những chuyện chiến tranh, chuyện hòa bình, chuyện chính trị quốc tế, những vấn đề liên quan đến vận mệnh dân tộc, lương tâm nhân loại, quần chúng chờ đợi tiếng nói của những Joan Baez, Jane Fonda, họ reo hò hưởng ứng ầm ĩ những nhân vật ấy, chứ có chờ đâu những Henry Miller, Maurice Durand? Ở một vị trí như thế trong xã hội, các nhà văn Mỹ không thể có thái độ suy tưởng, có phản ứng giống như những Sartre, Malraux ở Pháp; rồi cái cách họ nhìn đời, cái quan niệm về trách nhiệm của họ đối với xã hội, rồi mối quan tâm của họ, những đề tài chọn lựa của họ cũng phải khác đi chứ.

Sau câu chuyện về Henry Miller, xin nhắc lại câu chuyện của Hà Thúc Sinh, chắc chắn cũng là của đa số anh chị em văn nghệ sĩ Miền Nam sau 1975. Hà quân là sĩ quan lại là thi sĩ, sau 30-4-75 bị cộng sản bắt. Một lần trong cuộc thẩm cung ông bị họ dùng khúc cây vẫn căng đầu giường bố của quân đội Mỹ ngày trước mà quật tới tấp vào người vì ông không chịu nhận là CIA. Tên công an cộng sản tức giận điên người: "Tuổi anh mới 30, đã có hàng chục cuốn sách xuất bản. Nhất định phải nằm trong guồng máy CIA (...) Miền Bắc xã hội chủ nghĩa, ngay những nhà văn hàng đầu mà mỗi ba năm mới được in một quyển sách; mà là sách phải đạt yêu cầu của hội nhà văn đấy nhé. Anh làm gì mà mới 30 tuổi ngụy quyền nó cho anh in nhiều sách thế? (...) Bây giờ hỏi tiếp: Thủ trưởng CIA của mày bây giờ ở đâu? (...) Tao bảo thật. Bọn vừa là sĩ quan vừa viết văn như chúng mày không CIA cũng là CIB." Hà Thúc Sinh bảo: "Vĩnh buồn trong bụng quá. Giải thích chưa xong vụ in sách, bây giờ lại được đội thêm cái mũ CIA nữa!"[10]

Thôi, Phạm quân,[11] đã đến nước này còn buồn trong bụng mà chi. Muộn mất rồi. Hàng triệu người đã chết cho cái ý muốn được vừa là sĩ quan vừa viết văn mà không bắt buộc phải làm CIA, làm công an gì ráo, mà có thể "dạo núi mình ta"[12] tự do, muốn dạo kiểu nào thì dạo; nhưng rốt cuộc rồi thất bại. Người công an Miền Bắc đeo cứng lấy cái quan niệm viết văn phải theo đường lối của thủ trưởng CIA, nhất định không chịu hiểu cái chuyện phi lý, dị thường ở Miền Nam. Bỏ qua cho hắn. Lớn lên trong một xã hội như thế, hắn đã là một kẻ bạc phước rồi.

Như vậy người văn nghệ sĩ trong xã hội mỗi nơi mỗi khác, mỗi thời mỗi khác. Ngay đồng bào cùng một nước với nhau mà kẻ Bắc người Nam, kẻ già người trẻ đã có cái nhìn khác nhau đối với người văn nghệ. Vậy trước khi nói về các hoạt động văn nghệ, trước khi nói về

---

[10] Hà Thúc Sinh, "Phòng Thẩm cung', đặc san Lướt Sóng, 1983, xuân Quý Hợi, xuất bản tại California, trang 37, 38.

[11] Hà Thúc Sinh tên thật là Phạm Vĩnh Xuân.

[12] Nhan đề một thi tập của Hà Thúc Sinh, xuất bản ở Sài Gòn trước 1975.

chuyện các văn nghệ sĩ họ đã làm gì, xin hãy thử tìm hiểu xem họ là cái gì trong xã hội bấy giờ.

Thế giá

Ở Đông phương ngày xưa văn nghệ sĩ từng được quý trọng. Tài như Lý Bạch thì ngất ngưởng vào triều sai bảo người này mài mực người kia cởi giày đã đành, mà trong dân gian cũng không thiếu những câu chuyện về các chàng thanh niên hoặc nhờ đối được một câu hóc búa mà được hưởng ân huệ của gái đẹp, hoặc trót phạm tội mà làm được thơ hay nên quan trên tha tội. Cho tới hồi tiền chiến, gần đây thôi, văn nhân hãy còn hưởng được rất nhiều cảm tình của quần chúng và nhiều kính nể của nhà cầm quyền. Trong đời ông Bảo Đại có vài lần ông nghĩ mình thực sự tiến hành một khởi đầu quan trọng, tức là ngày ông từ Pháp hồi loan lên ngôi hoàng đế và ngày Nhật lật đổ Pháp trao quyền lại cho ông. Tìm người có tài kinh bang tế thế để dìu dắt quốc dân, lần trước ông chọn Phạm Quỳnh, lần sau ông chọn Trần Trọng Kim, cả hai không có quan tước, bằng cấp gì lớn, mà là những học giả nổi tiếng trong văn giới. Ngay xung quanh Hồ Chí Minh và trong chính phủ ông này vào những năm đầu của chế độ cũng không ít văn nghệ sĩ: Huy Cận, Tố Hữu, Đặng Thai Mai, Nhất Linh, Hoàng Đạo... Thi sĩ tài danh như Tản Đà thì tha hồ ngang tàng: làm khách dài hạn ở nhà người ta mà buồn buồn cạy gạch bông ở phòng khách lên, xới đất nền nhà để... trồng rau mùi. Tây Sơn là kẻ thù của nhà Nguyễn, thế mà dưới thời Nguyễn triều Tản Đà đi ngang qua Bình Định, cứ tìm đến tận đền thờ các vua Tây Sơn, mở cửa ra, hương đèn cúng tế khóc lóc; hương chức sở tại hoảng hồn bắt giải lên tỉnh; viên tổng đốc nghe đến tính danh bèn... cho qua: ai khác làm việc ấy thì phải tội, thi sĩ làm thì được mời nhậu rượu đàm đạo chuyện đời cho vui. Lừng lẫy thì thế, còn khiêm tốn như một anh phóng viên đi nhặt những mẩu tin vặt ở tỉnh lẻ gửi về cho báo hàng ngày cũng cứ được trọng vọng: ngày trước ở cái tỉnh ly Thanh Hóa của Nguyễn Tuân làm phóng viên như thế được gọi là "quan tham nhật trình" (Chiếc lư đồng mắt cua). "Quan tham nhật trình" đi hát ả đào, đi nhà thổ đều đều, thường được chị em hoan nghênh. Đến như các danh sĩ Nhất Linh, Khái Hưng v.v... mà một hôm bỗng nhiên cao hứng kéo đến Khâm Thiên thì, ôi thôi, náo động cả xóm.

Nghệ sĩ là vậy: từ triều đình cho đến khắp bá tánh đều kính yêu, thậm chí các chị em ta trong giới ăn chơi nghe danh nghệ sĩ cũng cuống lên. Không trách nghệ sĩ thời trước vênh váo nghênh ngang, khinh thế ngạo vật; không trách Huyền Kiêu treo bảng trước gác trọ:

"Nơi đây cao ngọa Huyền Kiêu
Một trong nhóm Tây Hồ danh sĩ"

Là danh sĩ thì phải "cao ngọa" chứ, Huyền Kiêu có làm gì quá đáng đâu; ông chỉ tiếp tục một truyền thống.

Vào cuối năm 1983, để ngăn chận Hoa Kỳ mang hỏa tiễn sang Âu châu đối đầu với những hỏa tiễn Nga xô đã dàn ra từ lâu, cả một phong trào "hòa bình" nổi dậy ào ào, vẽ ra một viễn tượng khủng khiếp để dọa dẫm thiên hạ, phản đối vũ khí nguyên tử, phản đối ý định đối đầu với Nga xô. Xã hội Tây phương nhốn nháo, quần chúng hoang mang, hoảng hốt. Đài truyền hình Pháp hỏi ý kiến các nhân vật tai mắt: Triết gia André Glucksmann cả tiếng nhận định về sự sống còn của nền văn minh trong thời đại nguyên tử; tổng thống Francois Mitterand trầm ngâm đọc thơ Valéry; rồi khi đến lượt cựu thủ tướng Raymond Barre, ông này lại cũng không thua, viện dẫn đến y phục của bà De Guermantes trong bộ Đi tìm thời gian đã mất của Marcel Proust.

Một bà giáo tuổi ngoại lục tuần chịu quá: "Tôi không thích ông Mitterand vì tôi không phải là đảng viên Xã hội. Nhưng xét ông ấy trong tư cách một nhà trí thức thì tôi phục quá đi mất." Một nhà ngoại giao Mỹ ở Pháp nhận xét: Bên Pháp nếu một chính khách bị kẻ nào đó tung ra cái tin đồn là ông ta ít đọc sách thì tai hại không khác nào bên Mỹ một chính khách bị tung tin đồng tính luyến ái. Bị một quả như thế khó lòng khá nổi.

Regis Debray, nhà văn tả phái viết vừa tiểu thuyết vừa triết học, từng cặp kè với "Che" Guevara độ nọ, đã bảo: "Không có xã hội nào tâng bốc người trí thức kỹ như xã hội ta." Kỹ chứ: thì chính Debray đang làm cố vấn cho Mitterand, tiểu thuyết gia Max Gallo làm phát ngôn viên chính phủ, cũng như André Malraux từng làm bộ trưởng dưới thời De Gaulle, Jean Giraudoux làm bộ trưởng Thông tin hồi Thế chiến thứ II v.v... Mà ngay những người lãnh đạo: De Gaulle, Mitterand, hay Pompidou, hay Giscard D'Estaing v.v... họ cũng đều là trí thức cả, họ làu làu thơ phú, thông sử thạo triết cả... Nếu không thế, sức mấy họ được các bà giáo già giáo trẻ kính phục, quần chúng quý trọng, cử tri dồn phiếu?

Ở Pháp văn chương, tư tưởng, văn nhân nghệ sĩ có vai trò rất quan trọng, không tâng bốc không xong. Mà có tâng bốc lắm khi vẫn không xong cho: Hạng ấy khó tính lắm cơ. Có lần phát ngôn viên chính phủ Max Gallo lên tiếng phàn nàn là giới trí thức không chịu ủng hộ tổng thống Mitterand. Có phàn nàn là có bận tâm, có buồn trong bụng. Ở Mỹ, trí thức ủng hộ hay không ủng hộ, chính phủ đâu thèm để ý đến làm gì. Có phiền chăng là phiền cái đám phóng viên truyền hình, phóng viên báo chí cứ chạy lăng xăng, nhặt những hình ảnh tin tức có lợi cho địch vậy thôi, còn triết gia với văn sĩ làm nhảm thứ gì mặc họ, can gì đến chính phủ.

Trông tình hình xã hội Pháp, ký giả Mỹ Stanley Meisler chịu nước này là một hiện tượng có một không hai trên hoàn cầu.[13]

Chuyện giữa Mỹ với Pháp thôi không xen vào làm gì. Chỉ biết Việt Nam ta trước theo truyền thống trọng văn của Tàu sau lại chịu ảnh hưởng văn hóa Pháp, "hiện tượng có một không hai trên hoàn cầu" về mặt quý chuộng văn học; như vậy Việt Nam quý trọng văn nghệ sĩ là phải cách lắm.

Được cưng chiều quá đáng thường đâm hư hỏng. Nghệ sĩ tiền chiến, thuộc thế hệ mà Vũ Ngọc Phan xếp vào "lớp sau", một số sống trụy lạc, trác táng: nhảy nhót, say sưa, nghiện ngập. Có kẻ đem ngay cái hư hỏng ấy ra mà phô trương như một thành tích. Thỉnh thoảng họ có thể ranh mãnh tự mắng qua loa mấy câu, rồi thì tha hồ nghênh ngang hưởng lạc vô trách nhiệm và tự ca ngợi mình như những chí lớn thất thế, những tâm hồn nghệ sĩ siêu đẳng v.v..., khinh thị cái xã hội cần lao, coi sự đứng đắn chăm chỉ như một bằng cớ của tầm thường, coi sự nghiêm chỉnh lành mạnh như một tang chứng của ngờ nghệch. Từ hạng quan tham nhật trình trở lên, họ đua

---

[13] Stanley Meisler, "Politics and Proust, Intellect is très chic in France", nhật báo Los Angeles Times, số ra ngày 19–12–1983.

nhau biểu diễn nhiều trò lố lăng của đời sống "nghệ sĩ" khắp các trà đình, tửu điếm, nhà chứa, tiệm hút v.v...

Như thế cho đến 1945. Rồi thời thế đổi khác, trong văn chương thì hạng nhân vật lanh tay lẹ mắt như cậu Lãnh Út trong Chùa Đàn thoắt cái đã tự biến mình ra một con số; đang hoạnh hoẹ giữa những rượu ngon với cô đầu với đàn hát, thấy khí thế đằng đằng xung quanh, rụp một cái, cậu "hóa" ngay ra một... nhà cách mạng, tù tội hẳn hoi, thể thống ra phết. Ấy, "cậu" lanh trí như thế quyền biến như thế mà vẫn không được tha thứ, từ ấy đến giờ chẳng bao giờ được nhà nước cho ló mặt ra, vì cái nhà cách mạng nọ vẫn cứ ra làm sao ấy! Chùa Đàn[14] không hề được tái bản.

Dầu sao nhân vật vẫn dễ xoay xở hơn tác giả. Sau 1945 các tác giả ngoài Bắc không thể nhất đán biến ra được cái gì ngoạn mục cả, người nào người nấy bị bắt buộc phải đấm ngực thùm thụp, tự sỉ vả mình, tự chối bỏ mình, thề thốt inh ỏi cả lên, xin nhất quyết vâng lời lãnh đạo... Rồi thì tất cả danh sĩ từ những kẻ khiêm cung từ tốn cho đến cái đám từng cao ngọa các thanh lâu, tửu điếm, đều bị xua làm những trò ti tiện: tranh nhau nhớ râu thương dép nhao nhao. Danh sĩ kẻ trước người sau hóa thành hề: mỗi lần được vinh dự nói đến Bác là hoặc rút mùi-xoa chặm nước mắt giả, hoặc chắp tay ngước mặt đờ dẫn, thế mà vẫn lo chưa diễn tả được hết vẻ hèn mọn.

Ở Miền Nam văn nghệ sĩ không bị đè bẹp dí dưới chân lãnh tụ, nhưng văn nghệ sĩ cũng không còn ngất ngưởng như xưa.

---

[14] của Nguyễn Tuân.

Có lần Nguyễn Ngu Í đến phỏng vấn Sơn Nam. Ngu Í nói: "Bây giờ, hễ nói đến Miền Nam thì người ta nhớ ngay đến Bình Nguyên Lộc và Sơn Nam. Còn với anh em văn nhân toàn quốc, anh cũng có "hạng"".[15] Sau câu nói ấy Ngu Í nhận thấy: "Anh không cãi lại điểm này."[16] Kẻ nói và người nghe không cãi, cả hai có lý: Sơn Nam là một trong những tiểu thuyết gia có tiếng nhất Miền Nam. Nhưng khi chuyển sang chuyện làm chính trị, Ngu Í nhận xét: "Bây giờ phiêu lưu vào con đường chánh trị cam go, anh sẽ được gì? Ghế bộ trưởng, đổng lý văn phòng, chắc chẳng ai giao cho anh đâu, mà cả cái chức tỉnh trưởng..."[17] Tức thì Sơn Nam đưa tay lên: "Đừng nói gì đến cái chức tỉnh trưởng, quận trưởng cũng chẳng ai dám giao chức ấy cho mình."[18] Cả hai lại có lý nữa! Không những văn nghệ sĩ không được mời vào các chức vụ chính trị, hành chánh, mà thậm chí những công việc chuyên về văn học nghệ thuật họ cũng không được giao cho nữa: Văn hóa vụ trưởng, Quốc vụ khanh Văn hóa v.v... chẳng bao giờ là một văn nghệ sĩ, một học giả cả.

Có thể bảo đây không còn là thời thái bình mà nhà nước muốn rước các văn nhân danh sĩ vào làm thơm tho chế độ. Đây là một thời nhiễu nhương, đời sống khó khăn, chiến tranh ác liệt, khắp nơi toàn những giết chóc, giành giật dữ dằn, không thích hợp với văn nghệ sĩ. Vả lại sự kiện không được nhà nước mời mọc đâu có làm giảm giá nhà văn? Sự trọng đãi của chính phủ không quý

---

15 Nguyễn Ngu Í, Sống và viết với..., Ngèi Xanh xuất bản, Sài Gòn, 1966, trang 206, 207.

16 Như trên.

17 Như trên.

18 Như trên.

bằng lòng ái mộ của quần chúng, sự trọng vọng của xã hội.

Có thể lắm. Tuy nhiên ngay cả những cái ấy nhà văn của thế hệ này cũng không được hưởng bao nhiêu. Cứ xem trường hợp Sơn Nam thì biết: đó là một trong vài "Nam kỳ danh sĩ" chứ phải chơi sao. Ông ở trọ năm năm liền một căn nhà nhỏ hẹp, trong một con hẻm, cạnh một rạp chiếu bóng nên rất ồn. Ông sống như một cậu học trò trung học, thường khi lẫn lộn với họ trong nhà trọ, và ông khoe "bà chủ trọ hiền từ, đối đãi với tôi như con cháu trong nhà".[19]

Cái thái độ của quần chúng, của xã hội đối với một nhà văn danh tiếng chỉ có vậy thôi: coi như con cháu trong nhà. Tôi tưởng tượng một người như thế khó treo bảng như Huyền Kiêu trước cửa, mặc dù mức độ thành đạt của Sơn Nam tứ tuần hẳn phải cao hơn của Huyền Kiêu thuở thiếu thời.

Vì sao mà địa vị của người cầm bút bỗng dưng xuống thấp như vậy? Họ đã làm điều gì sai quấy? Hay đồng bào ta đã đánh mất cái truyền thống trọng văn đi rồi?

Thiết tưởng sự tình này không do văn nghệ sĩ cũng không do đồng bào. Thủ phạm là cuộc chiến tranh, hay nói cho đúng hơn là tình hình đất nước từ sau cuộc Thế chiến thứ II. Tình hình ấy thường khiến cho các hoạt động chính trị và quân sự áp đảo hẳn sinh hoạt văn học nghệ thuật.

Có một thời câu chuyện gửi bó rau sắng chùa Hương, gửi mớ que diêm Thanh Hóa làm đóm hút thuốc lào cho

---

19 Như trên, tr. 209.

thi sĩ Tản Đà, rồi những thơ qua thơ lại õm ờ được người đời theo dõi, thích thú, nhắc đi nhắc lại hoài mấy năm chưa chán. Nhưng lại có thời khác chuyện sống chết của mọi người, chuyện mất còn của đất nước được định đoạt trên bàn hội nghị hay trên chiến trường: lúc bấy giờ chỉ có các ông tướng với các chính trị gia là quan trọng. Đất nước càng gặp gian truân, những nhân vật nọ càng thu hút sự chú ý của dư luận. Còn văn nhân chẳng ai ghét bỏ gì, nhưng họ bị lu mờ, họ tự xóa trong cảnh gió bụi.

"Thuở trời đất nổi cơn gió bụi,
Khách văn thơ nhiều nỗi thiệt thòi."

Nguyễn Hiến Lê có lần nói một câu chua chát: "Trong những thời loạn thì văn hóa chỉ đóng một vai trò chạy cờ, nghĩa là một vai trò rất phụ, có thì thêm rôm mà chẳng có thì cũng chẳng ai thấy thiếu." (Tin Sách, số tháng 5-1965). Con người nói ra câu ấy tận tụy đóng vai trò chạy cờ suốt ba mươi năm loạn lạc của đất nước, cho đến khi nước nhà có hòa bình thì ngưng bút hẳn. Ít ra là ngưng viết lách công khai. Oái ăm là thế. Loạn lạc tuy vậy vẫn chưa tai hại cho văn hóa bằng độc tài.

Nói sinh hoạt văn nghệ bị hoạt động quân sự và chính trị áp đảo, nói nhà văn sau 1954 bị lu mờ, nói vậy không hề hàm cái ý ở Miền Nam bấy giờ nhà văn "xuống nước", phải quỵ lụy giới chính trị và quân sự. Ở Miền Nam trong hai mươi năm tuyệt nhiên không có thứ thơ văn ca ngợi lãnh tụ, xưng tụng các nhân vật quyền thế. Trái lại, thơ văn đả kích chế giễu nhà cầm quyền đã có lúc thịnh hành thành phong trào. Thật vậy, sau 1963 những Chu Tử, Sức Mấy, Kiều Phong, Đạo Cấy v.v... liên tiếp "đánh phá" lung tung, từ chánh phó Tổng thống, Chủ tịch Quốc hội cho đến các tướng tá, tỉnh trưởng, trên gần khắp các báo hàng ngày, hàng tuần. Lời lẽ của họ sát phạt, cay độc, lắm lúc hỗn xược thậm tệ, không chút kiêng nể gì. Ngay cả một tổ chức hàng năm vẫn nhận trợ cấp của chính quyền như hội Bút Việt mà có lúc vẫn lớn tiếng công kích chính quyền. Chính quyền định cúp tài trợ, Bút Việt đòi kiện trước Quốc hội. Về vấn đề này, linh mục Thanh Lãng trình bày không chút mặc cảm: "... từ 18 năm nay, tức là từ ngày có Văn bút, từ đầu năm 1957, hàng năm Ngân sách Quốc gia vẫn đài thọ cho Văn bút một ngân khoản, để sinh hoạt nội bộ và đi dự hội nghị quốc tế. Ngân khoản đó đã từng được đưa ra thảo luận tại Quốc hội. Ngân khoản đó, tài trợ cho Văn bút không phải để Văn bút trả lương cho hội viên. Tất cả mọi người làm việc cho Văn bút đều không có lãnh lương lậu gì cả. Nguồn tài trợ đó chỉ để tiêu cho các sinh hoạt thuần túy văn hóa: tổ chức giải thưởng Văn học hàng năm, tổ chức các cuộc nói chuyện hàng tháng, sinh hoạt hội thoại hàng tuần.

Theo quan niệm đại học, ngân sách quốc gia phải đài thọ Văn hóa cũng như đài thọ cho Y tế để xây nhà thương, trả lương bác sĩ để chữa bịnh cho dân, đài thọ cho Giáo dục để xây trường trả lương giáo chức dạy học, đài thọ cho Công chánh để làm đường, bắc cầu cho dân đi."[20]

Đó là một điều. Lại vẫn có điều nữa phải nói thêm cho rõ. Trên đây, chúng tôi bảo văn nhân trong thời kỳ này bị lu mờ, tuy "chẳng ai ghét bỏ gì". Nói thế e có thể bị hiểu một cách quá đáng. Sao mà đến nỗi ghét bỏ. Ở đâu trên

---

[20] Tạp chí Nhà Văn, Sài Gòn, số tháng 2.1975, tr. 118.

thế gian này lại có nơi người ta ghét bỏ văn nhân nghệ
sĩ? Chẳng qua là sau 1954, thời buổi nhiễu nhương khổ
ải có đánh trụt sự sùng bái chữ nghĩa nơi đồng bào ta,
chứ còn đối với văn nghệ sĩ có bao giờ đồng bào không
quý không yêu? Yêu như chủ nhà trọ yêu thương Sơn
Nam. Yêu như một người bạn tù yêu quý Hà Thúc Sinh:
mới quen biết nhau trong tù, người bạn thức khuya dậy
sớm, chăm nom thuốc thang, đổ phân đổ đái cho Phạm
quân vì đã đoán không lầm Phạm quân là một người văn
nghệ; ra ngoài tù người bạn không nề đạp xích-lô chở
Phạm quân dạo phố Sài Gòn, tìm mối cho Phạm quân đi
chui vượt biển, rồi lúc nguy biến không ngần ngại hi
sinh thân mình để cứu văn nghệ sĩ và hai cái xắc chứa
bản thảo.[21] Liệu ở đâu, ở thời nào có thể tìm được một
lòng yêu quý cao hơn, một sự tin tưởng sâu hơn đối với
văn nhân thi sĩ, lòng yêu quý tin tưởng làm chúng ta ai
nấy hổ thẹn, ngại mình không xứng đáng. Những "danh
sĩ" thời nay có mất đi cái trọng vọng bên ngoài, họ lại
được sự tin yêu trong lòng đồng bào.

Anh cựu sĩ quan bảo anh cựu sĩ quan thi sĩ: "... tao
biết từ lâu mày là thằng viết lách." "Mày cứ biết rằng tao
từng đọc thơ của mày trên Văn."[22]

Đó là lý do tin yêu. Cứ "mày" với "tao" thế thôi. Chẳng
cần cung kính trọng vọng gì ráo; những "mày" với "tao",
trong xưng hô ấy biết bao nhiêu tình. Không ngôi vị cao
sang trong xã hội nữa, nhưng mật thiết gắn bó với xã hội
với quần chúng hơn xưa: phải chăng đó là một đặc điểm
trong cái vị trí của người văn sĩ thời kỳ 54-75? Thời kỳ

---

21 Hà Thúc Sinh, "Người bạn', tạp chí Nhân Văn, Hoa Kỳ, số
Xuân Giáp Tý, 1984.
22 Như trên.

mà bom đạn, chết chóc đã làm tan tác những hia mão xênh xang, những phù danh hư ảo, để chỉ còn trơ lại... tấm chân tình?

Thành phần

Chúng ta vừa nói về cái cương vị của nhà văn trong xã hội, về thế giá của họ, về cái độc lập tinh thần của họ đối với nhà cầm quyền. Những cái đó tùy thuộc ít nhiều ở cuộc sống vật chất của họ: họ sinh sống bằng những nghề nghiệp gì, mức sống ra sao v.v...

Trong khi ở Miền Bắc đội ngũ công tác văn nghệ do nhà nước nuôi (và dạy), thì ở Miền Nam nhà văn phần nhiều sống đời vật chất ít dính dấp đến chính quyền.

Trong một danh sách 33 nhà văn viết tiểu thuyết, phóng sự, bút ký, quen biết nhất đối với độc giả Miền Nam, tôi nhận thấy 19 vị làm những nghề tự do, 9 vị là giáo chức, 4 vị là quân nhân, chỉ có một người là công chức.

Nghề tự do chiếm gần 58%, trong đó đa số là nghề làm báo. Nhiều vị làm chủ báo (như Chu Tử, Mai Thảo, Viên Linh, Mặc Đỗ, Nguyễn Thị Vinh v.v...), những vị khác hoặc viết bài hoặc trông coi tòa soạn các nhật báo, tạp chí v.v... (như Bình Nguyên Lộc, Sơn Nam, Nguyễn Mạnh Côn, Nhã Ca, Thụy Vũ, Lê Xuyên, Trùng Dương v.v...).

Giáo chức từ tiểu học đến đại học chiếm 27%, trong số này có những vị về sau không còn dạy học nữa, mà lại phục vụ trong quân đội. Nhân tiện cũng xin thưa rằng trong khi phân chia chúng tôi không xem những vị nguyên là giáo chức bị động viên hay đang làm nghề tự do bị trưng tập vào quân đội là những quân nhân: chúng tôi xếp các vị ấy vào nghề cũ. Tuy nhiên đối với những vị bất cứ vì lý do nào đã vào quân đội khá lâu, cuộc đời trong quân ngũ dài đôi ba mươi năm, dài suýt soát bằng cuộc đời làm văn nghệ, thì chúng tôi xem như là quân nhân chuyên nghiệp. Cái tỉ số khá cao của giáo chức trong văn giới cũng là một điều có ý nghĩa, bởi vì sau nghề tự do thì nghề dạy học có lẽ là hưởng được nhiều độc lập hơn cả: ở Miền Nam vẫn có chủ trương chính trị không xâm nhập học đường.

Cộng lại, hai thành phần nghề tự do và nghề giáo chiếm 85% tổng số nhà văn Miền Nam.

Trong giới biên khảo thì thành phần giáo chức (đại học) nhiều nhất. Trong một danh sách 14 vị, có đến 7 vị là giáo sư đại học (50%), 5 vị làm nghề tự do (36%).

Trong giới thi sĩ thì thành phần làm nghề tự do và thành phần quân nhân số lượng suýt soát ngang nhau. Lớp thi sĩ này nếu không bị kẹt trong quân đội (như Nguyễn Bắc Sơn, Hà Thúc Sinh, Hà Thượng Nhân, Tô Thùy Yên v.v...) thì vẫn thích nghêu ngao ngoài vòng cương tỏa (như Tú Kếu, Trần Dạ Từ, Phạm Thiên Thư, Nguyễn Đức Sơn v.v...) hơn là tự trói buộc vào khuôn khổ mô phạm nên lảng tránh giáo nghiệp?

Một cái nhìn thoáng qua cho ta thấy so với lớp văn nghệ sĩ tiền chiến thì lớp 54-75 có nhiều thành phần quân nhân và giáo chức hơn. Hồi tiền chiến không có những Văn Quang, Thanh Nam... - những quân nhân - cái đó dễ hiểu. Nhưng còn giáo chức, tại sao sau 1954 dưới mái trường bỗng phát ra văn tài đông đảo?

Số là trong thời buổi chiến tranh nghề giáo quả có chỗ được ưu đãi nên thu hút nhiều nhân tài. Ở Miền

Nam sau 1954 sĩ số ở mọi cấp tăng lên vùn vụt: số trường và số thày đều không theo kịp nhu cầu. Nhà nước đã không đào tạo kịp thày giáo thì chớ, nhà nước nỡ nào bắt đi những thày giáo đang dạy tại lớp? Bởi vậy trong khi thanh niên làm việc tại các ngành khác đến tuổi quân dịch đều bị gọi vào quân trường thì giáo chức dễ xin hoãn dịch vì lý do nhu cầu công vụ.

Mặt khác đời giáo chức thời chiến vẫn thuận lợi cho việc trước tác hơn các cuộc đời khác. Giáo chức ít gặp gian truân, được gần sách vở: ngày ngày giảng dạy ở trung, đại học, và lui tới đều đều các thư viện tại thủ đô chẳng hạn, thật là một hoàn cảnh thích hợp cho việc biên khảo.

Trong khi ấy nhiều khả năng văn nghệ một khi bị cuốn vào guồng máy chiến tranh ở các khu vực hoạt động náo nhiệt khác đành không có cơ hội phát triển. Duy Lam ngay ở những tác phẩm đầu tay đã chứng tỏ một tài năng có nhiều triển vọng, được Nhất Linh tin cậy; thế nhưng rồi về sau mỗi lúc trách nhiệm trong quân đội của ông mỗi nặng nề, làm sao ông còn có thì giờ và tâm trí để suy tưởng, sáng tác nữa. Lại như Lôi Tam từ thuở còn là sinh viên đã xuất hiện trên tạp chí Sáng Tạo; nhưng sau khi rời học viện Quốc gia Hành chánh ông chợt biến mất khỏi văn đàn. Từ một chức phó quận trưởng miền núi ngoài Trung cho đến chức Tổng thư ký Giám sát viện, lúc tả xông hữu đột để giữ một căn cứ hẻo lánh bất an, và cũng để giữ lấy mạng sống của mình, khi bù đầu vào những lem nhem tràn ngập một bộ máy chính quyền bị kẹt cứng vì nạn tham nhũng: làm sao viết nổi! Những Đỗ Tiến Đức bên hành chánh, Giao Chỉ bên quân đội, có thể đã lâm trường hợp ấy cả. Cả việc quan lẫn việc quân đều trở ngại cho sáng tác như nhau. Đây không phải cái thời làm quan phong lưu như thời Chu Mạnh Trinh, thời Ưng Bình Thúc Giạ Thị.

Cho nên giả sử ở một hoàn cảnh khác, hoàn cảnh cho phép mọi người ở mọi ngành hoạt động cùng được hưởng cuộc sống tương đối thoải mái như ngành giáo dục, chắc chắn thời kỳ văn học 1954-75 sẽ phong phú hơn nhiều. Chắc chắn chứ. Có hoàn cảnh tốt, không chắc viết hay hơn (thật ra nào ai biết được có cái gì thì viết hay?); nhưng có hoàn cảnh tốt thì dễ viết được nhiều hơn, thì dễ có nhiều người viết hơn: như vậy không đủ quý rồi sao?

Phái tính

Đã nói về thành phần trong văn giới, nên có sự phân biệt hai thành phần này: nam và nữ. Nói chung, suốt thời kỳ 54-75 trong văn giới nữ phái vẫn còn ít hơn nam phái, mặc dù so với thời tiền chiến thì đã thấy có sự gia tăng rõ rệt. Hồi tiền chiến chỉ có dăm ba nữ thi sĩ, và một nữ tiểu thuyết gia; thời 1954-75 ở Miền Nam nữ giới viết tiểu thuyết mỗi lúc mỗi nhiều. Tuy nhiên vẫn có một địa hạt vắng bóng phụ nữ: biên khảo. Viết từng bài khảo luận thì phụ nữ có viết, lắm khi viết về những vấn đề chuyên môn ở trình độ cao; nhưng chuyên khảo hẳn về từng đề tài, biên soạn thành sách thì không thấy. Vào thời kỳ ấy chúng ta có nữ luật sư, nữ bác sĩ, nữ giáo sư, nữ chủ nhiệm, chủ bút v.v... nhưng không có nữ học giả, nữ biên khảo gia.

Như thế không hẳn là phụ nữ tiến chậm. Ít ra trong thời kỳ này và riêng trong địa hạt văn học, phụ nữ tiến nhanh hơn nam giới. Ban đầu thì thấp, càng về sau tỉ số nữ sĩ trên văn đàn càng tăng cao và càng thêm thế chủ động.

Nhớ có lần, trên tạp chí Bách Khoa, Nguyễn Mộng Giác từng để ý đến hiện tượng ấy. Ông đặt ra một mốc thời gian: Đó là khoảng những năm 1965, 1966. Trước đó lớp người chủ động trên văn đàn toàn gồm nam phái. Sau 1966, nữ phái xuất hiện ngày một nhiều: Nguyễn Thị Hoàng, Nhã Ca, Túy Hồng, Trùng Dương, Nguyễn Thị Thụy Vũ v.v... Tên tuổi họ có mặt thường xuyên trên các tạp chí, nhật báo; có năm họ chiếm cả ba giải của Giải thưởng Văn học Nghệ thuật toàn quốc; họ dẫn đầu số sách phát hành. Vào những năm cuối cùng của thời kỳ, hàng ngũ của họ lại được tăng thêm nữa: Trần Thị NgH, Lệ Hằng, Nguyễn Thị Ngọc Minh, Du Li, Vô Ưu...

Tại sao vậy? Lại vẫn chiến tranh! Trong thời giặc giã làm thân trai chỉ có một đường, là chúi đầu vào sách vở, học liên miên, học ráo riết. Nhà nước ấn định số tuổi tối đa được hưởng hoãn dịch vì lý do học vấn, đến tuổi ấy mà không lên đến lớp ấy thì phải xếp sách đi vào quân trường. Cho nên con gái được phép hỏng thi, con trai thì không. Con trai hỏng thi có thể hỏng cả một đời. Văn chương thơ phú con trai không dám nghĩ tới, làm sao mà ra đời thành văn thi sĩ được. Đầu năm 1975 nha Sinh hoạt Học đường thuộc bộ Văn hóa Giáo dục và Thanh niên có tổ chức một cuộc thi dành cho báo Xuân học đường. Giải nhất về tay trường Gia Long (Sài Gòn), giải nhì trường Bùi Thị Xuân (Đà Lạt): toàn trường nữ cả! Trong tổng số sáu giải thưởng, trường nữ chiếm hết bốn. Từ lớp 12 tiến lên thành cô tú, rồi ra đời, mấy chốc. Các cô tú lấn át các cậu tú mạnh đến thế, cứ đà này tương lai văn nghệ Miền Nam thuộc về nữ phái là cái chắc.

Ngày xưa Xuân Diệu từng có lần kêu:

"Mùa thi sắp tới! - em Thơ,
Cái hôn âu yếm xin chờ năm sau!"

Thuở ấy hỏng thi chẳng qua không được làm tham tá sở Đoan mà một thi sĩ tài danh đã phải chọn thi trước thơ, huống chi sau này chuyện hỏng thi mở ra cả một viễn tượng hãi hùng.

Chiến tranh chèn ép nam giới ủng hộ nữ giới không thể chối cãi. Tôi còn nghĩ rằng giá hoàn cảnh xã hội thuận lợi hơn thì số văn nghệ sĩ nữ phái ở Miền Nam còn cao hơn nhiều nữa. Vì quả thực mãi đến thời kỳ này phái thứ hai vẫn còn chịu lắm ràng buộc trong gia đình hơn phái thứ nhất. Để ý mà xem, một phần rất lớn các nữ sĩ của chúng ta đều có chồng đồng nghiệp: Mộng Tuyết, Nhã Ca, Nguyễn Thị Thụy Vũ, Túy Hồng, Phương Khanh, Nguyễn Thị Vinh, Tuệ Mai, Nguyễn Thị Hoàng, Hoàng Hương Trang v.v... Chàng có cầm bút nàng mới cầm vững được cây bút của nàng. Không thế, bút nàng trước sau rồi cũng đến rơi mất. Các nữ sĩ cần sự tán trợ của chồng, trong khi ấy nam phái không cần: dù vợ làm gì đi nữa, chồng vẫn cứ viết văn làm thơ được như thường. Tất nhiên tình hình ấy không do luật pháp qui định, chẳng qua nếp sống gia đình và xã hội hãy còn gây trở ngại cho hoạt động nghệ thuật của nữ giới. Dù sao hoàn cảnh thay đổi dần, mỗi lúc mỗi thuận lợi. Hình như những nữ sĩ lớp sau chót, như Lệ Hằng, Vô Ưu, Trần Thị NgH, Nguyễn Thị Ngọc Minh v.v... không cần sự tán trợ từ gia đình nữa.

Thành thử đứng về phương diện phái tính, văn học Miền Nam thời kỳ 54-75 càng ngày càng nghiêng về nữ phái. Thời gian ủng hộ hồng quần. Thoạt đầu trên văn đàn nghe tiếng ồm ồm, cuối cùng nghe ra eo éo. Dù sao trên một danh sách sáu chục văn thi sĩ (kể cả biên khảo gia), tính ra vẫn chỉ có chừng mươi nữ sĩ: 17 phần trăm. Nam phái chỉ kịp trông thấy một viễn tượng thua sút, chứ kỳ thực chưa nếm mùi thua sút.

Mức sống

Bây giờ chúng ta muốn biết chút gì cụ thể về đời sống vật chất của nhà văn. Và điều đó thật khó. Bởi vì tài sản của mỗi người, lợi tức hàng năm hàng tháng của mỗi người, những cái ấy ở ta chẳng bao giờ được thống kê cả. Muốn biết tài sản và lợi tức của những tướng lãnh, những viên chức cao cấp trong chính quyền, những người có lương bổng nhất định, rõ ràng, còn khó thay, huống hồ đi tìm biết tài sản lợi tức của văn nghệ sĩ, của hạng người làm nghề tự do, cái thu đã bất thường mà cái chi càng bất thường hơn nữa. Trong giai đoạn mà tham nhũng thành một tai tiếng ở Miền Nam ai nấy đều muốn có một tài liệu minh bạch về mức độ giàu có của các giới lãnh đạo quân chính, thế nhưng rốt cuộc cho đến ngày nay chúng ta vẫn chỉ có những lời đồn đại phỏng đoán về va-li vàng của ông này, về trương mục của ông nọ, tất cả đều mơ hồ. Thế thì làm sao mong có được cái gì "cụ thể" về các nhà văn! Sau đây chẳng qua là những suy đoán căn cứ trên sự quan sát trong những dịp tiếp xúc giữa bạn bè với nhau, vậy thôi.

Trước hết trong xã hội các nhà văn cũng có sự khác biệt nhau như ở cái xã hội rộng lớn bên ngoài. Có nhà văn giàu cũng có nhà văn nghèo. Cái giàu ấy thường không do lợi tức văn chương mà do những khoản thu từ văn phòng luật sư, từ phòng mạch bác sĩ, từ một trường tư thục, một cơ sở kinh doanh do vợ điều khiển v.v... Nghiêm Xuân Hồng, Nguyên Sa, Ký Giả Lô Răng, Trần Ngọc Ninh v.v... sống sung túc. Trái lại, có những văn thi sĩ nghèo như Nguyễn Đức Sơn, Bùi Giáng, Kiêm Minh, Hoàng Ngọc Tuấn, Doãn Dân v.v..., hoặc sống lang bạt ở đô thành hoặc lao tác vất vả ở một góc rừng xa.

Phần lớn các văn nghệ sĩ đều có nghề sinh sống ngoài văn thơ; cái lợi tức như thế không liên hệ đến văn chương nên không nói làm gì. Mà riêng về cái lợi tức của nghề văn, vấn đề cũng không đơn giản. Nếu chỉ kể tiền nhuận bút các bài đăng báo và tiền tác quyền các sách được xuất bản thì chẳng là bao. Nhuận bút từ các tạp chí chỉ là những món tiền nhỏ, mà tác quyền một cuốn sách cũng không phải là món thu trông cậy để nuôi sống gia đình. Vào khoảng 64, 65 về trước, một cuốn sách vài trăm trang bán chừng 50$. Trừ những tác giả được quần chúng hâm mộ, sách ít khi in hơn 2.000 bản lần đầu; cho rằng sách được in đến mức ấy thì tác quyền 10% vẫn chỉ là 10.000$. Trong khi đó lương cán bộ phù động của chính quyền cũng hơn 3.000$ mỗi tháng, tức gần 40 nghìn một năm. Mà lương cán bộ thì năm nào cũng có tháng nào cũng lãnh, chứ nhà văn làm sao dám chắc năm nào cũng được xuất bản một cuốn sách? Lương là khoản thu thường lệ, còn tác quyền vẫn được xem như một khoản bất thường, một dịp vui mừng đánh dấu một thành công nghệ thuật. Bởi vậy cách tiêu tiền lương và tiền tác quyền có khác. Còn nhớ Y Uyên khi được nhà Nguyễn Đình Vượng nhắn tin, từ Phú Yên về Sài Gòn lãnh hình như bảy nghìn (?) đồng tiền tác quyền tập truyện Ngựa tía, thì ngay đêm hôm ấy rủ bạn bè ăn chả cá ở đường Lý Trần Quán, rồi kéo nhau đi vui chơi, tiêu sạch khoản tiền sách trước khi trời sáng.

Tuy vậy không thể bảo nhất định chỉ viết văn viết sách thì không thể sống nổi. Thỉnh thoảng, thực tế vẫn đưa ra những chứng minh ngược lại. Một nhà văn thành công, được độc giả yêu thích tương đối rộng rãi, biết dung hòa quan niệm sáng tác của riêng mình với nhu cầu của quần chúng, lại khéo biết tính toán cân nhắc, thì vẫn có thể sống đầy đủ bằng lợi tức các tác phẩm. Như ông Nguyễn Hiến Lê chẳng hạn. Trong suốt một thời gian dài gần vài mươi năm, ông chỉ viết văn thôi, không làm một việc gì khác, mà luôn luôn giữ được mức sống khá cao. Vào giai đoạn sau cùng, ông ở một ngôi biệt thự lầu; trong thời buổi lạm phát phi mã không lúc nào thấy ông gặp lúng túng, lo ngại; ngoài ra còn có thể dành dụm cho một tuổi già phong lưu.

Nhiều vị khác cũng lấy ngòi bút làm sinh kế duy nhất, như Bình Nguyên Lộc, Mai Thảo, Sơn Nam, Ngọc Linh, Lê Xuyên, Duyên Anh, Nhã Ca v.v... và cũng sống vững. Tuy nhiên ở đây cái gọi là "lợi tức của nghề văn" có nghĩa rộng rãi hơn, không chỉ gồm có nhuận bút và tác quyền. Ngoài những khoản thu có tính cách bất thường ấy, còn có một món lương hàng tháng: hoặc lương thư ký tòa soạn, lương chủ bút, lương chủ nhiệm, hoặc lương phụ trách trang thiếu nhi, trang phụ nữ, trang thể thao v.v... cho một tờ nhật báo; hoặc lương tổng thư ký một tuần báo, một tờ tạp chí nào đó.

Trong các thứ "lương" hàng tháng trả cho một cây bút, ở Miền Nam còn có món này: lương viết truyện phơi-dơ-tông. Theo Thanh Nam, địa vị của truyện đăng nhật trình trong Nam quan trọng hơn ngoài Bắc nhiều lắm, ngay trước 1954 đã xảy ra cái hiện tượng Ngọc Sơn – Phi Long: Hai tờ nhật báo Tiếng Chuông và Sài Gòn Mới giành nhau Ngọc Sơn (còn ký bút hiệu khác là Phi Long), từ 15 nghìn mỗi tháng trả lên đến 50.000$ một tháng! Nhật báo với số phát hành lớn, nhằm vào quảng đại quần chúng, cho nên trong giai đoạn đầu của thời kỳ 1954-75, không có mấy nhà văn tên tuổi chịu viết truyện bình dân. Nhưng sau 1963, nhật báo tung ra nhiều rồi lạm phát tăng mạnh thì kẻ trước người sau khá nhiều nhà văn líu ríu gia nhập hàng ngũ những cây bút phơi-dơ-tông. Bấy giờ không nghe có ai đạt đến số lương của Ngọc Sơn trước kia, nhưng lương phơi-dơ-tông vẫn là một món thu đáng kể vào một giai đoạn khó khăn.

Trên nhật báo Chính Luận số ra ngày 4 tháng 2 năm 1974 có kẻ lược tính về chi phí hàng tháng cho một gia đình bảy người: độ 47 nghìn đồng, chưa kể các khoản bất thường về xăng nhớt cho xe, sách báo, quần áo, thuốc men. (Cộng thêm những khoản ấy vào thì độ chừng 65 nghìn đồng.) Đó là căn cứ trên giá gạo mỗi tạ 16 nghìn đồng, tiền chợ mỗi ngày 400$, giá dầu hôi một lít 140$. Lúc bấy giờ một nhà văn viết được sáu cái truyện nhật trình đều đều, mỗi truyện lãnh 10 nghìn một tháng, là đủ nuôi gia đình.[23] Sáu cái truyện, có nhiều đấy; nhưng một số nhà văn không chịu viết có sáu cái,

---

[23] Hồi 73, 74 một truyện dài đăng nhật báo mỗi tháng có thể được trả đến 15.000$; mỗi ngày một bài hài đàm, hàng tháng có thể lãnh 20.000$.

mà còn nhiều hơn nữa, mười cái chẳng hạn.[24] Nếu không viết đến sáu cái thì hãy bằng lòng đôi ba cái thôi, cộng với lương thư ký tòa soạn, lương phụ trách trang nọ trang kia, thỉnh thoảng cộng thêm món tác quyền của một vài cuốn sách vừa xuất bản hay tái bản, thế cũng xong.

Gia đình bảy người chỉ một người ngồi nhà viết lách tí toáy, vợ nghỉ ngơi toàn thời gian tại gia, con đi học toàn thời gian tại trường: so với cuộc sống của chúng ta ở Hoa Kỳ hiện nay thì nhà văn Miền Nam bấy giờ dễ chịu quá rồi.

Trên đây là sự phỏng tính chung chung, bây giờ thử đưa ra vài trường hợp cụ thể. Đầu năm 1969, Lê Phương Chi có phỏng vấn sáu nữ sĩ để tìm hiểu về "Thời cuộc và đời sống", bài này đăng trên tạp chí Bách Khoa số 292 (ra ngày 1 tháng 3 năm 1969). Trong các nữ sĩ được phỏng vấn có Túy Hồng và Nhã Ca. Gia đình Túy Hồng và gia đình Nhã Ca cả vợ chồng cùng là văn sĩ; họ là những cặp thuần túy nghệ sĩ, sống bằng ngòi bút.

Vào độ ấy Túy Hồng kêu than: "Cuộc sống của chúng tôi cực khổ và lem luốc lắm anh ạ." Tuy nhiên khi Lê Phương Chi hỏi kỹ hơn, nữ sĩ cho biết vợ kiếm hàng tháng ba chục nghìn, chồng "cũng vậy". Cả hai sáu chục nghìn đồng một tháng, tiền thuê nhà bảy nghìn đồng. "Kiếm thì cũng khá, nhưng chúng tôi tiêu hoang quá. Thanh Nam xài rộng quen rồi khó mà thu hẹp." (Cũng

---

[24] Trên tạp chí Văn số 199 ra ngày 1-4-72, trong cuộc phỏng vấn của Nguyễn Nam Anh, ông Bình Nguyên Lộc cho biết vào năm 1957 ông viết mỗi ngày 11 feuilletons. Sau đó Lê Xuyên và An Khê dẫn đầu. An Khê từng viết tới 12 feuilletons mỗi ngày.

trên cùng một số báo Bách Khoa này, Thế Uyên có nhắn tìm một căn nhà thuê cho gia đình ở, khoảng ba nghìn đồng mỗi tháng.)

Về phần gia đình Nhã Ca, theo lời Trần Dạ Từ thì lợi tức của Nhã Ca mỗi năm về sáng tác phẩm vào khoảng sáu trăm ngàn đồng. Cộng thêm với lợi tức làm báo của Trần nữa thì vượt xa gia đình Túy Hồng Thanh Nam.

Bảy trăm nghìn một năm mà không "tiêu hoang quá" thì cũng không đến nỗi cực khổ lem luốc, huống hồ hơn một triệu một năm tất nhiên dù là gia đình văn nghệ thuần túy cũng có thể thảnh thơi như thường.

Nói vậy nhưng vào những ngày tháng cuối cùng của chế độ, khi vật giá leo thang ngày một, khi hạm gạo bị lôi ra bắn mà khủng hoảng kinh tế cũng không giải quyết nổi thì dù làm nghề gì đi nữa cũng không thể tránh khỏi những lúc lận đận. Giá gạo tháng 2-74 là 16 nghìn đồng, hồi tháng 1-74 chỉ có 11 nghìn, và đến 11-74 là 23 nghìn. Tiền chợ tháng 2-74 chi 400$, đến tháng 11-74 phải đến 835$ mỗi ngày. Tháng 2-74 mỗi sáng bỏ ra 150$ điểm tâm tạm đủ, tháng 11-74 phải chi ngót 350$ mới gọi được là lót lòng v.v... Cho nên Tết năm ấy, cái Tết cuối cùng của Miền Nam tự do, giai phẩm Bách Khoa gửi phóng viên đi hỏi han về đời sống của giới cầm bút thì ai nấy kêu trời như bọng: Kêu túng, kêu thiếu, kêu đói. Nguyễn Thị Thụy Vũ làm om sòm: bà phải "đi khách" văn nghệ (tức viết bừa viết bãi cho báo hàng ngày), bà phải hành nghề bói bài để kiếm sống (thì cũng như Tản Đà xem tướng số!).

Dù sao trừ một giai đoạn đặc biệt bất thường, tôi không nghĩ rằng người văn sĩ trung bình của thời kỳ 54-

75 bị khó khăn về vật chất. Bởi vì ngoài các nhu cầu của cuộc sống hàng ngày, một số lớn văn thi sĩ Miền Nam bấy giờ còn đủ sức chủ trương những nhà xuất bản. Đó là điều không phải lúc nào cũng làm được.

Có tác phẩm đưa cho nhà xuất bản chuyên nghiệp in để nhận tác quyền, như thế "khỏe" nhất, giản dị nhất. Tuy nhiên nhiều tác giả vẫn muốn tự in lấy sách của mình. Thứ nhất là để có tiền nhiều hơn gấp hai gấp ba. Thứ nhì là mình có thể chọn in cuốn nào tùy thích, in của mình và của bạn bè mình. Mang bản thảo đến nhà xuất bản phải chịu sự định đoạt của họ: có những cuốn mình thích mà họ từ chối, có những cuốn họ niềm nở mình lại chưa vừa ý. Nhưng in sách phải có vốn, nên trước kia thường thường văn sĩ đành mang bản thảo đến nhà xuất bản, rồi chờ đợi quyết định, rồi tới lui chờ chực nhận tác quyền, rồi than thở bị bóc lột v.v... Lớp văn thi sĩ sau 1954 ở Miền Nam nếu muốn thì bán bản thảo; nếu không, có thể "chủ trương" ngay lấy một nhà xuất bản riêng. Và rất nhiều vị chọn cách này.

Lối sống

Ngoài vấn đề mức sống, còn có vấn đề lối sống. Đa số văn nghệ sĩ trước 1975 họ sống ra sao? họ "hiện sinh" như thế nào? họ làm việc như thế nào? họ ăn chơi, hưởng thụ, tìm hứng cách nào?

Chuyện lối sống cũng như chuyện mức sống: không làm gì có một mẫu chung cho văn giới. Ngoài đời phức tạp thế nào thì trong văn giới rắc rối thế ấy. Có người sống rất mực đài các như Đông Hồ ở Đại ẩn am, rất mực phong lưu như Nhất Linh ở bên bờ suối Đa Mê, có người hết sức mực thước nghiêm chỉnh như Nguyễn Hiến Lê,

Bình Nguyên Lộc, Lê Ngọc Trụ, có người sống đơn sơ như Sơn Nam, lại cũng có kẻ ngông nghênh như Nguyễn Đức Sơn, phóng khoáng như Hoàng Ngọc Tuấn, phóng khoáng nữa như Mai Thảo, Duyên Anh v.v... Thiên hình vạn trạng. Tuy nhiên, đa số nói chung thì các nhà văn Miền Nam thời 54-75 là những người sống đời bình dị, lành mạnh và làm việc nhiều.

Nhân một dịp cuối năm ký giả Lê Phương Chi đến thăm Lê Xuyên ở tòa báo Đại Dân Tộc, thấy ông bận tíu tít. Đây là công việc của ông ở tòa soạn: "Mọi khi, buổi sáng bù đầu với công việc tin, mi, phim, bài vở v.v... cho đến khi tờ Đại Dân Tộc lên khuôn là anh ăn một dĩa cơm với một chai bia, rồi nằm lên bàn viết, đánh một giấc, hoặc tiếp bạn bè lai rai cho đến 21 giờ đêm mới mò về nhà."[25] Như thế chưa hết đâu: "hiện nay Lê Xuyên chỉ còn một truyện dài ở Quật Cường ('Cậu Ba Thời'), vì không còn thì giờ để viết, dù vẫn còn vài tờ nhật báo nhờ viết."[26] Hiện nay thì vậy, có lúc khác mỗi ngày ông viết nhiều lắm chứ đâu phải chỉ một truyện dài.

Lần khác, Ngu Í hỏi Bình Nguyên Lộc về chuyện giờ giấc. Nhà văn cho biết mỗi ngày từ năm giờ sáng ông đã phải có mặt ở tòa báo. Ngu Í giật mình kêu:

"Năm giờ sáng! Mùa này năm giờ, trời còn tối đen. Chắc anh kiếm xe khó lắm."

Bình Nguyên Lộc bảo ông không cần kiếm xe: ông đi bộ. Và tới nơi là làm việc "bù đầu bù óc", sợ khách, sợ cả

---

[25] Bách Khoa, số Xuân, phát hành ngày 24-1-75, trang 108.
[26] Như trên.

điện thoại, vì phải lo nghe tin, viết tin.[27] Hết việc ở tòa soạn, về nhà lại việc nhà: đọc, viết. Bình Nguyên Lộc có thói quen mở cát-xét nho nhỏ, vừa nghe nhạc êm dịu vừa viết. Ông viết đều đặn mỗi ngày, không chờ hứng chờ thú gì cả. Suốt hai mươi năm biết ông, tôi chỉ thấy ông giản dị trong bộ đồ trắng: quần trắng, áo trắng, nịt trắng, giày vải trắng, ngoại trừ những trường hợp đặc biệt long trọng bắt buộc phải mặc khác.

Doãn Quốc Sỹ vừa dạy ở đôi ba trường đại học, vừa viết văn, vừa chủ trương một nhà xuất bản, cho nên tổ chức ngay trong gia đình một nếp sống "khoa học" để tiết kiệm thì giờ, ngay bữa ăn cũng "cải cách" theo lối mới: Cơm và mọi món ăn đều cho chung vào một cái đĩa lớn, tất cả "sống chung hòa bình" với nhau, bố mẹ con cái mỗi người một đĩa duy nhất, ăn xong phần ai nấy rửa.[28]

Tiêu biểu cho nếp sống mẫu mực, nghiêm chỉnh là Nguyễn Hiến Lê. Ông không thức quá khuya, dậy quá sớm, ông không làm việc "bù đầu bù óc". Ông làm vừa sức mình, nhưng rất đều, giữ đúng chương trình, mỗi ngày ngồi vào bàn viết vào giờ nhất định, rời khỏi bàn viết vào giờ nhất định. "Tôi tự đặt cho mình một kỷ luật, trừ khi đau ốm còn ngày nào thì cũng dậy từ 6 giờ hay 6 giờ rưỡi, điểm tâm lúc 7 giờ, rồi nằm đọc sách, chín giờ lại bàn viết để viết luôn đến 12 giờ, bữa trưa. Ăn trưa xong tôi nghỉ khoảng một giờ, nhắm mắt lại, chợp được độ nửa giờ là nhiều; một giờ rưỡi dậy, nằm ở giường đọc sách đến 3 giờ. Chiều lại viết từ 3 giờ đến 5 giờ rưỡi, 6

---

[27] Nguyễn Ngu Í, Sống và viết với..., Ngèi Xanh, Sài Gòn, 1966.

[28] Như trên.

giờ; tắm xong, ăn bữa tối lúc 7 giờ. Cả buổi tối, cho tới 10 giờ, tôi chỉ nằm đọc sách báo." Cứ như vậy trong hơn 30 năm ông viết được 120 nhan đề. Ông tính ra: "120 nhan đề đó được khoảng 30.000 trang, chia cho 33 năm chỉ có khoảng 900 trang một năm, trung bình chưa được 3 trang mỗi ngày mà!" (Đời viết văn của tôi).

Sau 1975 dưới chế độ mới, ông không cho xuất bản tác phẩm nữa nhưng ngoài bảy mươi tuổi ông vẫn tiếp tục viết. Trong một lá thư từ Long Xuyên năm 1982, ông nói về đời sống hàng ngày: "Năm giờ sáng dậy, làm mươi exercises nhẹ, cử động khắp các bắp thịt, thở bụng khoảng 1 giờ thì xong. Ra vườn bắt sâu cho mấy chậu kiểng, đi bách bộ trong mấy đường chung quanh nhà, ăn sáng, rồi nằm đọc sách, 9 giờ viết tới 12 giờ; chiều viết từ 3 giờ đến 5 giờ; tối đi bách bộ trong vườn, 9 giờ đi ngủ." (Thư đề ngày 15-10-1982)

Còn Sơn Nam, lối sống có thể nói là hơi... dưới mức giản dị. Như đã biết, ở thì ở trọ như một cậu học trò, viết văn còn cực hơn học trò làm bài: "Xóm này ồn, tôi thường phải đợi đến khuya mới làm việc. Có khi viết ở các quán cà-phê. Có những buổi trưa, vào giờ ăn cơm, anh lại đây tìm tôi mà không gặp, là vì tôi mệt, về đây ồn ào mệt thêm, nên tạt vào tiệm chệt nào đó ăn cơm, rồi tấp vô nhà bạn quen gần đó mà nghỉ một chút."[29]

Làm thì làm thế, còn hưởng thụ? Lê Phương Chi bảo: "Hỏi anh, khi được nghỉ mấy ngày Tết, anh sẽ làm gì để vui với gia đình, Lê Xuyên cho biết: "Được nghỉ là ngủ, rồi nhậu lai rai, và nghe nhạc; sau khi ngủ, nghe nhạc và

---

[29] Như trên, trang 200, 201.

nhậu chán rồi thì đi chơi với người yêu. Như vậy được không?""

Được quá chứ còn đòi gì nữa. Vì cái "người yêu" nói oang oang lên báo cho cả-và-thiên-hạ cùng biết đây nhất định không ai khác hơn là bà Lê Xuyên. Lành mạnh, mẫu mực quá. Nên nhớ Lê Xuyên là một trong những cây bút nam phái viết "dữ" nhất lúc bấy giờ, có nhiều tác phẩm bị kẹt ở sở Kiểm duyệt mãi không xuất bản được.

Về chuyện hưởng thụ, xin trở lại lần nữa với Sơn Nam, vì một ý kiến táo bạo. Cũng trong cuộc phỏng vấn do Ngu Í hồi 1965 ấy, có một lúc "bỗng nhiên khói thuốc ngưng tỏa và giọng nói trở nên khác lạ!

- Nói anh nghe. Tình thế nước nhà mà cứ thế này mãi, thì đôi ba năm nữa, tên Sơn Nam này sẽ bắt tình với Phù Dung tiên nữ!" Nguyễn Ngu Í ngạc nhiên, Sơn Nam giải thích:

- "Anh nghĩ coi: chịu cực, chịu khổ, chịu thiếu, chịu thốn năm này đến năm khác, mong có ngày được thấy quê hương mình yên ổn, thế mà căm hờn, chia rẽ, chết chóc cứ diễn ra mãi, mà đã hai mươi năm rồi, chứ ít ỏi gì sao, thì mình cũng có quyền cho phép mình tìm lãng quên và an ủi trong tay nàng Tiên Nâu! Vì dầu sao mình cũng làm chủ đời mình một phần nào chớ! Bằng không sẽ tủi phận đến chừng nào: người Việt mình có khác nào con ong cái kiến."[30]

Phẫn chí thì nói vậy nhưng, như chúng ta đều biết, ba năm sau, tức vào khoảng tết Mậu Thân, Sơn Nam không bắt tình với Phù Dung tiên nữ, rồi thêm ba năm sau nữa

---

[30] Như trên.

vẫn chưa bắt tình, và rồi lại thêm một lần ba năm nữa Sơn Nam vẫn cứ còn chịu cực chịu khổ. Tất cả sự "hưởng thụ" của nhà văn này chỉ là mua một số sách đẹp, sắm và chăm sóc một mớ cây kiểng không nhiều để có thể đùm túm mang theo mỗi lần dời nhà trọ, và họa hoằn mua một món đồ cổ... nhẹ tiền.

Và Sơn Nam không phải là người hiền Nhan Hồi duy nhất của thế hệ mình. Đại khái lớp người cầm bút này sống đạm bạc, lành mạnh, đạo hạnh, cơ hồ khắc khổ như thế cả: Bình Nguyên Lộc, Lê Ngọc Trụ, Nhật Tiến, Lê Tất Điều, Nguyễn Đức Sơn, Dương Nghiễm Mậu, Túy Hồng, Y Uyên, Nguyễn Thị Thụy Vũ, Nguyễn Văn Hầu, Thế Uyên, Viên Linh v.v...

Hoặc có kẻ bảo: Những nhà văn nhà giáo vừa kể trong thời chiến lấy đâu ra tiền mà vung vít? lành mạnh là cái bắt buộc. - Không hẳn thế đâu. Nghệ sĩ tiền chiến không nghèo sao? Những cây bút phóng đãng nhất thời ấy đâu phải là những kẻ giàu sang? Vả lại hãy lấy một người không nghèo chút nào của thời 54-75: Nguyên Sa chẳng hạn. Nhà thơ của tình yêu, nhà nghệ sĩ hào hoa, tiền của dư dật, con người ấy "ăn chơi" ra sao? Suốt đời "áo ngủ, quần ngủ, ở nhà thôi", quanh năm ăn cơm nhà. Mai Thảo biết Nguyên Sa từ ngày ông này mới ở Pháp về cho tới ngày bỏ nước sang Mỹ, Mai Thảo kêu: "Hàng quán gặp những gia đình quanh năm cơm nhà như gia đình Nguyên Sa là sập tiệm." Không có bạn bè nào quyến rủ được Nguyên Sa rời mái gia đình đi chơi đêm. "Rủ, cười cười: Ông thức khuya được. Tôi không thức khuya được. Phải ngủ sớm mai đi dạy học sớm. Rủ nữa, lắc: Ông uống rượu được, tôi không uống rượu được. Ở nhà thôi. Ở nhà thôi. Cứ sớm cứ tối. Cứ cái này ông được tôi không được. Rất minh bạch, gọi đó là điệp khúc Nguyên Sa ở nhà thôi."[31] Những gia đình nề nếp nhất cũng chỉ dám ao ước có được mấy nàng con gái ngoan đến thế thôi.

Đến đây không khỏi có kẻ mỉm cười, cho là tôi đang cố gắng biến giới văn nghệ thành ra những ông đạo ăn chay trường. Vâng, tôi biết người ta có thể kể ra một số tên tuổi khác để phản đối, để chế giễu tôi. Quả nhiên, không ai chối cãi được điều này là trong giới văn nghệ sĩ sau 1954 tại Miền Nam vẫn có những vị chú trọng hưởng thụ: phiện, rượu, đỏ đen... Nhưng xin thử lưu ý một tí xem: tôi ngờ rằng cái tệ trạng ấy không thuộc thời kỳ này, không tiêu biểu cho thời kỳ này, nó là một tàn tích di lưu lại từ cuộc sống "nghệ sĩ" kiểu tiền chiến, được mang vào từ Hà Nội, thủ đô văn nghệ tiền chiến, do những vị nghệ sĩ của thời ấy, hoặc những "mầm non" đã từng lui tới gần gũi những vị ấy, từng tham dự hay học đòi nếp sống "nghệ sĩ" thời ấy. Còn văn nghệ thời kỳ 54-75, đến giai đoạn cuối cùng của cuộc chiến, khi thể xác đã trải qua đủ mọi bề hiểm nguy gian khổ, khi tinh thần đã cực kỳ mệt mỏi não nề, đến giai đoạn mà quân đội Mỹ đổ qua đông đảo nhất, mà cuộc sống trở nên hỗn độn xô bồ nhất, đến giai đoạn ấy họ thất vọng chán nản có đổ ra liều lĩnh hưởng thụ chẳng qua cũng chỉ rủ nhau đến các quán cà-phê lúc bấy giờ thi nhau mọc như nấm. Những quán Gió, quán Mây, quán Tre, quán Trúc... độ ấy thành ra một phong trào. Nghe điệu nhạc buồn êm dịu, "phản chiến"; nhấm nháp tách cà-phê ngon, thế thôi. Thế gọi là hưởng thụ!

---

[31] Chân dung, Văn Khoa xuất bản, California, 1985.

Nhân một chuyện làm bạn với Phù Dung tiên nữ, chúng ta đã nghe câu phát biểu của Sơn Nam. Hãy đối chiếu với cách nói của một người văn nghệ lớp trước là Vũ Bằng: "... ăn một bữa chả thật ngon, được chủ nhân để dành cho vài chục gắp "lòng", chan mỡ nước kêu lách tách, rồi uống nước trà mạn sen, ăn một miếng trầu nóng ran cả người lên, đoạn đi ngất ngưởng trong gió lạnh, tìm một cái xe bỏ áo tơi cánh gà trực chỉ Khâm Thiên hay Vạn Thái nghe một vài khẩu trống, không, anh phải nhận với tôi là cái bọn tiểu tư sản sống vô bổ và đầy tội lỗi thực đấy, nhưng sướng lắm ¾ sướng không chịu được (...) Về khuya trời rét ngọt, nằm trên một tấm nệm rồi trùm cái chăn len trên mình, nghe các em lẩy Kiều hay hát vo bài Tỳ bà, thỉnh thoảng lại làm một điếu, hãm một miếng táo hay một trái nho, rồi lim dim con mắt lại mơ mơ màng màng, tôi quả quyết với anh rằng cách mạng, đảo chánh, chống bất công xã hội... tất cả những cái đó anh cho là "đồ bỏ" không ăn nhằm gì hết."[32]

Một bên buồn giận thời thế mà hờn dỗi, mà dọa dẫm chứ kỳ thực chưa hề biết đến cái chuyện động trời kia nó ra làm sao cả; một bên thì đã hưởng đến tận cùng và rít lên tiếng xuýt xoa: "sướng không chịu được".

Ngoài Vũ Bằng, thời tiền chiến còn gửi lại một Vũ ông nữa, không kém sành sỏi. Vũ Khắc Khoan hồi tưởng một thời hào hùng:

"Rằng ta tự thuở nào tuổi trẻ
Nguyện không hùa theo kẻ làm cao
Rằng ta trượng phu hề lòng như trăng sao

---

[32] Vũ Bằng, Thương nhớ mười hai, Sống Mới tái bản tại Arizona, Hoa Kỳ, trang 208, 211.

Chí như Hy-mã
Đỉnh nhọn hề vươn cao
Thời nhiễu nhương hề, ta phù suy vùng vẫy."
"Ta" nhớ lại những đêm mê ly:
"Sương khuya nhuốm bạc mái đầu
Bạn vàng: kẻ trước người sau
Giới nghiêm cũng mặc, hẻm nào cũng vô
Ở, lại có những chiều nổi gió
Rượu ngà ngà, cổ áo nâng cao
Khói huyền dâng lên mờ sao
Đêm Ba-tư quánh màu ma túy."

Những hề hiếc huênh hoang nọ vọng về từ một thời xưa, cũng như cái khói huyền mờ sao ngang nhiên tỏa nghi ngút trong trang thơ ấy nó cũng bay về từ một thuở xa. Người ta không bắt gặp giọng ấy khói ấy trong thi phẩm của lớp sau này, trong Nguyên Sa, Trần Dạ Từ, Trần Đức Uyển, Nhã Ca, Nguyễn Bắc Sơn, Viên Linh, Nguyễn Đức Sơn v.v...

Dĩ nhiên ở đây không có cái ý định đem những cá nhân ra khen chê kẻ "hư" người "ngoan" làm gì. Lại cũng không phải là một vụ đấu đạo đức giữa các thời kỳ văn học để tranh hơn tranh thua. Trong lịch sử văn học chỉ có kẻ viết hay người viết dở, thời rực rỡ thành tích với thời tàn lụi lu mờ mà thôi, chứ làm gì có sự ưu tiên dành cho lối sống đạo hạnh? Hiền như bụt mà viết nhạt như nước ốc, chắc chắn không phải là nghệ sĩ xuất sắc, đáng mơ ước.

Tuy vậy ở đây chuyện ấy vẫn đáng được nêu lên. Vì một cái tiếng oan. Số là sau 1954 có một độ tư tưởng của J.P. Sartre ảnh hưởng mạnh mẽ ở Miền Nam. Chủ nghĩa hiện sinh được nhắc nhở rộng rãi. Trong quần chúng, nếp sống "hiện sinh" lại thường được hiểu như một nếp sống phóng túng, đọa lạc. Thế rồi sau 1975 nhà cầm quyền cộng sản trong chủ trương hạ uy thế chế độ trước đã làm ầm lên về nền văn hóa "đồi trụy" trước 1975: nào "tố" trên sách trên báo, nào tổ chức triển lãm, học tập..., bấy nhiêu vu cáo tạo cho người ta cái cảm tưởng thời 54-75 là thời hoành hành của quỉ dâm dục, của Phù Dung tiên nữ, và văn nghệ thời ấy chỉ những hoan hô ca ngợi tội ác. Nhảm cả.

Trong giới nào cũng vậy, ngoài cái đa số thuộc hạng trung bình phải có một số ngoại khổ; và ngay trong cái hạng lành mạnh cũng có một đời sống bình thường và những lúc bất thường. Những lúc ấy văn nghệ sĩ nhậu cũng tưng bừng như ai, và họ không giấu giếm. Những trận nhậu trong thơ Nguyễn Bắc Sơn, Hà Thúc Sinh v.v... Phật hay Chúa có chứng kiến cũng lấy làm thương cảm: những trận nhậu hoặc trước khi đụng độ, hoặc sau cuộc giao tranh, hoặc được tin thằng bạn vừa ngã xuống, hoặc lâu ngày ở mặt trận về gặp lại bạn bè v.v..., những trận nhậu của quân nhân thời chiến.

Tường Linh mời Vũ Hữu Định thêm một ly rượu mà nói:

"*Xin hứa ly này thôi, ráng lên*
Phải chăng ngươi mới nhắc vài tên
Chúng không về nữa... không về nữa
Hãy cố say rồi ngươi sẽ quên..."
("Gặp lại Vũ Hữu Định")

Trần Tuấn Kiệt kể về một trận nhậu như thế của Mặc Tưởng. "Nhớ lại buổi cùng Tiến, Thành uống rượu đế cùng Mặc Tưởng ở tại nhà bên Gia Định có cả họa sĩ

Nguyễn Trung. Mặc Tưởng đau buồn chi đó uống bằng thau rượu để pha đủ thứ, lúc đó chàng say khướt, và Nguyễn Trung cũng say, Nguyễn Trung chở hai đứa sau xe Honda, lúc đó Mặc Tưởng nằm ngang cánh tay, chúng tôi ngâm thơ vang đường phố khiến mấy chú cảnh sát gác cầu phải lắc đầu."[33] Cái "đau buồn chi đó" của thi sĩ phải đến một mức nào mới đến nỗi thế, chứ về chàng Thục Viên đã bảo: "Tôi không biết nói sao về nỗi mến tiếc một người quá hiền hậu quá đàng hoàng."

Thục Viên có lý do để mến tiếc một người như Mặc Tưởng, một người say khướt mà vẫn quá hiền hậu quá đàng hoàng. Có một độ nhiều văn thi sĩ trẻ tuổi đã thành lập những đoàn công tác xã hội ¾ đoàn công tác "Sống" chẳng hạn - từ Sài Gòn rủ nhau đi về những thôn ấp xa xôi, nghèo nàn, sống với dân địa phương, làm việc với họ, giúp đỡ họ. Thục Viên và Mặc Tưởng cùng tham gia đoàn công tác "Sống". Thục Viên ghi nhớ [34] chuyến đi công tác ở ấp Tân Lợi. Ấp này trước kia có tên là ấp Bon Sa, dân cư hầu hết là người gốc Miên, và 70% mắc bệnh cùi! Nghĩ rằng mình đang đi đứng ăn uống tại một nơi đầy vi trùng nguy hiểm không khỏi có kẻ lo lắng. Thi sĩ Mặc Tưởng ngại tắm chung một dòng nước với dân trong ấp, và ông có ý muốn làm một cái bình lọc nước để dùng riêng. Thái độ ấy đã bị anh chị em trong đoàn cho là thiếu tế nhị, sợ tủi thân dân địa phương, "nếu không thể làm cho dân chúng mỗi nhà một cái bình lọc nước,

---

[33] Trần Tuấn Kiệt, Tác giả và tác phẩm, tái bản tại Hoa Kỳ, không ghi năm tháng và tên nhà xuất bản.

[34] Thục Viên, "Cây cầu của Mặc Tưởng ở Bon Sa', in lại trong cuốn Tác giả và tác phẩm của Trần Tuấn Kiệt.

thì đừng để dân thấy cán bộ cách biệt họ trong cái sống!" Họ nhao nhao phản đối, Mặc Tưởng đỏ mặt rút lui ý kiến. Rồi "cán bộ" quả không chết vì bệnh cùi, ông không có thì giờ để chết vì bệnh: ít lâu sau đó ông gục ngã trên chiến trường.

Trong văn giới lớp trẻ chắc chắn cũng có kẻ thích ve chai hũ cốc như một thứ... hốp-bi! Cũng như có một số khác chọn cái ghế thường trực ở Đêm Màu Hồng, chọn giọng hát tiếng đàn làm hốp-bi. Cũng lại có số được tiếng là những tay câu cá rất tài tình: Nguyễn Đình Toàn, Tường Linh, Duy Sinh; có người trồng rau rất thiện nghệ như Nguyễn Đức Sơn.

Nhưng đã kể những thú chơi của họ, sao lại không kể những hy sinh của họ? Đây không phải là sự hi sinh bắt buộc ngoài mặt trận trong thời chiến, mà là những hi sinh tự nguyện của nghệ sĩ trước cảnh đời thiếu thốn của một vài lớp người trong xã hội, như Thục Viên vừa kể.

Nói chung, hiền hậu, đàng hoàng, với những cái hốp-bi lành, vô hại thường thuộc lớp trẻ. Cái cầu kỳ, tai quái, rớt lại từ thời tiền chiến và thường khi thuộc về... đàn anh.

Tất nhiên người văn nghệ sĩ Miền Nam dù sống ở Sài Gòn, ở Cần Thơ, hay ở Huế, Đà Nẵng, dù là sống đời tự do hay bị khép vào khuôn khổ kỷ luật nhà binh cũng không sống khắc khổ như anh cán bộ cộng sản trên núi Trường Sơn hay nằm vùng ở miệt U Minh. Họ cũng không đến nỗi khắc khổ như những cán bộ văn nghệ ngoài Bắc: cái ăn cái mặc của họ nhất định đầy đủ hơn. Nhưng không phải chỉ vì thế mà họ thành ra đồi trụy!

Trước 1975, Sài Gòn nó "phồn vinh giả tạo" ra sao, ai nấy đều biết; thế mà sống giữa Sài Gòn những nhà văn như Nguyễn Hiến Lê, Lê Ngọc Trụ, Nhật Tiến, Lê Tất Điều, Sơn Nam, Bình Nguyên Lộc, Trần Đại, Y Uyên v.v..., học giả cũng như nghệ sĩ, lớp già cũng như lớp trẻ, phần lớn họ sống đứng đắn, lành mạnh như thế nào, điều ấy không cần biện bạch. Sau này, sau 1975, văn công văn sĩ ngoài Bắc đổ vào, trong số những kẻ được đảng dạy dỗ kỹ càng nhất được mấy người từ chối hưởng thụ các thú vui tư sản, dù chỉ hưởng thụ được cái rơi rớt của một thời tàn.

Đã kể qua mấy nếp sống giản dị, chúng ta cũng không việc gì phải giấu giếm những nếp sống cầu kỳ của các bậc tuổi tác: cầu kỳ như lối chơi lan của Nhất Linh, chơi cổ ngoạn của Vương Hồng Sển, chơi trầm hương của Đông Hồ v.v... Dù cầu kỳ, những cái ấy không hề dính líu gì đến chuyện sa đọa với hiện sinh.

Thú chơi lan của Nhất Linh đã được nhiều người nhắc nhở trên sách báo; thú chơi cổ ngoạn đã được chính Vương tiên sinh viết thành sách. Giờ chỉ xin nói qua về Đông Hồ.

Cuối năm Tân Sửu (1961) Nguyễn Ngu Í cùng bạn bè đến Đại ẩn am thăm Đông Hồ như thường lệ mọi năm. Và cũng như mọi năm thi sĩ đón bạn với thơ, rượu, với hoa, câu đối, với món ăn linh đình. Nhà thì đầy mai, những cây bạch mai từ Hà Tiên đưa lên, tranh thơm với hương trầm. Khắp phòng la liệt tranh vẽ cùng câu đối. Chủ nhân "ung dung với bộ y phục thời xưa, đôi tay áo rộng quyện khói hương trầm, càng tăng thêm phong thái của những thất hiền lục dật", mời mỗi vị khách nếm thử một chén rượu "Bạch mai quỳnh dịch" do mình

"giám chế" với hoa tươi, chính thứ mai Hà Tiên nọ.
Rượu khai vị xong, rồi làm thơ vịnh hoa bằng chữ nho,
rồi dịch thơ, viết lên giấy màu hoàng yến v.v... Rồi chủ
khách ngồi vào bàn, trước cái thực đơn gồm những:
"Quần hào tập đại - Lão bạng sinh châu - Ngọc duẩn
hoành hành - Phượng hoàng chi - Anh vũ liệp - Hỗn độn
sơ khai - Kiền khôn thủy diện - Bình thủy tương phùng -
Đông hồ xuân sắc - Bồ đào ngọc dịch - Vũ di kỳ chủng!"³⁵

Ngu Í không vẽ vời thêm thắt đâu, và đây cũng không
phải là một dịp bất thường đâu. Tôi có dịp dự một bữa
ăn như thế tại nhà thi sĩ Đông Hồ (sau này, khi ông dời
về Gia Định chứ không còn ở Yểm Yểm thư trang nữa)
và cũng gặp một quang cảnh cùng không khí như Ngu Í
đã mô tả. Và không phải chỉ vào một dịp tất niên thi sĩ
mới chỉnh tề trịnh trọng: bất cứ lần nào hoặc ông đến
nhà tôi hoặc tôi đến thăm ông, đều thấy ông nghiêm
chỉnh kỹ lưỡng từ y phục cho đến từng cử chỉ. Mỗi lần
đến ông, chúng tôi thường được mời ngồi chờ ở phòng
khách một lúc khá lâu (Doãn Quốc Sỹ nói đùa là thi sĩ
còn bận "trang điểm"), lúc xuất hiện ông luôn luôn mặc
áo dài, đốt một lò trầm trước khi bắt đầu câu chuyện.
Ông hết sức tinh nhạy trong việc phân biệt các thứ mùi
hương: hương trầm, hương bông hoa, mùi nước hoa...

Lớp lớn lên sau 45 và nhất là sau 54, sống một thời
vội vàng hối hả, thỉnh thoảng có cơ hội tiếp xúc với một
nhân vật thuộc thế hệ trước như thi sĩ Đông Hồ, không
khỏi vừa tò mò thích thú lại vừa bâng khuâng trước vẻ
đẹp của một nếp sống đang thành xa lạ dần: sống thanh
nhàn, trang nhã, nhẩn nha nghe ngóng thưởng thức

---

³⁵ Nguyễn Ngu Í, Sống và viết với..., Ngèi Xanh xuất bản, Sài
Gòn, 1966, trang 156.

từng giây phút của cuộc nhân sinh. Bâng khuâng, có thể với nhiều quý mến, nhưng không mấy ai nghĩ đến chuyện học đòi, tiếp tục nữa.

Các nhóm, các đoàn

Chúng ta vừa đề cập tới một cuộc gặp gỡ tất niên tại nhà Đông Hồ với Nguyễn Ngu Í, Nguyễn Hiến Lê, Thiên Giang, Hư Chu v.v..., tới một đoàn công tác xã hội "Sống" tại ấp Bon Sa với những Thục Viên, Mặc Tưởng v.v... Những cái ấy đưa ta đến ý nghĩ: Văn nghệ sĩ thời kỳ 54-75 có chia ra làm nhiều nhóm khác nhau không? Những nhóm ấy có chủ trương, đường lối riêng, có sinh hoạt chặt chẽ, có ảnh hưởng vào văn học đương thời ra sao?

Nhóm thì có đấy, có nhiều. Có những nhóm qui tụ xung quanh một quan niệm văn nghệ như nhóm Văn Hóa Ngày Nay (sau đó được tiếp tục bằng Tân Phong) với những Nhất Linh, Duy Lam, Nhật Tiến, Thế Uyên, Nguyễn Thị Vinh, Linh Bảo v.v... Có những nhóm qui tụ chung quanh một lập trường chính trị như nhóm Tin Văn với Vũ Hạnh, Lữ Phương, Nguyễn Nguyên..., nhóm Trình Bày với Thế Nguyên, Nguyễn Ngọc Lan, Nguyễn Văn Trung... Có nhóm qui tụ những người bạn gần nhau trên một lập trường tư tưởng như nhóm Quan Điểm với Nghiêm Xuân Hồng, Vũ Khắc Khoan, Mặc Đỗ, Tạ Văn Nho v.v...

Lại có những nhóm văn nghệ khác qui tụ xung quanh một tờ báo, thường thường là một tạp chí sống tương đối dài và có ảnh hưởng tương đối rộng. Chẳng hạn nhóm Bách Khoa với Võ Phiến, Nguyễn Hiến Lê, Vũ Hạnh, Nguyễn Ngu Í..., nhóm Sáng Tạo với Thanh Tâm Tuyền, Mai Thảo, Doãn Quốc Sỹ, Duy Thanh v.v..., nhóm

Văn với Trần Phong Giao, Mai Thảo, Nguyễn Xuân Hoàng...

Cũng có một vài nhóm qui tụ xung quanh một nhân vật. Chẳng hạn xung quanh Nguyễn Đức Quỳnh có Thế Phong, Hồ Nam, Uyên Thao v.v...; xung quanh Chu Tử một độ có nhóm Sống với Thục Viên, Trần Phong Vũ, Tú Kếu...

Trong giới biên khảo người ta có thể qui tụ vào một lãnh vực chuyên môn, chẳng hạn nhóm Nghiên Cứu Sử Địa với Nguyễn Khắc Ngữ, Lâm Thanh Liêm v.v...

Về mặt sinh hoạt, rầm rộ nhất chắc chắn là nhóm Nguyễn Đức Quỳnh với những buổi họp "Đàm trường viễn kiến" hàng tuần có thuyết trình, có thảo luận, cho đến năm 1963 thì bị chính quyền giải tán vì lý do chính trị. Nhóm Bách Khoa trong những năm từ 1954 cho đến 1963-64 gì đó cũng có những buổi họp hàng tuần, vào buổi tối, tại tòa soạn 160 Phan Đình Phùng, thường thường chỉ để chuyện trò, trao đổi ý kiến về những số báo vừa ra và sắp tới. Ngoài ra, trong các nhóm khác anh chị em gặp nhau ở tòa soạn, ở quán cà-phê, ở những chỗ cùng nhau vui chơi giải trí, chuyện văn chương nghệ thuật lẫn lộn với chuyện tiêu khiển, thỉnh thoảng mới có những cuộc hội họp chính thức để bàn việc.

Nhóm thì có, văn đoàn cũng có nữa, nhưng không thấy có một kết tập nào chặt chẽ như Tự Lực văn đoàn thời tiền chiến. Cái văn đoàn của Nhất Linh trước kia gồm một số nhà văn trước sau gắn bó với nhau, cùng chung một tôn chỉ, một quan niệm văn nghệ, hoạt động có qui củ trên tinh thần đồng đội. Sau này, khi chủ trương Văn Hóa Ngày Nay Nhất Linh vẫn có quan niệm rõ ràng, nhưng ông không thuyết phục được những bạn trẻ cộng tác với ông, rồi tờ báo cũng không tồn tại được bao lâu, cho nên thực ra Văn Hóa Ngày Nay không thành nổi một thế lực trong sinh hoạt văn học mà sinh hoạt nội bộ của nhóm thì nghểnh ngảng. Còn trong nhóm Tin Văn, các tay chủ trương có gặp nhau trên một ý đồ chính trị, tuy nhiên giữa Nguyễn Nguyên với Vũ Hạnh không có sự đề huề, Vũ Hạnh lại chân trong chân ngoài không hẳn thiết tha với tờ báo của nhóm: trong khi chủ trương Tin Văn vẫn không rời Bách Khoa. Đến như Bách Khoa thì tờ tạp chí sống mười tám năm, gần bao trùm hết thời kỳ từ cuộc di cư Bắc-Nam Việt Nam cho tới cuộc di cư mùa xuân 1975, vậy mà cái "nhóm" Bách Khoa vẫn lỏng lẻo thế nào. Trong số những cây bút đã cộng tác với tờ báo ngay từ đầu như Võ Phiến, Vũ Hạnh thì kẻ hữu người tả chưa hề bao giờ chung một chí hướng; lại có người luôn luôn lảng tránh chuyện thời sự chính trị như Nguyễn Hiến Lê, Cô Liêu... Vũ Hạnh thỉnh thoảng có bài đăng đây đó; còn tôi thì ngoài Bách Khoa ra vẫn có sự cộng tác với hầu hết các tạp chí văn nghệ: Sáng Tạo, Thế Kỷ Hai Mươi, Khởi Hành, Thời Tập, Văn, Văn Hữu v.v...

Ở Nam Việt Nam sau 1954 không có những văn đoàn như Tự Lực văn đoàn, không có trường thơ như trường thơ Bạch Nga, không có nhóm như nhóm Xuân Thu nhã tập, không có tổ chức đoàn nhóm chặt chẽ lâu bền, không có trường phái nêu cao cờ xúy, không có thi văn phái với tuyên ngôn tuyên bố minh bạch.

Nhưng nói vậy không phải có ý cho rằng các nhóm văn nghệ Miền Nam lúc bấy giờ đều hữu danh vô thực. Dù không kết hợp chặt chẽ, những kẻ gần nhau vẫn thường có chỗ giống nhau, không nhiều thì ít, không ở

mặt này thì ở mặt khác. Quí vị trong các nhóm Tin Văn,
Trình Bày có một thái độ chính trị gần nhau; quí vị trong
Quan Điểm có thái độ sống gần nhau; quí vị được Nhất
Linh chọn đưa vào Văn Hóa Ngày Nay cũng có một cách
viết gần nhau...

Điều đáng nói nữa là các nhóm có vai trò hẳn hoi
trong sự phát triển của văn học nghệ thuật Miền Nam.
Trong những cuộc gặp gỡ giữa bạn bè trong nhóm với
nhau nhiều vấn đề đã được đưa ra bàn cãi, những cuốn
sách tờ báo ngoại quốc được trao đổi lẫn nhau, những
quan điểm chiều hướng nghệ thuật mới, những tên tuổi
mới xuất hiện hoặc trong nước hoặc ngoài nước, một
hiện tượng lạ hay một mầm non xuất sắc vừa nhú lên
đâu đó liền được thông báo cho nhau biết v.v... Trong
trường hợp của tôi chẳng hạn, hồi tôi còn sống ngoài Qui
Nhơn, mỗi lần mua được sách báo ngoại văn tòa soạn
Bách Khoa đều gửi ra cho xem. Ngay khi đã vào sống ở
Sài Gòn không phải sách gì muốn mua cũng được: ngân
sách gia đình của một người Việt trung bình không dồi
dào tới mức ấy. Tòa soạn Bách Khoa là chỗ trao đổi tài
liệu: một vị giáo sư già có nhiều quen biết với Trung tâm
Văn hóa Pháp và mua lại đều đều nhiều thứ sách báo
Pháp với giá rẻ, một vị giáo sư Văn khoa trẻ tuổi và cũng
là một trong số khảo luận gia viết nhiều nhất bấy giờ
thường tìm cách mua được nhiều sách báo xuất bản ở
Hà Nội, các vị ấy sẵn lòng cho Bách Khoa mượn; riêng
tòa soạn cố nhiên cũng sắm được nhiều sách báo. Tôi đã
nhờ vả nhiều vào cái vốn tài liệu chung của nhóm để bồi
dưỡng sự hiểu biết của mình.

Mặt khác, từng nhóm riêng đã đem cái "thế lực" và
phương tiện của mình để "tung" các văn tài mới: giới

thiệu họ với các báo, với các nhà xuất bản, với những người điểm sách, phê bình v.v... Chắc chắn những lời khuyến khích ngợi khen rộng rãi của Nguyễn Đức Quỳnh đã thêm tự tín cho nhiều cây bút trẻ đương thời. Các anh em trong nhóm Bách Khoa đã cố gắng góp phần làm dễ dàng bước đầu của một số nhà văn sau này càng ngày càng vững vàng bản lĩnh: Trùng Dương, Túy Hồng, Y Uyên, Nguyễn Thị Hoàng, Nguyễn Thị Thụy Vũ v.v... Tạp chí Sáng Tạo đã tạo cơ hội xuất hiện cho những Dương Nghiễm Mậu, Cung Tiến, Doãn Quốc Sỹ... Tạp chí Văn sau đó lại giới thiệu với độc giả một lớp mới: Trần Thị NgH, Nguyễn Thị Ngọc Minh v.v...

Năng suất

Cuối cùng, có lẽ không thể không nói đến điều này: nhà văn thời kỳ 54-75 viết lách ra sao? Có nhóm hay không nhóm, mức sống cao hay thấp, sống lành mạnh hay bê bối, địa vị xã hội lên xuống thế nào?..., những chuyện đó sẽ thành vô vị cả nếu chúng ta không biết được chuyện viết lách. "Viết lách ra sao", chúng tôi không có ý nói đến vấn đề tài nghệ, vốn quá rắc rối. Hãy chỉ đề cập đến những gì cụ thể đơn giản. Chẳng hạn đến cái lượng viết. Về mặt này phải chịu trong thời kỳ ấy đa số viết khỏe. Biên khảo như Nguyễn Văn Trung, Nguyễn Hiến Lê, Kim Định; sáng tác như Nhã Ca, Bình Nguyên Lộc, Thảo Trường, Duyên Anh v.v..., trong vòng hai mươi năm rất nhiều người cho xuất bản ba, bốn chục tác phẩm, có kẻ đã viết hay in đến hơn trăm tác phẩm. Điều nên nhớ là họ sống giữa một thời chiến tranh, lắm người tay súng tay bút. Hãy nghe Thanh Nam kể lại chuyện giờ giấc của ông hồi làm cho đài "Tiếng nói quân đội", vào giai đoạn "dễ chịu" nhất tức là lúc đài được thoát khỏi bộ Tổng tham mưu mà dọn ra đặt ké ở chân cầu thang đài phát thanh Sài Gòn. Ở đó, quân nhân Thanh Nam ngày hai buổi phải có mặt tại bàn giấy, hì hục viết đủ bài vở cho đài rồi "quãng 11 giờ rưỡi, tôi đã phải thay thường phục ra đón xe tới tòa báo Thẩm Mỹ làm việc. Tô Kiều Ngân cũng vậy, nhưng vì làm việc ở bộ Tổng tham mưu giờ giấc gắt gao nên hơn 12 giờ anh mới phóng

Mobylette tới. Hai đứa làm cho đến 2 giờ thì xuống Grimaud ngay trước tòa báo, xế cửa tiệm sách Lê Phan, ghé vào một trong những kiosque ở đó ăn vội vã một đĩa cơm rồi lại hấp tấp trở về sở làm. Hôm nào nhiều việc, chúng tôi lại trở lại tòa báo buổi tối làm cho đến 10 giờ khuya rồi đi chơi luôn."[36]

Trong số những cây bút siêng năng phải kể đến các thi sĩ trào phúng: Thần Đăng, Hà Thượng Nhân, Tú Kếu... Mỗi ngày họ đều ít nhất có một bài, lắm khi đôi ba bài trên mặt báo: báo hàng ngày, hàng tuần v.v... Như thế liên tiếp trong nhiều năm. Trong truyền thống bỡn cợt của ta Tú Xương chỉ mới lai rai, Tú Mỡ đã thành chuyên nghiệp, đến Tú Kếu thì ôi thôi, cười như máy, cười thật dễ dàng mà không hề gượng gạo.

Trong chuyện viết lách của thế hệ này còn có điểm nữa tưởng cũng không nên bỏ qua: là đến một tuổi nào đó có nhiều tiểu thuyết gia xoay sang biên khảo. Sơn Nam cũng là tác giả của Tìm hiểu đất Hậu giang, Văn minh miệt vườn..., Bình Nguyên Lộc viết Nguồn gốc Mã Lai của dân tộc Việt Nam, Lột trần Việt ngữ..., Nguyễn Văn Xuân viết về Phong trào duy tân, Khi những lưu dân

---

[36] Thanh Nam, "Hai mươi năm viết văn làm báo ở Sài Gòn', tạp chí Văn, Hoa Kỳ, số 18, trang 65

trở lại, khảo về hát bộ, về Phan Chu Trinh v.v..., Võ Phiến
viết Tiểu thuyết hiện đại, Chúng ta qua cách viết, Chúng
ta qua tiếng nói, Tạp luận v.v..., Doãn Quốc Sỹ soạn sách
về ngữ pháp, về văn học Việt Nam hiện đại (bằng Anh
văn)... Những hoạt động ấy ít thấy ở giới sáng tác tiền
chiến, ở những Khái Hưng, Nhất Linh, Lan Khai, Nguyễn
Công Hoan, Nguyễn Tuân v.v... Đặc điểm này do đâu, và
có ý nghĩa như thế nào, hãy khoan xét đến. Chỉ biết rằng
được thế nó cũng làm cho cái giai đoạn sau của cuộc đời
các tiểu thuyết gia Miền Nam thời kỳ 54-75 không đến
nỗi tàn tạ. Trong cuốn sách về tuổi già hình như Simone
de Beauvoir có nhận xét tuổi tác không làm suy giảm
khả năng của triết gia, nhạc sĩ, họa sĩ, nhưng thường làm
giảm khả năng sáng tác của tiểu thuyết gia. Lớp 54-75
về già tự dưng có một lối thoát!

Thời kỳ văn học 54-75 thì đến 75 dĩ nhiên là chấm
dứt; nhưng các nhà văn của thời kỳ ấy lại không hề đồng
loạt chấm dứt đời mình vào năm 1975. Nói về họ mà
ngừng lại ở thời điểm này, e thiếu hào hứng; bởi vì cái
"ly kỳ" của đời họ, giai đoạn "ngoạn mục" nhất của cuộc
đời đa số các văn thi sĩ thuộc thế hệ này lại bắt đầu
chính từ sau 1975. Tuy vậy chúng ta đành từ giã họ ngay
lúc này. Sau đó có kẻ vẫn tiếp tục là nhà văn, có người lại
hóa làm công nhân viên, làm phu phen, làm nông dân,
làm tù nhân, một số đã ra khỏi cuộc đời; sau đó có
những kẻ lưu lạc sang Tây phương sống một cuộc đời
mới, có thể là giàu sang nhàn tản, lại có người còn kẹt
trong một thế bần cùng nhục nhã v.v... Những chuyện
thiên biến vạn hóa như thế chưa chấm dứt, vả lại cũng
không giúp chúng ta hiểu gì thêm về thời kỳ văn học
trước 75 ở Nam Việt Nam, bởi vậy xin dành lại cho

những ai sau này còn lưu tâm đến cái sinh hoạt tinh thần Việt Nam sau 1975 ngoài vòng kiểm soát của nhà cầm quyền cộng sản.

ĐỘC GIẢ

Số lượng

Rời tác giả quay về phía độc giả, ta thấy cái nổi bật đầu tiên có lẽ là vấn đề số lượng. Số tác giả sau 54 ở Miền Nam vượt cao hơn hồi tiền chiến toàn quốc rất xa, trong khi số độc giả dành cho mỗi tác phẩm thì không thấy tăng.

Trong cuốn Văn thi sĩ tiền chiến,[37] Nguyễn Vỹ có nói về chuyện in sách: các nhà văn tự in lấy tác phẩm của mình và tự phát hành lấy. Ông bảo: "Một số đại lý sẵn sàng gởi bưu phiếu về tác giả, để mua một số sách trừ tiền hoa hồng khá cao, thường thường là 25 phần trăm hoặc 30 phần trăm. Họ có thể mua từ 100 quyển đến 500 quyển hoặc 1.000 quyển tùy theo quyển sách mà họ biết trước sẽ bán được nhiều hay ít, và tùy theo địa điểm của họ." Tôi ngạc nhiên. Đại lý có thể mua đến hàng nghìn cuốn sách một lần? Theo Nguyễn Vỹ, có "một số đại lý sẵn sàng" làm như thế: "một số" là bao nhiêu? Thực ra trên toàn cõi Việt Nam chỉ cần được vài ba đại lý như thế đã đủ làm nên sự lạ, bởi vì riêng vài nhà họ tiêu thụ tất cả số ấn hành trung bình mỗi tác phẩm ở Miền Nam sau 1954.

Thật vậy, trong khoảng 54-75 số sách tiêu thụ đại khái đôi ba nghìn cuốn mỗi lần in. Phải vận dụng mọi

---

[37] Khai Trí xuất bản, Sài Gòn, 1970, trang 508.

cách phát hành mới tiêu thụ nổi chừng ấy sách, làm gì có chuyện vài đại lý gửi bưu phiếu mua hết veo ngay! Nguyễn Vỹ nhớ lầm chăng? Nếu "một số đại lý" mua được mỗi nhà một nghìn cuốn thì tổng số sách bán được e lên đến hàng vạn cuốn mỗi lần ấn hành. Lẽ nào rực rỡ quá vậy?

Cứ theo số lượng ấn hành ghi ở phần nhiều các sách tiền chiến thì đại khái cũng không khác thời kỳ 54-75 ở Miền Nam, tức đôi ba nghìn cuốn mỗi kỳ.[38] Như thế đã đáng suy nghĩ rồi.

Mặc dù quần chúng độc giả tiền chiến của Nguyễn Vỹ là quần chúng toàn quốc, còn độc giả Miền Nam sau 54 là quần chúng nửa nước, nhưng dân số có gia tăng lớn và cuộc di cư 1954 đã đưa thêm người vào Nam cho nên sự chênh lệch không bao nhiêu. Trước 1945 trên toàn cõi Việt Nam và sau 54 ở Miền Nam đại khái dân số cùng xấp xỉ vài chục triệu. Tuy nhiên trong cái số đông của tiền chiến đại đa số là thất học, hạng thoát nạn mù chữ đã ít, kẻ có trình độ trung học rất hiếm hoi (cả xứ Trung kỳ chỉ có 4 trường trung học công lập ở Vinh, Huế và Qui Nhơn!), nói gì đến tầng lớp đại học. Sau 1954 ở Miền Nam trường học mở đầy dẫy, trong giai đoạn sau của

---

[38] Theo Phan Cự Đệ trong Tiểu thuyết Việt Nam hiện đại, tập I, cuốn Tố Tâm của Hoàng Ngọc Phách "lần in thứ nhất 3.000 cuốn, chỉ trong nửa tháng là bán hết, lần thứ hai in 2.000 cuốn, cũng hết ngay." (trang 21), và "từ 1933 đến 1936, nhà xuất bản Đời Nay đã bán được 58.000 cuốn tiểu thuyết và thơ." (trang 51, 52); cuốn Bước đường cùng in khoảng năm nghìn, còn những cuốn tiểu thuyết chạy nhất của Tự Lực văn đoàn như Nửa chừng xuân thì bốn năm in được 14 nghìn (trang 262). Như vậy nếu mỗi năm in lại một lần thì mỗi lần Nửa chừng xuân in ra ba nghìn rưởi bản.

chế độ sinh viên các phân khoa nhân văn từ Huế vào đến
An Giang có đến hàng trăm nghìn: thế mà số người đọc
sách không tăng thêm, ít ra là không tăng một cách rõ
rệt, đáng kể. Lạ chứ.

Nhớ có lần nói chuyện với một nhà sách kỳ cựu ở Sài
Gòn, đã hành nghề dưới nhiều chế độ, theo dõi tâm lý
của độc giả trải qua nhiều thời kỳ ¾ tức ông Khai Trí ¾
có nghe ông đưa ra một nhận xét: Quả là sau này người
ta ít mua sách hơn thời tiền chiến. Một trong các lý do là
cuộc sống bất định của thời buổi chiến tranh. Ngày
trước mỗi khi có cuốn sách mới của văn sĩ nổi danh vừa
phát hành thường thường độc giả mua ngay, dù có thì
giờ để đọc hay không cũng mua. Mua cất vào tủ sách gia
đình cho đủ, để đọc dần. Sau 1945 nhiều biến cố liên
tiếp xảy ra khiến thiên hạ rời nhà rời quê chạy tán loạn,
nay lánh cư chỗ này mai lánh nạn nơi khác, tủ sách gia
đình hao hụt dần, mười phần mất bảy còn ba, rồi mất
hai còn một! Khắp Nam kỳ Lục tỉnh sau 45, nhất là sau
68, chẳng còn mấy ai giữ được tủ sách gia đình nữa. Đã
không có tủ sách thì sách chỉ mua khi nào cần đọc mà
thôi. Nghĩa là ít đi nhiều lắm.

Về các tai họa xảy đến cho sách vở trong thời loạn, có
thể nghe qua một vài câu chuyện do ông Vương Hồng
Sển kể:

"Một bữa trưa, tháng hai năm 1946, để tránh nạn
"dân thổ dậy", tôi và gia quyến đưa nhau đến gõ cửa xin
tá túc dưới mái ngói một giáo đường mà cụ cố già trên
tám mươi tuổi được đôi bên Miên Việt kính vì và đồng
lòng chừa khu vực giáo đường không đốt phá. Trưa bữa
ấy, tôi ngồi dưới gác chuông, chiếc nóp lá trên vai, mặt
ngó ra sông, xảy thấy một Miên già gánh hai giỏ tre lớn

đựng đầy sách vở chữ Hán, từ xa đi lại. Giỏ đi ngang mắt tôi, may thời tôi đọc được hai chữ "... thi tập" trên một quyển sách ghép thành bộ có bìa bọc gấm đỏ và gồm bốn chữ mà tôi đã dốt hết hai! Tôi chạy theo cố nài mua cho được bộ sách ấy, sau biết lại là bộ Vĩ dã thi tập của Tuy Lý vương."[39]

"Đến năm đảo chánh 1945-1946, khi chạy vô làng Hòa Tú một đêm trăng bị binh Tây bố, bắn đạn hỏa châu đỏ trời, chúng tôi sợ quá bỏ nhà chạy vào rừng, cách mươi hôm sau trở về thì tủ sách bị lục phá tơi bời, nhiều sách in trên giấy mỏng, nhứt là loại xuất bản trên giấy bản xứ vào thời chiến tranh Nhật, đã bị các nông dân cứu quốc trong xóm dùng làm giấy hút thuốc thay cho lá chưn bầu, lá dừa nước non."[40]

Ngoài lý do an ninh, sách còn bị khổ vì lý do chính trị. Sau 1945 ở vùng cộng sản mà chứa sách Pháp hay sách "trong thành", ở "trong thành" mà chứa sách ngoài khu; sau 1954 ở vùng cộng sản mà chứa sách quốc gia, ở vùng quốc gia mà chứa sách cộng sản, đều có thể gặp rắc rối. Sách đôi khi thành ra một món nguy hiểm, không tiện chứa chấp, tích trữ.

Lại vẫn nhà chơi sách Vương Hồng Sển góp thêm với chúng ta một mẩu chuyện nữa: "Một ông cưng sách như trứng mỏng, cắp nắp, ôm đồm từ những quyển sách học trường lớn bên Pháp đến những tập hai ba xu Việt văn. Việt Minh bùng dậy, phá làng đốt xóm. Tủ sách ông ra tro. Từ ấy, tóc ông càng bạc thêm, ông chuyên về tu

---

[39] Vương Hồng Sển, Thú chơi sách, Tự Do xuất bản, Sài Gòn, 1961, các trang 53, 54, 92 và 112.

[40] Như trên.

hành, nghiên cứu Phật giáo, những ai giở chuyện sách ra nói, mí mắt ông ướt hồi nào không hay."[41]

Sách mà gần đây không bán được nhiều, cái ấy lại còn có một lý do khác nữa tưởng cũng quan trọng. Sau 1960 tình hình Miền Nam mỗi ngày mỗi khẩn trương, thanh niên bị động viên. Muốn được hoãn dịch để tiếp tục học vấn, họ phải lên lớp không ngừng, phải thi đậu liên tiếp. Vì vậy ai nấy lo chúi đầu vào sách giáo khoa, học trối chết, không mấy ai dám "phí" thì giờ vào các trò nghệ thuật văn chương.

Cùng trong khoảng thời gian ấy, sách ở Miền Bắc nêu lên số lượng ấn hành cao hơn ở Miền Nam nhiều: thường thường mỗi nhan đề in đến hàng vạn cuốn.

Những con số ghi trên sách Miền Bắc đáng được tin tới chừng nào? Liệu có nên liên tưởng đến những con số xác "địch" trên chiến trường, số phi cơ "địch" bị bắn rơi v.v... trong các bản thông cáo chiến sự của Hà Nội trước đây chăng? Ở Tây phương người ta vẫn không mấy khi dám tin vào con số thống kê từ các xứ cộng sản. Dù sao, trước khi có chứng liệu rõ ràng, hãy cứ cho rằng sách ở Miền Bắc phát hành nhiều hơn Miền Nam.

Có chênh lệch chăng, sự chênh lệch Nam Bắc không do sở thích đọc sách của quần chúng, mà do cách phổ biến sách, do chính sách phổ biến văn hóa mỗi nơi một khác. Ở Nam, viết và đọc sách báo là chuyện tự do của công dân; sách báo lắm khi gây khá nhiều khó khăn cho chính quyền, cho chế độ, bởi vậy chính quyền có vẻ không mấy sốt sắng phổ biến, cứ mặc cho nó... tự do. Ở Bắc, sách báo là phương tiện tuyên truyền chủ nghĩa,

---

[41] Như trên.

quảng cáo chế độ, xưng tụng chính quyền, mê hoặc dân chúng; dân càng đọc nhiều càng thấm nhuần công đức nhà nước, càng ngoan ngoãn, càng hồ hởi, vì thế nhà nước lúc nào cũng hăng say phổ biến sách báo. Sách nào in nhiều sách nào in ít, sách nào phổ biến rộng sách nào phổ biến hẹp, chuyện ấy không do đòi hỏi của độc giả mà do sự cân nhắc "lợi hại" của nhà nước. Thơ "Bác" với thơ Tố Hữu số in cao hơn thơ Xuân Diệu, Nguyễn Bính, Hoàng Cầm, Hồ Dzếnh là tất nhiên. Cuốn Chữ nôm của Đào Duy Anh in 5.200 bản, cuốn Tìm hiểu xã hội Việt Nam thời Lý Trần in 6.400 bản, cuốn Thơ văn Nguyễn Công Trứ của Trương Chính in 10.000 bản, mà cuốn Tây Dương Gia-tô bí lục in 20.500 bản, lẽ nào vì quần chúng ham đọc bí lục hơn xem thơ Nguyễn Công Trứ hay tìm hiểu chữ nôm!

Ở Bắc nhà nước tha hồ đưa sách xuống tận xã thôn: hễ công văn đi tới đâu thì sách báo đi tới đó. Trái lại trong Nam sách báo chỉ xuống đến tỉnh lỵ là cùng đường. Họa hoằn mới gặp một đôi quận lỵ có tiệm sách bày bán dăm ba thứ kiếm hiệp nhảm nhí. Thiện chí của các tổ chức phát hành tư nhân biểu lộ đến chừng ấy là quá mức rồi: xuống quá tỉnh lỵ nhu cầu không có mấy, lợi lộc chẳng bao nhiêu, mà tình hình an ninh có lúc không tốt đẹp, bảo họ phiêu lưu làm chi? Chính quyền không thiết, tư nhân không ham, chuyện đưa sách báo đến dân quê gặp bế tắc. Trước tình trạng ấy trong các phiên họp Hội đồng Văn hóa Giáo dục (nhiệm kỳ 70-74) chúng tôi nhiều lần đề nghị thành lập tủ sách xã thôn, bằng cách khuyến khích các xã dành một khoản trong ngân sách hàng năm để mua sách báo cho dân chúng địa phương mượn đọc. Nhưng tình hình đất nước lúc bấy giờ đã quá rối ren, chính quyền bận đối phó với nhiều vấn đề khẩn bách nên chuyện văn hóa bị bỏ qua.

Ấy ở Miền Nam với Miền Bắc sự tình khác nhau như thế, cho nên khó có sự so sánh đứng đắn.

Chúng ta đã đem số lượng độc giả Miền Nam thời 54-75 đối chiếu với thời tiền chiến, rồi đối chiếu với Miền Bắc. Đối chiếu tình hình thời chiến tranh với thời thanh bình, đối chiếu tình hình dưới chế độ tự do với chế độ độc tài, không phải để rút ra những kết luận dễ dãi. Chẳng qua chỉ thấy nếu không có sự can thiệp của chính quyền, đồng bào ta đọc chưa lấy gì làm nhiều.

Nếu lại đem ra so sánh với số lượng ở lắm nước ngoài, vẫn thấy có sự thua sút đáng buồn. Chẳng hạn ở những nước Tây phương như Anh, Pháp v.v..., ở nhiều nước Đông phương như Đại Hàn, Đài Loan, Nhật Bản v.v... tỉ số độc giả so với dân số cao hơn ở ta rõ rệt. Ở ta một tờ nhật báo có uy tín như tờ Chính Luận phát hành mỗi ngày không quá 20 nghìn số, trong khi Đại Hàn (dân số chừng 30 triệu trước 1975) các tờ Chosun Ilbo và Dong A Ilbo mỗi ngày in ngót một triệu số.[6][42] Tạp chí và sách ở Đại Hàn, Đài Loan đều được ấn hành nhiều hơn ở ta, vượt ta rất xa. Họ là những nước tự do, ở đó người ta đọc là vì thích đọc, không có chuyện nhà cầm quyền dúi sách báo vào tay dân chúng để giáo dục lòng yêu đảng, yêu chủ nghĩa v.v...

---

[42] Năm 1972 trên toàn cõi Miền Nam mỗi ngày phát hành độ nửa triệu tờ nhật báo và bán được 300 nghìn tờ. (Nguyễn Huỳnh Mai, Để tiến tới việc thành lập một nhật báo địa phương, viện đại học Vạn Hạnh xuất bản, tháng 6-1972).

Dĩ nhiên Việt Nam là nước văn hiến, nhưng cái văn hiến ấy nó phát huy có phần éo le: kẻ viết càng ngày càng đông mà người đọc cứ thưa thớt mãi, thế có khổ không?

Nghĩ ngợi loanh quanh về cái tính ít đọc của đồng bào ta, tôi đoán chừng nguyên nhân của nó không phải chỉ ở gần đây, như chuyện ngoại thuộc với chế độ ngu dân, như tình hình chiến tranh v.v... Không phải chỉ có ngần ấy. Có lẽ có những lý do xa hơn.

Chẳng hạn sự xuất hiện muộn màng của văn tự dân tộc. Không hiểu sao mãi cho tới khi tiếp xúc với Tây phương chúng ta không chịu đặt ra một thứ văn tự riêng, ta xài tạm chữ Hán, chế biến qua quít, vừa xài vừa coi rẻ thứ chữ chế biến ấy. Cái gì mà muốn viết được đọc được tiếng ta lại phải biết qua chữ nước người mới xong. Mà chữ Hán đâu phải dễ học! Thành thử trong suốt quá trình lịch sử dài dằng dặc tối đại đa số đồng bào ta chẳng hề đọc cái gì bao giờ. Những gì họ biết là biết qua tai nghe. Chuyện đọc chữ là chuyện của một số người hiếm hoi trong xã hội. Riết rồi thành thói quen. Đến khi ta có chữ, có sách, ta vẫn chưa kịp tập được thói quen xem sách. Làng trên xóm dưới, khắp khóm phường khu phố, đâu là một gia đình có sắm tủ sách? Cái kỷ niệm về sách vở đậm đà nhất trong một đời người, cho đến khi đã luống tuổi, đối với một số đông vẫn là mấy bài quen thuộc trong cuốn Quốc văn giáo khoa thư.

Không viết không đọc được bằng ngôn ngữ dân tộc, quần chúng khó lòng thưởng thức văn chương xứ người, khó lòng vui buồn với thơ phú Trung Hoa, quần chúng chỉ sống với nền văn chương truyền khẩu. Cho nên văn chương truyền khẩu đóng một vai trò hết sức quan trọng trong lịch sử văn học nước ta. Nó rất phong phú, nó lại có sức sống mạnh: lệ thường khi văn học ký tải xuất hiện thì văn học truyền khẩu tàn lụi, nhưng ở ta nó không chịu tàn lụi, nó cứ sống, tiếp tục sống, sinh sôi phát triển cho đến những thời gần đây nhất, cho đến tận ngày nay; nó cứ tồn tại hoài, song song với nền văn học ký tải hiện đại. Ngay bây giờ, bất cứ ở nơi nào trên đất nước Việt Nam, từ Bắc chí Nam, người ta đều có thể nhặt được những câu chuyện, những câu hát câu ca châm chọc nhà cầm quyền liên quan đến những thời sự mới toanh.

Văn chương truyền khẩu sở trường về vận văn. Có vần có điệu mới dễ nhớ, dễ truyền. Phải chăng vì vậy mà có cái địa vị ưu tiên đặc biệt cho thi ca trong nền văn học quốc âm của ta xưa nay? Mặc dù phát triển trong vòng ảnh hưởng văn hóa Trung Hoa hàng ngàn năm, văn học ta vẫn giữ những nét đặc thù căn bản khác biệt với văn hóa Trung Hoa; cái đặc thù ấy liên hệ đến thi ca: Truyện Tàu không hề bắt nguồn từ thơ, trong khi truyện và thơ của ta cứ dính liền nhau cho đến tận đầu thế kỷ này! Trên thế giới có được mấy nơi mà văn loại tiểu thuyết cứ bám chặt lấy thi ca không chịu rời ra như thế? Thật vậy, tác phẩm nổi tiếng nhất của dân tộc, Truyện Kiều, là một truyện bằng thơ, ra đời giữa bao nhiêu truyện thơ khác.

Giả sử bản in Truyện Kiều nôm đầu tiên ra đời vào khoảng 1820 thì số ấn bản hãy còn ít lắm, làm sao tới được dân gian; mãi tới 1875 có bản Kiều quốc ngữ của Trương Vĩnh Ký, nhưng chữ quốc ngữ hãy còn mới mẻ, tỉ số người mù chữ hãy còn hết sức cao, thì sách đâu có mấy ai xem được. Hơn một thế kỷ sau khi Nguyễn Du qua đời, cách phổ biến chủ yếu của Kiều vẫn cứ là cách truyền miệng. Trong gia đình chòm xóm, ngoài các bến đò, bến xe, các chợ búa v.v... người ta kể Kiều, ngâm Kiều, cũng như kể Phạm Công Cúc Hoa, nói Vân Tiên v.v... Thế rồi mãi cho tới gần đây, khi chúng ta đã có những tiểu thuyết gia du học từ Âu châu về, khi trên lãnh vực tiểu thuyết trong nước đã có những xôn xao bàn luận về trường phái lãng mạn, tả chân, về xu hướng tâm lý, xã hội v.v..., tức là những món rất "hiện đại" của Tây phương, thì trong dân gian người ta vẫn cứ còn "nói" về Thông Tằm, "nói" thơ Sáu Trọng, thơ Thầy Thông Chánh, thơ Cậu Hai Miêng v.v... như thời trung cổ. "Nói" và nghe vẫn còn thích hợp hơn là viết và đọc.

Ngâm nga mãi, chúng ta có hẳn cái khiếu về thi ca. Thơ bàng bạc khắp cuộc sống: buồn làm thơ, vui cũng làm thơ, sinh đẻ có thơ mừng, chết chóc có thơ khóc, thưởng cảnh đẹp có thơ, gặp hoạn nạn cũng có thơ..., và mọi người ai nấy đều như làm thơ được cả. Cả dân tộc như thở ra thơ. Mấy năm trước đây, nhớ báo chí có nói đến một người Gia-nã-đại đi nghiên cứu về thái độ chết của con người khắp nơi, đến Việt Nam bỗng ngạc nhiên về một tử tội ê a hát xướng gì đó trong đêm trước buổi thọ hình: hỏi ra thì người ấy ngâm thơ. Đã lấy gì làm quái dị? Đêm trước hãy còn xa cái chết chán; trong lịch sử có nhiều người Việt Nam ra đến pháp trường hãy còn ngâm thơ. Người Việt Nam ngâm thơ vào cái lúc thiên hạ đọc kinh cầu nguyện Thượng Đế. Khắp Âu Mỹ, nhật trình mỗi ngày tuôn ra từng đống chẳng hề có bài thơ nào, trên nhật trình Tàu, Nhật ở Á Đông cũng không thấy thơ, nhưng ở ta thì có: có một mảnh giấy in ra là có thơ trên đó rồi.

Thơ ở ta nó lan tràn ra ngoài phạm vi văn học, nó lan tràn khắp mọi lãnh vực của cuộc sống: các đấng Thích Ca, Jesus, Mohammed truyền đạo bằng lời giảng tản văn, còn đức Huỳnh Phú Sổ lại thường dùng vận văn, và trong đạo Cao Đài các tiên thánh giáng cơ cũng toàn làm thơ cả.

Bởi thơ được trau luyện, cho nên ở ta nó vượt bỏ tản văn rất xa. Cùng một thời với nhau mà thơ Kiều đã đạt tới tuyệt đỉnh tinh vi, còn văn xuôi trong các lá thư của vua Gia Long, vua Quang Trung thô sơ biết chừng nào. Thậm chí, đến thời Trương Vĩnh Ký, thời Đông Dương Tạp Chí tản văn Việt Nam vẫn hãy còn xa cái trình độ có thể dùng được vào một công trình nghệ thuật.

Tóm lại, vì nhiều nguyên nhân, người Việt Nam tuy có yêu văn chương, có khiếu thi ca, nhưng ít đọc sách, mà thời buổi chinh chiến lại càng thêm trở ngại cho việc phổ biến, lưu trữ sách báo, vì vậy số lượng độc giả ở Miền Nam sau 54 không gia tăng mấy. Sự kiện ấy có lẽ cũng có ảnh hưởng đến sự phát triển của văn học, không chừng đến giá trị của một số tác phẩm bấy giờ cũng nên! Nếu đồng bào ta cũng đọc nhiều như người Nhật người Anh chẳng hạn, nếu mỗi tác phẩm đem lại cho người viết món tác quyền lớn hơn thì những tác giả đã thành danh như Bình Nguyên Lộc, Thụy Vũ v.v... đâu đến nỗi phải chạy đôn chạy đáo kiêm đôi ba công việc, phải dành cái phần thì giờ "ngon lành" nhất trong ngày cho việc làm báo mưu sinh, phải viết văn bằng tay trái? Có nhiều thì giờ hơn dành cho nghệ thuật, chắc chắn họ viết kỹ hơn, và có nhiều hi vọng hay hơn.

Nghe một tác giả nào đó đổ tội viết kém hay cho độc giả lười đọc, ai nấy tha hồ cười cợt mỉa mai. Mặc kệ, tôi vẫn cứ ngờ rằng giá mỗi ngày có thể ngồi nhẩn nha viết tới viết lui, chữa đi chữa lại đôi ba trang sách thì kết quả vẫn có cơ tốt hơn là phải còng lưng viết ào ào mười cái phơi-dơ-tông để kiếm sống.

Địa phương

Độc giả ta ít, thế số độc giả ít oi ấy họ ở nơi nào? Về thời trước Nguyễn Vỹ chỉ rõ: "Các tiệm sách lớn ở Huế, Sài Gòn và Nam Vang (Cao Miên) thường thường là những khách hàng quan trọng hơn cả. Thời tiền chiến ba nơi ấy tiêu thụ hơn một nửa tổng số phát hành. Kế đến Thanh Hóa, Vinh (Nghệ An), Đà Nẵng, Nha Trang, Cần Thơ, Mỹ Tho, Biên Hòa, Long Xuyên, Battambang (Cao Miên), Vientiane (Lào), rồi sau cùng là các thành phố khác."[43] Ở đoạn này ông không nói đến Hà Nội và cả Bắc bộ. Tính sơ qua: Huế, Sài Gòn, Nam Vang đã tiêu thụ hơn một nửa; rồi từ Thanh Hóa vào Nam (tức Trung bộ và Nam bộ cũ) cùng với Lào Miên lẽ nào không được một phần tư nữa: cộng chung là hơn ba phần tư. Phần còn lại của Hà Nội và toàn Bắc bộ là non một phần tư: ít vậy sao?

Một điểm đáng chú ý nữa là thời bấy giờ những nhà xuất bản "cò con" (các tác giả tự xuất bản sách mình) không những đã trực tiếp phát hành đến Nam Vang, Vạn Tượng, các thủ đô Miên Lào, mà còn gửi sách đến tận các tỉnh Miên, như Battambang chẳng hạn. Sau này, mặc dù ở những nơi ấy vẫn có Việt kiều, có độc giả, nhưng sự liên lạc giữa Việt Miên Lào không còn chặt chẽ như

---

[43] Nguyễn Vỹ, Văn thi sĩ tiền chiến, Khai Trí xuất bản, Sài Gòn 1970, trang 508, 509.

trước, sách Việt không còn đi khắp cõi Đông Pháp một cách thong dong như trước nữa.

Về sau, năm 1964, đáp lời phỏng vấn của Nguyễn Ngu Í, chủ nhà xuất bản Sáng Tạo là Doãn Quốc Sỹ nhân trận lụt lớn ở ngoài Trung, cho biết: "Độc giả của tôi ba phần tư là ở miền Trung. Lụt này rồi ảnh hưởng nhiều đến công cuộc xuất bản sách, trong đó có Sáng Tạo chúng tôi." Ngu Í nói: "Anh Võ Phiến cũng vừa nói với tôi: để đến Tết xem tình hình sinh hoạt miền Trung ra sao anh mới có thể quyết định được sự sống còn nhà Thời Mới của anh."[44]

Tôi không còn được những con số chính xác về tình hình tiêu thụ sách trong nước, chỉ biết rằng miền Trung có vai trò rất quan trọng. Thường thường số sách phát hành tại Sài Gòn là một nửa tổng số; trong số còn lại, sách gửi đi Đà Nẵng nhiều hơn cả, rồi đến Huế. Sách bán ở Sài Gòn là gồm cả sách bán cho các hiệu sách và cho các nhà phát hành; những nhà này rồi sẽ phân phối cho các tỉnh trong Nam, trên Cao nguyên, mà cũng lại có một số ra Trung nữa. Bởi vậy tôi không thể biết cuối cùng rồi mỗi địa phương thực sự tiêu thụ bao nhiêu. Một phỏng ước qua loa cho thấy: Sài Gòn lấy một nửa tổng số để bán lẻ và phân phối khắp nơi, vậy riêng số sách bán lẻ tại Sài Gòn chẳng qua chừng trên dưới một phần tư tổng số; và những Cần Thơ, Đà Lạt (có trường đại học khá lâu) cũng chỉ chia với các nơi khác một phần tư tổng số còn lại: quá ít so với Đà Nẵng là nơi chưa có đại học. Một thói quen đọc sách trong trường hợp này quan trọng hơn là trình độ học thức của quần chúng.

---

[44] Nguyễn Ngu Í, Sống và viết với..., Ngèi Xanh xuất bản, Sài Gòn 1966, trang 144.

Tôi không có ý gì ngờ vực con số Doãn Quốc Sỹ đưa ra, nhất là con số ấy sau này lại được Túy Hồng xác nhận.[45]

Viết đến đây tôi nghĩ đến những sự kiện Thanh Nam đã để ý khi mới vào đến Sài Gòn: đến huyền thoại Ngọc Sơn, đến người độc giả bình dân miền Nam. Ngọc Sơn viết truyện đăng trên các nhật báo Tiếng Chuông, Sài Gòn Mới, truyện ăn khách, báo bán chạy quá sức, và Ngọc Sơn (sau đổi ra bút hiệu Phi Long) đòi tăng lương. Các chủ báo (ông Đinh Văn Khai, bà Bút Trà) ban đầu không tin rằng báo chạy là do truyện Ngọc Sơn, không chịu tăng; Ngọc Sơn cúp ngang, bỏ đi, báo suy sụp cấp kỳ. Chủ báo hoảng hốt chạy tìm Ngọc Sơn điều đình. Lúc bấy giờ là 1953, dân Sài Gòn còn tiêu đồng bạc giấy xé đôi và tô phở 79 mới có 3 đồng, thế mà lương của Ngọc Sơn ban đầu 15.000$ một tháng, tăng lên 20.000$ rồi $30.000, rồi $50.000 một tháng! Ngoài ra bà Bút Trà còn phải trả thêm cho Ngọc Sơn 100.000$ một năm để giành độc quyền bút hiệu Phi Long cho Sài Gòn Mới.

Ngọc Sơn hay Phi Long là tác giả những truyện Bàn tay máu, Rừng thẳm bể khơi, Cung đàn lỗi nhịp v.v..., những truyện cho giới bình dân. Thanh Nam nhận xét: "Hiện tượng "Ngọc Sơn" thoạt nghe có vẻ hoang đường, khó tin nhưng sau này khi đã chính thức nhập cuộc sinh hoạt với báo chí miền Nam thì tôi không còn thấy thắc

---

[45] "Thời gian trước 1975 ở Việt Nam, sách báo xuất bản tại Sài Gòn như báo Văn, báo Bách Khoa, sách khảo cứu, tiểu thuyết v.v... miền Trung đã tiêu thụ hết ba phần tư số lượng xuất bản." (Túy Hồng, Đất mới, đời mới, lòng vẫn cũ̉, đăng trên báo Đất Mới, Seattle, Washington, số tân niên Giáp Tý 1984, trang 14.)

mắc hay ngạc nhiên nữa. Sở dĩ có một vài tác giả "ăn khách" được các chủ báo o bế, chiều chuộng, trả lương cao như vậy là vì thành phần độc giả của các báo hàng ngày cũng như hàng tuần ở Sài Gòn đa số thuộc giới bình dân, lao động, những bà những cô bán hàng ngoài chợ. Khác hẳn ngoài Bắc, giới lao động trong Nam rất chịu mua báo, đọc báo. Ở Hà Nội, người ta không thể nào bắt gặp một anh xích-lô ghếch mũi xe vào một hè đường vắng, dưới bóng cây râm mát nằm khểnh trên nệm, phì phèo điếu thuốc, đọc báo suốt một buổi trưa, từ chối chở khách, cũng như khó tưởng tượng được cái cảnh một bà bán cá trong chợ vừa trả lời giá cả với khách hàng vừa coi tiểu thuyết trong báo."[46]

Sự ngạc nhiên của Thanh Nam từ Bắc vào cũng là sự ngạc nhiên của người miền Trung chúng tôi nữa: ngoài Trung cũng không có hạng bình dân lao động đọc nhật trình. Ngay từ trước khi Thanh Nam vào Sài Gòn dân ngoài Trung chúng tôi thỉnh thoảng đã nghe những bà con đồng hương đi Nam kỳ Lục tỉnh làm ăn về kể chuyện phu xích-lô đọc báo, cùng nhau trầm trồ chuyện lạ... xứ người! Ngẫm lại như thế cũng phải: Nam kỳ là cái nôi của báo chí Việt Nam. Tờ báo xưa nhất ra đời ở đây, phổ biến trước nhất xuống người dân ở đây, Trương Vĩnh Ký, Huỳnh Tịnh Của, những người cầm bút viết bằng chữ quốc ngữ viết khỏe nhất đầu tiên là ở nơi này; nếu có ngày nào chuyện đọc báo thành một thói quen phổ biến, chuyện ấy không bắt đầu ở Sài Gòn Lục tỉnh thì bắt đầu ở đâu?

---

[46] Thanh Nam, ‚Hai mươi năm viết văn làm báo ở Sài Gòn', đăng trên Văn, Hoa Kỳ, số 2, tháng 8-1982, trang 69.

Và sức đọc của giới bình dân Sài Gòn phải chịu là cao: Hồi 1953 những tờ Tiếng Chuông, Sài Gòn Mới hẳn không bán được ở các tỉnh ngoài Trung, mà ngoài Bắc (như Thanh Nam cho biết) thì người lao động không đọc mấy, thế mà các chủ báo trả cho Ngọc Sơn những món lương tháng thật cao, vậy báo phải tiêu thụ được nhiều lắm, riêng một miền Sài Gòn Lục tỉnh. Chắc chắn sau 1953, mãi suốt thời kỳ 54-75 chiều hướng ấy cũng không thay đổi: dân Nam vẫn còn đọc nhật trình nhiều.[47]

Tóm lại, cứ theo nhận xét của một số nhà xuất bản và ký giả thì bấy giờ người độc giả chính yếu của sách biên khảo nghệ thuật sống ở Miền Trung, đặc biệt là ở vùng Quảng Nam, Huế; còn độc giả nhật trình, xem truyện tiêu khiển, thì ở trong Nam, đặc biệt là Sài Gòn.

Nông thôn và thành thị

Thế những độc giả ấy, họ sống trong khung cảnh nào? họ là dân quê ở nông thôn chăng? là dân thành thị chăng?

Về giới bình dân đọc truyện nhật trình, như vừa nói, đa số là thị dân trong Nam. Tuy vậy nông dân khắp nước ở ngoài Trung, ở Cao nguyên không hẳn là không đọc

---

[47] Theo tài liệu của Nguyễn Huỳnh Mai trong tập khảo luận Để tiến tới việc thành lập một nhật báo địa phương thì mỗi ngày trên toàn Miền Nam bán được độ 300.000 tờ nhật báo, phân phối như sau: 50% tại thủ đô Sài Gòn, 30% bán tại miền Tây, còn lại 20% cho các vùng khác. Như vậy riêng Sài Gòn với miền Tây đã mua 80%, rồi các tỉnh khác của Nam phần lại còn chia bớt cái 20% còn lại nữa chứ. Đồng bào trong Nam gần như mua tất cả nhật trình trong nước!

báo. Do hệ thống Thông tin, báo được phổ biến rộng rãi, được đưa sâu vào thôn quê. Thường thường tại các quận ly đều có phòng đọc báo, tại các ban Thông tin xã có báo gửi về, những báo ấy có thể chia ra luân phiên phân phối đến các thôn. Loại ấn phẩm do Thông tin phổ biến là những thứ báo chí hoặc của chính quyền, hoặc thân chính quyền, hoặc có hiệu năng chống cộng mạnh, hoặc có giá trị, như các báo Cách Mạng Quốc Gia, Tự Do, Ngôn Luận, các tạp chí Sinh Lực, Quê Hương, Bách Khoa, Sáng Dội Miền Nam..., là những tác phẩm hoặc có nội dung chống cộng, hoặc có giá trị cao, như những cuốn Bí danh (dịch của Lâm Ngữ Đường), Đêm hay ngày (dịch của Arthur Koestler), Đất Hồ của Lưu Kiếm, Trăm hoa đua nở trên đất Bắc v.v... Sách chỉ được mua một ít với số lượng cũng ít luôn, nên không xuống đến xã, mà chỉ được bày xa nhất là đến phòng Thông tin các quận; tạp chí thường cũng vậy; chỉ có nhật trình được đi xa hơn. Nhưng càng về sau tình hình an ninh càng tồi tệ, cho nên dường như đường xuống nông thôn bị tắc nghẽn.[12][48]

Dù sao, trên thực tế, trước sau cũng chỉ có một số nhật báo mang tin tức thời sự đi vào thôn quê, còn sách văn nghệ thì không hay vượt quá giới hạn các tỉnh ly. Người độc giả chính yếu của văn học nghệ thuật Miền Nam trong thời kỳ 1954-75 là người dân thành phố, bất kỳ là thành phố Trung phần, hay Nam phần.

Tại sao có sự rút lui của nông dân ra ngoài sinh hoạt văn nghệ? Ông Phạm Văn Sĩ nói về giai đoạn 1954-59 ở Miền Nam: "Để gìn giữ tinh thần yêu nước, lối sống lành

---

[48] Theo tài liệu đã dẫn của Nguyễn Huỳnh Mai thì tại miền Tây số độc giả nhật báo ở đô thị là 26% so với ở nông thôn là 10%.

mạnh, đồng bào tìm đọc những truyện dân gian cũ như Phạm Công Cúc Hoa, Dương Ngọc, Trần Minh khố chuối..."[49] Chữ "đồng bào" đây chắc chắn là chỉ về dân quê, thành phần xưa nay vẫn gắn bó với kho văn học dân gian, văn học truyền khẩu, với các truyện thơ v.v..., bởi tôi không nhận thấy có nam nữ sinh viên các đô thị tìm đọc Trần Minh khố chuối "để gìn giữ tinh thần yêu nước". Vậy có sự tẩy chay của nông dân tại Miền Nam đối với văn nghệ sau 54?

E không có đâu. Không phải trong mọi sự mọi việc xảy ra đều có một ý nghĩa chính trị. Nông dân và thị dân dần dần xa nhau, họ có những thói quen những sở thích khác nhau: sở thích văn chương cũng như sở thích ăn uống, ăn mặc v.v... Nông dân khoái thuốc lá, rượu đế, họ không nhậu la-de, không hút thuốc thơm, không nhai bò khô, không ghiền cà-phê, không xài khăn mùi-xoa v.v..., cũng như họ đọc Phạm Công Cúc Hoa trong khi giới trẻ Sài Gòn đọc truyện Nhã Ca, Chu Tử, Duyên Anh, đọc thơ Hoa trắng thôi cài trên áo tím. Họ khác nhau vậy thôi, không hẳn vì bên nào "gìn giữ tinh thần yêu nước" trong khi bên kia thiếu gìn giữ.

Ở thôn quê người nông dân không đọc truyện Chu Tử, nhưng con cái của họ qua khỏi bậc tiểu học, lên tỉnh học trung học, đi Sài Gòn, Cần Thơ, Huế v.v... học đại học thì lại đọc Chu Tử, Nguyễn Mạnh Côn và không còn nhớ tới Trần Minh khố chuối nữa đâu. Đồng bào ở nông thôn yêu nước, còn những tử đệ ưu tú của họ lại hết yêu nước rồi chăng? Lẽ nào?

---

[49] Phạm Văn Sĩ, Văn học giải phóng Miền Nam, nhà xuất bản Đại Học Và Trung Học Chuyên Nghiệp, Hà Nội, 1975, trang 22.

Tôi nghĩ nông dân bị trụt lại với nền văn học thời trước là vì sau này các hoạt động văn học nghệ thuật đã dồn về đô thị cả khiến nông thôn bị bỏ rơi, bị xa lìa.

Ngày xưa, thời Trần Minh khố chuối, thời Phạm Công Cúc Hoa, nho sĩ sống ngay tại thôn quê, lẫn lộn với nông dân. Nguyễn Du, con quan quận công, dòng dõi trâm anh thế phiệt đời đời khanh tướng, ông Nguyễn Du vang danh văn hay chữ tốt từ thuở thiếu thời ấy, đêm đêm cũng đi hát với trai làng, cũng mê những cô lái ở bến đò làng, những cô gái phường vải phường nón, tranh giành nhau với những chàng nông phu chăn bò, cắt cỏ, và bị họ hạ sát ván như đã than vãn trong bài "Sinh tế Trường Lưu nhị nữ". Những nho sĩ lỗi lạc mà lận đận, những vị khoa bảng không thích bon chen, những vị đại thần chán công danh xin về quê trí sĩ, mở trường dạy học, vừa nghỉ ngơi vừa truyền đạo thánh hiền: đó là tiểu học mà cũng là đại học. Đám anh tài trẻ tuổi được đào tạo ở những trường ấy gặp khoa thi có kẻ đậu thi hương, người đậu thi hội, rồi lại có kẻ dự đình thí luôn. Họ đi thẳng từ làng mạc đồng ruộng đến chốn triều đình. Nông thôn là chỗ họ sinh sống, trưởng thành, học hành, vui chơi, tình tự, là nơi họ ngâm vịnh, sáng tác, đọc sách, xem thơ v.v...

Những câu ca dao gọi là của bình dân có sự góp phần của nho sĩ; những bài thơ câu đối của nho sĩ được truyền ngay xuống dân gian, có ngay sự bình phẩm của đám bình dân v.v... Những câu thơ Hồ Xuân Hương, Phạm Công Cúc Hoa, Lục Vân Tiên... thành hình trong khung cảnh như thế. Dù có ý định gìn giữ lòng yêu nước dù không, bà con nông dân sống xung quanh Hồ nữ sĩ cũng cứ truyền nhau những câu như "Cá giếc le te lách giữa dòng", "Hòn đá xanh rì lún phún rêu" v.v... để cười rúc rích chơi. Sau này Tú Kếu chẳng hạn cũng có những câu đáo để, giá nông dân nghe được chắc họ cũng vui lòng góp một tiếng cười mà không sợ sút giảm lòng yêu nước, chỉ tiếc Tú Kếu ở xa quá, quá tầm với của nông dân, trong một khung cảnh cơ hồ không có đường giao tiếp với nông dân. Thôi thì nông dân đành tiếp tục đọc Trần Minh khố chuối vậy, mặc cho đám thị dân múa men thế nào tùy ý. Họ đâu cố tình tẩy chay? Văn học cộng sản, "văn học giải phóng" thì không thế. Trong xã hội của họ không có sự phân hóa thành thị - thôn quê. Cán bộ của họ ¾ cán bộ chính trị cũng như văn nghệ ¾ phân tán lẫn lộn vào nông dân. Và nhất là ở Miền Nam trong thời kỳ 54-75, chỗ hoạt động ẩn náu của họ chính là thôn quê và rừng núi. Cho nên, dân quê rất có thể vừa đọc Trần Minh khố chuối vừa nghe mấy câu vè câu ca dao chống ngụy mà một cán bộ mới giả vờ bắt được trong quần chúng, hay vừa nghe Phạm Công Cúc Hoa vừa nghe truyện anh hùng Nguyễn Văn Bé mà cán bộ cố thổi vào tai.

Người văn nghệ sĩ, giới sinh viên, giới trí thức Miền Nam quốc gia sống dồn cả ở thành thị, sinh hoạt văn nghệ của Miền Nam diễn ra ở thành thị, văn nghệ phẩm không được phổ biến đến nông thôn: đó là một lẽ khiến không có độc giả nông dân trong thời kỳ 54-75. Lẽ khác nữa là trong cái hoàn cảnh của xã hội Miền Nam bấy giờ người nông dân có vai trò nhỏ bé, họ không được quan tâm đến, hình ảnh của họ mờ nhạt hẳn trong văn nghệ phẩm: không thấy có mình trong ấy, tự nhiên họ không thiết tha đến nền văn nghệ này.

Bảo rằng nông dân không được quan tâm, e dễ gây thắc mắc. Ai không quan tâm? Chính quyền ư? Thì chính quyền vẫn có bộ Xây dựng Nông thôn, vẫn có chính sách cải cách điền địa, chương trình Người Cày Có Ruộng, vẫn ra sức lập ấp chiến lược, lập khu trù mật v.v... Văn nghệ ư? Thì văn nghệ vẫn có truyện Hương rừng Cà Mau, Vợ thầy Hương, Chú Tư Cầu...

Vâng, có thế thật. Nông thôn là chiến trường sống mái giữa đôi bên, chính quyền không thể quên nông thôn. Trên chính sách thì thế, nhưng trên chính trường không mấy khi thấy vấn đề nông dân hay nông thôn gây ra xáo động nào. Cái làm đảo điên các chính phủ là những vụ xuống đường của dân thành phố, những đêm không ngủ, những vụ tăng giá xăng giá gạo ở đô thị, là những vụ đòi quyền sống diễn ra ở chợ Bến Thành, chợ Tân Định, những vụ ký giả đi ăn mày trên đường Lê Lợi,

đường Trần Hưng Đạo v.v... Nông dân không phải họ không có ý kiến, họ không biết biểu tình; thế nhưng bất quá là thỉnh thoảng một nhóm người từ làng kéo về quận biểu tình chống pháo kích bừa bãi: những cuộc biểu tình bị giải tán dễ ợt, không gây nên khó khăn cho một chính quyền nào, dù là chính quyền cấp quận.

Cũng đã lâu không mấy ai trông thấy đại diện của nông dân loáng thoáng trên chính trường. Ngày trước có các ông Hàn nọ, ông Bá kia, ông Nghị viên, ông Cai tổng v.v...; sau này Bá hộ với Cai tổng mất tích hẳn. Đại diện (hay tự xưng là đại diện) cho dân nghèo bây giờ là những ông nghị nhà lá, ông nghị ka-ki, ông nghị còi ô-tô v.v..., tức những nhân vật của đô thị, với các đề tài tranh cử gồm toàn những giá gạo, giá xăng, sửa chữa đường ổ gà, dựng thêm cột điện v.v... mà thôi.

Còn sách còn truyện viết về thôn quê và dân quê trong thời kỳ này của những Sơn Nam, Lê Xuyên, thì như thể kể chuyện lạ... bốn phương, chuyện xưa tích cũ cho bà con thành thị nghe chơi, trầm trồ kinh ngạc chơi. Nghe chơi vì xa vời, vì không mấy quan thiết đến mình. Những nam nữ thanh niên trong tiểu thuyết Nhất Linh, Khái Hưng v.v..., có những cặp loáng thoáng bên các ngôi chùa ở thôn quê, quang gánh bán buôn kiếm sống ở những gian lều chợ nơi làng quê v.v..., họ yêu nhau thơ mộng, họ làm thổn thức lòng người độc giả thành thị. Còn lão Chòi Mui của Sơn Nam, chú Tư Cầu, vợ thầy Hương của Lê Xuyên xuất hiện là để kích thích óc tò mò hay kích thích dục tình vậy thôi. Người thành thị sau này không thổn thức mà cũng không buồn cười cợt vì nhân vật thôn quê nữa: trên báo chí không còn hình ảnh Xã Xệ, Lý Toét. Trẻ con thành thị lớp sau này lớn lên không còn biết Xã Xệ, Lý Toét là ai. Người đọc báo chỉ cười giỡn với những cô Ký Điệu, cô Oanh Rinh, anh Tám Xạc-ne, với gia đình Ly Ly, Mai Bê Bi v.v..., toàn thị là dân thành phố.

Người độc giả Miền Nam thời 54-75 chuyển từ quê ra tỉnh không phải vì lý do yêu nước nào cả, chẳng qua là thuận theo chiều hướng thay đổi chung chung xảy ra ở các nước kỹ nghệ thời nay. Ở Âu Mỹ từ lâu thành phố đã là những trung tâm hoạt động kinh tế, chính trị, văn hóa v.v... đã thu hút thanh niên nam nữ như ánh sáng thu hút đám thiêu thân, từ lâu các mối tình trong văn chương đã thôi diễn ra bên những bờ "ao ma" của George Sand mà là trong những nhà máy, phòng giấy, những góc phố, công viên, trong các chúng cư v.v... Ở Miền Nam chiến tranh xua người về đô thị gấp hơn, ngăn trở lối về thôn quê ngặt nghèo hơn, cho nên có lẽ nông dân bị bỏ rơi có phần đột ngột. Nông dân xa rời sinh hoạt văn học nghệ thuật vì thế.

Phái tính

Bây giờ thử tò mò một chút về vấn đề tính phái của người độc giả. Và chúng ta nhận thấy trong vòng hai mươi năm, không cần trải qua một cuộc giải phẫu nào cả, người độc giả Miền Nam lặng lẽ chuyển hóa từ nam ra nữ.

Thật vậy, đầu thời kỳ, những kẻ đọc Nguyễn Mạnh Côn, Võ Phiến..., phải là đàn ông; cuối thời kỳ đám độc giả trung thành của tủ sách "Trăng mười sáu" Nhã Ca, độc giả của Lệ Hằng, của sách dịch Quỳnh Dao... chắc là thuộc phái thứ hai. Dĩ nhiên không phải vào khoảng 1954-60 không có nữ độc giả, sau 1967-68 không còn nam độc giả nữa: làm gì có chuyện tuyệt đối như vậy ở đời! Nhưng rõ ràng là người độc giả tiêu biểu, chủ động, của giai đoạn thứ nhất có nam tính nổi bật, trái với người độc giả chủ động của giai đoạn thứ hai. Thế chủ động mạnh mẽ của họ rốt cuộc đã khuất phục nhiều tác giả: Hồi 1955 Mai Thảo viết Đêm giã từ Hà Nội, chắc chắn không phải là thứ sách dành cho các thiếu nữ; mười lăm năm sau ông viết những Hạnh phúc đến về đêm, Mười đêm ngà ngọc v.v... mà tôi nghĩ rằng các "nàng" chịu hơn. Hồi 1955 Nguyễn Mạnh Côn đưa ra Đem tâm tình viết lịch sử, đặt một vấn đề chính trị cho đàn ông với nhau, mười lăm năm sau ông viết Tình cao thượng, hình như cũng trong cái chiều hướng muốn nhích đến gần phái nữ; cũng trong giai đoạn sau này Viên Linh "nghiên cứu" một thứ truyện thích hợp với đàn bà con gái: Hạ đỏ có chàng tới hỏi, Tình gương ý lược v.v...

Tuổi tác

Trong vòng hai mươi năm người độc giả Miền Nam không phải chỉ lăm le đổi giống, họ còn bị trụt tuổi nữa. Trước, họ đứng tuổi, về sau họ trẻ dần trẻ dần, cuối cùng họ sắp thành trẻ nít.

Thật vậy giai đoạn trước là của những Nguyễn Mạnh Côn, Doãn Quốc Sỹ, Võ Phiến, Vũ Khắc Khoan, Bình Nguyên Lộc, Mặc Đỗ v.v... Không một ai trong số ấy có hạng tri kỷ vị thành niên cả. Không có thiếu niên nào khoái đọc Thần tháp Rùa, Mưa đêm cuối năm, Bốn mươi... Sau đó là giai đoạn của Nhã Ca Bóng tối thời con gái, của Nguyễn Thị Hoàng, của Hoàng Ngọc Tuấn Hình như là tình yêu v.v..., tức của nam nữ thanh niên thuộc tuổi đôi mươi. Sau nữa, đến giai đoạn của Duyên Anh, Từ Kế Tường, Đinh Tiến Luyện, của Nhã Ca "Trăng mười sáu", của Hoàng Ngọc Tuấn Thư về đường Sơn Cúc..., là giai đoạn của tuổi sợ ma, tuổi biết buồn, tuổi thích ô mai, của "tuổi ngọc", tuổi ngu-ngơ v.v... Gớm, mới hồi nào người lớn làm văn chương để thưởng thức với nhau nói toàn chuyện cao xa, chẳng thèm biết đến các oắt-tì kia muốn gì; bây giờ bao nhiêu danh sĩ xúm ùa nhau tán tụng o bế các cô các cậu kỹ quá. Cả văn cả nhạc cùng nhau gây thành một cao trào thiếu nhi: lão nhạc sĩ Phạm Duy độ ấy cũng xoắn xuýt hơi nhiều xung quanh "tuổi mười ba tuổi mười bốn", không sao?

Kể ra đổi giống và trụt tuổi là chuyện xảy ra ở khắp nơi, là chuyện thường tình, thuận lẽ. Văn chương nghệ thuật ban đầu là thứ xa xí dành cho hàng ưu tú ở tầng lớp cao trong xã hội, về sau theo đà văn minh nó mới được phổ biến rộng rãi dần dần xuống các thành phần vốn chịu thiệt thòi: quan đọc sách trước dân đọc sau, đàn ông đọc sách trước đàn bà đọc sách sau, người lớn đọc trước con nít đọc sau, thế là phải cách, hợp lý. Ở Pháp, trong một cuốn nhận định về văn học hiện đại của nước ông vào thập niên 1960, khi đề cập đến người độc giả đương thời, François Nourricier nêu lên câu hỏi: "Qu'est ce qu'un lecteur?", và ông đáp: "C'est une lectrice." Cũng độ ấy các cô cậu teen-ager đang tung hoành, làm ồn lên khắp Âu Mỹ, ban hát The Beattles hốt bạc vô số kể.

Ở ta vào thời các ông Phạm Quỳnh, Nguyễn Văn Vĩnh ra tay làm báo viết sách, Tản Đà viết truyện làm thơ:

"Đời đáng chán hay không đáng chán
Cất chén quỳnh riêng hỏi bạn tri âm"

chúng ta nghĩ trong đám bạn độc giả "tri âm" của họ bấy giờ không thể có cô nào ở tuổi sợ ma: toàn thị là những khách nam nhi ưu thời mẫn thế, tuổi tâm tình (không phải tuổi đời) hẳn không dưới ba mươi.

Kế sau đó, vào thời Nhất Linh, Xuân Diệu, Nguyễn Bính v.v... quần chúng tri âm có lẽ là những thanh niên ở lứa tuổi hai mươi cả nam lẫn nữ. Sau nữa, sau 1954, vì lẽ thời cuộc và chiến tranh có làm cho con người già đi, khắc khổ đi phần nào, cho nên đám bạn tri âm của những Nguyễn Mạnh Côn, Vũ Khắc Khoan, Võ Phiến, Doãn Quốc Sỹ v.v... chẳng những không tiếp tục cái chiều hướng xuống tuổi mà lại có vẻ như già dặn hơn lớp trước, lại có nhiều nam tính hơn trước. Thế rồi chừng mười năm sau, như chúng ta vừa thấy, xảy ra một cuộc đổi giống và trụt tuổi ào ào.

Văn hóa càng lan rộng càng thấm xuống thấp càng hay. Về phương diện xã hội người ta phải mừng cho những tiến bộ đạt được trong thời kỳ này, người ta phải hãnh diện về vai trò của đàn bà và trẻ em trong sinh hoạt văn nghệ nước nhà. Tuy nhiên, về mặt nghệ thuật, chuyện không hẳn luôn luôn đáng mừng. Tôi nghĩ đến trường hợp những tác giả bị các độc giả "thân ái" của mình nắm tay lôi tụt theo, lôi từ tuổi cao xuống tuổi thấp, từ một tuổi trung niên đầy ưu tư xuống một lứa tuổi ô mai nũng nịu hay toe toét chẳng hạn. Tôi nghĩ đến trường hợp rủi ro của những Sartre, Malraux... vào thập niên 60 ở Pháp bỗng thấy mình lẻ loi và đột nhiên xoay ra viết truyện kiểu Yêu, kiểu Vòng tay học trò v.v... cho hợp nhu cầu thị trường.

Nhất Linh có lần nói đến vai trò của người đọc trong sự phát triển văn hóa; và vai trò ấy ông coi nặng, nặng lắm, nặng hơn vai trò của... người viết: "Nền văn hóa của một nước cao hay thấp không phải ở chính các nhà văn mà chính là ở độc giả."[50] Tại sao vậy? Ông cắt nghĩa: "Không phải ở các nhà văn mà chính là ở sự đòi hỏi của đa số dân chúng nên ở các nước Âu Mỹ và Nhật Bản mới có một lâu đài đồ sộ về văn hóa vượt xa nước mình một bực.

Kể riêng về mặt văn hóa, nước mình có một số nhà văn có thể sánh ngang với các nhà văn nước khác, nhưng trình độ độc giả lại thấp kém; các nhà văn Việt

---

[50] Nhất Linh, Viết và đọc tiểu thuyết, nhà xuất bản Đời Nay, Sài Gòn, 1969, trang 101.

Nam không thể sống nổi được nếu cứ cố viết có nghệ thuật cao. Vì sinh kế họ sẽ phải viết theo thị hiếu của độc giả mới có người coi và sách mới bán được."[51]

Một lần nữa, tôi lại trở về với cái "tội" lớn của độc giả đối với văn chương, lần này dựa lưng cẩn thận vào một uy tín! Tôi quá quắt vậy sao? Thực ra, chủ ý không phải thế. Viết theo thị hiếu là do văn sĩ mềm lòng, đừng trách độc giả nặng quá. Dân ta từ trước vốn ít đọc, gần đây khối quần chúng độc giả được mở rộng thêm, thế đã là một điều quí hóa rồi. Cái đám quần chúng độc giả mới gia nhập ấy thoạt đầu trình độ thấp, rồi dần dần sẽ cao, cao như ở Âu Mỹ, ở Nhật Bản. Trước mở rộng phạm vi, sau nâng cao trình độ: cứ tuần tự tiến dần. Trong khi chờ đợi, nếu có những nhà văn nóng lòng xuống đường thì xin cứ tự tiện, lẽ nào vừa vội vàng hốt bạc vừa nghiêm khắc mắng mỏ độc giả.

Còn Nhất Linh, ông nhấn mạnh vào trách nhiệm của độc giả là vì ông đang chỉ dạy về cách đọc sách, ông đang làm công việc nâng cao trình độ quần chúng. Có lẽ chỉ vì vậy thôi.

XUẤT BẢN

Một thời kỳ mới

Sau tác giả và độc giả, nên nhìn qua một chút vào giới xuất bản. Trong sinh hoạt văn nghệ, ngoài kẻ viết người đọc ra, hoạt động xuất bản lắm lúc cũng có một ảnh hưởng đáng kể. (Bằng chữ "xuất bản" tôi muốn nói chung cả các công việc in sách, phát hành sách.) Chẳng

---

[51] Như trên.

hạn trong cái sinh hoạt văn nghệ lưu vong của chúng ta hiện nay, việc xuất bản sách gặp khó khăn trong sự phát hành ở những quốc gia quá rộng lớn: chắc chắn điều đó có kiềm hãm sự phát triển văn nghệ không ít. Giả sử có được một tổ chức phát hành đứng đắn, phổ biến ấn phẩm rộng rãi, thu nhặt đầy đủ tiền bạc từ các đại lý để thanh toán cho nhà xuất bản, cho tác giả, thì từ 1975 đến nay hẳn phải có nhiều tác phẩm Việt ngữ ra đời hơn, nền văn học Việt Nam ở hải ngoại hẳn là phong phú hơn nhiều. Lại chẳng hạn trong thời kỳ 1954-75 ở Miền Nam có hiện tượng những nhà xuất bản do văn nghệ sĩ chủ trương, cái đó chắc chắn cũng gây một ảnh hưởng không nhỏ vào cục diện văn hóa: nếu không có những nhà xuất bản ấy, có thể một số lớn tác phẩm giá trị đã không có cơ hội ra đời, và thành tích văn học Miền Nam do đó nghèo đi nhiều.

Liên quan đến chuyện xuất bản, trong khoảng trước sau vài mươi năm ở Miền Nam có những sự kiện đáng chú ý:

Hồi tiền chiến một cuốn "Sách Hồng" cho trẻ con giá bán 50 xu thì 1 xu mua được 2 cái trứng vịt; sau này lúc một cuốn sách cho trẻ bán 50$ thì mỗi cái trứng vịt giá 45$.[52] So với vật thực, với món ăn cho thể chất, thì món ăn tinh thần xuống giá gần 100 lần. Sách báo rẻ hẳn đi, rẻ mạt, dễ mua quá chừng.

Hồi trước người Việt Nam còn học bằng tiếng Pháp, đa số độc giả đọc Pháp văn, trong các hiệu sách phần

---

[52] Nhận xét của ông Khai Trí trong phiên họp tiểu ban Nhân văn thuộc Hội đồng Văn hóa và Giáo dục, ngày 27-2-1974.

sách báo ngoại ngữ quan trọng hơn là phần Việt ngữ. Hiệu sách Khai Trí lúc bấy giờ thường bán 70% sách ngoại văn (trong số ấy 50% là Pháp văn), so với 30% sách Việt ngữ. Sau này hàng ngày bán ra độ chừng 80% sách Việt, 20% sách ngoại văn.[53] Ấy là ở tại Sài Gòn, chứ tại các tỉnh sách báo ngoại ngữ càng ít hơn nhiều. Sách Việt thắng lớn, gần như độc chiếm thị trường.

Ấy là chưa kể những chuyện vẫn thường được nói đến, như dân số gia tăng, như sĩ số gia tăng cực nhanh, số trường đại học mở thêm nhiều, trong đó các phân khoa về nhân văn bao giờ cũng vượt xa những ngành học về khoa học kỹ thuật.

Như thế, ngành xuất bản có nhiều lý do để phát triển mạnh. Và thực ra, nó đã phát triển. Riêng ở đô thành Sài Gòn đã có cả nghìn nhà in, 150 nhà xuất bản.[54] Những nhà xuất bản như Sống Mới, Khai Trí, Trường Thi, Nguyễn Đình Vượng, Trí Đăng... những nhà phát hành như Thống Nhất, Nam Cường, Đồng Nai, Á Châu v.v..., mức hoạt động của họ chắc chắn các đồng nghiệp thời tiền chiến không thể nào sánh nổi. Nhà Lá Bối chẳng qua là một nhà xuất bản cò con: không có hàng đoàn xe chở sách đi các tỉnh, không có nhà in riêng, không xuất bản sách giáo khoa, thậm chí không có cả một cửa tiệm ngoài đường phố; ấy vậy mà khi cộng sản chiếm Miền Nam, đến tịch thu kho sách Lá Bối ở Tân Phú (ngoại ô đô

---

[53] Do ông Khai Trí cho biết vào phiên họp đã nói.

[54] Nguyễn Khắc Ngữ, Những ngày cuối cùng của Việt Nam Cộng Hòa, tủ sách Nghiên Cứu Sử Địa, Gia-nã-đại, 1979, trang 97.

thành Sài Gòn) chở đi suốt hai ngày mới hết, số sách tịch thu trị giá đến 60 triệu đồng tiền cũ.[55]

Số lượng các nhà xuất bản tăng lên nhiều, số lượng ấn hành của mỗi tác phẩm cũng tăng thêm dù không cao lắm. Hồi tiền chiến mỗi tác phẩm mỗi lần in trung bình chừng hai nghìn bản; sau 1954 đại khái số ấn hành trung bình mỗi lần cho một tác phẩm văn nghệ là ba nghìn bản.[56]

Ngành xuất bản phát triển về qui mô, và cũng cải tiến về kỹ thuật. Cuốn sách ra đời ở Sài Gòn trước 1954 về mặt hình thức trông xoàng xĩnh. Thanh Nam có một nhận xét: "Hình bìa do họa sĩ Lê Trung trình bày. Ông này vẽ cả trăm cô gái trên bìa sách, bìa báo đều giống nhau như đúc, gái quê hay gái thành phố thì cũng đều có khuôn mặt như đầm lai, mắt to như mắt búp-bê, riềm mi cong vút, mũi cao, môi trái tim, ngực nở, eo thon và đặc biệt thân mình cô nào cô nấy ngắn ngủn".[6][57] Loại bìa trình bày kiểu ấy về sau này rồi vẫn còn tiếp tục xuất hiện trên các sách bình dân, nhưng phần lớn sách báo

---

[55] Thư của ông Từ Mẫn, giám đốc nhà Lá Bối, viết ngày 13-3-84.

[56] Đầu năm 1969, tạp chí Bách Khoa từ số 289 đến số 295 có đăng loạt bài phóng sự của Ngê Bá Lí về ‚Tình hình xuất bản sách trước và sau biến cố tết Mậu Thân 1968'. Theo ý kiến của các vị được phỏng vấn thì các năm 1965-1966 là những năm cực thịnh của ngành xuất bản ở Miền Nam. Hai nhà đặc biệt in nhiều: nhà Văn Nghệ chuyên tái bản sách của Khái Hưng và nhà Văn chuyên in loại sách phổ thông bán giá hạ, trả tác quyền thấp. Ngoài ra, nhà Miền Nam chuyên in lại các tiểu thuyết đã đăng vào nhật trình.

[57] Thanh Nam, ‚Hai mươi năm viết văn làm báo ở Sài Gòn', Văn, Hoa Kỳ, số 21, trang 99 và 100.

khác đã có bộ mặt trang nhã mỹ thuật hơn nhiều; sách
do các nhà Cảo Thơm, An Tiêm, Quan Điểm, Thời Mới,
Lá Bối, Sáng Tạo v.v... ấn hành, có thứ giản đơn có thứ
cầu kỳ kiểu cách, nhưng nói chung đều đẹp, nhờ ở sự
cộng tác của một thế hệ họa sĩ lớp mới: Thái Tuấn, Duy
Thanh, Ngọc Dũng, Tạ Ty, Nguyễn Trung, Đinh Cường
v.v...

Một hiện tượng mới: xuất bản tài tử

Ngành xuất bản có lớn mạnh nhưng giới văn nghệ
không hưởng được mấy ở cái qui mô lớn mạnh ấy: các
nhà xuất bản chuyên nghiệp dần dần chuyển hướng
hoạt động về phía sách giáo khoa, họ bỏ rơi các nhà văn.
Và đó là một đặc điểm của tình hình xuất bản trong thời
kỳ này.

Trước 1954 một mặt sĩ số trong nước chẳng được
bao nhiêu, một mặt sách giáo khoa tiếng Việt do nhà
nước soạn thảo ấn hành, sách tiếng Pháp được in từ
Pháp gửi sang bán, do đó mà giới xuất bản chỉ có in sách
văn nghệ. Văn gia với xuất bản gia lúc bấy giờ thật khắng
khít.

Sau 1954 mối liên hệ ấy dần dần hóa lỏng lẻo. Độc giả
văn nghệ không tăng mấy mà kẻ cần sách giáo khoa thì
tăng vùn vụt. In một nhan đề sách văn nghệ mỗi kỳ đôi
ba nghìn cuốn, tiêu thụ chậm chạp; in một nhan đề sách
giáo khoa bậc trung học vào mỗi kỳ khai giảng có thể tới
mười lăm, hai chục nghìn bản, bán vèo vèo, tới tấp. Như
thế mãi tíu tít dồn người trông coi khu vực sách giáo
khoa chưa xiết, có đâu ôm đồm cả sách văn nghệ. Do đó
có nhà đành từ biệt sách văn nghệ, có nhà chỉ còn thì giờ
in văn nghệ phẩm lai rai vào những tháng rảnh rỗi giữa

niên khóa, có nhà không trực tiếp đảm trách mà chỉ bảo trợ một số tay xuất bản cò con chuyên về sách văn nghệ: nhà Sống Mới đỡ đầu những nhóm Vàng Son, Phù Sa, Đất Sống..., nhà phát hành Hiện Đại thì đỡ đầu những nhà xuất bản Gió, Kinh Thi, Khai Phóng, Kẻ Sĩ v.v...

Chúng ta đã có lần nói về hoạt động xuất bản của các nhà văn thời kỳ 54-75, cho rằng tự xuất bản lấy sách mình thì văn sĩ kiếm được một món tiền khá hơn là bán tác phẩm, và họ lại được tự do chọn in những cuốn mình thích, khỏi phải tùy thuộc vào sự phán đoán của nhà xuất bản. Đến đây chúng ta thấy rằng ngoài những lý do chủ quan ấy còn có cái lý do khách quan do tình thế đặt ra: nhà văn bấy giờ không tiện chen lấn nhau với các nhà giáo, chen lấn trong thế bất lợi, trước con mắt hững hờ của giới xuất bản. Họ ra tay tự lo lấy việc của mình vậy. Trong số các văn gia kiêm việc xuất bản có kẻ làm vì lý do này người làm vì lý do khác, không phải ai nấy đều chờ đợi đủ ba lý do.

Tự xuất bản sách sớm nhất là Nguyễn Hiến Lê, Thế Phong (nhà Đại Nam Văn Hiến), Bình Nguyên Lộc (nhà Bến Nghé); những vị này trước sau gần như chỉ in sách của mình mà thôi: nhà xuất bản Nguyễn Hiến Lê ra đời năm 1954 in đến hàng trăm nhan đề, nhà Bến Nghé thì ít hơn. Sau đó nhà Thời Mới do Võ Phiến chủ trương bắt đầu hoạt động từ năm 1962 đã xuất bản trên 50 nhan đề, nhà Sáng Tạo của Doãn Quốc Sỹ ra đời năm 1963, nhà Lá Bối của Nhất Hạnh ra đời từ tháng 10-1964 đã ấn hành chừng 120 nhan đề, nhà An Tiêm tách từ Lá Bối ra năm 1965 cũng in chừng 80 nhan đề, rồi nhà xuất bản Huệ Minh của Hồ Hữu Tường, nhà Phù Sa của Sơn Nam và Ngọc Linh, nhà Giao Điểm của Trần Phong Giao, nhà

Ngèi Xanh của Nguyễn Ngu Í, nhà Thương Yêu của Nhã Ca, nhà Tuổi Ngọc của Duyên Anh, nhà Trình Bày của Thế Nguyên, nhà Thái Độ của Thế Uyên, nhà Ca Dao của Hoài Khanh, nhà Huyền Trân của Nhật Tiến, nhà Kẻ Sĩ của Tô Thùy Yên, nhà Quan Điểm của nhóm Nghiêm Xuân Hồng, Mặc Đỗ, Vũ Khắc Khoan, nhà Mặt Đất của Nguyễn Đức Sơn, nhà Hoàng Đông Phương của Nguyễn Thị Hoàng v.v...

Từ trước đến nay chưa bao giờ văn giới ào ào lăn vào doanh nghiệp đông đảo đến thế. Đó là hiện tượng độc đáo của một thời kỳ.

Nguyễn Hiến Lê tính ra trong năm 1964 tại Sài Gòn có bốn năm nhà gọi là lớn trên tổng số trên tám chục nhà xuất bản. Số còn lại là... cò con; có lẽ đa số là của văn nghệ sĩ. (Con số này tăng dần cho đến "những ngày cuối cùng" của Nguyễn Khắc Ngữ, thành ra là 150 nhà.) Ông Nguyễn Hiến Lê cũng có mô tả cảnh "hoạt động" của các nhà xuất bản nghệ sĩ, một chuyện ngộ nghĩnh chắc chắn là hiếm thấy ở các nước Tây phương: "Các vị ấy rán bóp bụng để dành một số tiền, xuất bản lấy tác phẩm rồi phát hành lấy. Không mướn một người làm công nào cả. Vợ chồng con cái chia nhau mà làm hết mọi việc và chịu sống rất chật hẹp để có chỗ chứa sách ngay ở phòng viết, phòng ăn, phòng ngủ, bất kỳ nơi nào có một chút chỗ trống. Khách tới mua sách dù chỉ là mươi cuốn được vài trăm đồng thì gia đình cũng nhốn nháo cả lên: tìm xem sách chất ở đâu (nhiều người chưa quen có thứ tự), leo lên lấy, phủi bụi, rồi mở ra đếm, giao cho khách, tính tiền, thu tiền..., cảnh cảm động mà thực vui. Hạnh phúc trong gia đình ở chỗ cùng tiếp tay nhau làm việc."[58] Trong số "các vị" được hưởng thứ hạnh phúc này tất nhiên có ông Nguyễn Hiến Lê, kẻ dẫn đầu, kẻ khởi xướng, có đầy đủ thẩm quyền để phát biểu thay cho cả giới.

Về mặt kinh doanh, in sách văn nghệ không đem lại một lợi tức lớn lao, đúng như sự tính toán khôn ngoan của các nhà xuất bản chuyên nghiệp. Bằng chứng hiển nhiên là sau mười năm, mười lăm năm hoạt động, không có một nhà văn nào giàu có nhờ xuất bản cả. Trái lại, vào cuối thời kỳ, vào những năm 72, 73, 74, khi mà các nhà sách giáo khoa "hốt bạc" lớn thì các nhà xuất bản in sách văn nghệ đa số lâm cảnh kẹt vốn, lần lượt ngưng hoạt động. Đến 1974 thì hoạt động này như tê liệt hẳn.

Kể ra trong tình trạng bình thường, in sách (kể cả sách văn nghệ) không phải là một sự phiêu lưu mạo hiểm, một cuộc "hy sinh" cho văn hóa. Ở ta lúc bấy giờ cuốn sách in ra phải trả cho nhà in 25%, trả tác quyền 10%, giảm cho nhà phát hành từ 40% (nếu gửi bán, thu tiền sau) đến 50% (nếu bán ngay lấy tiền mặt), tặng biếu, hư hao, ế đọng chừng 10% (nếu bán lấy tiền mặt được ngay thì khỏi bị hư hao ế đọng). Như vậy chi ra tất cả 85%, lời được 15%. Ấy là nói về trường hợp sách tiêu thụ được trọn vẹn. Dĩ nhiên thỉnh thoảng có những cuốn không bán được, nằm ì ra hàng đống, đè lên cái vốn nhỏ nhoi èo uột của người văn nghệ sĩ. Dù sao cuốn này bù cuốn khác, rốt cuộc công việc vẫn tiến hành được đều đều hàng chục năm trời, cho đến giai đoạn cuối cùng của

---

[58] Tình hình xuất bản trong năm 1964', tạp chí Tin Sách bộ mới số 35, tháng 5-1965.

cuộc chiến, nó mới gặp bế tắc, cái bế tắc chung cho nhiều hoạt động khác trong xã hội.

Nhưng về mặt văn hóa, hiện tượng người văn nghệ làm xuất bản đã cải thiện tình thế đáng kể. Văn nghệ sĩ xuất bản thì thường thường về hình thức sách in đẹp hơn, về nội dung sách được chọn lựa tinh hơn giới kinh doanh chuyên nghiệp. Như thế là phải, bởi vì việc trình bày minh họa do các họa sĩ bạn bè thân hữu, việc tìm chọn bản thảo do chính người văn nghệ đảm nhiệm. Người ta nhận thấy các nhà xuất bản này dám chọn dám in những tác phẩm đầu tay của các tác giả chưa có tên tuổi, điều mà giới chuyên nghiệp rất ngần ngại; mặt khác họ lại không bị cái món lợi lớn lao của những sách bình dân sách tiêu khiển cám dỗ: hình như không có nhà xuất bản nào do văn nghệ sĩ chủ trương mà in loại truyện Kim Dung, Quỳnh Dao, in truyện gián điệp, trinh thám v.v...

Hơn nữa, sự tin cậy vào một tên tuổi văn nghệ, vào một cơ sở xuất bản có uy tín khiến độc giả mạnh dạn hơn trong việc mua sách. Nhất là vào giai đoạn mà tình hình chiến tranh sôi động và kinh tế khó khăn làm giảm sức mua của quần chúng thì vai trò của những nhà xuất bản này thật là quan trọng. Võ Hồng trước cho xuất bản một cuốn truyện là Hoài cố nhân, sau đó nhiều năm vẫn không được mấy ai chú ý, từ khi sách của ông được các nhà Thời Mới và Lá Bối ấn hành tự dưng số người đọc ông tăng hẳn lên. Lại như trường hợp cuốn Sử ký của Tư Mã Thiên. Cuốn ấy trước đã do Nhượng Tống dịch, sau này do hai ông Nguyễn Hiến Lê và Giản Chi dịch lại. Khi Lá Bối định in cuốn sau thì bản dịch của Nhượng Tống, do Khai Trí tái bản vẫn còn trên thị trường. Ông Nguyễn

Hiến Lê đến nhà Khai Trí dò hỏi tình hình, được ông Khai Trí cho biết: bản dịch Nhượng Tống in ba nghìn bản cách đã ba năm, chỉ bán được hai nghìn. Nhà Lá Bối bèn in ra ba nghìn bản khác và bán trong vòng sáu tháng thì hết sách mà thư các nơi còn gửi về tới tấp đòi mua thêm.

Trong các nhà xuất bản loại này, Lá Bối là trường hợp đặc biệt: tuy do cá nhân phụ trách nó lại có cái danh nghĩa của giáo hội Phật giáo, nó vừa nương theo sức mạnh của phong trào Phật giáo lúc bấy giờ vừa dựa vào uy tín của nhà văn Nhất Hạnh vừa nhờ ở sự quản trị tận tình của tu sĩ Từ Mẫn.

Kiểm duyệt

Liên quan đến chuyện xuất bản trong thời kỳ này, chúng ta nghe nhiều tiếng kêu than về vấn đề kiểm duyệt. Kiểm duyệt, thật ra giới cầm bút Việt Nam đã phải đối đầu với nó lâu rồi, từ hồi Pháp thuộc, Nhật thuộc cho đến nay; dưới các chế độ thực dân, phong kiến rồi cộng sản, chưa bao giờ sách báo Việt Nam được hưởng tự do thực sự. Tuy vậy trước kia ta không có sức chống đối, sau này ở Miền Nam sự chống đối bày tỏ công khai và mỗi lúc mỗi ồn ào: công kích trên báo chí, sách vở, phản đối bằng kiến nghị, chế giễu bằng thơ, bằng họa v.v..., dựa trên Hiến pháp mà chống đối thẳng tay. Tú Kếu chẳng hạn réo chửi "mụ già Kiểm duyệt" thậm tệ:

"Mặt vác lên như cái mẹt!
Mõm heo đớp chẳng vừa
Răng chuột chuyên đục khoét
Hôi như bọ hung
Độc hơn bọ chét

Nhìn thấy chữ là cắn là cào
Trông thấy mặt là la là hét!"

Không những mắng Kiểm duyệt, ông còn xỉ vả đích danh Chánh sở Kiểm duyệt nữa:

"Ông chánh sở thiệt là huê mỹ
Mang họ Văn thì vẻ phải hay
Thế mà từ bấy lâu nay
Riêng ta cứ tưởng là tay cù lần.
... Họ Văn đục chữ đã đau
Lại còn tên Thái, cơ cầu hay chưa?
... Đè đầu ông Thái hết mình
Giống như thằng mõ giữa đình thái... gân!"
Có lúc Tú Kếu nổi sùng, văng tục:
"Phối hợp như ông phối cái gì
Càng thêm mọi rợ xứ man ri
Phối vê bạc cắc, quân cường đạo
Hợp giết ngôn từ, lũ tặc nhi
Nghệ đã tinh thông nghề thái thịt
Thuật đang bành trướng thuật nâng bi!
Mẹ cha văn hóa buồn năm phút
Sửa soạn mang chôn chốn nhị tỳ."

Kể ra một "mụ Kiểm duyệt" chịu đựng được chừng ấy lời réo chửi dữ dằn thì mụ cũng không có vẻ gì hung tợn. Vả lại xứ sở đang lâm chiến với cộng sản, và thực tế sau 1975 cho thấy rõ là trước đó đã có rất nhiều cán bộ văn hóa cộng sản nằm vùng chấp hành những kế hoạch phá hoại hiểm độc tại Sài Gòn, cho nên chế độ kiểm duyệt bấy giờ không phải không cần thiết. Một số nhà văn như Nguyễn Mạnh Côn hồi ấy trước sau không chịu ký tên vào bất cứ bản kiến nghị chống kiểm duyệt nào.

Nhưng điều oái ăm là kiểm duyệt không hoàn toàn hữu hiệu trong việc ngăn chống hoạt động của cộng sản mà lại gây ra nhiều rắc rối trở ngại cho sinh hoạt văn nghệ. Phần lớn các tai hại bực mình gây ra là do luật lệ điều hành có những khoản lúng túng, luộm thuộm, không hợp lý, nhất là do nhân viên phụ trách thiếu hẳn khả năng và tư cách.

Chẳng hạn giấy phép xuất bản có lúc có giá trị trong sáu tháng, có lúc lại chỉ có giá trị trong vòng ba tháng. Những tác phẩm dày từ khi nhận được giấy phép cho đến khi in xong thường quá thời hạn ấy, phải xin kiểm duyệt lại, và rồi lại bị cấm: bao nhiêu là vốn liếng của nhà xuất bản đi đời!

Lại chẳng hạn một cuốn triết luận của Đoàn Nhật Tấn bị cấm vì đề cập đến thuyết tiến hóa của Darwin (Chấp nhận vượn thành người là duy vật cộng sản!), một cuốn truyện của Võ Hồng bị cấm vì kể chuyện kháng chiến chống Pháp, một cuốn truyện của Bùi Đăng đã được chính bộ Thông tin mang ra quay thành phim lại bị nhân viên cấm lầm để rồi sau đó hối hả cấp giấy phép trở lại! v.v... Thậm chí chánh sở kiểm duyệt có người đã nói bô bô là sở có nhiệm vụ ngăn chận những sách "kém giá trị", chỉnh đốn hay loại bỏ những chỗ "văn chương tồi tệ" v.v...

Thoạt đầu dưới nền đệ nhất cộng hòa, tình hình còn ổn định, chính sách không thay đổi liên tiếp, giấy phép xuất bản sách không cần phải hạn định hiệu lực quá ngắn. Về sau, tình hình biến đổi thoăn thoắt, chính phủ lập lên đổ xuống liền liền, chủ trương đường lối của mỗi chính phủ mỗi khác, có những vấn đề những nhân vật lúc này nói được mà lúc khác không tiện nói đến, sự thực hôm nay không thực đến ngày mai: bản thảo đành ba tháng xét lại một lần!

Lại nữa ban đầu, hồi đệ nhất cộng hòa, kiểm duyệt là công việc của cả một hội đồng liên bộ, chủ tịch là giám đốc nha Báo chí bộ Thông tin; vì vậy kêu rêu có kêu rêu (văn giới lúc nào chẳng kỵ kiểm duyệt?), nhưng nhiếc móc xỉ vả thì chưa có. Về sau, nó tụt dần xuống hàng một sở nằm trong bộ Thông tin, do một viên chánh sự vụ điều khiển; nhân sự ban đầu còn khá, càng lâu kẻ khá rút đi dần, phải vơ bèo vạt tép, dùng đến hạng chẳng có kiến thức gì, ngồi làm mục tiêu cho những giễu cợt xỉa xói của dư luận.

GHI CHÚ

Khi tập sách này đang in, tôi may mắn được đọc bộ Hồi ký của cố học giả Nguyễn Hiến Lê, gặp đoạn nói về ngành xuất bản và lối làm việc của văn giới Miền Bắc, xin mạn phép trích dẫn ý kiến của một nhân vật vẫn được tin cậy:

(...) *Tôi thấy ngành xuất bản ngoài đó không phát triển mạnh, sách báo in chỉ bằng một phần năm trong Nam; đa số, có thể nói là gần hết nhà văn, nhà biên khảo làm việc ít, chậm, không hăng say, không "đua nở". Trong hai chục năm sau ngày tiếp thu Hà Nội, không có nhà văn nào cho ra được chín, mười tác phẩm, trung bình chỉ được một, hai.*

Không có gì kích thích họ sáng tác mạnh. Họ đều là công chức, dù không viết gì thì cũng được lãnh khoảng 60$ một tháng, thời trước 1975, tạm đủ sống một mình; nếu viết lách thì phải có danh lớn, hoặc bồ bịch, bè phái thì mới hi vọng được in; vì vậy ta thấy nhiều cuốn có lời *đề tựa của một "anh lớn", thứ trưởng, viện trưởng... nào đó, điều đó tối kỵ ở trong Nam.*

Bản thảo gởi tới một nhà xuất bản, phải bị kiểm duyệt vài ba lần, một lần về tư tưởng, một lần về hình thức, gì gì đó; thoát được mấy cửa ải đó lại phải qua vài lần duyệt nữa xem có hợp thời không, có đáng in ngay không và có ngân sách, có giấy để in không. Phải có ông lớn nào đặc biệt ủng hộ mới mau được in, nếu không thì bị dìm cả chục năm như bộ Tự điển truyện Kiều của Đào Duy Anh; hễ năm sáu năm sau được in thì cũng đã là may rồi. Nhà xuất bản nào cũng có cả mấy chục tác phẩm chưa in được, nhà văn có tên tuổi nào cũng có vài ba tác phẩm nằm ở nhà xuất bản. Có nhà khảo cứu bỏ ra mấy năm soạn một bộ công phu mà không in được, chính phủ an ủi bằng cách trả cho một số tiền nhỏ vài ba trăm đồng rồi giữ bản thảo làm tài liệu cho một cơ quan. Như vậy ông giám đốc một nhà xuất bản lớn thành như một lãnh chúa về văn hóa.

(Hồi ký, trang 584)

MẤY NÉT TỔNG QUÁT
VỀ NỀN VĂN HỌC 1954-75

BỐI CẢNH

Thời kỳ 1954-1975 mở đầu tưng bừng, kết thúc bi đát. Trong hai mươi năm ấy Miền Nam trải qua nhiều diễn biến dồn dập, và toàn là những diễn biến lớn lao, ảnh hưởng đến xã hội, đến đời sống mọi người một cách sâu xa, căn bản. Thật vậy, những cuộc di cư hàng triệu người từ Bắc vào Nam, rồi hàng triệu người từ Việt Nam sang Tây phương là chuyện chưa từng xảy ra trong lịch sử dân tộc, cũng là chuyện hiếm thấy trong lịch sử nhân loại; cuộc chiến tranh quốc cộng giữa Nam Bắc Việt Nam vừa rồi là một cuộc chiến tranh cực kỳ ác liệt tàn nhẫn; sự có mặt của hàng triệu quân nhân Mỹ tại Miền Nam, cuộc tiếp xúc đầu tiên của người Việt với nếp sống Mỹ là một kinh nghiệm hoàn toàn mới mẻ đối với dân tộc ta... Một tình hình như thế nhất định phải đưa đến những thay đổi sâu xa trong tâm hồn chúng ta, và do đó, trong chiều hướng văn học nghệ thuật Miền Nam lúc bấy giờ.

Trước đó, trước 1954, trong thời kháng chiến chống Pháp, dân chúng trong các vùng quốc gia sống những ngày thiếu tự tin trong khu vực bị trị, trong một hoàn cảnh xã hội sa đọa, bất công. Năm 1954, cùng với cuộc ngưng bắn 20-7, đã xảy ra nhiều sự kiện liên tiếp khiến tình hình ở Miền Nam trở nên sáng sủa. Với tinh thần tin tưởng, phấn khởi, Miền Nam bắt đầu xây dựng trên mọi lãnh vực: quân sự, chính trị, kinh tế, giáo dục, văn học nghệ thuật v.v...

Khi thuận lợi

Trong những yếu tố quan trọng của tình hình Miền Nam vào giai đoạn này phải kể đến cuộc ngưng bắn, việc Pháp ký kết hiệp ước trao trả chủ quyền cho Việt Nam, rút quân về nước, cuộc di cư ồ ạt của đồng bào Miền Bắc vào Nam, lòng tin tưởng của dân Miền Nam đối với vị thủ tướng mới là Ngô Đình Diệm.

Cuộc ngưng bắn 20-7 tạm thời chấm dứt tiếng súng, gây một cảm tưởng an bình, khiến người ta yên lòng bắt tay vào công việc xây dựng. Việc thu hồi chủ quyền quốc gia, sự rút quân của Pháp, cùng với lòng tin tưởng ở một vị lãnh đạo trong sạch đánh tan cái mặc cảm của khối người Việt ở vùng quốc gia, khiến họ thấy mình có chính nghĩa. Trong phấn khởi của những ngày đầu sau hiệp ước Độc Lập 4-6-54, Miền Nam thống nhất các lực lượng vũ trang, truất phế Bảo Đại dựng lên chế độ cộng hòa, tiến hành ngay những công trình xây dựng qui mô: xây đập, dựng cơ sở thủy điện, thành lập các vùng định cư, khu dinh điền v.v...

Mặt khác cuộc di cư hàng triệu đồng bào từ Bắc vào tuy có lúc gây khó khăn lớn cho chính quyền trong việc định cư, nhưng lại đem đến những lợi ích lớn lao về nhiều phương diện: nó gây một tác dụng mạnh mẽ vào tinh thần của lớp người thân cộng bấy lâu sống "trong thành"; nó đưa vào Nam một số nhân tài Miền Bắc, số người này về sau đã có những đóng góp đáng kể trên nhiều lãnh vực tại Miền Nam; nó tiếp phụ vào Miền Nam thêm một số đặc điểm quí báu của nếp sống Bắc, của cá tính Miền Bắc, khiến cho sinh hoạt Miền Nam thêm phong phú...

Cũng trong khoảng thời gian này xảy ra những cuộc nổi dậy ở Ba-lan, ở Hung-gia-lợi, cuộc khởi nghĩa ở Quỳnh Lưu, xảy ra vụ Nhân Văn Giai Phẩm ở Hà Nội v.v... Các khủng hoảng bên phía cộng sản gây thêm tin tưởng cho khối trí thức văn nghệ sĩ đã chọn lựa Miền Nam, đem lại cho họ một hào hứng mới.

Trong hoàn cảnh như thế, nền văn học Miền Nam bắt đầu tưng bừng với sự xuất hiện một loạt văn nghệ sĩ mới: Doãn Quốc Sỹ, Võ Phiến, Mai Thảo, Mặc Đỗ, Vũ Khắc Khoan, Nguyễn Mạnh Côn, Hiếu Chân v.v... với một chiều hướng mới là nhất nhất chống lại độc tài cộng sản, với sự ra đời tới tấp những cơ sở báo chí, xuất bản mới: Bách Khoa, Sáng Tạo, Tự Do, Văn Hóa Ngày Nay, v.v...

Tiếp theo lớp đầu tiên ấy là một loạt đông đảo những nhà văn trẻ hơn: Nhật Tiến, Lê Tất Điều, Nhã Ca, Trần Dạ

Từ, Viên Linh, Duy Lam, Thế Uyên, Duyên Anh, Nguyễn Đình Toàn v.v...

Trong vòng chưa tới năm năm, nền văn học mới thành hình, trưởng thành vững vàng.

Lúc suy đồi

Nhưng từ khoảng 1959 về sau tình hình suy đồi dần dần. Cộng sản bắt đầu đánh phá các nơi; cơ sở nằm vùng của họ xuất lộ, hoạt động. Ở nông thôn đời sống trở nên bất an, ở thành phố nổi lên những thì thào bất mãn. Trong hàng ngũ quốc gia có những chia rẽ mỗi lúc mỗi trầm trọng. Ban đầu là sự bất bình của các chính khách, về sau lại thêm sự hiềm khích giữa các tôn giáo, rồi cuối cùng là sự xích mích trầm trọng giữa đồng minh Việt Mỹ. Cộng sản đẩy mạnh cuộc đánh phá: từ các hoạt động du kích họ tiến lên những trận đánh lớn với quân đội từ Miền Bắc đưa vào, từ những cơ sở nằm vùng địa phương họ tiến lên thành lập Mặt trận Tổ quốc, Mặt trận Giải phóng Miền Nam v.v..., trong lúc ấy thì ở phía bên này lại có sự ra đời của nhóm Caravelle, có chuyện quân nhân bất mãn dội bom dinh Độc Lập, rồi lại xảy ra cuộc nổi loạn của một số tướng lãnh v.v... Rồi bên ta Phật giáo ra sức chống chính quyền, biểu tình, tự thiêu; bên Mỹ nổi lên phong trào phản chiến. Tình thế càng rối, cộng sản càng đánh phá cho rối thêm. Trong cảnh túng quẫn Mỹ đỡ đầu một cuộc đảo chánh: tổng thống Ngô Đình Diệm bị hạ sát.

Từ đây cho đến ngày mất về tay cộng sản, Miền Nam không còn có được khoảng thời gian nào sáng sủa. Sau tháng 11-1963 các tướng lãnh liên tiếp đảo chính, phản đảo chính, chỉnh lý v.v..., các chính phủ kế tiếp nhau sụp đổ, các lực lượng tôn giáo, sinh viên chống đối nổi dậy liên miên trong thành phố. Hỗn loạn như thế, tất nhiên đời sống xã hội phải đảo điên: lạm phát mạnh, vật giá tăng cao vùn vụt, tham nhũng hoành hành, gian thương đầu cơ tích trữ, dân quê trốn bất an tràn về thành thị, nghèo đói khổ sở v.v... Chính quyền ta lúng túng loay hoay. Cộng sản thừa cơ đẩy mạnh các hoạt động đặc công và phá rối trong thành phố, tấn công lớn ở nông thôn, xua quân ào ạt từ Miền Bắc vào. Quân đội Việt Nam Cộng Hòa không đủ sức ứng phó, quân đội Mỹ và đồng minh được gởi vào.

Sự can thiệp trực tiếp của đồng minh, sự hiện diện của người Mỹ trên đất Việt Nam lại gây ra một số rắc rối nữa: Xã hội sa đọa thêm bên phía Việt Nam, phong trào phản chiến bùng nổ mạnh hơn bên phía Mỹ. Cộng sản cố gắng biểu diễn một vài màn ngoạn mục: Tết Mậu Thân, Mùa Hè Đỏ Lửa v.v... Và thế là bên Mỹ báo chí la hoảng lên, quốc hội nhất định trói tay chính phủ. Mỹ đành kéo quân về nước, bỏ mặc Miền Nam dưới núi vũ khí đổ tới từ Nga, Hoa, Tiệp-khắc...

Từ khi chiến tranh tái phát và cảnh chia rẽ nội bộ xảy ra, tinh thần dân chúng Miền Nam đâm hoang mang: những công kích phỉ báng, hoặc phơi bày trên báo chí hoặc lan tràn trong dư luận vô danh, làm mất lòng tin tưởng; cảnh chết chóc kéo dài làm nản lòng, phong trào phản chiến cùng với những báo chí, văn chương, phim ảnh từ ngoài tràn vào nuôi dưỡng tinh thần phản chiến trong nước. Trong tình cảnh buông xuôi ấy, sinh hoạt văn học nghệ thuật cũng thoái hóa theo. Sách tiêu khiển, sách dịch lấn át sáng sáng tác. Không có thêm những tạp chí văn nghệ mới có giá trị ra đời, chỉ còn những tờ cũ

(Văn, Bách Khoa) tiếp tục. Nhiều tác giả lớp trước vì mưu sinh phải chạy theo phong trào viết tiểu thuyết đăng báo hàng ngày; tác phẩm viết hối hả không còn giữ được mức giá trị như trước. Một lớp mới xuất hiện: Nguyễn Thị Hoàng, Nguyễn Mộng Giác, Phan Nhật Nam, Hoàng Ngọc Tuấn, Phạm Thiên Thư, Trần Thị Ng.H., Lệ Hằng v.v... Có người băn khoăn trong hoàn cảnh bế tắc, lại có những người phản ánh cảnh sống đọa lạc đồi trụy; có người nản lòng trước chết chóc hoang tàn...

Nói chung trong thời kỳ từ 1954 đến 1975 Miền Nam Việt Nam đã sống một thời kỳ tự do. Tình trạng chiến tranh và hoàn cảnh chậm tiến tất nhiên có hạn chế cái tự do ấy, nhưng rõ ràng trong suốt hai mươi năm, so với cuộc sống ở Miền Bắc thì Miền Nam lúc nào cũng đầy đủ hơn, thoải mái hơn, tự do cởi mở hơn một trời một vực. Trên sách báo cũng như trong dư luận quần chúng sự phê bình chỉ trích nhà cầm quyền được bày tỏ công khai. Các tôn giáo, các tư tưởng triết học, các khuynh hướng văn nghệ tha hồ phát triển, cạnh tranh nhau, có lúc va chạm nhau, xung đột nhau.

Thoạt đầu, Miền Nam xây dựng trong tin tưởng, phấn khởi, và đã đạt được những thành công khả quan trên nhiều lãnh vực. Dần dần các mối bất hòa xung đột nội bộ và sự công phá từ phía cộng sản làm cho tình hình suy đồi. Rồi cách can thiệp vụng về sai lầm của Hoa Kỳ đưa đến sự đổ vỡ.

Miền Nam hân hoan bắt đầu thời kỳ sau Genève bằng những nỗ lực tạo tác, bằng một đời sống thanh khiết, đạo hạnh (không mãi dâm, không cờ bạc, hút xách, không đa thê, nhân vị duy linh v.v...). Thế rồi sau một loạt lục đục, thất bại, Miền Nam sống những năm cuối cùng của mình trong chết chóc thảm thê, trong máu me bê bết, ngụp lặn trong đọa lạc nhầy nhụa, trong tội ác ngập tràn v.v...

Lý do tồn tại của Miền Nam biệt lập và đối lập với Miền Bắc là lý tưởng tự do. Từ buổi đầu đến khi sụp đổ, ở Miền Nam không ngớt có những kêu ca vì tự do, đòi hỏi thêm về tự do; tuy nhiên có lẽ cái tự do giới hạn mà nó đã hưởng cũng có một phần "đóng góp" vào cảnh hỗn loạn lúc bấy giờ. Phần còn lại là do sự bất lực của nhà cầm quyền, tham vọng vô trách nhiệm của giới chính trị, sự nông nổi của quần chúng, các sai lầm của đồng minh Hoa Kỳ, và phần quan trọng nhất dĩ nhiên là do những hoạt động giảo quyệt, tài tình và tàn bạo của cộng sản.

Hai giai đoạn

Từ 1954 đến 1975, tùy theo cách nhìn, đã có nhiều cách chia giai đoạn khác nhau. Tôi chỉ xin giản đơn phân thời kỳ này ra làm hai giai đoạn:

- Giai đoạn 1954-63, tương ứng với một tình hình chính trị ổn định, kinh tế phát đạt, quân sự vững vàng, với một tinh thần dân chúng phấn khởi lúc ban đầu.

- Giai đoạn 1963-75, tương ứng với một tình hình chính trị hỗn loạn, xã hội sa đọa, kinh tế suy sụp, an ninh bất ổn, với một tinh thần dân chúng dần dần trở nên thất vọng, chán nản, hoang mang.

Đại khái tình hình văn học phản ánh khá trung thành tình hình chung của mỗi giai đoạn.

VĂN HỌC

Đặc điểm

Hai mươi năm đảo điên, thảm khốc vừa qua trong tình hình Miền Nam Việt Nam tất nhiên cũng là hai mươi năm đổi thay xáo trộn trong tâm hồn người Miền Nam. Xáo trộn đổi thay thật là sâu xa. Bởi vậy giữa tâm hồn con người thời này với tâm hồn con người thời tiền chiến, giữa văn chương thời này với văn chương thời tiền chiến có những khác biệt lớn và đột ngột.

Nhất Linh bảo Nguyễn Vỹ: "Thế hệ trẻ ngày nay, họ không hiểu được tụi mình." Ngược lại chắc chắn hai ông cũng không hiểu được "tụi họ" đâu. Họ kỳ cục lắm cơ. Cho nên cái văn chương thể hiện tâm tình của họ cũng là một thứ văn chương mà thế hệ Nhất Linh khó lòng thưởng thức được. Nhất Linh bấy giờ chưa hẳn là già, mà những Doãn Quốc Sỹ, Chu Tử không thể bảo là còn non trẻ gì; tuổi tác cách nhau không bao nhiêu nhưng tâm hồn thì vời vợi.

Tính cách chính trị

MỘT THẾ HỆ KHỐN ĐỐN VÌ THỜI CUỘC

Giữa giới cầm bút thế hệ sau, Nhất Linh cùng những người lớp ông lạc loài thấy rõ. Một bên khốn đốn vật vã, một bên ung dung thư thái. Và oái ăm thay! trông có vẻ an nhiên vô tâm lại là lớp người đã bạc đầu vì thế cuộc.

Đọc mấy trang hồi ký của Nguyễn Tường Thiết viết về thân phụ mình (trên Văn Học Nghệ Thuật, Hoa Kỳ, bộ mới số 3, tháng 7-1985) chắc không mấy ai không xúc động vì câu chuyện đêm đêm Nhất Linh khóc một mình

trong phòng, ôm kín một mối đau thương thê thiết mà
vợ con không ai biết được nguyên do. Người như Nhất
Linh nhất định không thể là một con người đơn giản. Và
trong văn giới nửa thế kỷ qua những kẻ đóng góp nhiều
vào việc quốc gia xã hội như ông dễ được mấy ai? Vậy
mà đọc những tác phẩm Nhất Linh viết sau 1954 người
ta có cảm tưởng ông đứng bên lề thời cuộc; trái lại,
những Nguyễn Mạnh Côn, Doãn Quốc Sỹ v.v... thì đầy ưu
tư, sôi nổi. Trong tiểu thuyết, ông chủ trương tránh biện
giải cho luận đề, mà ngoài tiểu thuyết cũng không thấy
Nhất Linh viết gì về chính trị, về thời cuộc nước nhà.
Trái hẳn với những Nghiêm Xuân Hồng, Tạ Văn Nho,
Nhuệ Hồng v.v...

Nhất Linh đã vậy, phần lớn văn nghệ sĩ tiền chiến
khác đều thế. Đó chắc chắn là một trong những lý do
khiến họ bị lu mờ, mất độc giả. Vì độc giả đứng về phía
các tác giả lớp sau: đôi bên cùng "toa rập" làm cho thời
kỳ văn học 1954-75 lúc nào cũng sôi động không khí
chính trị. Chính trị tính là một đặc điểm của nền văn học
Miền Nam bấy giờ.

Đây là thời kỳ của một lớp người bị lịch sử dày vò, bị
thời cuộc quật lên quật xuống nhiều quá. Sau 1945
chuyện theo "cụ Hồ" đánh Pháp làm say sưa mọi người:
cả nước vùng lên, muôn người một lòng. Lúc ấy lẽ phải
tưởng như thật rõ ràng giản dị. Chẳng bao lâu cái phải
bày ra cái quấy, vị cứu tinh trông ra tuồng một tên gian
ác láu lĩnh, chủ thuyết cách mạng đưa tới những tố cáo ti
tiện, đàn áp dã man. Bèn liều lĩnh bỏ quê ra đi. Rời cứu
tinh này gặp ngay cứu tinh khác; chính nghĩa quốc gia
thoạt tiên sáng ngời ngời, lý tưởng tự do cao cả. Rồi dần
dần đây đó lại nổi lên những lời hằn học đối với cứu

tinh, chế giễu đối với lý tưởng. Đây đó dấy lên thắc mắc: Làm gì? Đi con đường nào? Chọn chủ thuyết nào? v.v...

Nguyễn Kiên Trung phơi bày tâm tình đáng thương của một thế hệ trai trẻ đem tuổi xuân phó thác vào niềm tin nơi Cách mạng Mùa Thu, nơi cuộc kháng chiến chống Pháp giành độc lập, để rồi năm bảy năm sau chợt vỡ mộng. Sau Genève, sau cuộc di cư vào Nam, hy vọng mới lại bùng lên. Duyên Anh bảo: "Có hội nghị Genève, thơ, văn, nhạc dậy mùi ly hương và hẹn về xây dựng lại quê hương đổ nát cùng nối chút duyên xưa với người em gái bé nhỏ. Riêng dòng sông Bến Hải thì không những là nạn nhân của một lịch sử chia cắt mà còn là nạn nhân của những rừng thơ, biển nhạc. Quý vị nhạc sĩ, thi sĩ đòi lấp sông Bến Hải thật ồn ào, tưởng chừng dòng sông bị lấp đến nơi rồi. Tiếp đó, quê hương Miền Nam thanh bình, dựng một mùa hoa!"[59] Nghiêm Xuân Hồng không xem đây là chuyện để đùa bỡn. Ông thấy tất cả cái trọng đại của tình thế. "Đất nước Miền Nam ngày nay hiện là cơ hội cuối cùng cho những người thành thực muốn tranh đấu và xây đắp một chế độ công bằng và tự do. Đối với những người đó, thảm kịch trong tâm tư và hành động có lẽ không rộng lớn bằng, nhưng cũng tương tự như tâm tư nặng nề của Jésus trên ngọn núi Golgotha, của Thích Ca lúc khắc khoải dưới gốc cây bồ-đề."[60]

Niềm hy vọng tưng bừng ấy không kéo dài được lâu. Chừng bốn năm sau cuộc di cư đã bắt đầu có những bất

---

[59] Duyên Anh, Áo tiểu thư, Nguyễn Đình Vượng xuất bản 1971, trang 167.

[60] Nghiêm Xuân Hồng, Lịch trình diễn tiến của phong trào quốc gia Việt Nam, nguyệt san Ngày Về tái bản tại Hoa Kỳ, trang 8.

mãn chống đối chính quyền, chống đối lãnh tụ trong
Nam. Trong pho trường thiên tiểu thuyết Khu rừng lau
của Doãn Quốc Sỹ nhiều nhân vật rời bỏ cộng sản từ Bắc
vào lại tham gia mạnh vào phong trào chống chính phủ
Ngô Đình Diệm lúc bấy giờ. Ông Doãn cay đắng. Cuối
cuốn Những ngả sông trên dòng đời, Hiển không dằn
lòng được trước thái độ xấc láo của một cán binh cộng
sản cuồng tín, giơ tay thẳng cánh tát trái nó một cái,
định bảo cho nó hiểu về cộng sản, sáng mắt về cộng sản,
nhưng rồi "khuôn mặt ruỗng nát của miền quốc gia"
hiện ra, những cái xấu xa xú uế của "bãi rác thủ đô" ùa
tới, và: "chàng quay đi đôi mắt khô thật ra chàng đương
khóc não nề, chàng lắc lắc mạnh cái đầu:

   - Ta không muốn nói làm gì! Ta không muốn nói làm
gì!"

   Thủ đô, đầu não của Miền Nam, nơi tập trung các thứ
lãnh tụ: lãnh tụ chính trị, lãnh tụ tôn giáo, lãnh tụ trí
thức, văn nghệ v.v.... thủ đô không còn là chỗ tin cậy nữa.
Trái lại. Phan Nhật Nam hung hăng nguyền rủa: "một
tháng ở thủ đô đủ để tạo thành sụp đổ tan hoang trong
linh hồn (...) Một tháng, đủ để chúng tôi hiểu nỗi ti tiện
hèn mọn của loại lãnh tụ ngã tắt, những anh hùng
đường phố, những ông vua biểu tình theo ngẫu hứng,
vua tôn giáo, đầy thù hận và dục vọng (...) Sài Gòn, chúng
tôi thù ghét và ghê tởm thủ đô đục ngầu phản bội và thù
hận. Tôi ao ước một cơn hồng thủy sẽ cuốn trôi thành
phố sau lưng, một cơn hồng thủy xóa hết dấu tích nhơ
bẩn, mà thủ đô đã bôi lên khuôn mặt bi thảm của quê

hương."⁶¹ Ông ngơ ngác hỏi: "Thần tượng của tôi bây giờ là gì? Lãnh tụ? Lãnh tụ cỡ nào?"⁶² - Không có nữa đâu. Không còn ai để tin tưởng nữa. Không tin vào con đường dẫn dắt nào nữa, mỗi người tự suy nghĩ, tìm kiếm lấy đường. Mỗi nhóm một "thái độ", mỗi nhóm một cuộc "hành trình". Nhiều kẻ hành trình luôn về phía bên kia, hành trình vào chủ nghĩa Mác Lê, vào tình tự "quốc gia" "dân tộc" của Hồ Chí Minh!

Cảnh bát nháo ấy diễn ra trong tiếng bom tiếng đạn. Tú Kếu phát điên luôn:

[...] *"Điên từ khi mất tuổi thơ*
Mười năm loạn lạc bơ phờ tóc xanh!
Súng thay câu hát ngọt lành
Bom thay lời mẹ dỗ dành đêm đêm
Tôi điên, càng lớn càng thêm
*Càng cao tuổi sống, càng thèm được điên"*⁶³

Điên được không phải dễ. Điên cuồng như Tú Kếu, lồng lên rủa xả như Phan Nhật Nam là phản ứng của lớp người trẻ tuổi, còn nhiều khí lực. Lớp khác, trong lớp đã trải qua nhiều thử thách hơn, lắm kẻ ngán ngẩm không buồn nhắc đến thế cuộc nữa. Nghiêm Xuân Hồng dần dần ngả về các suy tưởng tôn giáo; Vũ Khắc Khoan về những lộng ngôn hoài nghi, hư vô; Nguyễn Mạnh Côn đi vào lập thuyết với những trầm tư siêu hình bí hiểm... Nhưng họ chạy đâu cho khỏi! Trốn thế sự vẫn là một cách phản ứng đối với thế sự. Chính trị dù nó không

---

⁶¹ Phan Nhật Nam, Dấu binh lửa, Hiện Đại tái bản, Sài Gòn, 1973, trang 54, 55.
⁶² Như trên, trang 23.
⁶³ Tú Kếu, Thơ xám, trang 49.

xuất hiện nó vẫn có mặt. Lẩn quẩn đâu đó, nó luôn luôn ám ảnh thời kỳ 1954-75.

Và sau 1975, thỉnh thoảng có dịp được hồi tưởng lại, nền văn học thời ấy vẫn không rời được các ám ảnh chính trị.

CHÍNH TRỊ VÀ VĂN HỌC

Tạp chí Đất Mới ở tiểu bang Washington, số ra ngày 30-9-1984 có phỏng vấn Toàn Phong Nguyễn Xuân Vinh về các nhà văn Việt Nam mà ông thích đọc, được trả lời rằng trong số những tác giả ông chọn lựa đọc đi đọc lại có Đỗ Tấn. Đối với bạn đọc ngày nay, Đỗ Tấn là một tác giả xa xôi. Mà xa xôi thật. Đỗ Tấn nay đã qua đời, từng bị cộng sản bắt giữ từ đầu năm 1975, trước đó hàng chục năm đã thôi xuất hiện trên văn đàn. Ông chỉ viết nhiều nhất trong khoảng không đầy năm năm sau hiệp định Genève. Mà ngay độ ấy Đỗ Tấn cũng không có bao nhiêu văn thơ đăng tải ở Sài Gòn; chỗ ông ra mắt chính các tác phẩm của ông là tạp chí Mùa Lúa Mới mà ông làm tổng thư ký tòa soạn, xuất bản tại Huế, một tờ báo có khuynh hướng chính trị rõ rệt. Tất nhiên, thơ văn Đỗ Tấn lúc bấy giờ cũng mang tính cách chính trị. Thơ văn ấy đã xúc động mạnh quần chúng độc giả, xúc động mạnh một thế hệ thanh niên. Ba mươi năm sau, nhà văn Toàn Phong từ lâu đã sống xa đất nước xa văn chương, đi sâu vào thế giới khoa học, nhưng vẫn còn lưu luyến Đỗ Tấn.

Trường hợp Đỗ Tấn không phải là một trường hợp đặc biệt. Cùng lượt với ông, bao nhiêu người khác được độc giả chú ý ngay từ một vài tác phẩm đầu tay, tôi nghĩ cũng vì một lý do ấy: Doãn Quốc Sỹ, Võ Phiến, Nguyễn Mạnh Côn, Nghiêm Xuân Hồng v.v... Cùng là những người "ở bên kia" về, ở ngoài Bắc vào, họ đặt ra một vấn đề mới: bộ mặt thật của cộng sản. Vấn đề hoàn toàn mới mẻ đối với dư luận trong Nam. Họ gây xôn xao. Họ kêu gọi duyệt xét lại các giá trị, thành kiến về chính trị. Họ kêu gọi hành động, tham dự vào thế cuộc. Họ khuấy động giới trẻ. Trong lúc ấy những tác giả lặng lờ, không có thái độ chính trị, tiếp tục viết truyện tình cảm, xã hội, truyện tâm lý, truyện luân lý v.v... thường không được chú ý mấy. Tô Kiều Ngân, Kiêm Minh, Tạ Quang Khôi, Văn Quang, Thanh Nam v.v... viết không kém nhiều tác giả nổi danh ồn ào hơn họ; họ chỉ thiếu cái nhiệt tình chính trị, ngọn lửa của thời đại.

Phong trào chống cộng sau hiệp định Genève ở Miền Nam có người xem là một thành công của bộ Thông tin. Chuyện không đơn giản đến thế: không phải vì nhà nước khéo khuyên bảo nên ghét cộng sản mà dân chúng xúm nhau ghét. Ở xứ ta, chưa bao giờ có một quần chúng ngoan ngoãn như vậy. Miền Nam không có một nhà văn có tầm vóc Soljenitsyne, nhưng cuộc di cư hàng triệu người và sự tố giác hàng loạt của một lớp văn sĩ mới ít ra cũng có giá trị chấn động của cuốn Quần đảo Goulag tại địa phương. Cơ sở tâm lý của quần chúng đã sẵn, sự tuyên truyền của chính quyền chẳng qua chỉ nương theo một chiều hướng thuận lợi mà thu đạt thêm kết quả.

Đó là tình hình buổi đầu. Dần dần hoàn cảnh đổi khác, chuyện tố giác cộng sản không tiếp tục nữa, dĩ nhiên, nhưng không khí chính trị không lúc nào thiếu sôi nổi cho đến những năm cuối cùng. Sau này, Nguyễn Văn Trung chuyển từ nhận định triết lý sang suy luận chính trị, rồi từ suy luận tới những kêu gọi dấn thân. Dấn thân thành một danh từ thời thượng. Hoặc "dấn thân" xa như

Vũ Hạnh, Lữ Phương, Lý Chánh Trung, Thế Nguyên...,
hoặc dấn thân có chừng mức như Thế Uyên, Nguyễn Văn
Xuân v.v..., hoặc là Phật giáo dấn thân như Nhất Hạnh,
hoặc là công giáo dấn thân như Nguyễn Ngọc Lan... Có
những dấn thân bênh vực cộng sản hay chống lại cuộc
chiến tranh chống cộng (Nguyễn Văn Trung, Nhất Hạnh,
Vũ Hạnh...); cũng lại có những dấn thân lên án cộng sản
(Dương Nghiễm Mậu, Duyên Anh, Phan Nhật Nam...).
Không khí chính trị trong văn giới càng ngày càng trở
nên sôi động đến nỗi một người hiền lành bảo thủ như
ông Thanh Lãng rốt cuộc cũng bị lôi cuốn vào cuộc dấn
thân: ông đi "ăn mày" với ký giả, ông tuyên bố hung
hăng chống một chính quyền sắp sụp đổ. Như thế một
kẻ sĩ lúc bấy giờ không dấn thân, không đấu tranh chống
đối nọ kia thì không yên ổn trong lòng, không bằng ai.

Nhìn chung từ trước tới sau suốt thời kỳ này lúc nào
cũng có những nhóm văn nghệ sĩ gần nhau không hẳn vì
lập trường văn nghệ mà là vì một quan điểm chính trị,
cũng có những tập hợp nửa văn nghệ nửa chính trị. Kéo
dài từ trước Genève đến sau Genève là nhóm sinh hoạt
chung quanh Nguyễn Đức Quỳnh; sau 1954 là những
nhóm Quan Điểm, Nhân Loại, Tự Do...; sau 1963 là
những nhóm Trình Bày, Thái Độ, Lập Trường, Văn Học,
Hành Trình v.v... Mỗi giai đoạn có một số nhóm một số
nhân vật nổi lên để rồi chìm xuống vào một giai đoạn
khác. Có những vị từ địa hạt triết học chuyển sang địa
hạt chính trị; có vị lại từ chính trị vào giai đoạn này
chuyển sang triết học vào giai đoạn sau; có những vị
khác từ tôn giáo nhảy sang chính trị; có những cây bút
xã hội, tâm lý ngả dần sang những đề tài chính trị; lại có
những tiểu thuyết gia từ các luận đề chính trị lúc đầu

lảng dần sang những đề tài tâm lý, triết lý trong những năm sau v.v... Từng cá nhân có thay đổi chuyển biến; nhưng nền văn học của thời kỳ này nói chung không ngớt canh cánh những lo toan vì thế cuộc.

Văn học Miền Nam thời kỳ 1954-75 đậm màu sắc chính trị hơn văn học tiền chiến, chuyện có thể hiểu được.

Trước kia, dưới thời ngoại thuộc, cái chính trong hoạt động chính trị là giành độc lập quốc gia. Không có gì để suy tư, để băn khoăn cả, chỉ có dám làm hay không dám làm. Dám thì đứng ra làm, như Nhất Linh, Nguyễn Huy Tưởng, Khái Hưng, Nguyên Hồng, Hoàng Đạo, Nam Cao v.v... Không dám thì cứ ở yên mà viết dài dài: viết truyện làm thơ về xê dịch, về tình yêu, về thời tiết nắng mưa, về thế tình ấm lạnh, về ma quỉ thần linh v.v... Các nhà ái quốc, các chí sĩ có dùng thơ văn là chỉ để kêu gọi lòng yêu nước, chứ không cần biện luận cho một lập trường nào. Giữa đệ tam với đệ tứ có rắc rối chăng là rắc rối giữa các chính trị gia chuyên nghiệp với nhau, không phải chuyện văn học.

Sau này, ở Miền Bắc văn học tất nhiên phải theo sát chính trị. Thành thử trong thời hậu chiến chính trị ám ảnh cả văn học Miền Bắc lẫn Miền Nam, mỗi nơi một cách khác nhau. Ở Bắc văn nghệ phục thị chính quyền bất cứ theo chủ trương nào, chiều hướng nào, giai đoạn nào: hoặc chủ trương đoàn kết toàn dân hoặc chủ trương độc tài giai cấp, hoặc lúc yêu Trung Cộng hết mình hoặc lúc chống Trung Cộng cật lực v.v... Ở Nam, khi đôi bên đi thuận chiều thì văn nghệ giục giã, thúc bách chính quyền, khi ngược chiều thì văn nghệ chống đối, phản kháng. Ở Nam, thứ văn nghệ có chính trị tính luôn luôn vật vã, nó làm khổ chính trị và tự làm khổ nó.

Khổ nó, đúng thế. Nhất Linh bảo rằng luận đề từng hại ông, từng làm cho tiểu thuyết của ông mất hay, bớt hay; thế nhưng sau 1954 luận đề chính trị đã biết bao lần ám ảnh thơ, truyện, kịch ở Miền Nam, mà không ngại có thể làm cho những thơ truyện ấy bớt hay. Như vậy văn nghệ cũng khổ chứ, sung sướng gì đâu!

Thế nhưng đa số văn nghệ sĩ sau Genève cứ lăn vào lối đoạn trường, và họ được đám quần chúng tri kỷ hoan nghênh (ít ra là nhất thời). Trong khi ấy những người tỉnh táo như Nhất Linh thì lại vượt thời gian trong quạnh quẽ.

Tính cách tôn giáo và triết học

MỘT THẾ HỆ MẤT NIỀM TIN

Giữa thế hệ tiền chiến với lớp sau Genève sự khác nhau không phải chỉ ở một mối ưu tư về chính trị. Dương Nghiễm Mậu không phải là một Trần Tiêu ưu thời mẫn thế, Trần Thị NgH, không phải là một Anh Thơ ham nói chuyện đại cuộc. Họ khác nhau từ trong tâm hồn cho tới lời ăn tiếng nói, từ quan niệm nhân sinh tới cách hưởng lạc, cách yêu đương.

Tình yêu - Thật vậy, hãy thử để ý đến một nhân vật của Nhã Ca, một cô bé trong Ngày đôi ta mới lớn. Lần đầu tiên bắt gặp sự rung động ái tình của mình, cô ta kêu:

"Chết cha, mình đang cảm động." Các bậc tiền bối tha hồ kinh ngạc: "Chết cha, cái gì lạ vậy?" Tự thuở hồng hoang tới giờ, có thiếu nữ Việt Nam nào phản ứng như vậy trước tình yêu đâu? Những nàng thục nữ yêu kiều như Nguyệt Nga, Thúy Kiều, Tố Tâm không la lối như vậy trước ái tình đã đành; mà những cô Loan, cô Hiền, cô Hạnh của Nhất Linh, Khái Hưng, những cô gái trong tiểu thuyết Nguyễn Công Hoan, Lê Văn Trương, Thạch Lam v.v... cũng không thế; những cô bé đi chùa Hương trong thơ Nguyễn Nhược Pháp, cô chị bồng em đi lễ xin xăm trong thơ Hồ Dzếnh không có thế; cho đến gần đây nhất như cô Mùi của Nhất Linh, chúng ta cũng khó tưởng tượng cô ta có thể bật ra tiếng đùa giễu cái tình cảm "thiêng liêng" của chính mình như thế. Không, trước đây chưa ra đời cái mẫu người con gái khinh mạn, coi đời nhẹ tênh ấy.

Lại "nhặt" thử một cô bé khác trong số vô vàn cô bé ngộ nghĩnh của Nhã Ca: Soan. Giữa một Mùa hè rực rỡ cô ta bắt đầu biết yêu: cô ta yêu một quân nhân đáng tuổi cha chú mình và cô sắp đặt một kế hoạch tỏ tình bằng cách thủ sẵn một hòn đá chực... rình ném vào anh chàng quân nhân nọ!

Chúng ta không dám nói các cô gái trong thế hệ đàn chị hồi tiền chiến thiếu say đắm thiếu liều lĩnh trong tình yêu, hay ngại ngần đắn đo hơn trước tội lỗi. Từ lâu lắm trai gái đã chết vì tình rụp rụp; còn sa ngã thì cô gái khuê các bên Tàu ngày xưa như Thôi Oanh Oanh mới hẹn hò lần đầu đã sa ngã ngay dưới mắt con Hồng, Thúy Kiều cũng tại đêm hò hẹn đầu tiên mà trong âu yếm của người tình đã có chiều lả lơi (nếu trời còn cho cô cậu tiếp tục gặp nhau một vài đêm nữa, ai biết chuyện gì xảy ra). Cho nên hãy dè dặt trong sự phát biểu về đạo lý. Chỉ xin để ý đến thái độ yêu đương, đến phong cách yêu đương mà thôi. Về mặt này những cô Loan, cô Nhung, cô

Mùi v.v... dù trong lòng họ có nồng nàn đến đâu đi nữa nhưng lời ăn tiếng nói cái nhìn cái liếc của họ cũng vẫn ý nhị, tinh tế, xa xôi, bóng gió. Họ không trực tiếp, đột ngột, bốp chát như những cô Soạn, cô Thuyền sau này. Lớp trước lớp sau, phong cách khác nhau như chiếc áo dài kín đáo dịu dàng khác chiếc quần jeans hồn nhiên sống sượng. Dưới lớp quần áo, nỗi niềm rạo rực có thể giống nhau; nhưng lớp che phủ bên ngoài cái rạo rực có khác, khác xa.

Vậy thì một bên sống sượng một bên tao nhã ý nhị, cái khác nhau đã rõ. Có điều tưởng không thể dừng lại ở cái khác nhau về phong cách. Bởi vì mỗi phong cách không phải là một sự ngẫu nhiên. Tại sao đang bóng gió xa xôi tự dưng lại trở nên sấn sổ ngổ ngáo như thế? Phải có lý do nào đưa đến những thay đổi ấy, đó mới là vấn đề.

Theo chỗ chúng tôi nhận thấy sở dĩ lớp sau này tiến tới tình yêu không còn có cái vẻ e dè, trịnh trọng nữa là vì sau này họ thấy trên đời không còn cái gì đáng e dè, trịnh trọng cả. Không còn cái gì là thiêng liêng nữa.

Mối tình đầu, cái đó ngày trước người ta quí biết chừng nào, trân trọng biết chừng nào. Thế mà Thuyền coi như không. "Chết cha, mình đang cảm động", cô bé tự chế nhạo mình đó; cô ta chế nhạo ngay cái tình cảm mới chớm nở của mình. Cô ta coi thường nó, chọc quê nó. Và rồi chúng ta sẽ thấy Thuyền không phải là thuộc vào số các cô bé ngang ngược, ngổ nghịch nhất của thế hệ đâu.

Ngày xưa chuyện lứa đôi là quan trọng cực kỳ, duyên số được xếp đặt tận trên trời: Có ông lão xe tơ đỏ; có chuyện xin xăm để hỏi ý kiến các đấng Thiêng Liêng, yêu nhau có chuyện khấn vái Trời Đất, cắt tóc thề bồi v.v... Sau này, khi chúng ta đã "văn minh" theo Tây phương, chúng ta không còn tin ở công việc của ông già lẩm cẩm dưới trăng nữa, không hay lôi nhau đi thề thốt nữa v.v..., tuy nhiên chúng ta vẫn rất mực trân trọng các mối tình, từ tình đầu đến tình cuối. Hồi tiền chiến trong tiểu thuyết của những Khái Hưng, Lê Văn Trương, Lan Khai... không thiếu gì những mối tình "lớn" diễn ra ngay cả dưới mái chùa, trong rừng thẳm; trong thi ca của những Đông Hồ, Tương Phố, cho đến Xuân Diệu, Nguyễn Bính, Hồ Dzếnh... hễ động nói tới ái tình là giọng lâm ly thống thiết không chịu được. Trong văn chương cũng như ngoài đời hễ phụ tình, bạc tình thì bị chê bai khinh bỉ ngay.

Thoắt cái, sang thời kỳ 54-75 này, ái tình bị chọc quê. Nó gần thành lố bịch. Một cô con gái nguyên lành gặp một người đàn ông đứng tuổi, đã có vợ. Người đàn ông rủ rê, cô gái bằng lòng. Yêu thì yêu, tại sao không? Cô gái suy tính: "Thử tưởng tượng một người đàn ông đứng tuổi, đứng đắn. Một người đàn ông sắp sửa bốn mươi tuổi, có vợ, có địa vị và tiền bạc. Không lý tưởng sao, tuyệt vời nữa." Đây là cái hôn của người tình "lý tưởng", cái hôn đầu tiên trong đời cô gái nguyên lành: "Chúng tôi hôn nhau. Cái hôn đầu tiên chưa kịp đoán trước hay chuẩn bị dù sao cũng đã làm tôi thất vọng chút ít. Tôi quệt nước bọt trong tay áo và chàng có vẻ bồn chồn khi nhìn thấy cử chỉ đó. Tôi không biết, lúc ấy tôi khinh chàng. Tôi nói: À, thì ra! Chàng tỏ vẻ không hiểu. Tuy nhiên sau đó chàng vẫn hôn tôi hoài." Xong chuyện hôn nhau, họ đi tới chuyện khác, xa hơn. Vì cô gái còn nguyên nên đau đớn, đau mà không kêu rên gì cả, được chàng khen ngợi. "Tôi bấu tay trên lưng chàng. Thật không còn thứ đau đớn nào hơn (...) Chàng khen:

- Em can đảm lắm.

Tự nhiên tôi nói lớn, giọng hờn mát:

- Rồi sao nữa, trời đất!

- Nằm yên..."

Hôn xong, "yêu" xong, cuối cùng họ xa nhau. Trong khi cô gái xếp quần áo vào va-li để ra đi, thì chàng - người yêu "lý tưởng, tuyệt vời" - muốn có một kỷ niệm: chàng ngồi tẩn mẩn mớ đồ lót của nàng, bảo: "Cho anh một cái." Như thế, ái tình được chấm dứt.[64]

Đọc xong câu chuyện như thế, không khỏi có một cảm tưởng khiếp hãi. Vì đạo đức suy đồi? Vì phong tục tồi bại chăng? Không đâu. Đừng lên mặt đạo mạo mà chi. Vả lại câu chuyện đâu có gì đáng gọi là khiêu dâm? Không có chỗ nào phô bày lộ liễu, không có cảnh mùi mẫn mê ly nào cả. Trái lại, giọng kể còn hờ hững: có sao nói vậy, vắn tắt. Gần như ngây thơ. Và đó là chỗ đáng khiếp. Tác giả nhìn vào những cái "thiêng liêng" nhất trong đời như thể nhìn người ta uống tách nước, kể lại như kể chuyện đi phố lựa đôi giày. Như thể không có xúc cảm. Người trong cuộc không có xúc cảm, cũng như người ngoài cuộc, người kể chuyện. Thật vậy, nếu xúc cảm làm sao còn để ý đến chỗ nước bọt để quệt lên tay áo! Cổ lai có ai bắt gặp trong văn chương một cặp tình nhân quệt nước bọt sau khi hôn nhau? Thử tưởng tượng giữa các mối

_____

[64] Các đoạn văn vừa trích là trong tập truyện Nhà có cửa khoá trái của Trần Thị NgH.

tình lớn của Paul và Virginie, của Kim và Kiều, của Bảo Ngọc cùng Đại Ngọc, của Ngọc và Lan v.v... có mấy hạt nước bọt như thế dính vào: Tai hại biết chừng nào!

Có cái nhìn thành kính ngưỡng vọng cuộc đời, mới thấy đời cao đẹp, lung linh huyền ảo. Thế hệ này mở hai con mắt trắng dã, lạnh lùng, khô khắc nhìn vào cuộc đời, khiến cho cuộc đời tự thấy trống trơn, trơ trẽn. Cuộc đời khốn khổ, thẹn thùng, co rúm lại. Tội nghiệp.

Độ ấy người ta thường hay nói tới cái chết của Thượng Đế. Người chết đi là phải. Chịu sao thấu? Một cái nhìn như cái nhìn của thế hệ bấy giờ có thể giết chết rụi hết: hết mơ mộng, hết thi vị, hết mọi niềm tin tưởng. Thơ mộng đến như Ái tình mà nó còn mất hết cả hào nhoáng, còn trơ nước bọt ra, thì còn gì là Thượng Đế! Trong tác phẩm của Dương Nghiễm Mậu, cuộc nhân sinh luôn luôn bị nhìn một cách sấn sổ như thế; trong bao nhiêu truyện ngắn truyện dài của ông là những cảnh đời trình bày phũ phàng. Bằng lối nói xông xổng, không kiêng nể bất cứ cái gì: cái tục tần, cái thô bạo, cái xấc láo, cái hỗn xược mất dạy, ác độc, điên khùng v.v... Cha con réo chửi nhau, đàn ông đàn bà làm tình với nhau lê mê chẳng thèm đặt ra vấn đề yêu thương gì ráo trọi, kẻ ác người thiện lẫn lộn làng nhàng như nhau, không phân biệt gì hết trơn... Một nhân vật của Dương Nghiễm Mậu phàn nàn: "Có nhiều người tạo ra những ràng buộc với mình để sống, như ràng buộc với Thượng Đế, với quê hương, với bổn phận, với tình yêu và máu mủ, nhưng tôi thì mất đi gần hết những thứ ấy, dù có muốn tạo ra cũng không sao có được."[65]

Trong một không khí tinh thần như vậy người ta dễ hiểu tại sao một thiếu nữ bắt gặp những rung động tình cảm của mình lại tự cười cợt chế nhạo. Rung động thành ra lố bịch. Tình cảm thành ra lỗi thời. Yêu ấy à? Buồn cười chưa, gì mà ngố quá vậy?

Đời không còn gì là cao đẹp, là thiêng liêng nữa. Trong hoàn cảnh ấy, người ta cười giễu đều giả, khinh mạn, người ta ngỗ nghịch xấc láo, trông đáng ghét; nhưng nghĩ lại thì mất niềm tin là cảnh trạng đáng thương.

Lại vẫn nhân vật nọ của Dương Nghiễm Mậu than thở: "Cuộc sống ngày nay mất đi những tham dự của sức mạnh siêu hình mà người trước tin cẩn để sống. Nhưng có lẽ thái độ can đảm liều lĩnh ấy khiến cho chúng tôi đau đớn hơn. Chúng tôi không thể đổ lỗi cho ai được khi chúng tôi tự cho mình là Thượng Đế."[66]

Lý tưởng - Ái tình là cái dễ "tin" hơn cả mà không còn tin vào nó thì biết tin vào đâu nữa: đạo lý, chính nghĩa, lý tưởng v.v... lần lượt sụp đổ hết. Nhiều cấm ky của xã hội bị coi thường. Hàng rào lễ giáo thường khi bị đạp ngã. Trước kia, trong một cuốn truyện của Nguyễn Khắc Mẫn thày giáo lỡ đem lòng yêu một cô nữ sinh mà lấy làm ngại ngùng hết sức, đôi bên phải đắn đo mãi mới dám tỏ bày. Bây giờ trong truyện của Nguyễn Thị Hoàng cô giáo lăn nhào vào Vòng tay học trò với tất cả say mê; cô

---

[65] Dương Nghiễm Mậu, "Rượu, chưa đủ", trong Tuyển truyện Sáng Tạo, Sống Mới tái bản, Hoa Kỳ, trang 36, 41.
[66] Như trên.

không giấu cái rạo rực thèm muốn khi nhìn vào những phần da thịt hở hang của cậu học trò. Và cuốn truyện được chấp nhận rộng rãi. Phản ứng đạo đức của xã hội cựa quậy rất uể oải, rất khẽ, như không có gì.

Đất nước mịt mù khói lửa, và bấy giờ người ta nói thế nào, nghĩ ngợi thế nào về chiến tranh? Nguyễn Bắc Sơn ngất ngưởng bảo địch quân:

"Kẻ thù ta ơi, những đứa xăm mình
Ăn muối đá và điên say chiến đấu
Ta vốn hiền khô, ta là lính cậu
Đi hành quân, rượu đế vẫn mang theo
Mang trong đầu những ý nghĩ trong veo
Xem chiến cuộc như tai trời ách nước
Ta bắn trúng ngươi, vì ngươi bạc phước
Chiến tranh này cũng chỉ một trò chơi
Vì căn phần ngươi xui khiến đó thôi
Suy nghĩ làm gì lao tâm khổ trí
Lũ chúng ta sống một đời vô vị
Nên chọn rừng sâu núi cả đánh nhau"...
(Chiến tranh Việt Nam và tôi)

"Những đứa xăm mình", những "đứa" ấy không phải chỉ là hạng chiến sĩ Tố Hữu thôi đâu nhé. Tiểu tư sản non choẹt như Hồng Nguyên, lãng mạn như Hoàng Cầm, huênh hoang lớn lối như Vũ Hoàng Chương ngày nào từng kêu ầm lên là sao vàng xòe năm cánh lên năm cửa ô v.v..., hết thảy đều là đứa xăm mình cả. Vì đều tin chắc mẩm vào chính nghĩa của cuộc chém giết, đều hô hào cổ võ tàn sát một cách trịnh trọng. Còn "ta", kẻ vượt lên trên "chính nghĩa", lên trên mọi hăng say, tin tưởng, "ta" là nhân vật của thời đại, "ta" mới xuất thế đây thôi. Và bạn bè của "ta", cùng lớp "ta" đều "hiền khô" như thế cả.

"Giao thừa đâu mà vội
Hãy khoan đã chú mày
Cứ đóng xa vài dặm
mà ăn uống cho say
Ta cũng người như chú
cũng nhỏ bé trong đời
có núi sông trong bụng
mà bất lực hôm nay

....

Vì nói thật cùng chú
Trăm năm có là bao
Binh đao sao biết được
Sinh tử ở nơi nào."
(Nghinh địch hành" - Hà Thúc Sinh)

Ta đối với chú mà nói được lời như thế vì lòng ta đã tới độ nguội lạnh, không còn gì khuấy động nổi một cơn điên say nữa. Đao to búa lớn: vô ích. Danh từ cao đẹp: vô ích. Lý tưởng thiêng liêng: vô ích.

Tín ngưỡng - Tình yêu như thế, chính nghĩa như thế, còn tín ngưỡng? Có lần lão học giả Giản Chi đăng cao, và gieo mấy vần tuyệt diệu:

"Sớm lên ngồi lạnh non cao
Thở ra mây trắng, hút vào gió xanh...
Chợt thương con nguyệt nửa vành
Phiêu du trắng mộng bên cành thông khô...
Vô biên bừng nở trời thơ:
Bông hoa ngày dựng ánh hồ sương treo...
Trần tâm nghe tắt eo xèo
Trong Vô Sở Trụ bốn chiều chợt không."
(Chợt không")

Giản Chi là người của thời kỳ trước với tất cả cái tao nhã của thời trước. Giá ông bắt gặp thi hữu Nguyễn Đức Sơn thưởng thức cảnh núi chắc ông không khỏi giật mình thảng thốt.

"Khi thấm mệt tôi đi luồn ra núi
Cuối chiều tà chỉ gặp bãi hoang sơ
Bước lủi thủi tôi đi luồn vô núi
Nghe nắng tàn run rẩy bóng cây khô
Chân rục rã tôi đi luồn ra núi
Hồn rụng rời trước mặt bãi hư vô."
(Một mình đi luồn vô luồn ra trong núi chơi")[67]

Một già một trẻ, cả hai đều lên núi, cả hai đều mê núi dù kẻ đến sớm người tới chiều, cả hai trong hồn đều phảng phất mùi thiền, trước cảnh núi non cả hai đều xúc động vì chợt đối diện với "hư vô", với cái "chợt không".

Thế nhưng giữa Nguyễn Đức Sơn với Giản Chi, chỗ khác nhau mới lạ lùng. Giản Chi ngồi chững chạc, còn Nguyễn Đức Sơn thì cứ đi "luồn" vô "luồn" ra mãi, cho tới thấm mệt, tới rục rã cả chân. Ông lăng quăng làm chi kỳ cục vậy? Thôi thì lăng quăng cũng được, nhưng ông kể lại trong thơ làm chi? chuyện ấy có liên quan gì đến hư vô? Đem cái nắng tàn run rẩy, cái hoang sơ, cái hư vô xáo trộn với những bước lăng quăng, ông không thấy mình đang làm một cái gì lạc điệu, hỏng kiểu sao? -Thưa, đó chính là sở trường của Nguyễn Đức Sơn. Ông còn xáo trộn lẫn lộn lắm cái kỳ cục hơn nữa, chẳng hạn nước tiểu với nước... thánh, cực lạc với chuyện... đái!

"Anh sẽ đến bất ngờ ai biết trước
miệng khô rồi nẻo cực lạc xa xôi

ôi một đêm bụi cỏ dáng thu người
em chưa đái mà hồn anh đã ướt"
(Vũng nước thánh")

Giữa trời bể bao la, sao rơi sóng vỗ, ông vừa nằm vọc c... vừa suy nghĩ mông lung về lẽ huyền vi của vũ trụ v.v... Những cái như thế không phải họa hoằn mới xảy ra. Nó xuất hiện đều đều trong thơ ông. Nó thành ra một đặc điểm của thơ ông, của tính khí, thái độ ông. Một thái độ thách thức, khiêu khích, chống đối, báng bổ thánh thần, thái độ của người méo miệng trợn mắt làm trò giữa cảnh cúng vái trang nghiêm, của người vất đồ dơ dáy lên những cái vẫn được xem là cao cả thiêng liêng.

Nếu chỉ lăng quăng gàn dở ngoài đời thì có thể đó là chuyện tính nết. Nguyễn Đức Sơn đưa nó vô trong thơ, cố tình ghép nó bên cạnh cái cao siêu, vĩ đại, thì đây không còn là nết riêng nữa mà là một thái độ tinh thần. Thái độ Tản Đà rất ngông, Nguyễn Đức Sơn cũng ngông; Tản Đà ngông trong thơ mộng, Nguyễn Đức Sơn ngông mà ngỗ nghịch, phá phách.

Tôi biết: có thể kể ra đây nhiều thi sĩ tên tuổi thời kỳ 54-75, những thi sĩ lúc nào cũng kính Chúa kính Phật. Nhưng nêu ra làm gì cái chuyện thời nào cũng có; vấn đề của chúng ta là chú ý đến chỗ đặc biệt của thời này thôi. Cũng như thời tiền chiến trong tiểu thuyết có biết bao nhiêu là cặp vợ chồng sống êm thấm, bao nhiêu là cô dâu sống yên lành trong nhà chồng; những kẻ ấy không được nhắc đến nhiều như cô Loan của Nhất Linh. Bởi cô Loan mới tiêu biểu cho hoàn cảnh người phụ nữ lúc bấy giờ. Thời cô Loan là thời chống đối giữa cái mới với cái cũ, chống lại gia đình cũ, xã hội cũ. Thời sau này người ta chống thần chống thánh, chống nhau với Thượng Đế, chống nhau với khuôn phép, nề nếp, với... ái tình! Trời đất! Như vậy làm sao sống được? Chẳng những sống mà còn đánh giặc nữa.

TÔN GIÁO VÀ VĂN HỌC

Quả thật mỉa mai. Làm sao tin được thời kỳ "lính cậu" đùa giễu "lính chú", lính "ta" tán dóc với lính "ngươi" ỡm ờ như thế lại là thời kỳ chiến tranh ác liệt nhất lịch sử nước ta? làm sao tin được trong khi lính bảo "chiến tranh này cũng chỉ một trò chơi", lính cứ khơi khơi xem lý tưởng như lông hồng thì hàng triệu thanh niên được động viên hy sinh cho lý tưởng tự do. Làm sao tin được thời kỳ Thượng Đế chết, thời kỳ con người trâng tráo báng bổ thánh thần lại là thời kỳ tôn giáo phát triển mạnh mẽ, sôi động nhất ở nước ta? Vậy mà những chuyện ấy đều có cả, đều thực cả.

Hãy khoan nói tới những con số tân tín đồ của các tôn giáo lớn vào các thập niên 50, 60, đến cái tỉ số gia tăng cao khác thường của tín đồ cũng như của các giáo đường, chùa chiền trong khoảng thời gian này; hãy khoan nói đến những biểu dương lực lượng tôn giáo cực kỳ lớn lao trong các cuộc tranh đấu chống chính quyền, các cuộc đấu tranh giữa tôn giáo với tôn giáo trong thời gian này v.v...; chỉ để ý một chút đến cái bóng dáng của tôn giáo trong sinh hoạt văn học nghệ thuật lúc bấy giờ đã thấy nó đặc biệt đến chừng nào rồi.

Hồi tiền chiến chỉ có một Hàn Mặc Tử cầu nguyện Chúa mà đã làm náo động cả làng thơ: ai cũng chú ý đến hiện tượng tôn giáo này. Sau 1954 ở Miền Nam không phải chỉ có một con chiên hay những con chiên mà có nhiều kẻ chăn chiên xông pha tích cực trong làng văn làng báo; đồng thời ở phía Phật giáo cũng có bao nhiêu

là tu sĩ, cao tăng múa bút trổ tài: nào những Nhất Hạnh, Phạm Công Thiện, những Thạch Trung Giả, Phạm Thiên Thư, Tuệ Sỹ v.v..., ấy là chưa kể những nhà văn nhà thơ những học giả không phải tu sĩ viết về Phật giáo như: Trần Ngọc Ninh, Nghiêm Xuân Hồng, Quách Thoại, Lê Văn Siêu v.v... Bên Thiên Chúa giáo thì các linh mục Thanh Lãng, Trần Thái Đỉnh, Kim Định v.v... đều là những cây bút dồi dào, có ảnh hưởng rộng. Các đạo Cao Đài, đạo Hòa Hảo đều có những viện đại học riêng (Thiên Chúa giáo và Phật giáo dĩ nhiên đã có trước những viện qui mô hơn). Nguyễn Văn Hầu viết về triết lý đạo Hòa Hảo, Hồ Hữu Tường viết về đạo Bửu Sơn Kỳ Hương v.v...

Chuyện nghe có vẻ khác thường nhưng không vô lý. Chính vì thiếu niềm tin, vì khủng hoảng tin tưởng cho nên người ta mới khẩn cấp tìm đến các tôn giáo, mới hấp tấp tra hỏi các triết thuyết. Ai nấy xô nhau đi tìm lời giải đáp cho những vấn đề căn bản, những băn khoăn rốt ráo.

TRIẾT HỌC VÀ VĂN HỌC

Trong cơn hoang mang, kẻ tìm đến tôn giáo người cật vấn các triết gia. Có lẽ ít có thời kỳ nào trong lịch sử nước ta người ta viết và đọc triết học nhiều như thời kỳ này, người ta mê triết lý dữ dằn như thời kỳ này. Trên kệ sách, thấy những nhan đề: Đi tìm một căn bản tư tưởng (của Nghiêm Xuân Hồng), Chúng ta đi về đâu (của Đoàn Nhật Tấn) v.v... Nhân vật của Vũ Khắc Khoan có lần đàm đạo với nhau: "Tôi thường nghe mỗi khi thời thế chuyển xoay là có thuyết lạ ra đời. Xưa thì Tô Tần bàn kế Hợp tung, Mạnh Tử luận "Dân vi quý". Gần đây có ngươi Đăng Thục mưu việc duy nhất tư tưởng Đông Tây, Hồ Hữu Tường băn khoăn muốn vượt Mác-xít."[68] Thời thế đang chuyển xoay mạnh, thuyết lạ nối nhau ra đời là phải cách lắm. Ngươi Đăng Thục già rồi, đã có ngươi Đình Nhu, ngươi Văn Trung, ngươi Kim Định, ngươi Thái Đỉnh v.v..., kẻ đặt thuyết riêng người mang thuyết mới từ Tây phương về xun xoe truyền bá. Rối rít cả lên. Ôi thôi, đi đâu cũng gặp triết gia; lúc nào cũng có cơ hội bàn triết học. Trong một thiên truyện của Nguyễn Thị Thụy Vũ một cô con gái được cô bạn họa sĩ rủ dự bữa tiệc của giới văn nghệ. Cô gái ngơ ngác nhận thấy: "Trong đám họa sĩ trẻ nổi lên những tiếng thì thầm nào là... ấn tượng, màu nóng, màu nguội, thời kỳ lam, thời kỳ hồng v.v... và bọn nhà văn dùng những chữ... thân phận, bản ngã, bản thể, hiện sinh v.v..." ("Tiếng hát", trong Chiều mênh mông). Họa sĩ nói màu nóng màu nguội, thời lam thời hồng: được đi. Nhưng văn sĩ nói những gì lạ hoắc vậy? Những cái quen thuộc xưa nay mất đâu cả rồi? về đâu những mây gió, những lá vàng, những buổi chiều vàng, non xanh nước biếc v.v...? Lần khác, Duyên Anh nói về các thi sĩ: "Viết hàng ngàn danh từ triết lý như vô thức, tâm thức, hình nhi thượng, hình nhi hạ, bản thể, bản ngã, thủy triều, cảm mạo, thương hàn, dịch hạch, phi lý... ra từng mẩu giấy nhỏ, bỏ vào cái lọ. Hễ thi hứng dào dạt, mở nút lọ xóc lia lịa. Mỗi mẩu giấy văng ra là một câu thơ. Hoặc năm bảy mẩu giấy văng ra một lượt cũng là

---

[68] Vũ Khắc Khoan, Thần tháp rùa, Ngàn Lau xuất bản tại Hoa Kỳ, 1983, trang 15, 16.

một câu thơ."[69] Câu chuyện xóc lọ chữ thành thơ, hồi tiền chiến cũng có từng nghe nói, nói để chế giễu các nhà thơ hũ nút. Nhưng trong cái lọ tiền chiến không bao giờ có những chữ phi lý, bản thể, hình nhi thượng với hạ. Trái lại, trong cái lọ thời nay dẫu ra sức khơi tìm cũng ít gặp các chữ chàng, nàng, người em sầu mộng, anh giang hồ, anh dãi dầu, anh sương gió v.v..., ít lắm.

Thụy Vũ với Duyên Anh là những tác giả lớp sau, nhưng tâm trạng băn khoăn không chỉ thuộc lớp sau. Chuyện Duyên Anh nói trong Áo tiểu thư là chuyện đã có ngay từ những ngày ông mới ở Bắc di cư vào, hãy còn tạm trú tại Nhà Hát Tây Sài Gòn cũ. Sự thực từ khi có những người ê chề với chủ thuyết Mác-Lê, những người thất vọng phải rời bỏ kháng chiến, là đã có khổ tâm, băn khoăn. Trong các tác phẩm đầu tiên của những tác giả thuộc lớp trước như Vũ Khắc Khoan, Võ Phiến..., xuất bản vào những năm đầu tiên của thời kỳ này, có thể gặp nhiều nhân vật nặng trĩu ưu tư như thế. Người trẻ tuổi họ Đỗ trong Thần tháp Rùa là một: "tâm sự ủ ê lộ ra ở đôi mày hơi nhíu, miệng có cười, cũng héo hắt không vui. Tính vốn ít nói, trong chốn giao du lại cố tình giữ trọn cái nghĩa nước nhạt của người nước Lỗ, cho nên lắm khi cả ngày không lên tiếng một câu, hàng tháng biếng bước chân ra khỏi cổng." (...) "Nhưng trong câu chuyện, nếu có ai đả động đến thời cuộc, so sánh lý thuyết nọ với lý thuyết kia, là lập tức sắm nắm bước vào vùng thảo luận, nói hàng giờ không biết mỏi. Hoặc nêu thuyết nhà Phật mà bác bỏ định đề Cơ-đốc. Hoặc đề cao tư tưởng của văn sĩ Pascal mà đánh đổ lý luận vô thần.

_____

[69] Duyên Anh, Áo tiểu thư, Nguyễn Đình Vượng xuất bản, Sài Gòn 1971, trang 170.

Hoặc chủ trương giai cấp đấu tranh mà công kích những mưu mô tư bản. Hoặc lập luận tự do cá nhân để chống với độc tài đoàn thể. Có ai rụt rè nói đến giá trị nội tại của nghệ thuật ắt Đỗ phải lớn tiếng thích nghĩa nhân sinh. Nhưng nếu có người muốn hạ văn chương xuống ngang hàng một "đồ thực dụng" thời Đỗ lại chép miệng thở dài nhắc đến quan niệm nghệ thuật của Kant."[70]

Người trẻ tuổi họ Đỗ như thế nếu lọt vào bàn tiệc văn nghệ của Thụy Vũ sợ gì mà chẳng văng ra những "bản ngã", "bản thể" với "hiện sinh", và nếu có tập tành thơ phú thì làm gì trong lọ chẳng có những mẩu giấy nhỏ viết "bản thể", "bản ngã", "dịch hạch", "phi lý"?

Từ đầu đến cuối thời kỳ này, lớp trước lớp sau đại khái như nhau.

Thường thường trong giới văn nghệ những kẻ được quần chúng biết rộng rãi nhất là các thi sĩ, các tiểu thuyết gia. Nhưng vào thời kỳ này những tác giả viết triết luận lại được đọc nhiều, được tiếp đón ồn ào. Nguyễn Văn Trung, Phạm Công Thiện, Trần Thái Đỉnh, Kim Định v.v... đều nổi tiếng nhanh chóng, được giới trẻ hoan nghênh. Sách triết học thành ra sách "hốt bạc" của các nhà xuất bản, tên tuổi các triết luận gia thành ra "mốt" ăn khách trên thị trường. Theo kinh nghiệm riêng của chúng tôi khi chủ trương nhà Thời Mới thì hai cuốn sách bán được nhanh nhất nhiều nhất là hai cuốn liên quan đến triết học, tức cuốn Triết học hiện sinh của Trần Thái Đỉnh và cuốn Những trào lưu lớn của tư tưởng hiện đại dịch của André Maurois. Trong các sách do nhà Huệ Minh của Hồ Hữu Tường ấn hành cuốn được

---

[70] Vũ Khắc Khoan, Thần tháp rùa, sđd, tr. 15, 16.

yêu chuộng rộng rãi nhất chắc chắn là cuốn Trầm tư của một tên tội tử hình. Tử hình hay không tử hình, thấy "trầm tư" là khoái rồi. Khi Trần Phong bắt đầu ra tạp chí Văn và chủ trương nhà xuất bản Giao Điểm, ông kêu gọi liên tiếp trong nhiều tháng trời người hợp tác dịch các tác phẩm của Jean Paul Sartre và Albert Camus.

Thơ, truyện, kịch v.v... lúc bấy giờ lắm khi lân la đến gần triết học. Thơ Thanh Tâm Tuyền được nhắc nhở rộng rãi có lẽ một phần cũng là vì những câu tối tăm trong ấy "có vẻ" ngụ một ý nghĩa triết lý, trông "hình như" có thể suy diễn ra một ý nghĩa triết lý, vì đọc "nghe như" hàm ngụ nhiều tư tưởng. Truyện và kịch của Nghiêm Xuân Hồng, Võ Phiến, Vũ Khắc Khoan (những cuốn Phù thế, Ảo ảnh, Thành Cát Tư Hãn, Người viễn khách thứ mười v.v...) có khuynh hướng triết lý. Nguyễn Mạnh Côn thì nói hẳn ra là ông "đi vào lập thuyết" với cuốn Mối tình màu hoa đào.

Hồi trước cũng có Trần Trọng Kim viết Nho giáo, có Nguyễn Đình Thi, Lê Chí Thiệp viết về triết học Tây phương, về siêu hình học v.v..., và kẻ đọc nhiều hiểu rộng bao giờ cũng được dư luận kính trọng, tuy nhiên chưa lúc nào có cái không khí ham mê triết như trong thời kỳ sau này. Ham mê ồn ào như giới trẻ mê tài tử điện ảnh, mê ca sĩ; như giới mộ điệu tôn sùng các cầu thủ bóng bầu dục, các võ sĩ quyền Anh v.v... Dĩ nhiên số lượng người biết đọc sách ít hơn số người xem hát, xem đấu bóng đánh võ, ít hơn nhiều lắm lắm; nhưng những "phong trào" sách Kim Định, sách Phạm Công Thiện có thể làm chúng ta liên tưởng từ chuyện nọ đến chuyện kia.

Thật ra, chúng ta không phải là một lớp quái nhân dị hợm. Chẳng qua thế hệ này sinh nhằm một thời hoảng loạn: không riêng ở miền Nam Việt Nam mà hầu như đâu đâu cũng dấy lên một niềm khao khát triết lý, ngoại trừ trong thế giới cộng sản. Nhiều lần trong lịch sử, loài người đã trải qua những cơn khủng hoảng, hoặc chuyển biến sâu xa, và đó cũng là những thời kỳ huy hoàng của triết học. Như thời đại Thích Ca với 62 triết thuyết và 6 đại môn phái của tư tưởng cổ điển Ấn-độ; như thời Chiến quốc ở Trung Hoa, thời của những Lão Tử, Khổng Tử, Bách gia chư tử; lại như thời kỳ chiến tranh Péloponèse ở miền bán đảo Hi-lạp với bao nhiêu là triết gia Platon, Socrate v.v...; như thời kỳ sau Cách mạng Pháp và các cuộc chiến tranh ở Âu châu, với những Kant, Hegel, Marx... Rồi đến thời kỳ này, sau hai cuộc thế chiến, và dưới sự đe dọa của một thảm họa chiến tranh nguyên tử, lại tưng bừng những triết thuyết của Sartre, Camus, Heidegger, Jaspers v.v...

Xưa kia loài người sống từng vùng cách biệt nhau, chuyện Hi-lạp không ảnh hưởng đến Trung Hoa, tình hình Trung Hoa không ảnh hưởng sang Ấn-độ. Ngày nay, khủng hoảng là khủng hoảng chung: niềm hoang mang của Âu châu cũng là hoang mang của Mỹ châu, Á châu, cơn buồn nôn phi lý ở bên này cũng làm xây xẩm đến bên kia. Ngoại trừ ở sau bức màn sắt, nơi ai nấy vẫn cứ gối đầu lên một niềm tin đơn giản; còn như chúng ta ở Miền Nam, có sự xao xuyến cũng là điều không sao tránh khỏi.

Tính cách cực đoan

CHẤN ĐỘNG TÌNH CẢM

Ngược xuôi tìm kiếm, xao xác hơn bao giờ hết vì triết học; mà lại thất lạc, hoang mang, ngờ vực hơn bao giờ hết. Sinh hoạt tôn giáo dấy lên tràn lan, sôi động, dữ dội hơn bao giờ hết; mà con người lại thiếu tin tưởng, bơ vơ hơn bao giờ hết. Cái khủng hoảng tinh thần đã thế, đến như các chấn động tình cảm trong thời kỳ này cũng lại thật nặng nề.

Trong Đêm nghe tiếng đại bác, có một lúc đang nói về những thanh thiếu niên phải đi lính đánh giặc Nhã Ca chợt kêu lên: "Quyên tuổi trẻ. Tuổi trẻ của máu me. Tuổi trẻ của bom đạn. Tuổi trẻ của tan nát." Đến đây, bà giật mình, tự hỏi: "Ô hay. Tôi có đang lãng mạn quá không nhỉ."[1][71]

Có đấy. Nếu lãng mạn là không kiềm chế được tình cảm, là để nó tuôn tràn ra dạt dào trên giấy, thì bà đã lãng mạn quá rồi chứ còn gì nữa. Thế nhưng, sau đó, cuối sách bà lại tuôn ra luôn cả một mạch thế này: "Tiếng đại bác. Tiếng đại bác. Tôi đang nghe. Tôi đang nghe đây. Gửi gì không. Có. Tôi có gửi. Hãy gọi anh Phan về đêm nay cho mẹ tôi thấy. Hãy mang anh Nghĩa về đêm nay cho chị Phương tôi thấy. Hãy mang tất cả về đêm nay cho tôi thấy. Cho ba tôi thấy. Cho em Kim tôi thấy. Cho chị Hạnh thấy. Tiếng đại bác. Tiếng đại bác. Gửi gì không. Có. Tôi có gửi. Cho tôi gửi ra những bông hồng. Những khăn tay, những bữa ăn, những gói thuốc lá. Hãy nhắn với họ. Với Đông, với Hoàng, với Mân, với Nghĩa.

---

[71] Nhã Ca, Đêm nghe tiếng đại bác, Sống Mới tái bản tại Hoa Kỳ, trang 69.

Với tất cả. Tôi gửi lời thăm. Thăm tất cả. Tiếng đại bác. Tiếng đại bác. Còn gửi gì nữa không. Còn. Tôi còn gửi. Ngủ đi ba. Ngủ đi mẹ. Ngủ đi chị. Ngủ đi em. Ngủ đi tiếng đại bác. Đại bác. Ngủ đi. Ngủ đi. Tôi còn gửi. Để cho tôi gửi. Gửi cả tương lai tổ quốc ta theo đó."[72]

Thôi lần này thì bà "lãng mạn" quá cỡ mất. Nhưng lần này Nhã Ca không kịp thắc mắc về chuyện mình có lãng mạn hay không, bởi vì bà đứng trước một cảnh thương tâm quá đỗi lớn lao, bà bị xúc động quá mạnh: một gia đình đầm ấm tràn ngập yêu thương bỗng đón nhận một lúc hai cái tang, cả con trai lẫn con rể cùng chết trận. Một buổi tối cả nhà đang quây quần tíu tít với nhau thình lình một quân nhân gõ cửa bước vào, lúng túng với cái tin dữ mang theo, thế là sét nổ long trời lở đất xuống giữa bữa ăn của họ: bà mẹ ngã ra bất tỉnh, cô hôn thê chết lặng, rồi lát sau một thiếu phụ nữa lại lăn vào nhà tình nhân chết giấc... Trong hoàn cảnh ấy, tác giả - vốn cũng là đàn bà - biết làm gì khác hơn: bà bất giác la toáng lên inh ỏi.

Phản ứng của Nhã Ca cũng là phản ứng của rất nhiều nhà văn khác trong thời kỳ này, cả nam lẫn nữ. Bà làm ta nghĩ đến một người con gái nết na có lúc chợt thiếp mắt, ngáy khe khẽ, giật mình thức giấc, bẽn lẽn, hỏi xung quanh: "Vừa rồi tôi có ngáy không nhỉ?" Một hôm kẻ cướp xông vào nhà, cả gia đình trải qua một phen thất điên bát đảo, tối đến ai nấy lăn quay ra ngủ, ngáy vang như sấm. Cô gái cũng ngáy bằng thích, và không buồn hỏi han ai nữa, hết cả thẹn thùng. Bấy giờ cả Miền Nam ai nấy đều "lãng mạn" cả. Hỉ, nộ, ai, lạc, ái, ố dồn dập

---

[72] Như trên.

tuôn trào. Này là Phan Nhật Nam: "Lòng nóng như lửa, trí não nổ như dông, chân tay muốn chặt ném cho chó gặm, người như nướng trên giàn hỏa (...) Tôi không cần biết, chỉ xin nói một điều: Y chết lảng, chết thối, chết vô ích, vô tích sự, chết bẩn và chết ngu... Tôi không thể nén lòng được, tôi muốn thằng này phải chết năm lần, bảy lượt, chết tan xác, chết nhục nhã, chết ghê tởm (...) Gã trẻ tuổi ngu ngốc, đần độn không được quyền chết trên quê hương bi tráng này. Tao nguyền rủa mày trong suốt ngày dài điêu linh tàn khốc của đời sống Việt Nam."[73] Vẫn Phan Nhật Nam: "Trong cơn say, nỗi buồn chín đỏ nằm riêng một góc linh hồn không tan biến."[74] (...) "Một khoảng đời đã đổi, tôi thành kẻ lạ rồi... Một tên hung bạo, trí não căm hờn và thù hận. Tôi chết một phần người trong tôi."[75]

Không phải chỉ có cái chết mới dữ dội. Hạnh phúc lúc bấy giờ cũng trở nên ác liệt: "Tôi gặp cả vùng chân trời nằm gọn trong mắt chàng."[76] "Và cứ thế chúng tôi chơi với nhau. Cho nhau những ngày tháng thênh thang hạnh phúc, đổ đầy đời nhau những tư tưởng nước chống bốc hơi thành mây bay trên trời (...) Chúng tôi mở cho nhau những thế giới và chân trời mơ ước..."[77] Du Li viết như thế trong truyện Một tâm hồn sa mạc.

"Tâm hồn sa mạc", "tâm hồn sỏi đá", con người thì ví với "loài dã thú", "loài rong rêu", "loài cỏ hoang", có khi

---

[73] Phan Nhật Nam, Dấu binh lửa, Tinh hoa miền Nam tái bản tại Hoa Kỳ, tr. 351, 352.

[74] Sđd, tr. 119

[75] Sđd, tr. 122.

[76] Tạp chí Bách Khoa số ra ngày 5-9-74.

[77] Như trên.

với "loài rau hoang dại" (Nguyễn Thị Thụy Vũ, Bách Khoa, số ra ngày 13-7-74), con người thường ôm "nỗi chết không rời", "dựa lưng nỗi chết" v.v... Sáo ngữ của thời đại nghe thảm não, khốc liệt. Câu văn của thời đại nhiều khi nghe dồn dập, hổn hển, chát chúa, như tiếng rít lên, tiếng la hét, tiếng gào, tiếng chửi rủa. Cái vui, cái buồn, cái đau đớn, cái khoái trá, cái gì cũng được đưa tới chỗ cực đoan.

Cách nói năng của thời này không giống chút nào với cách nói mực thước, khoan hòa trong văn chương cổ điển; thái độ người thời này không giống thái độ truyền thống:

"Nao nao dòng nước uốn quanh,
Nhịp cầu nho nhỏ cuối gành bắt ngang
Sè sè nấm đất bên đường
Rầu rầu ngọn cỏ nửa vàng nửa xanh."

Mồ hoang trong buổi chiều tà cũng không hẳn là cảnh buồn. Không có gì chịu buồn thực sự buồn, buồn đến nơi đến chốn. Cái gì cũng dìu dịu, thoang thoảng: sè sè, rầu rầu, nửa này nửa nọ... Những tiếng tĩnh từ kép làm cho nhẹ bớt ý nghĩa, nhẹ bớt cảm giác. Mà tĩnh từ kép lại là cái sở trường của ngôn ngữ dân tộc.

Từ xưa đã thế, mãi cho tới gần đây ta vẫn thế. Vẫn chuyên trị về cái dìu dịu, êm êm, mơ mơ màng màng:

"Em ơi nhẹ cuốn bức rèm tơ
Tìm thử chân mây khói tỏa mờ"...
(Thanh Tịnh)

"Trước sân anh thơ thẩn
Đăm đăm trông nhạn về
Mây chiều còn phiêu bạt

Lang thang trên đồi quê"...
(Hàn Mặc Tử)

Thơ thẩn, lang thang, mây khói, rèm tơ, cuốn nhẹ, tỏa mờ v.v... Thơ như vậy, văn cũng vậy: Thế rồi một buổi chiều là một kiểu nhan đề, Nắng thu, Bướm trắng, Gió đầu mùa, Nắng mới, Hồn bướm mơ tiên v.v..., những nhan đề nữa. Làm sao dưới những nhan đề lành như thế mà lại có được chuyện hung dữ! Không có đâu. Dưới mái chùa nọ quả có xảy ra câu chuyện ngang trái đau lòng chẳng hạn, nhưng cái đau lòng ấy không hề làm cho người ta điên cuồng lồng lộn lên, chỉ thấy một nỗi buồn... man mác! "Lan liếc mắt ngắm phong cảnh quanh mình, lòng hoài nghi man mác đến cả cỏ, cây, mây, nước. Cúi nhìn dòng nước bạc lấp lánh dưới chân đồi quanh co uốn khúc, rì rì lướt giữa dọc cát vàng; trong cảnh êm đềm ấy, biết đâu không ẩn núp những loài rắn độc hại người." Cuối Hồn bướm mơ tiên là:

"Gió chiều hiu hiu...
Lá rụng!"

Và rồi cuối thời kỳ thơ mộng êm đềm ấy còn lại một người, một nhà văn nghiêm chỉnh, đàng hoàng, tao nhã. Nhà văn ấy - Nhất Linh - thong thả giảng giải về cách viết văn, cách viết thật sáng sủa, thật giản dị, thật tỉ mỉ chi tiết và hơi vui vẻ một chút. Lắm người chịu là đúng đắn hay ho rất mực, nhưng không mấy ai nghe theo. Ai nấy mãi lo văng tục, gào thét, mãi hục hặc với những cái hoặc cộc lốc, cụt lủn: Yêu, Loạn, Tiền, Con sâu..., hoặc ghê rợn: Mùa hè đỏ lửa, Giải khăn sô cho Huế, Đêm nghe tiếng đại bác v.v...

Từ thời Nhất Linh sang thời này, sự thể đổi khác hẳn. Thời sau này là thời của những xúc cảm mạnh. Thời của những cực đoan, của cái quá lố. Lấy con mắt bình thản của người tiền chiến mà nhìn thái độ lớp sau có thể thấy nó như lố lăng, như lập dị. Trong cái tâm trạng cuồng nộ của thời này mà đọc lại nghệ phẩm tiền chiến, thấy nó "trà dư tửu hậu" thế nào.

Trở lại câu Nhất Linh nói với Nguyễn Vỹ: "Thế hệ trẻ ngày nay, họ không hiểu được tụi mình." Quả có vậy. Già dễ dãi bình dân như Nguyễn Vỹ hay già tinh tế trí thức như Nhất Linh, họ đều có chỗ giống nhau và họ đều khác hẳn lớp trẻ. Khác như những tờ tạp chí Phổ Thông, Văn Hóa Ngày Nay đặt bên cạnh những tờ Thế Kỷ Hai Mươi, Văn Nghệ, Thái Độ, Sáng Tạo, Hiện Đại v.v... Một bên ung dung giản dị, cười cợt, hoặc tủm tỉm hoặc hô hố tuệch toạc: Vậy đó là già. Một bên nhăn nhíu suy tư, kêu gào, quằn quại: thế lại là trẻ. Thời cuộc làm ra thế, khủng hoảng tin tưởng khiến nên thế, những chấn động tình cảm quá mạnh gây ra thế.

Vai trò của miền Nam

Gác những đảo điên với tao loạn, khủng hoảng với chấn động sang một bên, thời kỳ 1954-75 vẫn có cái đặc biệt của nó: vai trò của miền Nam trong văn chương.

Trước kia Đông Hồ ở mãi tận đất Hà Tiên xa xôi mà ông viết văn theo giọng Bắc; sau này khi người Bắc đã vào tràn khắp các nẻo đường Sài Gòn thì Lê Xuyên ngồi tại đô thành lại viết rặt giọng Nam.

Cái đó không phải một sự tình cờ bị nhặt lên bất thần. Lê Xuyên không phải là trường hợp duy nhất, không phải là kẻ đầu tiên hay kẻ cuối cùng. Trước ông và sau ông, các văn thi sĩ gốc miền Nam khác đều làm thế, trong thời kỳ này. Bình Nguyên Lộc đã viết giọng Nam tuy có pha cốt cách Bắc. Đến Sơn Nam cái hơi Nam rõ rệt hơn. Rồi đến Lê Xuyên nó càng đi xa thêm nữa. Trong các cây bút khảo luận, Thu Giang hãy còn dè dặt, đến Vương Hồng Sển thôi thì rặt Nam tính.

Như thế chiều hướng ấy nó tự xác nhận liên tục và mỗi lúc mỗi thêm mạnh mẽ. Cá tính miền Nam hiển hiện rõ trong nền văn học chúng ta thời kỳ 1954-75, hiển hiện có ý thức. Thực vậy, Đông Hồ đã viết được giọng Bắc thì những Sơn Nam, Lê Xuyên lớn lên trong thời thịnh mãn của văn học tiền chiến, thấm nhuần thơ văn Tự Lực Văn Đoàn, Nguyễn Tuân, Nguyễn Bính v.v... không vì lẽ gì lại không còn viết được giọng Bắc nữa. Cho nên sự hồi đầu của họ về Nam là một chủ tâm.

Nhưng trước khi định nghĩa cá tính miền Nam thì câu chuyện về sự hồi đầu ấy nghe có vẻ mơ hồ. Cái gọi là giọng Nam giọng Bắc, là cốt cách Nam Bắc v.v... ấy có gì cụ thể chăng?

Có lần bàn đến những đề tài về cá tính miền Nam, Sơn Nam "khẳng định" (chữ của Sơn Nam): "Không có "người Việt miền Nam" mà chỉ có người Việt Nam." (Người Việt có dân tộc tính không, An Tiêm xuất bản, 1969). Khẳng định như thế nghe có giọng đoàn kết, thống nhất, sát cánh lắm. Nói khác đi, e có vẻ kỳ thị địa phương chăng? Dù sao, tôi nghĩ: thì vẫn là người Việt Nam cả, nhưng người Việt Nam từ Sài Gòn xuống Cà Mau so với người Việt Nam ở Hà Nội, ở Huế, ở Bình Định có những nét đặc biệt, ngộ lắm. Sự nghiệp văn chương của Sơn Nam chính được gầy dựng nên do cái ngộ ấy.

Bởi ông là người Nam, ông không để ý đó thôi. Ông đã phát huy cá tính miền Nam một cách tài tình mà không hay. Tài tình mà vô tình.

Cá tính văn học miền Nam là điều không thể phủ nhận, và nó rất hấp dẫn. Sự phát huy bản sắc miền Nam là một đóng góp thật quan trọng vào nền văn học Việt Nam. Đâu có phải chuyện gì xấu xa đâu mà vội khỏa lấp!

Về sắc thái đặc biệt, điều nhận thấy trước nhất là những từ ngữ địa phương, những cách nói riêng của địa phương. Từ ngữ riêng của miền Nam thật nhiều, càng ngày càng lộ ra nhiều. Trước 1954, dĩ nhiên nó vẫn phong phú, nhưng nó không hay xuất hiện trên sách báo, thậm chí trong tự điển là nơi lẽ ra phải tập trung đầy đủ tiếng nói của dân tộc cũng không có được bao nhiêu tiếng địa phương miền Nam. Lúc bấy giờ địa vị của tiếng nói miền Nam hãy còn khiêm tốn, ngay những học giả người miền Nam vẫn còn ngần ngại chưa muốn đưa những cà tăng, cà ràng, chiếc nóp, lục cụ, ghe ngo, tắc ráng, với những chuyện len trâu, xà nẹo, ăn ong v.v... vào sách. Sau này, mỗi lúc các ông Bình Nguyên Lộc, Lê Xuyên mỗi trình ra, tuôn ra vô số; chừng ấy mới biết là chúng ta còn có cả một kho vô tận chữ nghĩa mấy trăm năm qua chưa xài đến! Chuyện đó thì "mắc mớ" gì tới tui? Tui thì "kể số" gì? Tui có ăn nhậu gì "trỏng" đâu "nà"? Ôi nghe lạ mà vui biết bao nhiêu.

Vả lại dù khi không xài một tiếng mới mẻ nào, cách nói của người dân quê trong Nam nghe cũng khác lạ, ngộ nghĩnh. Ngộ nghĩnh như kiểu thằng Nhi nói với ba má nó về con trâu vừa mới chết. "Thằng Nhi về đó, coi dị hợm hơn mọi ngày, mang trên vai một đống gì cao nghệu. Chú Tư xanh mặt. Nó thảy đống ấy xuống đất:

- Đ.m. chết hết một con. Đem cặp sừng bộ da của nó về nè! Nặng gần chết. Đ.m. không lẽ bỏ luôn."[78]

Nhân vật có lối nói của nhân vật, các tác giả có lối viết của các tác giả. Lối viết của các tác giả trong Nam sau này là lối viết độc đáo, nó làm trẻ lại ngôn ngữ văn chương của dân tộc. Thật vậy, ở Trung và Bắc Việt Nam, trải qua nhiều thế hệ văn gia, câu văn dần dần được trau luyện đẹp đẽ. Trau luyện kỹ quá. Hoặc nó trong sáng giản dị như của Khái Hưng, Nhất Linh, hoặc nó cầu kỳ điệu bộ như của Nguyễn Tuân, hoặc nó phóng khoáng huê dạng như của Hoàng Hải Thủy, Vũ Bằng v.v..., nó vẫn mang cái dấu chung, là được đắn đo trau chuốt.

Tôi không có ý bảo rằng các nhà văn trong Nam viết cẩu thả. Không ai có thể bảo người ở vùng nào viết nhanh vùng nào viết chậm, ở nơi nào viết kỹ lưỡng nơi nào lại viết sơ sài v.v..., những chuyện nhảm nhí như thế nhất định không thể được đặt ra bao giờ. Điều chúng ta đang nói đây là cái cảm tưởng khi đọc văn chứ không phải cung cách khi viết văn. Đọc những nhà văn trong Nam như Lê Xuyên, Sơn Nam, Bình Nguyên Lộc, như Vương Hồng Sển v.v..., chúng ta có cảm tưởng văn ấy tự nhiên, thân mật mà nhanh nhẹn thoăn thoắt, mà dễ dàng lưu loát quá cỡ. Như thể không xếp đặt gì, cứ tuồng tuột ngon ơ, văn ấy cứ tuôn ra không vấp váp khục khặc bao giờ cả, nó trôi chảy, tài tình quá xá. Ngày nay, trên các báo chí hải ngoại một số nhà văn miền Nam trong đó có Hồ Trường An cũng cho ta cái cảm tưởng ấy. Trong hoàn cảnh lưu vong sầu thảm, ai nấy rầu rĩ, thì văn ông vẫn cứ tươi mơn mởn, vẫn cứ nuột nà.

---

[78] Sơn Nam, 'Mùa len trâu', Hương rừng Cà Mau.

Người miền Trung vào làm ăn trong Nam thoạt nghe bà con trong Nam nói chuyện với nhau vẫn có cảm tưởng ấy: ôi chao, trong này người ta nói sao mà cứ trơn lu, cứ như dầu rót roong roỏng vô chai, như xoa con toán liền tay không dứt, như xua những viên bi tròn chạy rong róc trên một mặt mâm! Lối nói như thế khiến liên tưởng đến câu ca vọng cổ dài dẳng dặc mà thoăn thoắt mà ngọt lịm.

Người miền Nam không phải chỉ tự nhiên thân mật ở câu văn lời nói, mà còn ở cách bố trí câu chuyện, cách dàn bày vấn đề. Đọc những thiên khảo luận của Bình Nguyên Lộc về nguồn gốc dân tộc, của Sơn Nam về cá tính miền Nam, văn minh miệt vườn, của Vương Hồng Sển về các thú ăn chơi, đọc truyện Phi Lạc của Hồ Hữu Tường v.v..., tưởng như gặp những người thật vui tính, những người xuề xòa, cởi mở, đàm đạo phóng khoáng tự do, lắm lúc có phần lộn xộn, không xếp đặt, không câu nệ.

Trên đây nói về cá tính miền Nam có nói đến tiếng "hấp dẫn". Thực vậy, tôi đã có dịp mừng rỡ thấy rằng cái hấp dẫn ấy không phải là cảm tưởng chủ quan của riêng mình. Cách đây năm năm (tháng 11-1980) một nhà văn tên tuổi từ ngày lưu vong chọn sống ở Texas có thư kể cho tôi một thú vui bất ngờ: Một hôm ông thấy ở chợ có bán mấy bộ sách Tàu dịch lại, mua về đọc chơi. Tình cờ gặp bộ Tây du do Tô Chẩn dịch theo giọng văn trong Nam. "Lý thú không biết nói sao cho anh thấy rõ được (...) có dịp nào rảnh anh thử lấy cuốn Tây du bản dịch Tô Chẩn mà đắm mình trong cái tiếng Việt của nông thôn miền Nam, thích lắm."

Tất nhiên, tôi hoàn toàn đồng ý: Thích lắm. Lý thú không nói sao cho xiết.

Thời Tô Chẩn dịch truyện Tàu, và trước nữa, trong thời nông dân miền Nam nói truyện nói vè, nói thơ Sáu Trọng, thơ Sáu Nhỏ, thơ Thầy Thông Chánh, kiểu "nhựt trình Vĩnh Ký đặt ra", thời của văn chương truyền khẩu, tiếng Việt miền Nam lý thú như thế. Sau đó, khi sách báo miền Bắc từ thủ đô văn nghệ tiền chiến là Hà Nội tràn vào, ảnh hưởng của nền văn nghệ rực rỡ ấy át hẳn cá tính của miền Nam.

Hồ Trường An nhớ lại hồi nhỏ cùng với chị (là Nguyễn Thị Thụy Vũ) đọc Hồ Biểu Chánh và Tây du do Tô Chẩn dịch, cũng mê mệt (như Mặc Đỗ). Lúc hai chị em lớn tuổi hơn chỉ gặp Phi Vân, Trúc Giang viết tiểu thuyết bằng giọng Nam. "Thuở đó, quá ít nhà văn gốc miền Nam chịu viết văn Nam." Nhưng rồi sau 1954, tình hình lại đổi khác. "Khi vào trung học, chúng tôi xa dần văn chương miền Nam viết theo văn Nam. Mãi đến khi Đò dọc của Bình Nguyên Lộc được xuất bản, tôi mới có dịp trở lại tiếng miền phù sa sông Cửu. Bình Nguyên Lộc, Sơn Nam, Vân Trang, Hồ Hữu Tường đã làm sống lại ở tôi cái ngôn ngữ hồn nhiên, bộc trực, giàu thổ âm kia. Nhưng đến Lê Xuyên thì ngôn ngữ miền Nam được diễn tả quá sung mãn qua Vợ thầy Hương, Chú Tư Cầu, Kinh Cầu Muống, Xinh."[79]

Sau tiếng nói địa phương và cách nói địa phương, thử chú ý đến đề tài. Đề tài sáng tác cũng như đề tài biên

---

[79] Hồ Trường An, "Trên dãi tân bồi', tạp chí Văn Học Nghệ Thuật, Hoa Kỳ, số 7, tháng 11-85.

khảo trong thời kỳ này cũng hướng về miền Nam nhiều hơn rõ rệt.

Có thể nói tất cả sáng tác của Bình Nguyên Lộc, Ngọc Linh, Sơn Nam, Vũ Bình, Nguyễn Thị Thụy Vũ đều chú trọng vào nếp sống, vào xã hội, phong tục miền Nam. Và đó là cả một lãnh vực tân kỳ phong phú. Chúng ta có miền Nam từ ba trăm năm, nhưng người Việt miền Bắc miền Trung mấy ai biết về đời sống trong Nam trước "Rừng mắm" của Bình Nguyên Lộc, Hương rừng Cà Mau của Sơn Nam? Những sáng tác như thế mở ra trước con mắt của đồng bào khắp nước một thế giới vừa thân yêu vừa mới lạ biết chừng nào.

Biên khảo cũng vậy. Nguyễn Văn Hầu, Vương Hồng Sển, Đông Hồ... viết về lịch sử, đất đai, phong tục, văn học, nhân vật miền Nam. Họ viết và lôi cuốn cả những tác giả miền Bắc miền Trung cùng viết theo, như Phạm Việt Tuyền về văn học Đàng Trong, như Nguyễn Văn Xuân về lưu dân vào Nam, Vũ Bằng về những món ăn miền Nam v.v...

Thế rồi, hãy để ý thêm một điều nữa: Nhiều tác giả từ Bắc vào thoạt tiên viết về những điều xảy ra ngoài Bắc về những nhân vật Bắc, nhưng dần dần trải qua thời gian khung cảnh Bắc mờ nhạt dần, và người và cảnh miền Nam - nhất là Sài Gòn - tràn lần vào tác phẩm họ. Thoạt đầu các trẻ mồ côi của Nhật Tiến sống trong những cô nhi viện ngoài Hà Nội, về sau các trẻ mù của Lê Tất Điều ở trại mù Sài Gòn; cứ thế miền Nam len vào tiểu thuyết của Văn Quang, Thanh Nam, Nguyễn Đình Toàn, Thanh Tâm Tuyền, dàn ra khắp cùng.

Đã viết về miền Nam, các tác giả Bắc và Trung lần hồi lại còn viết được giọng Nam: "Tôi có quen rất nhiều học trò của Thanh Tâm Tuyền, xuất thân ở các trường trung học tỉnh Bình Dương, trong đó có Võ Kỳ Điền, bạn tôi. Họ đều bảo ông Tuyền rất khoái lối văn diễn tả bằng giọng điệu miền Nam. Điều đó, tôi không lấy làm lạ là ở hai truyện ngắn "Tư" và "Dọc đường", ông viết bằng lối văn miền Nam rất tới. Nhưng khi tôi đọc truyện ngắn "Thăm chị buổi chiều" của Võ Phiến hoặc cuốn truyện dài Mã lộ của Viên Linh, tôi kinh ngạc đến rụng rời. Trời ơi, cả hai viết đối thoại miền Nam khác nào những người đã từng sinh đẻ ở xóm lao động miền Nam, biết nhậu rượu đế với trứng ung, biết ca vọng cổ, đã tiếp xúc với nông dân, thợ thuyền, đã đàm đạo với các ông già ống vố bà già trầu..."[80]

Có một thời người Nam viết giọng Bắc, lại đến một thời khác người Bắc viết giọng Nam. Phải chịu là ngộ chứ.

Một nhà thơ thuộc dân tộc thiểu số Avar bên Nga có lối ví von ngộ nghĩnh: văn học như một cây đàn, mỗi nhà văn như thể một sợi dây đem đến cho đàn một cung bậc riêng. Gớm, đàn nào mà nhiều dây lắm thế. Dù sao ta có thể liên tưởng đến cây đàn pandur hai dây ở miền núi của ông. Nhớ lại ở ta hồi tiền chiến khung cảnh cùng giọng văn trong hầu hết các tác phẩm nổi tiếng là cảnh Bắc giọng Bắc, rồi nhận ra sắc thái miền Nam trong nền văn học 1954-75 chúng ta nghĩ tới sợi dây thứ hai vừa mới căng trên cây đàn nọ. Phải thú thực là tôi yêu cái

---

[80] Như trên.

cung điệu của sợi dây thứ hai ấy quá thể. Nói theo giọng trong Nam: tôi khoái nó, khoái chí tử.

Tại sao có sự "đứng lên" của miền Nam trong văn học 1954-75?

Trước hết nó là chuyện dĩ nhiên: Ở đây chúng ta chọn nói riêng về nền văn học từ 17 độ vĩ tuyến trở vào, nền văn học của miền Nam. Trong văn giới số tác giả gốc Nam mỗi lúc mỗi đông, độc giả cũng là độc giả Nam, khung cảnh sáng tác, địa bàn hoạt động, bối cảnh xã hội là miền Nam, chiều hướng Nam hóa của văn học là thuận lẽ.

Ngoài ra, có lẽ cũng nên nghĩ đến một yếu tố khác: sự kích thích của di dân từ Bắc vào. Nếu không có cuộc di cư sau hiệp định Genève nhất định là số tác giả Nam cũng sẽ phát triển, đặc thái miền Nam cũng sẽ dần dần được phát huy; tuy nhiên có cuộc di cư ấy thì cái đà phát triển phát huy chắc chắn có nhanh hơn.

Để tự nhiên, người miền Nam nhìn đất miền Nam, nhìn cuộc sống miền Nam, có lẽ chỉ thấy nó vậy vậy thôi. Nhưng từ Trung từ Bắc vào nhìn thấy lạ ngay. Món ăn trong Nam trước giờ không ai thấy lạ, Vũ Bằng vào viết ngay một cuốn Món lạ miền Nam. Dưa hấu trong Nam xưa nay vẫn nhiều không ai để ý, Nguyễn Bính vào la lên: "Dưa hấu chất cao ngang nóc chợ!" Dường như hồi xưa Xuân Diệu cũng có lần trầm trồ về cái giọng nói của người miền Nam. Và Hồ Dzếnh nữa, trầm trồ về cách nói miền Nam...

Sau này Nguyễn Hoạt viết Trăng nước Đồng Nai, Chu Tử viết cuốn Yêu, cuốn Loạn, Triều Đẩu viết Trên vỉa hè Sài Gòn v.v..., mỗi người mỗi cách, mỗi người chú ý đến

một phương diện khác nhau, ai nấy đều có chỗ đề cập
đến những nét độc đáo của người và đất Nam phần. Như
thế sao khỏi kích thích những tác giả người Nam. Nhất là
những tác giả như Bình Nguyên Lộc, như Sơn Nam, vốn
tha thiết với quê hương mình rất mực. Một vị "chuyên
trị" miền Đông một vị "chuyên trị" miền Tây, một vị
chiếm lĩnh Tiền giang một vị Hậu giang, họ đi sâu vào
cuộc sống, vào lịch sử địa phương, phát huy cái hay cái
lạ, làm cho miền Nam càng ngày càng bày ra những
quyến rũ không ngờ. Những Đò dọc, "Rừng mắm", "Ba
con cáo", Hương rừng Cà Mau, Thổ ngơi Đồng Nai, Tìm
hiểu đất Hậu Giang v.v... của họ đã hay, sở dĩ càng hay là
vì sự thưởng thức đầy cảm tình khích lệ của đồng
nghiệp Trung và Bắc.

"Cà phê nóng lên hơi nghi ngút
Lò than hồng lách tách nổ ran,
Nghe người kể chuyện xóm làng,
Cõi lòng ấm dịu, bàng hoàng, bâng khuâng."

"Chuyện xóm làng" ông lão kể với một kẻ "đồng tâm"
đã thú:

"Bàn bên cạnh, một ông bới tóc,
Liếc sang nhìn đang khóc trộm thầm,
Đoán mình là kẻ đồng tâm,
Lân la nói chuyện. Mưa dầm cứ rơi."
(Bình Nguyên Lộc - Khai từ Thơ Ba Mén)

"Chuyện xóm làng" mà mình có dịp đem kể lại trước
một cử tọa đông đảo khách phương xa cũng có cái hay
riêng của nó: những cặp mắt ngạc nhiên, thán phục, sự
đón chờ tò mò, khao khát, những tràng pháo tay tán
thưởng rào rào... Phải thêm hồ hởi chứ.

Tính cách tự do

Vừa rồi, trong khi nói về tâm trạng của thời kỳ 1954-75, rất nhiều lần chúng tôi nhắc đến thời tiền chiến, đối chiếu với tâm trạng tiền chiến. Thực ra cái thái độ tinh thần phản ánh trong nền văn học Miền Nam thời 54-75 không phải chỉ khác với thái độ thời tiền chiến hay thời kháng chiến 45-54. Nghĩa là không phải chỉ có sự khác nhau giữa lớp trước lớp sau, sự khác nhau qua thời gian. Cùng một thời với nhau, Nam Bắc cũng khác nhau nhiều lắm. Cái khác Nam Bắc nói đây không phải là cái khác do địa phương mà là do chế độ chính trị, xã hội gây nên. Dưới chế độ Miền Bắc, mặc dù trải qua bao nhiêu tai ương thảm khốc trong mấy chục năm trời, cũng không làm gì có chuyện băn khoăn dao động tinh thần, có suy tìm triết lý, tôn giáo, không làm gì có những tiếng kêu bi lụy thống thiết. Ít ra không thể có những bộc lộ trong văn chương theo chiều hướng ấy. Trong tác phẩm văn chương Miền Bắc chỉ có những con người lúc nào cũng tin chết vào đảng, vào chủ nghĩa Mác Lê, vào lãnh tụ v.v..., những con người đơn sơ, chắc nịch.

Ngoài hai điểm trên, Miền Nam và Miền Bắc còn có một chỗ khác nhau sâu xa nữa. Là ở Miền Nam hiển nhiên có thái độ tự do, cởi mở, khoáng đạt hơn ngoài Bắc nhiều.

Đọc truyện của Miền Bắc thấy toàn những nhân vật lúc nào cũng nhảy choi choi lên đòi đánh thắng Mỹ, đòi hi sinh, đòi phục vụ, đòi giúp đỡ bà con xóm giềng v.v..., nam phụ lão ấu người nào người ấy đều tốt cả, như mới được túm cổ từ trong sách luân lý giáo khoa, trong tài liệu học tập của nhà nước lôi ra, hễ cấp nhỏ thì tốt vừa, cấp lớn thì tốt hơn, cấp càng lớn càng tốt, và đồng chí bí

thư thì bao giờ cũng là kẻ tốt nhất, kẻ toàn thiện: vừa tử
tế, vừa khôn ngoan, vừa hết lòng vừa can đảm, đủ mọi
bề. Sự tình như thế làm cho cả nhân vật lẫn tác giả đều
có vẻ gì ngô nghê. Và độc giả ở bên ngoài chế độ, độc giả
Miền Nam chẳng hạn, đọc những tác phẩm như thế họ
có cảm tưởng đọc những loại truyện kể cho nhi đồng với
mục đích giáo dục. Rồi đến khi tiếp xúc với bộ đội, với
cán bộ cộng sản, với đảng viên cộng sản từ Bắc vào, mục
kích những nhác nhớn, gian lận, tham nhũng trong cơ
quan, trộm cắp trong xí nghiệp v.v..., họ hoang mang.
Cộng sản nào trong sách? Cộng sản nào ở ngoài đời,
quanh đây? Ủa, sao mà nhiều thứ cộng sản vậy? Cộng
sản nhan nhản ngoài đời hồi gần đây, thứ cộng sản này
thì sờ mó được, thì sống động, thực; còn loại cộng sản
nói trong sách đã có bao giờ nhập thế hiện xuống một
nơi nào ở trần gian chưa? Nơi nào? Trung Quốc chăng?
Nga xô chăng? Ở đâu cũng đầy tham nhũng, lười lĩnh,
gian lận, vô trách nhiệm, năng suất xuống thấp hết cỡ...
Cái cộng sản trong sách là "hiện thực", hiện thực khoa
học, hiện thực xã hội chủ nghĩa; vậy thì thứ cộng sản
ngoài đời, sờ sờ trước mắt, thứ cộng sản sờ mó được ở
khắp Miền Nam sau 1975 đây là giả tưởng? là siêu thực?
Ôi ly kỳ.

Nhất định là ở Miền Bắc không thiếu những tác giả có
tài, có thể tạo nên nhân vật sống động, nhưng họ đâu có
phép làm như vậy? Nhân vật sống động thì phải giống
thực tại, mà giống thực tại thì xa chủ trương lãnh đạo
rồi, nguy hiểm cho họ biết bao. Họ đành... hiện thực xã
hội chủ nghĩa vậy.

Để kết thúc cuốn Viết và đọc tiểu thuyết, Nhất Linh kể
một câu chuyện: Cuốn Đời thông hai mộ là một cuốn

truyện hết sức tầm thường, theo ông nếu cuốn ấy xuất bản trong Nam thì có lẽ không ai thèm đọc. Thế nhưng ở Miền Bắc người ta giấu giếm chuyền cho nhau xem; không những thế có người còn thức luôn mấy đêm chép tay để đọc và đưa cho các bạn bè tin cẩn đọc, cứ thế một ngày một lan rộng. Vì sao mà người Miền Bắc lại khác thường, lại ham sách dở đến thế? Nhất Linh nghĩ: "Vì họ đã chán ngấy những tiểu thuyết hết ca tụng cái nọ đến ca tụng cái kia, đều đều một giọng."[81] Cuốn Viết và đọc tiểu thuyết đã được đăng dần trên tạp chí Văn Hóa Ngày Nay từ trước năm 1960. Mười lăm năm sau, điều tác giả nói về độc giả Miền Bắc lại diễn ra ngay dưới mắt đồng bào ta ở trong Nam: sau 1975, cán bộ, bộ đội, đồng bào từ Bắc vào Sài Gòn lại tìm đọc vồ vập các loại thơ văn, tìm nghe say mê các loại ca nhạc ra đời trong Nam trước 1975, đọc xong nghe xong lén lút mang ra Bắc chuyền cho nhau thưởng thức, báo hại nhà nước kêu lên inh ỏi là có CIA đánh phá lung tung trên mặt trận văn hóa, phải huy động lực lượng phản công đi, phản công lại nhiều đợt mà không dứt điểm nổi. Văn thơ ấy ca nhạc ấy lén lút mang từ Miền Nam về, thứ hay có mà tất nhiên thứ dở cũng nhiều. Thì ra Miền Bắc vẫn cứ còn kỳ cục. Sau ba mươi năm được lãnh đạo một cách khoa học, sáng suốt, sau ba mươi năm thấm nhuần chủ nghĩa tiến bộ nhất, họ vẫn cứ còn giữ cái ham mê kỳ cục nọ. Bảo rằng đây chỉ là vấn đề tò mò: thấy của lạ thì ham, người Bắc muốn tìm biết những món trong Nam, cũng như người Nam muốn...

---

[81] Nhất Linh, Viết và đọc tiểu thuyết, Đời Nay xuất bản, Sài Gòn 1969, trang 100.

- Đâu có! Chuyện ngược lại không hề xảy ra. Văn phẩm ngoài Bắc đem vào phổ biến đầy dẫy ở Sài Gòn, đâu có xảy ra cảnh tranh đọc vồ vập? Đành phải kết luận như Nhất Linh bằng cái lý do chán ngấy "chủ nghĩa" văn nghệ ca tụng vậy.

Ngoan ngoãn hè hụi viết mãi những tác phẩm như thế năm này qua năm khác, riết rồi cũng đến một lúc các tác giả Miền Bắc đánh bạo lên tiếng xin đổi kiểu. Và dĩ nhiên họ bị mắng mỏ ngay. Lời qua tiếng lại giữa những Hoàng Ngọc Hiến, Tô Hoài, Kiều Vân, Hà Xuân Trường v.v... trên các tạp chí văn nghệ và chính trị ở Hà Nội trong mấy năm 1979, 1980, 1981... rốt cuộc rồi chẳng đi tới đâu. Một bên muốn "miêu tả sự vật như nó vốn tồn tại và đang tồn tại", một bên nhất định bắt "miêu tả sự vật như nó phải tồn tại", nhất định bắt duy trì thứ chủ nghĩa "hiện thực phải đạo", duy trì nền "văn nghệ phải đạo": "Sự lấn át của bình diện cái phải tồn tại đối với bình diện cái đang tồn tại trong sự phản ánh nghệ thuật là một đặc trưng của cái cao cả (le sublime) như là một phạm trù mỹ học." Gớm, trịnh trọng quá. Sự thực đi vào thế giới những nghệ phẩm như thế, ở đâu cũng thấy lổn nhổn toàn những cái "cao cả", cái lớn cái bé cái lỡ cỡ, cái gì cũng toàn "cao cả" do đám thợ hót sản xuất bừa bãi rụp rụp như thế, cảm tưởng cuối cùng không phải là một cảm tưởng cao cả, mà là một cảm tưởng trước cảnh... lố lăng (le grotesque), cũng một phạm trù mỹ học nữa!

Nhưng nói mỹ học làm gì cho to chuyện, trịnh trọng, đao to búa lớn; tham luận, trao đổi, phê bình, góp ý làm gì cho mất công, cho hao tâm tổn trí. Vấn đề vốn giản dị: Một mặt quần chúng chán nghe ca tụng, nghệ sĩ chán ca tụng; nhưng mặt khác giới lãnh đạo giới cầm quyền không chán được ca tụng thì ca tụng chủ nghĩa cứ tiếp tục đúng. Làm sao khác được.

Chính sách độc tài bủa giăng những ràng buộc làm trở ngại sáng tác, làm cho giới biên khảo xuyên tạc sự thật, lâm vào cái cảnh phải dối trá với độc giả. Làm người sống thẳng thắn theo lương tâm dưới một chế độ như thế đã khó, huống hồ là làm một văn nghệ sĩ. Trong lãnh vực văn học nghệ thuật, đã rõ "không gì quí bằng tự do".

Còn tại Miền Nam, quốc gia ở trong tình trạng chiến tranh liên miên, Miền Nam có kiểm duyệt, giới cầm bút nhiều lần kích bác chống đối kiểm duyệt, sự chống đối có lúc khá ồn ào vào những năm cuối cùng của chế độ. Tuy vậy, Miền Nam có tự do là điều không thể chối cãi. Một thứ tự do tương đối, có hạn chế, nhưng là tự do rộng rãi hơn hẳn ở những phần đất hay ở những thời nước nhà thuộc quyền cộng sản.

Thật vậy, vừa rồi chúng tôi có nói đến sự chống đối kiểm duyệt ồn ào trước 1975, nhưng ngay vào độ ấy văn sĩ vẫn được dõng dạc nói lên những điều họ cảm nghĩ mà không ngại xúc phạm đến người cầm quyền. Tập san Nhà Văn số xuân Ất Mão (tháng 2 năm 1975) đăng lời tuyên bố của Thanh Lãng trả lời một cuộc phỏng vấn: "Tết năm nay, đối với Trung tâm Văn Bút Việt Nam là một cái Tết tha hương, vì cũng như nhân dân Miền Nam, nhà văn Việt Nam đang sống trong một nhà tù lớn, một chốn ly thân, trong thân phận vong thân." (trang 115). Trong cái "nhà tù lớn" ấy báo Nhà Văn được in, và phổ biến rộng rãi, nhà văn Việt Nam Thanh Lãng vẫn yên lành tiếp tục viết văn, tiếp tục chống nhà cầm quyền bằng tuyên bố này nọ và bằng những hình thức hoạt động khác.

Ngay trong trường hợp bị "trù ẻo" thực sự như báo Đối Diện của linh mục Nguyễn Ngọc Lan chẳng hạn thì rốt cuộc cả tờ báo lẫn chủ báo cũng vẫn cứ nguyên lành, đến cuối cùng, dù có vất vả. Hồ Hữu Tường mang cái án tử hình, khi còn ngồi tù ngoài Côn Đảo đã có truyện đăng trên nhật báo ở Sài Gòn. Đối lập như Nhất Linh vẫn ra báo in sách, cho đến chán thì nghỉ. Đại khái thì sự ngăn cản vẫn... lành.

TINH THẦN HÀI HƯỚC

Thế cho nên ở Miền Nam trong thời kỳ này bùng lên một không khí nghịch ngợm, thịnh phát một nền văn chương trào phúng phong phú hiếm thấy, có lẽ trong văn học Việt Nam chưa bao giờ có một thời kỳ "vui vẻ" như thế này: số lượng các tác giả hài hước, hoặc viết bằng văn xuôi hoặc viết bằng văn vần thật nhiều (Thần Đăng, Tú Kếu, Hà Thượng Nhân, Sức Mấy, Đạo Cấy, Kiều Phong, Thương Sinh, Chu Tử...); tạp chí, nhật báo thường thường dành nhiều trang cho các loại khôi hài; lại có hẳn những tờ báo chuyên chọc cười suốt từ đầu đến cuối (Con Ong, Muỗi Sài Gòn...).

Tiếng cười của thời này không phải ngẫu nhiên mà nở trong văn chương. Nó bắt nguồn từ ngoài đời. Ngoài cuộc sống, tự dưng bấy giờ thiên hạ cũng xài một thứ ngôn ngữ có nhiều tiếng dí dỏm: sức mấy, đi một đường lả lướt, rước đèn đều đều với em v.v... Nhạc sĩ hát "sức mấy mà buồn", "bỏ đi tám"... Ngoài xã hội rộn ràng nghĩ ngố đùa giỡn, cho nên tiếng cười lọt vào thơ văn.

Tiếng cười đùa nổ với tiếng súng lớn nhỏ. Tiếng súng càng giòn tiếng cười càng rộ. Thật vậy, rõ ràng là càng về sau cười đùa càng tợn: đùa nàng Kiều-lá-đổ trong Quốc hội, giễu ông Tổng Ngọc trong chính phủ, ghẹo Quế tướng công trong quân đội, cụ VIP K.K. lôi Tổng thống độc diễn ra xử đi xử lại tơi bời, ai nấy lôi thơ gãi háng của Phó Tổng thống ra cười cợt mãi không thôi... Thật không còn kiêng nể gì nữa. Cười mệt nghỉ, cười chết bỏ.

Bảo súng càng giòn cười càng rộ, như thế có ý liên hệ chiến tranh với khôi hài, cái chết với tiếng cười. E khó tìm ra một tương quan giữa hai cái ấy. Tuy nhiên chiến tranh có làm cho cuộc sống đảo điên, cho xã hội hỗn loạn phần nào, cho kỷ cương buông thả, cho luật pháp lỏng lẻo hơn, cho nếp sống phóng túng tự do hơn, luông tuồng bừa bãi hơn. Cười nói ngả nghiêng trong khung cảnh ấy vẫn hợp hơn là trong bầu không khí trang nghiêm, gần như đạo hạnh, của Đệ nhất Cộng hòa. Có thế chăng?

Dù sao, mối liên hệ giữa tự do với tiếng cười thì hiển nhiên. Ở Miền Bắc không có văn chương hài hước. Thật ra, ở Hà Nội có lần phọt lên một tràng cười lớn: tức lúc Nhân Văn, Giai Phẩm ra đời. Thế rồi tịt. Chịu khó dai dẳng chỉ còn có ông cụ Tú Mỡ. Bao nhiêu cán bộ văn nghệ được đào tạo để làm thơ trào phúng đều chẳng ai thành công. Tạp chí Văn Học, xuất bản ở Hà Nội, số tháng 9-1965 bảo: "Có người ngại rằng thơ trào phúng sẽ sút kém khi nhà thơ Tú Mỡ trăm tuổi." Cái ngại của người nào đó có giá trị tiên tri. Tú Mỡ luyện nụ cười từ thời Pháp thuộc, đưa ra trình bày dưới chế độ cộng sản, tuy đã mòn mỏi xệu xạo nhưng vẫn còn dùng được để đánh thằng Tây thằng Mỹ. Tú Mỡ đi rồi, quả sút kém to.

Hiện tượng mất tiếng cười ở Miền Bắc là cả một mối lo của nhà cầm quyền. Họ đôn đốc thúc dục cán bộ viết trào phúng, họ tổ chức những "đội ngũ" trào phúng, chỉ vẽ dạy bảo rất chăm: kết quả không được mấy. Trong đại hội văn nghệ lần thứ III hồi 1962 Nguyễn Tuân kêu gọi khẩn cấp: "Đừng khó "đăm đăm"... phải cười lên. Cười tủm tỉm hoặc cười nửa miệng, hoặc là cười phá lên, cười rộ lên, cái đó xin cứ theo tùy thích của mỗi người." Yêu cầu mời mọc đến thế, vẫn không được hưởng ứng.

Và, cũng lại như trường hợp xảy ra ở trong Nam: văn chương ngoài Bắc phản ánh sinh hoạt ngoài đời. Văn "khó đăm đăm" là bởi người lo ngay ngáy. Trên báo Nhân Văn số 5, Trần Lê Văn phác họa một chân dung cán bộ: "Người anh khô đét lại, thẳng đờ như một cái áo quan, mắt chỉ biết trợn chứ không biết nhìn, mặt tái đi vì luôn luôn giận dữ với các loại khuyết điểm trên đời, hai hàm răng xít lại, dầu có cạy cũng chẳng ra một nụ cười"... "Đồng chí ấy nói đùa anh cũng vâng vâng dạ dạ vì lâu ngày anh quên cả nói đùa." Trời đất, người "anh" như thế thì dù nhà nước, dù đảng có cù cũng đành chịu chứ trào phúng trào phiếc gì được!

Điều mỉa mai là đoản văn vừa trích từ báo Nhân Văn lại là một đoạn trào phúng có giá trị, ít ra có thể làm "anh" giận điên người. Thành thử, thực ra ở Miền Bắc vẫn có cười đấy, nhưng chỉ cười ở bên ngoài nền văn học chính thống mà thôi: cười trên báo "lậu" chống đối, cười trong những câu ca dao truyện tiếu lâm lưu truyền khắp dân gian. Nguyễn Tuân hướng về phía trước mời cười thì chỉ thấy toàn những mẫu người "khô đét, thẳng đờ, mắt trợn, mặt tái, răng xít lại"; nhưng sau lưng ông thì lúc nào cũng khúc khích tiếng cười trộm lén của quần chúng nghịch ngợm, tinh ma. Họ cười ¾ y như quần chúng từng cười xưa nay dưới mọi chế độ ¾ kẻ áp bức mình: các lãnh tụ, các ủy viên đảng từ tỉnh lên trung ương, các bộ trưởng, dân biểu, và chắc chắn cả những tay chân được hưởng nhiều ân sủng (như Nguyễn Tuân?). Ở Miền Bắc nhà cầm quyền cũng đôn đốc văn nghệ sĩ dùng tiếng cười như một vũ khí để đánh vào kẻ thù: hoặc thằng Pháp, thằng Mỹ, thằng địa chủ, hoặc những cán bộ thấp cổ bé miệng, những công nhân, nông dân kém ngoan ngoãn không hết mình hết sức cho đảng, cho nhà nước; nhưng tiếng cười theo lệnh chỉ huy phát ra hiếm hoi, rời rạc, đơn điệu, nhạt nhẽo. Trái lại, ở Miền Nam tự do hễ đã cười là cười các ông to bà lớn (dân biểu, nghị sĩ, tổng trưởng v.v...) còn công chức cán bộ cấp nhỏ đều được miễn. Cười như thế tiếng cười nghe ngạo nghễ, sảng khoái. Lắm khi, có thô lỗ. Thô lỗ vẫn là xấu, nhưng dù sao cũng không tệ như cái cười cầu tài. Nghệ thuật kỵ cái hèn.

CÁI KỲ DỊ

Tự do làm nở nụ cười; và cũng chỉ ở Miền Nam mới có cái tự do làm nảy sinh ra kỳ hoa dị thảo. Cái tầm thường thì có thể được chấp nhận dễ dàng, còn cái kỳ dị thường gặp phản ứng mạnh, phải chờ sự phán xét của thời gian. Nhưng dù chưa khẳng định được giá trị của nó vẫn phải nhận rằng thi ca của những Bùi Giáng, Nguyễn Đức Sơn, triết học của Kim Định, các thị kiến về tôn giáo, chính trị, văn hóa v.v... của Hồ Hữu Tường v.v... là những đóng góp độc đáo, phong phú. Những tài năng phóng khoáng, bất chấp khuôn khổ, không cần biết đến quan niệm chính thống ấy, sau khi Miền Nam sụp đổ thì hoặc phải bỏ nước mà đi (Kim Định) hoặc bị đày đọa thủ tiêu

(Hồ Hữu Tường) hoặc bị đánh đập tơi bời (Bùi Giáng). Đến cái thân họ còn không giữ nổi, nói gì đến nghệ thuật cùng tư tưởng.

Thành tích

Bảo rằng thời kỳ văn học 54-75 phản ảnh một một khủng hoảng tin tưởng sâu xa; bảo rằng thời ấy chất chứa những xúc cảm mạnh bộc lộ trong lối viết cực đoan quá lố; lại bảo rằng so với Miền Bắc thì ở Miền Nam trong thời kỳ này có tinh thần cởi mở khoáng đạt hơn, thường hay cười cợt chỉ trích, lắm kẻ ngông nghênh, có khi kỳ dị, nói thế là nói về một số đặc điểm tâm tình của con người Việt Nam trong thời kỳ này. Bây giờ thử tìm hiểu về những đặc điểm nơi thành tích của nền văn học thời này.

Thành tích văn học Miền Nam từ 54 đến 75, so với thời trước đó, hoặc với nền văn học cùng thời ở Miền Bắc, có chỗ hơn lại cũng có chỗ kém, và ở những chỗ không có vấn đề hơn kém thì nó vẫn có những nét khác biệt đáng chú ý.

Đối chiếu với Miền Bắc

Giữa Miền Nam với Miền Bắc cùng trong thời kỳ này mỗi bên quan niệm công việc khác nhau và làm việc khác nhau. Ở Miền Nam hoạt động văn hóa là việc của những cá nhân tự do, ở Miền Bắc nhà nước huy động mọi khả năng trong nước để thực hiện các chương trình văn hóa do mình vạch ra. Ở Miền Nam, Lê Văn Siêu đơn thân độc mã tiến hành soạn thảo bộ văn học sử Việt Nam và gặp những khó khăn nan giải (cố nhiên); ở Miền Bắc, để soạn bộ Thơ văn Lý Trần (3 cuốn) chẳng hạn, cả tổ Hán Nôm được chỉ định lo sưu tầm tài liệu và phiên dịch; chừng mười năm sau, hai nhóm soạn giả gồm mười hai người bắt tay làm việc dưới sự hướng dẫn thường xuyên của hai học giả Đặng Thai Mai và Cao Xuân Huy; trong khi tám học giả khác lo góp ý, theo dõi, góp tài liệu, soát lại bản thảo v.v...

Ở Miền Nam một mình Nguyễn Hiến Lê dịch bộ Chiến Tranh và Hòa Bình của L. Tolstoi; ở Miền Bắc dịch phẩm ấy được một ban phiên dịch bốn người thực hiện, trong đó có kẻ thông thạo tiếng Anh, tiếng Pháp, có người biết tiếng Hoa, tiếng Nga. Tập hợp một số người đông đảo để biên khảo dịch thuật tại Miền Nam thì tổn phí sẽ cao quá, sách đã khó bán mà phần tác quyền chia cho mỗi người sẽ chẳng được là bao. Trong khi ấy ở Miền Bắc mỗi một soạn giả mỗi tháng chỉ tốn của nhà nước mấy chục ký gạo, muốn bao nhiêu người có bấy nhiêu, và ai nấy làm việc tha hồ nhẩn nha trong tinh thần thi đua, không bị những bận tâm về lợi tức, về giá sách quấy rầy.

Trong những điều kiện như thế, các bộ môn biên khảo và dịch thuật ở Miền Bắc có một số lợi thế. Tuy vậy các sự hạn chế kiểm soát gắt gao về quan điểm, về lập trường, không khỏi trở ngại công việc của người cầm bút có lương tâm, ảnh hưởng nặng nề đến giá trị tác phẩm.

Còn về mặt sáng tác, cái giá mà các văn nghệ sĩ Miền Bắc phải trả cho khoản cấp dưỡng của nhà nước thật quá cao. Sáng tác càng cần một không khí tự do, chắc chắn cần hơn biên khảo và hiển nhiên là cần hơn dịch thuật. Vì vậy mặc dù được giải tỏa khỏi các lo lắng về sinh kế để dành trọn thì giờ cho trước tác, mặc dù được huấn luyện đi huấn luyện lại, được đưa vào thực tế để quan sát, tham dự các mặt sinh hoạt của xã hội, được thúc đẩy ráo riết, giới sáng tác Miền Bắc cũng không đạt được thành tích khả quan.

Hiện tôi không có điều kiện để đọc đầy đủ sách Miền Bắc, vậy xin trích dẫn những nhận định của cố học giả Nguyễn Hiến Lê. Ông Nguyễn là một nhà văn độc lập không có thiên kiến chính trị, không từng cộng tác với một chính quyền nào hoặc Nam hoặc Bắc, ông đã ở lại Việt Nam sau 1975 cho đến ngày qua đời, ông lại là nhà văn từng quan tâm nghiên cứu và phê bình văn học, tác giả các cuốn Đại cương văn học sử Trung Quốc, Văn học Trung Quốc hiện đại, Hương sắc trong vườn văn, Luyện văn, Mười câu chuyện văn chương, các thiên tiểu luận Văn thể hùng vĩ, Quan niệm sáng tác của Edgar Poe, Bốn lối kết trong tiểu thuyết v.v...; ngoài ra ông còn dự tính biên soạn một bộ lịch sử văn học Việt Nam giữa hai cuộc thế chiến. Trong những năm sau 1975 ông đã bỏ ra nhiều thì giờ để đọc sách Miền Bắc, và ghi nhận xét của mình vào cuốn Đời viết văn của tôi (Văn Nghệ xuất bản tại Hoa Kỳ, 1986).

Ông viết như sau:

"Phần lớn thì giờ của tôi dùng để đọc sách báo Bắc Việt, tìm hiểu văn học ngoài đó, và xét chung, tôi thấy về sáng tác, Bắc không phong phú bằng Nam; về khảo cứu sử và cổ văn học của mình thì Bắc hơn Nam, nhưng trừ vài ba tác phẩm thực có giá trị như Chống Nguyên Mông của Hà Văn Tấn..., còn lại đều bình thường thôi; về dịch, Bắc cũng ít hơn Nam." (sđd, trang 228)

Đối chiếu với tiền chiến

Nếu thử đối chiếu với thời kỳ văn học tiền chiến, từ thuở phôi thai của văn học quốc ngữ cho đến 1945, thì phải nhận rằng thời kỳ 54-75 không theo kịp sức phát triển nhanh chóng lạ thường của thời kỳ trước. Thực ra rồi sẽ khó lòng có thời kỳ văn học nào theo kịp thời tiền chiến về phương diện này. Từ lời văn mộc mạc của Trương Vĩnh Ký kể những câu chuyện đời xưa "lựa nhón" tới câu thơ trau luyện của Vũ Hoàng Chương, từ lời lẽ vụng về trên báo Nông Cổ Mín Đàm tới câu văn cao kỳ tinh diệu của Nguyễn Tuân trong Tùy bút, trong Chùa đàn, sự cách biệt thật là thăm thẳm. Chỉ trong vòng mười lăm năm mà từ những thiên truyện thô sơ của Nguyễn Bá Học, Phạm Duy Tốn đến tiểu thuyết của Khái Hưng, Nhất Linh, từ bổn Tuồng Lôi Xích phải dịch giới thiệu để biết thế nào là kịch cho đến những vở Kim tiền của Vi Huyền Đắc, Ghen của Đoàn Phú Tứ v.v..., bộ môn nào cũng nhảy những bước nhảy vọt ngoạn mục. Riêng trong thi ca thì đã xảy ra cả một cuộc cách mạng. Những tài năng về văn thơ trưởng thành trong vòng thời gian ngắn ngủi ấy rồi tiếp tục chễm chệ trên các địa vị lãnh đạo Miền Bắc cho đến ngày nay, chưa có người kế vị: Tố Hữu, Chế Lan Viên, Huy Cận, Xuân Diệu, Nguyễn Tuân v.v...

Mà không riêng gì trong phạm vi văn chương học thuật, ở các ngành nghệ thuật khác như hội họa, âm nhạc cũng thế. Từ chỗ khởi đầu, một nền hội họa mới, một nền tân nhạc được dựng lên, rồi phát triển thật nhanh đến chỗ cực thịnh với những tên tuổi còn sáng chói đến bây giờ.

Thời tiền chiến ấy là thời Pháp thuộc, nhưng dĩ nhiên hiện tượng văn nghệ hưng thịnh kia không dính líu gì với chế độ chính trị. Đưa những lý do chính trị để cắt nghĩa sự thịnh phát nọ là ngớ ngẩn; mà phủ nhận nó, chủ trương che giấu, dè bĩu, chê bai nó vì lý do chính trị thì rõ là lố bịch. Tây thuộc địa không có công gì trong cuộc phát huy văn nghệ rực rỡ ấy, mà cách mạng vô sản cũng chẳng có gì để áy náy, ngượng ngùng, ganh tị trước thành quả của nó. Đây là một hiện tượng văn hóa, phát sinh do những nguyên nhân văn hóa: Cuộc tiếp xúc với Tây phương thay đổi xã hội chúng ta, thay đổi sâu xa nếp sống của chúng ta, ảnh hưởng đến quan niệm nhân sinh, đến lối cảm xúc suy tưởng của chúng ta, kích động mạnh vào tâm hồn chúng ta; mặt khác cuộc tiếp xúc với Tây phương mở ra trước mắt chúng ta một chân trời mới, kích thích óc sáng tạo nghệ thuật của chúng ta. Và chúng ta đã vùng lên đuổi theo trong vòng ba mươi năm tất cả chặng đường dài mà Tây phương đã đi trong ba thế kỷ. Những trường hợp như thế không phải mỗi lúc mỗi xảy ra.

Thời kỳ 1954-75 không đi hia bảy dặm, nó có những đặc điểm khác. Sự phát triển văn nghệ theo chiều rộng trên đất nước chẳng hạn.

Hồi tiền chiến, trong bộ Nhà văn hiện đại Vũ Ngọc Phan nói đến 78 vị, trong đó số người cầm bút quê quán từ 17 độ vĩ tuyến vào Nam chỉ được một phần mười. Một phần mười cho nửa nước, ít quá. Trong cái số ít ấy phần lớn là các vị học giả (như Trương Vĩnh Ký, Phan Khôi, Thiếu Sơn) và các nhà thơ (Đông Hồ, Quách Tấn v.v...). Chỉ có đôi ba vị sáng tác bằng tản văn là Hồ Biểu Chánh mà ông Vũ cho là viết truyện bình dân, và Thanh

Tịnh với Nguyễn Vỹ vừa làm thơ vừa viết truyện, cả hai phía khá lu mờ. Sau 1954, số người ở Nam phần viết truyện cho quần chúng đông đảo như bà Tùng Long, Ngọc Linh... tăng nhiều, mà số tiểu thuyết gia viết cho hạng độc giả cao hơn cũng lắm: Bình Nguyên Lộc, Sơn Nam, Thụy Vũ, Hồ Hữu Tường, Trần Thị NgH...

Ở Trung phần, nơi trước kia hầu như chỉ có thi nhân thì sau 1954 đã xuất hiện rất nhiều người viết truyện: Linh Bảo, Võ Phiến, Vũ Hạnh, Võ Hồng, Túy Hồng, Minh Đức Hoài Trinh, Nhã Ca, Hoàng Ngọc Tuấn, Nguyễn Mộng Giác, Nguyễn Thị Hoàng v.v... (Còn thi sĩ, dĩ nhiên lúc nào cũng nhiều.)

Nếu sự phát triển của văn chương ¾ nhất là ở nước ta ¾ từ trước đến giờ vẫn bắt đầu bằng vận văn trước rồi mới đến tản văn sau, thì chúng ta thấy trong thời kỳ 1954-75 phần đất phía Nam của đất nước đã tiến thêm một chặng quan trọng trên đường mở mang về văn hóa.

Trên đây vừa nói thời kỳ này không đi hia bảy dặm, như thế không có nghĩa là nó không đi, không tiến. Không! chẳng những nó có đi, thực ra trên một vài địa hạt nó còn chạy, còn nhảy, nhảy vọt. Trên địa hạt tiểu thuyết chẳng hạn.

Kiểm điểm tình hình tiểu thuyết, năm 1973 Cao Huy Khanh nêu lên vài sự kiện nổi bật: trong hơn 30 năm của thời tiền chiến (1913-1945) Vũ Ngọc Phan chỉ đưa ra được khoảng trên 30 tiểu thuyết gia, thế mà trong vòng không đầy 20 năm từ 1954 đến 1973 đã có xấp xỉ 200 tiểu thuyết gia, trong số đó trên dưới 60 người có giá trị hẳn hoi. Mặt khác theo lời ông Cao thì "tiểu thuyết chúng ta[82] có quá nhiều sắc thái, nhiều tính chất, nhiều đặc điểm khác biệt."[83]

Tiểu thuyết gia tăng lên gấp bội, bộ môn tiểu thuyết lại phong phú hơn về màu sắc dáng vẻ, thế thì sự tiến bộ thật hiển nhiên, rành rành. Đã vậy, thời kỳ 54-73 chỉ sử dụng tài năng của nửa nước, trong khoảng hai phần ba thời gian của thời tiền chiến mà thôi. Và cái nửa nước nói đây hồi tiền chiến chưa có tiểu thuyết gia! Từ một vị thế bất lợi như thế mà tiến xa đến chừng ấy, thời kỳ 54-73 quả đã gây nên thành tích đáng ngạc nhiên đấy chứ.

Thế rồi giữa thời tiền chiến với thời kỳ này còn có chỗ nữa tưởng cũng nên chú ý. Số là viết về các nhà văn tiền chiến Vũ Ngọc Phan chia ra một lớp trước và một lớp sau; lớp trước gồm hầu hết là những nhà biên khảo (như Trương Vĩnh Ký, Phạm Quỳnh v.v...) với những thi sĩ (Đông Hồ, Tản Đà...), còn lớp sau lại gần như chẳng có nhà biên khảo nào, chỉ có năm vị cùng chuyên về ngành lịch sử, viết loại lịch sử truyện ký, trong số đó đã có vài ba vị còn lẫn lộn truyện ký với tiểu thuyết. Lực lượng đông đảo nhất của lớp sau gồm các tiểu thuyết gia, mà tiểu thuyết vào lớp trước chẳng qua còn phôi thai.

Sang thời kỳ 1954-75, chúng ta nhận thấy các bộ môn văn học phát triển khá đồng đều (ngoại trừ ngành phê bình văn học): số lượng tiểu thuyết gia không nhiều quá đáng mà số khảo luận gia thì tăng thêm rõ rệt. Bộ môn biên khảo lúc này không những chỉ thu hút thêm nhiều

---

[82] Tức của thời kỳ 1954-73.

[83] Cao Huy Khanh, "Vấn đề khuynh hướng trong tiểu thuyết miền Nam từ 1954 đến 1973", tạp chí Thời Tập số ra ngày 14-4-74 (tr. 44).

tài năng mà lại còn mở rộng phạm vi nghiên cứu. Như đã thấy, hồi tiền chiến lớp sau chỉ có dăm vị tìm tòi về sử, còn sau 1954 ngoài sử học còn có bao nhiêu khảo luận về triết lý, văn học, thẩm mỹ học, dân tộc học, ngữ học, địa chất học, về âm nhạc, hội họa v.v...

Sự phát triển của bộ môn biên khảo trong thời kỳ 1954-75 một phần có lẽ do nơi sự phát triển của ngành đại học Việt Nam sau khi nước nhà thu hồi độc lập: với một số lượng giáo sư và sinh viên mỗi lúc mỗi đông đảo, nhu cầu tìm hiểu, trao đổi kiến thức chuyên môn tất nhiên phải lớn hơn trước. Phần khác, sự thiên lệch quá đáng trong buổi đầu và tình trạng quân bình về sau này giữa các bộ môn có lẽ cũng phản ảnh những bước tiến triển tự nhiên của nền văn học quốc ngữ: Văn học Việt Nam là một nền văn học cổ cựu, nhưng sau cuộc tiếp xúc với văn hóa Tây phương nó lại bắt đầu một cuộc đổi mới, một cuộc phục hưng. Có những môn loại tàn đi, lại có những môn loại mới xuất hiện. Bước đầu không tránh khỏi những chênh lệch, ngập ngừng. Về phương diện này, sau 1954, chúng ta thấy sự phát triển đạt đến một tình trạng ổn định hơn trước.

Đối chiếu với Miền Nam trước 1954

Cuối cùng, đem đối chiếu tình hình văn học ngay ở Miền Nam trước và sau 1954, lại thấy cả một thay đổi lớn lao.

Thay đổi ấy trước hết là một sự lớn mạnh. Trước 1954 số văn nghệ sĩ tên tuổi ra mặt hoạt động ở Sài Gòn khá ít oi. Họ có mặt không hẳn là ít, nhưng hoạt động thì không đáng kể. Cũng như các chính khách có uy tín, họ ngần ngại, chờ đợi. Sau hiệp định Genève một mặt lớp văn nghệ sĩ "trùm chăn" tung ra hoạt động, một mặt hàng loạt văn nghệ sĩ từ Miền Bắc di cư vào, tất cả họp thành một số lượng đông đảo, làm cho văn đàn náo nhiệt hẳn lên.

Nhưng cái thay đổi quan trọng không phải thuộc về số lượng: Chiều hướng tinh thần đồng thời cũng xoay chuyển hẳn. Trước 1954 sáng tác "trong thành" phản ảnh một tâm lý vọng về chiến khu, về phía Việt Minh. Sau 1954 cả một phong trào chống cộng bừng lên, lan tràn khắp mặt sách báo. Trước 1954 văn học "trong thành" phản ảnh một thái độ hoàn toàn thiếu tự tín: Không tin ở cái nơi mình chọn sống, không tin ở chế độ của mình, không tin rằng mình có một lẽ phải; sau 1954, văn học dõng dạc nói lên cái tâm trạng của một Miền Nam đầy tin tưởng ở lý tưởng tự do của mình.

Dĩ nhiên về mặt thành tích thời kỳ sau 1954 cũng vượt bỏ rất xa thời kỳ trước đó.

CÁC GIAI ĐOẠN

GIAI ĐOẠN 1954-1963

BỐI CẢNH

Tình hình trước 1954

Đời sống vật chất

Từ ngày bùng nổ cuộc toàn quốc kháng chiến chống Pháp cho đến khi nước Việt Nam bị chia đôi theo hiệp định Genève, ở vùng quốc gia đời sống vật chất khá đầy đủ, sinh hoạt ở các đô thị lắm lúc trông có vẻ phồn thịnh, người dồn về đông đảo, làm ăn náo nhiệt, vui vẻ, hồ hởi nữa; nhưng đời sống tinh thần thì thực ra thường khi thảm não.

Theo Đoàn Thêm thì giai đoạn tươi sáng nhất là khoảng thời gian cuối năm 1949 đầu 1950, lúc cựu hoàng Bảo Đại về nước. "Trong khi các giới trí thức và chính trị xôn xao cựa cậy, thì dân chúng tấp nập hồi cư về các thành thị. Từ tháng 7, mỗi ngày có tới vài ngàn người. Số này lên tới 35.000 riêng ngày 30-10, ở Bắc Ninh, Hà Nội, Hà Đông và Sơn Tây. Phải chăng vì giao thông dễ dàng từ khi quân đội Pháp lan tràn kiểm soát vùng duyên hải đông dân Bùi Chu và Phát Diệm (16-10-49). Công chức kéo về rất nhiều nên tới đầu 1950, các công sở Việt Nam đã tái thu dụng được quá nửa số nhân viên các ngạch thời Pháp thuộc.

Chính giới Pháp và Việt đều hoan hỉ, và coi trào lưu hồi cư đó như một thắng lợi của giải pháp Bảo Đại: dân bỏ già Hồ về với cựu hoàng; diện tích và dân số vùng chiếm đóng, riêng ở trung châu Bắc Việt tăng lên gấp ba.

Cũng tăng rất nhiều, số ruộng cày cấy; và số gạo xuất cảng: từ 59.000 tấn (1945) lại lên 379.000 tấn (1950). Nhân công dồi dào, an ninh khá hơn, các ngành sản xuất đều tiến, lụa, cao-su, than đá, vải sợi, xi-măng, đường, thủy tinh v.v... Trị giá nhập cảng từ 16 tỷ quan (1946) vọt tới 73 tỷ (1949). Hàng hóa tràn ngập các cửa tiệm và sạp chợ. Mức lương bổng công tư đều khá cao, giá sinh hoạt tương đối rẻ. Một thư ký nhà nước hay tiệm buôn lớn, có vợ và ba con, kiếm hàng tháng chừng 2500-3000đ, trong khi giá gạo số 1 tại Sài Gòn là 200đ mỗi tạ, thịt bò 8đ50 một kí, thuốc lá đen 2đ50-3đ một bao..."[84]

Trước 1954 đất nước chưa phân chia cho nên những điều Đoàn Thêm nói là nói chung cho cả nước, cho tình hình vùng quốc gia từ Bắc chí Nam. Riêng tại miền Nam lúc bấy giờ cuộc sống còn hơn ở Bắc: dễ dàng hơn, "vui" hơn. Vì vậy ngay trước 1954 đã có nhiều đồng bào Bắc

---

[84] Đoàn Thêm, Những ngày chưa quên, Nam Chi Tùng Thư xuất bản, Sài Gòn, 1967, trang 153, 154.

đi vào Sài Gòn sinh sống, trong số đó có những văn nghệ sĩ hoặc vừa rời bỏ kháng chiến trở về hoặc vẫn ở trong thành từ trước: Phạm Duy, Hồ Dzếnh, Phạm Đình Chương, Thanh Nam, Trần Lê Nguyễn v.v... Trần Lê Nguyễn vào Nam trước Thanh Nam và viết thư rủ rê bạn. Thanh Nam kể: "Khoảng đầu năm 1953, Trần Lê Nguyễn ở Sài Gòn viết thư rủ rê tôi vào Nam (làm ăn). Sài Gòn với Trần Lê Nguyễn lúc đó đúng là một thiên đường. Thư nào anh cũng ca ngợi cảnh Sài Gòn, người Sài Gòn và nhất là những nơi chốn ăn chơi đặc biệt Tây phương của Sài Gòn như các sòng bạc Kim Chung, Đại Thế Giới..."[85]. Thanh Nam muốn soát lại cho cẩn thận bèn viết thư hỏi Vĩnh Lộc. "Lộc cũng trả lời đại khái như Nguyễn, rằng Sài Gòn rất dễ sống, dễ kiếm tiền nếu chịu khó và vấn đề ăn ở cũng giản dị hơn ở Hà Nội nhiều."[86]

Đời sống tinh thần

Như vậy, dù có là thiên đường dù không, Sài Gòn trước 54 vẫn sung túc, và Hà Nội vẫn dễ sống. Nói chung, về mặt kinh tế, sinh hoạt ở vùng quốc gia khá tốt đẹp. Tuy nhiên dù được hưởng một đời sống đầy đủ người dân thành thị vẫn không bằng lòng, họ bất bình đối với sự thối nát của nhà cầm quyền; còn ở thôn quê thì dân chúng lại phải chịu nhiều tai họa, cuộc sống luôn luôn bất an. Ông Đoàn Thêm mô tả: "Dân chúng ở các thành thị tuy được tương đối yên ổn, cũng không vì thế mà có ý ủng hộ chính quyền. Trái lại, ở mọi giới, trong các gia đình, giữa tiệc cưới, đám ma, hay buổi họp bạn,

---

[85] Thanh Nam, "Hai mươi năm viết văn làm báo ở Sài Gòn", tạp chí Văn, Hoa Kỳ, số 1, trang 35,36.
[86] Như trên.

câu chuyện chỉ chạy quanh thời sự. Mà thời sự là: Thủ tướng này sắp đổ, vì De Lattre không ưa; Thủ hiến kia mắc việc bê bối đương cầu cứu đức Từ; chạy tỉnh trưởng hay xin giấy nhập cảng phải tặng bao nhiêu tiền; lại còn đầu cơ, tích trữ, chuyển ngân lậu, trốn quân dịch, tuyển lính ma, biển thủ, hối lộ v.v... Tĩnh từ hay được dùng nhất, là thối nát.

Đồng bào thôn quê không biết những chuyện đó, nhưng lại ta thán về bao nhiêu tai ương dồn dập: càn quét, đốt phá, hãm hiếp, giam giữ, tra tấn; Tây tha Ta bắt, bắt đi làm xâu hay đắp ụ, xẻ đường, khuân xác chết; gần ngày gặt hái, vẫn phải chạy lánh bom đạn; có chút tiền hay con gái lớn thì đành đem gửi trên tỉnh ly; sợ lắm, sợ quá, sợ tất cả mọi người, ông xã ủy, ông đồn, ông lê-dương, ông quận, ông du kích, ông cán bộ... vì ai cũng có thể đánh trói hay bắn giết, theo ngoài kia thì khó sống, theo trong này cũng dễ chết toi.[87]

Dân chúng ở thôn quê sống dưới sự uy hiếp, sống trong bất trắc thì sợ hãi chính quyền; dân chúng thành thị sống no đủ nơi "thiên đường" thì khinh bỉ chính quyền. Một hạng người khác sống tại tầng cao nhất của cái "thiên đường" nọ thì lại càng tệ hại hơn: họ vừa khinh bỉ chính quyền vừa tự khinh bỉ mình, họ loay hoay, họ khổ sở, họ trùm chăn tức là rúc đầu trốn lánh không chịu ló mặt, họ sống bên này mà xấu hổ về bên này, họ xa lánh bên kia mà cứ mơ tưởng ca ngợi bên kia, họ xỉa xói chính quyền như thù nghịch, họ tự dày vò mình như những kẻ tội lỗi... Họ sống một đời sống tinh thần hết sức bất an.

---

[87] Đoàn Thêm, sđd, trang 176.

Hoàn cảnh của người trí thức chọn sống ở vùng quốc gia lúc bấy giờ quả có chỗ lúng túng, khó xử. Sống ở đây tức là sống dưới sự che chở của người Pháp; mà người Pháp thì cứ đeo lấy dã tâm đế quốc, nhất định không chịu trả độc lập cho Việt Nam. Ngày nào Pháp còn cai trị người Việt Nam không thể sống bên cạnh Pháp trong an tâm, ấy là chưa nói đến sự che chở của Pháp, sự cộng tác của ta. Chống lại Pháp? Chống bằng chiến tranh thì chính là chuyện Việt Minh đang làm, nhưng họ làm thế để rồi thiết lập một chế độ độc tài nên không thể theo họ được. Chống lại Pháp bằng cách... tạm hợp tác, để rồi thương lượng, điều đình, thì chính là chuyện bác sĩ Nguyễn Văn Thinh đã làm và Bảo Đại đang làm, nhưng kết quả rất khó tin. Nguyễn Văn Thinh đã thất vọng đến tự tử; Bảo Đại nhì nhằng trong năm năm, mỗi ngày mỗi mất thêm uy tín trong dân chúng.

Bảo Đại thoạt tiên tập trung được sự tin cậy của nhiều người. Sau khi Nguyễn Văn Thinh thất bại, người ta cố tìm một nhân vật, và xoay hướng về Bảo Đại. Trước khi nhận lời về nước, ông đã gặp Bollaert ở vịnh Hạ Long ngày 6 tháng 12 năm 1947, được Bollaert tuyên bố thừa nhận Việt Nam độc lập trong Liên hiệp Pháp ngày 5-6-1948; rồi ông lại đi Pháp và đã thuyết phục được Pháp ký thỏa ước Elysée ngày 8-3-49. Với thành tích ấy trong tay, ông đặt chân về nước lần đầu tiên ngày 28-4-49 tại Đà Lạt.

Năm 1949 tình hình vùng quốc gia tốt đẹp, đồng bào bỏ kháng chiến về đông đảo, Bảo Đại tỏ ra thành công. Nhưng rồi cơ sự bắt đầu tồi tệ dần; thỏa ước Elysée trên giấy tờ đã trí trá lăng nhăng mà sự thi hành lại càng rắc rối. Trên giấy tờ bảo rằng Việt Nam độc lập, nhưng lại trói buộc ta vào tổ chức tứ quốc (Pháp, Việt, Miên, Lào), bắt ta theo chính sách do Thượng Hội đồng (Haut Conseil) và Nghị viện Liên hiệp Pháp (Assemblée de l'Union Francaise) hoạch định, bắt đồng bạc ta thuộc khu vực đồng quan Pháp, bắt toàn thể lực lượng quân sự ta trong thời chiến phải đặt dưới quyền sử dụng của tư lệnh hành quân Pháp v.v... Đã thế, trong thực tế người Pháp lại không chịu nghiêm chỉnh thi hành thỏa ước: họ không chuyển giao công sở, không chuyển giao quyền hành, khiến người dân không thấy đâu là sự khác nhau giữa một nước Việt Nam đã được "thừa nhận độc lập" với nước Việt Nam bị trị trước kia!

Một thỏa ước như thế chỉ có thể là bước khởi đầu trên đường tranh thủ chủ quyền, Bảo Đại cố tiến thêm những bước khác, nhưng không đạt kết quả. Về nước năm năm ông không tiến xa hơn thỏa ước Elysée. Dần dần người ta thất vọng về ông. Sự thất vọng bắt đầu từ năm 1951, theo Đoàn Thêm[88].

Ông Đoàn ghi nhận sự việc, nhưng đối với Bảo Đại ông vẫn dè dặt không muốn buông lời phê bình nghiêm khắc. Còn linh mục Cao Văn Luận thì ngay cuộc gặp mặt đầu tiên đã đâm chán con người có "dáng mệt nhọc" này, linh mục chỉ nói chuyện vài phút rồi cáo từ. Ở một chỗ khác trong cuốn hồi ký Bên dòng lịch sử, ông nhận xét Bảo Đại "ham săn bắn chơi thuyền hơn là ham việc nước"[89]. Ấy là không kể những ham mê khác, gây lắm tai tiếng.

---

[88] Như trên, trang 177.

[89] Cao Văn Luận, Bên giòng lịch sử, Đại Nam tái bản tại Hoa Kỳ, trang 202.

Đất nước như thế, lãnh tụ như thế: kẻ thức giả có mặt trong vùng quốc gia phần nhiều "trùm chăn". Chỉ trong vòng vài phút gặp linh mục Cao Văn Luận, Bảo Đại đã than phiền về chuyện thiếu sự hợp tác của những người quốc gia chân chính. Và linh mục Cao cũng có nói đến tình trạng của hạng này: "Ít lâu sau, một số nhà trí thức bất hợp tác với Pháp, vừa từ vùng Việt Minh trốn về đến gặp tôi như Hoàng Xuân Hãn, Nguyễn Mạnh Hà, Vũ Văn Hiền, Nguyễn Dương Đôn v.v... Họ là những người không có một lập trường hay một thái độ nào rõ rệt, dứt khoát.

Họ còn được gọi, đôi khi tự gọi, là những nhà trí thức hay chính trị trùm chăn. Họ không chịu hợp tác với Việt Minh, có lẽ vì họ thuộc thành phần trí thức tiểu tư sản, không chấp nhận được chủ nghĩa cộng sản, và những thủ đoạn đàn áp tôn giáo, trí thức, địa chủ của Việt Minh. Nhưng họ cũng không muốn hợp tác với người Pháp. Nếu hỏi họ muốn làm gì, định làm gì, thì họ không thể nào trả lời được, ngoài câu chờ xem."[90]

Vừa rồi, tôi đã trích dẫn quá nhiều. Sự thực, trong khoảng thời gian trước 1954 tôi không có mặt ở vùng quốc gia, không nghe thấy gì, không biết gì đích xác về việc và người ở đây, cho nên nghĩ rằng tốt hơn nên trông cậy ở các chứng nhân. Và sau đây lại xin tiếp tục trích dẫn nữa, để mong hiểu thêm về tâm trạng của người trong vùng quốc gia lúc bấy giờ. Ông Đoàn Thêm tỏ ra rất chú ý đến tâm lý giới trí thức, trong cuốn Những ngày chưa quên ông nói về vấn đề này nhiều lần. Có lúc ông cho rằng trùm chăn có hai hạng: "Hạng thứ nhất thực ra chẳng có ý thức chính trị nào cả. Vì sinh kế, họ

---

[90] Như trên, trang 163-164.

phải sống lụy, lụy chế độ ngoài kia, hoặc lụy chế độ trong này. Ở đâu họ cũng chịu đựng, nên chẳng ưa ai, hễ thấy sơ hở là kêu ca. Bởi họ không lý tưởng, họ có mặc cảm bị coi là thấp kém, là sợ Việt Minh hay sợ Pháp, tuy sự thực thì sợ cả hai, nên đối với họ cũng như đối với người khác, họ phải lên tiếng này nọ, để tỏ ra mình bất khuất: có thế thôi. ? Hạng thứ hai, thì tương đối cao hơn một bậc. Họ có quan tâm đến hiện tình xứ sở. Họ muốn Pháp nhả bớt nhiều quyền mà chúng còn bo bo nắm giữ, nên chê trách Pháp là ngoan cố và lạc hậu. Nhưng họ sợ phá hoại, vì họ có tài sản hoặc ít ra cũng mong có một ngày kia, và nghĩ rằng phá hoại chỉ có lợi cho cuộc tranh đấu giai cấp hơn là cho sự tranh thủ độc lập. Nên khi ở ngoài kia, họ vẫn thì thầm chỉ trích sự lợi dụng kháng chiến để đảo lộn xã hội. Họ đòi Pháp từ bỏ chính sách thuộc địa, nhìn nhận tự do và tự chủ của Việt Nam, và nếu được thế thì nhường cho Pháp một ít mối lợi cũng không sao."[91]

Lại có lúc ông mượn lời "người trong chính giới" chia chính khách trùm chăn làm ba hạng. "Những vị đó tuy không mai danh vì cũng có tên tuổi, nhưng ẩn tích tại nhà chờ thời, và cho tới nay, đã một mực từ chối khi được mời ra giúp việc công. Lý do thường được viện dẫn, là chưa có hoàn cảnh thuận tiện và chưa thấy chính nghĩa trong vùng chiếm đóng. Nhưng nhiều người trong chính giới đã mỉa mai: có ông ngại bị chê là Việt gian tuy thực tình vẫn thân Pháp; có ông bất lực, giá có được giao việc cũng chẳng làm nổi, bởi thế cứ thoái thác hoài, nhảy

---

[91] Đoàn Thêm, sđd, trang 126-127.

ra e lộ chân tướng; lại có ông quá yêu sự sống, chỉ lo đối phương ám hại nên lẩn trốn mà còn lên vẻ cao sĩ."[92]

Tình hình văn nghệ

Hoặc sợ hãi "quốc gia" mà oán trách hoặc chê bai "quốc gia" mà xa lánh, tẩy chay, trùm chăn, như thế chưa lấy gì làm tệ. Tệ nhất là thái độ của giới văn nghệ lúc bấy giờ: họ công khai bỉ báng "quốc gia", ngưỡng vọng "ngoài kia". Thân họ gửi "trong thành", lòng họ hướng về "ngoài khu". Họ rất hăng hái trong sự đề cao ca ngợi phía bên kia. Họ nâng công việc ấy thành phong trào, thành cái "mốt" văn nghệ. Ở đây lại xin trích dẫn dông dài. Xin nhường lời cho kẻ có thẩm quyền, nhà văn Thanh Nam, có mặt ở cả Hà Nội lẫn Sài Gòn trước 1954: "Trước kia ở Hà Nội, tôi cũng đã có nghe tiếng Trúc Khanh và có đọc ở đâu đó một vài bài thơ của anh. Tuy không được nổi tiếng như Vũ Anh Khanh với "Tha la xóm đạo" nhưng Trúc Khanh cũng có những vần thơ "bốc lửa đấu tranh" như đa số thơ văn đề cao kháng chiến tại Sài Gòn những năm cuối thập niên 40, đại khái tôi còn nhớ hai câu trong bài "Người qua sông Dịch" của anh đăng trên một tờ báo xuất bản ở Sài Gòn:

"Thu xưa khói lửa tơi bời
Từng đoàn xanh tóc cả cười ra đi..."

Thời đó, những bài thơ như vậy đã thành một cái "mốt văn nghệ", ngay cả trên tờ Tiểu Thuyết Thứ Bảy tục bản của nhà xuất bản Tân Dân ở Hà Nội cũng đăng đều đều những loại thơ văn ca ngợi các "chiến sĩ ngoài kia" như vậy. Ngoài những bài thơ của Hoàng Cầm được

---

[92] Đoàn Thêm, sđd, trang 151.

chuyển lén lút vào thành như bài "Bên kia sông Đuống", "Đêm liên hoan"... tất cả những người viết văn, làm thơ tại Sài Gòn, Hà Nội bấy giờ đều hướng đề tài vào hình ảnh cuộc kháng chiến chống Pháp. Ở Hà Nội thì còn dè dặt, xa xôi, chỉ nói bóng gió tới những người trai "ra đi vì nước", những "cô gái một lòng chờ đợi người hùng chiến thắng trở về" nhưng trong Sài Gòn thì khác hẳn, hầu hết báo chí, sách truyện, thi ca đều nói thẳng đến những chiến sĩ cầm súng chống Pháp trong "bưng". Tôi còn nhớ có những loại sách mỏng khoảng 30, 40 trang như loại Sách Hồng, Truyền Bá thời tiền chiến tên là loại sách Bạn Trẻ của nhà xuất bản Nam Việt, mỗi tuần ra một cuốn; trình bày rất đẹp mang những cái tên rất khêu gợi, hấp dẫn như: Em không về nữa, chị ơi, Xin đắp mặt tôi mảnh lụa hồng, Cái chết của anh tiểu đội trưởng, Mây trôi về Bắc v.v... Bên cạnh những loại truyện mỏng dành cho học sinh đó là những tiểu thuyết dài cũng mang những cái tựa thật kích thích như Người yêu nước, Trái lựu đạn không kịp nổ, Hờn chinh chiến của một số nhà văn mà sau này hầu hết đã bỏ ra khu như Vũ Anh Khanh, Lý Văn Sâm, Dương Tử Giang... Tuyên truyền lộ liễu nhất là tập truyện Nửa bồ xương khô của Vũ Anh Khanh, cuốn tiểu thuyết kêu gọi học sinh bỏ thành ra bưng chiến đấu này lại bán chạy ngoài sức tưởng tượng, cả ở trong Nam lẫn ngoài Bắc đến nỗi sau khi bị tịch thu, cuốn truyện còn được bán giá chợ đen trong giới học sinh mê kháng chiến (...) (Cựu thủ tướng Nguyễn Văn Lộc hồi đó cũng là một trong số những nhà văn viết chuyện kháng chiến trong thành rất hăng say với bút hiệu Sơn Khanh.)"[93]

---

[93] Thanh Nam, bài đã dẫn, trang 71, 72.

Lý thuyết gia Mác-xít trong thành bấy giờ là các ông Thiên Giang, Thê Húc, Tam Ích.

Ngoài cái xu hướng mà Thanh Nam vừa nói có một xu hướng phi chính trị. Ông Nguyễn Hiến Lê lúc ấy vừa viết vừa dịch và nhà Phạm Văn Tươi xuất bản những cuốn sách thuộc loại "Học làm người". Ở đây không có bóng dáng thời cuộc. Chuyện chính trị bị lờ hẳn đi. Chỉ có những phương pháp học hành, làm ăn sao cho có kết quả, chỉ có chuyện tổ chức công việc, rèn luyện tính tình v.v...

Lại còn có một xu hướng khác, gồm những nhân vật từng biết cộng sản, không tán thành nhưng cũng không quyết liệt chống lại cộng sản. Đó là các ông Trần Văn Ân, Nguyễn Đức Quỳnh với tờ Đời Mới, Hồ Hữu Tường với tờ Phương Đông; kẻ chủ trương một chủ nghĩa "nhân bản mới" người chủ trương trung lập chế. Nhưng ảnh hưởng rộng rãi nhất vẫn là của loại văn nghệ kháng chiến trong thành.[94]

---

[94] Ngoài ý kiến của Thanh Nam, xin ghi nhận thêm ý kiến của Nguyễn Hiến Lê là nhân vật đã hoạt động văn nghệ ở Sài Gòn từ trước 1954: *"Trong thời kháng Pháp, văn học ở thành (vùng bị chiếm) từ Bắc tới Nam không có gì cả. Hầu hết các nhà văn tên tuổi thời tiền chiến đều theo kháng chiến, tôi không biết họ sáng tác được những gì, có lẽ chỉ một số bút ký, và một số bài thơ ái quốc, hô hào diệt địch, nhiệt tâm tuy nhiều, nhưng nghệ thuật có phần kém tiền chiến. Ở miền Nam Lý Văn Sâm viết được vài tiểu thuyết rồi ra bưng. Nhóm đệ tứ Triều Sơn, Thê Húc, Tam Ích, Thiên Giang viết được ít bài phê bình có tư tưởng xã hội, sau in thành vài tập mỏng. Triều Sơn viết khá hơn ai cả, nhưng chết sớm. Hồ Hữu Tường năm 1945 (?) còn ở Hà Nội cho ra một tập mỏng về văn hóa Việt Nam. Khi vào Nam, ông xuất bản tờ Phương Đông chủ trương trung lập, vài*

Tóm lại vùng quốc gia miền Nam trước 1954 sống đời vật chất đầy đủ, nhưng tình trạng xã hội, chính trị, văn hóa thật là bại hoại. Xã hội bất công, nạn tham nhũng lan tràn, cờ bạc đĩ điếm công khai tổ chức dưới sự bảo trợ của chính phủ; nhân tài xa lánh chính quyền, quốc gia lệ thuộc ngoại nhân, lãnh đạo bê bối làm dân chúng thất vọng; trong hoàn cảnh chán nản lòng người hướng về "ngoài kia".

Trong sự tưởng tượng của người "trong thành" thì "ngoài kia" là một cái gì mơ hồ, bởi mơ hồ nên đẹp đẽ. "Ngoài kia" không ai biết thực sự mặt mũi nó ra làm sao, mà cũng chẳng ai cần biết. Thỉnh thoảng người "trong thành" có được những kẻ mới dinh tê từ "ngoài kia" về mô tả bộ mặt thật của "ngoài kia", kể xấu về "ngoài kia" thì họ lại không muốn nghe: họ muốn bảo vệ giấc mơ của mình, không để nó bị xâm phạm, thương tổn. Vì "ngoài kia" là giấc mơ của người "trong thành", là một chỗ tưởng tượng cho người "trong thành" ký thác bao nhiêu nỗi ước mơ của mình, cho người "trong thành" lẩn trốn các bực dọc, tủi hổ, uất hận, bất bình. "Trong thành" bị Tây ức chế thì "ngoài kia" là "độc lập"; "trong thành" tham nhũng mục nát thì tất nhiên "ngoài kia" phải trong sạch; "trong thành" giàu nghèo chênh lệch, thì "ngoài kia" bắt buộc phải có công bình xã hội, phải là thiên đường của người nghèo v.v...

Trong giai đoạn chót của thời kỳ 1945-1954, "trong thành" có mặc cảm thất bại, thua trận, xấu xa, bẩn thỉu, trụy lạc...

---

cuốn trào phúng Nga, Trung Cộng." (Đời viết văn của tôi, Văn Nghệ, Hoa Kỳ, 1986, trang 152).

Bấy giờ cuộc đình chiến 1954 và những biến cố khác liên tiếp xảy đến đổi hẳn tình thế, đem lại niềm tự tin và hy vọng tưng bừng cho Miền Nam.

Tình hình từ 1954

Khi hưng thịnh

CUỘC NGƯNG CHIẾN

Trước hết cuộc ngưng chiến đem lại một cảm tưởng hòa bình. Hiệp định Genève rồi đi tới đâu? Sau hai năm rồi có hay không có tổng tuyển cử? Đối với quần chúng, những chuyện đó thật mù mờ. Nào ai biết! Dù sao ngay lúc ấy mọi người cũng thở phào nhẹ nhõm. Ít ra tiếng súng ngưng nổ, người ngưng chết; ít ra không còn có những cuộc lùng bắt lính, không có bố ráp, thủ tiêu v.v...; ít ra người ta có thể nghĩ đến công việc làm ăn, cày cấy, dựng lại nhà cửa, những ngôi nhà hoặc bỏ hoang lâu ngày, hoặc từng bị phá đi đốt lại nhiều lần ở miền quê v.v...

Đối với phía cộng sản, nhất là đối với giới cầm quyền bên phía cộng sản, thì cuộc ngưng chiến này chẳng qua là một dịp nghỉ tay. Nghỉ tay để chuẩn bị cuộc đụng độ mới. Cuộc đụng độ ấy, họ đã bố trí kỹ, ngay từ khi ký kết ở Genève, ngay cả trước khi ký kết. Họ bố trí những "cơ sở" bí mật nằm vùng tại Miền Nam, họ cho bộ đội cưới vợ thật gấp để tạo những liên hệ tình cảm mật thiết tại Miền Nam hầu làm đầu mối cho những hoạt động lẫn lút, những hoạt động phá hoại khủng bố do cán bộ của họ từ ngoài Bắc chui vào sau này v.v... Tuy nhiên đối với dân chúng Miền Nam, với giới trí thức, văn nghệ sĩ, với cả giới chính trị Miền Nam, những tính toán, mưu mô âm thầm ấy không có ai ngờ tới. Tạm thời ai nấy nhẹ nhõm, yên trí bắt đầu một thời kỳ xây dựng.

ĐỘC LẬP, THỐNG NHẤT

Thời kỳ hòa bình lại trùng hợp với thời độc lập. Điều mà Bảo Đại không đạt được suốt bảy năm nhì nhằng với Pháp (kể từ cuộc gặp gỡ Bollaert ở vịnh Hạ Long) bỗng nhiên Pháp buông tay thả ra: Ngày 4 tháng 6 năm 1954, Pháp ký hiệp ước Độc Lập (Traité d'Indépendance) với thủ tướng Bửu Lộc, thừa nhận Việt Nam độc lập với chủ quyền toàn bị theo công pháp quốc tế, Pháp bằng lòng chuyển giao hết những công sở và thẩm quyền còn tạm giữ. Sau đó phái đoàn Nguyễn Văn Thoại do chính phủ Ngô Đình Diệm chỉ định tiếp tục điều đình để ký với Pháp một loạt hiệp định vào ngày 29 tháng 12 năm 1956 về thể thức thi hành hiệp ước 4-6-54. Thế là chủ quyền quốc gia được thu hồi trọn vẹn. Ngày trao trả dinh toàn quyền cũ, tức phủ cao ủy cũ, tức dinh Độc Lập sau này; ngày hạ lá cờ tam tài của Pháp xuống, thượng quốc kỳ Việt Nam lên trước dinh Độc Lập; ngày quân đội Pháp xuống tàu rút về nước v.v... là những biến cố gây xúc động lớn lao trong lòng một dân tộc vừa chịu trăm năm áp bức.

Tại sao Pháp đổi thái độ vào lúc ấy? Tại sao đang cứng bao nhiêu năm, tự dưng Pháp lại mềm? Có phải vì những thất bại quân sự bấy giờ làm cho Pháp nhận thấy mình không còn hy vọng trở lại Việt Nam nên chẳng thà buông trả nửa nước Việt Nam sớm vài năm cho được yên thân? Dù sao, đó là chuyện của Pháp. Còn đối với dân Miền Nam, chỉ biết lúc bấy giờ hòa bình và độc lập cùng đến một lúc: còn gì quý hơn.

Đã thế, Miền Nam lại được thống nhất trong một thời gian ngắn sau đó. Trước, Pháp và Bảo Đại duy trì những lực lượng vũ trang riêng cho Cao Đài, Hòa Hảo, Bình Xuyên v.v..., mỗi lực lượng kiểm soát một phần đất đai, áp dụng những luật lệ địa phương riêng biệt, thật là phiền phức, trông chẳng ra làm sao cả. Sau khi cầm quyền và gặp những rắc rối với Bình Xuyên, chính phủ Ngô Đình Diệm hoặc kêu gọi các lực lượng vũ trang tự nguyện hợp tác, hoặc tấn công các lực lượng chống đối, lần lượt thực hiện được sự thống nhất Miền Nam.

Về thể chế, trước đây chữ "Quốc gia Việt Nam" dùng trong thời Bảo Đại không chỉ thị một nước có chế độ chính trị rõ rệt, có chủ quyền đầy đủ. Chữ nghĩa có tính cách hàm hồ. Sau cuộc bầu cử năm 1955, Miền Nam có một quốc hội dân cử, sau tháng 10-1956 có hiến pháp, có thể chế cộng hòa. Quốc gia có chủ quyền, chủ quyền ấy thuộc về toàn dân. Đâu ra đấy.

VAI TRÒ MỘT LÃNH TỤ

Mặt khác, chính sự kiện nhân vật Ngô Đình Diệm về nước chấp chánh thay thế vai trò của Bảo Đại lúc bấy giờ cũng gây niềm hứng khởi, tạo được sự tin tưởng trong quần chúng. Điều đó chính ông Ngô lúc ấy cũng không ngờ đến: Ngày về nước, ông ngồi trong một chiếc xe hơi đen kín mít, kẻ đứng ngoài không nhìn thấy người bên trong, chạy vèo một cái từ phi trường về dinh thủ tướng, khiến dân chúng đón đợi hai bên đường ngơ ngác hỏi nhau: "Phải "ông ấy" không nhỉ."

Lúc ông Ngô về Sài Gòn, cũng như lần ông ra Huế, có vài nhân vật chứng kiến, chú ý, và ghi nhận phản ứng nồng nhiệt của dân chúng: tướng Lansdale và linh mục

Cao Văn Luận. Linh mục Cao chỉ kể vắn tắt: "Tôi có ghé qua cuộc mít-tinh tại Phú Văn Lâu, và tôi nhận thấy cảm tình của dân chúng miền Trung đối với ông Diệm thật là chân thành và nồng nhiệt."[95] Nhưng tướng Lansdale quan sát kỹ hơn, nhận xét tinh hơn và đã không dằn lòng được trước những điều trông thấy. Ông bảo hôm đó thoạt tiên ông đi phi trường vì tò mò, nhưng lái xe ra đường Công Lý ông "ngạc nhiên vì thấy nhiều đám đông đứng nghẹt hai bên đường". Ông Lansdale nghĩ "dân chúng của một thủ đô trong thời chiến tranh này đã quá nhàm chán chẳng thèm liếc mắt ngó những nhân vật tai to mặt lớn đi trên xe hơi lộng lẫy...", ông cũng lại biết rằng: "không có mấy cố gắng để vận động dân chúng ra đường chào đón mà chỉ có lời loan báo giản dị rằng ông Diệm sẽ về vào sáng hôm đó." Thế mà quang cảnh trước mắt ông thật khác thường: "Có những gia đình mọi người chụm lại bên nhau, con nít trèo lên lưng hoặc vai và vịn lấy tay cha mẹ, hoặc dồn vào một chỗ trên hè phố. Nhiều xe bán nước mía đi bán rong hai bên. Mọi người phấn khởi và vui thích trong không khí của một ngày lễ."[96]Dân chúng ngưỡng mộ như thế mà ông Ngô ngồi trong xe kín chạy tuột một hơi, chẳng mui trần, chẳng có vẫy tay, chẳng cười với dân hai bên đường phát nào cả! Tướng Lansdale tiếc hùi hụi. Ông nóng lòng muốn bàn ngay với thủ tướng Ngô về kế hoạch vận dụng cảm tình của quần chúng vào công cuộc xây dựng xứ sở. Ông tướng nổi hăng, viết ngay hôm ấy, viết suốt đêm đến sáng cho xong một bản kế hoạch. Nhưng lúc gặp ông đại

---

95 Cao Văn Luận, Bên giòng lịch sử, Đại Nam tái bản tại Hoa Kỳ.

96 E.G. Lansdale, Tôi làm quân sư cho Tổng thống Ngô Đình Diệm, bản dịch của L.T., Đại Nam tái bản tại Hoa Kỳ, tr. 33, 34.

sứ Hoa Kỳ thì ông này thấy không tiện gửi đến chính phủ Việt Nam một bản ý kiến như vậy. Chính phủ không khuyên chính phủ được thì cá nhân góp ý với cá nhân vậy: tướng Lansdale trong cơn hứng chí cao độ liền lôi một thông dịch viên tiếng Pháp đi thẳng đến gặp thủ tướng Ngô.

Biểu tình đông đảo, công kênh nhau chờ đón nhẫn nại bên đường, và ngay cả việc hiến kế của ông tướng Mỹ đều chưa phải là chuyện cảm động nhất: Trong cuốn Nhật ký Đỗ Thọ, người quân nhân này kể rằng năm 1955, ông đang học năm cuối cùng bậc trung học ở trường Khải Định, Huế; sau khi thủ tướng Ngô về nước, cậu học sinh Đỗ Thọ vượt sông Bến Hải về Hà Tĩnh để đưa gia đình vào Nam. Ông bảo: "Tôi viết lại chi tiết nhỏ nhặt về đời tôi, gia đình là muốn nói lên sự tin tưởng ở thủ tướng Ngô Đình Diệm (1954), động cơ đã thúc đẩy tôi nên tìm mảnh đất Miền Nam làm nghiệp sống." (Ấn bản do Đồng Nai, Sài Gòn, phát hành ngày 27-10-70, trang 70, 71.)

Giữ lòng tin tưởng kính mến ấy cho đến tận lúc ông Ngô qua đời như Đỗ Thọ có lẽ chỉ được một số người, nhưng cái thái độ lúc ban đầu của Đỗ Thọ thì có thể cũng là thái độ của số đông.

Và không phải chỉ có quần chúng có mối cảm tình và lòng tin ấy đối với chính phủ Ngô Đình Diệm. Giới trí thức giới nghệ sĩ vốn thận trọng và thường xa cách chính quyền, thế mà vào những năm đầu sau hiệp định Genève họ cũng mất cái dè dặt cố hữu. Doãn Quốc Sỹ nói chuyện với Nguyễn Ngu Í về cái lúc ông mới từ Bắc di cư vào, viết kịch Một mùa xuân tin tưởng đăng trên báo Lửa Việt của sinh viên hồi 1955: "Thời ở chẳng yên, mà lại là thời cảm động nhất, tin tưởng ở Cách mạng; lúc bấy giờ, gặp các ông bộ trưởng, đổng lý văn phòng, là anh anh tôi tôi thân mật với nhau, không chút ngượng ngùng."[97]

Chính cái "thân mật", "không chút ngượng ngùng" thuở ấy đã đưa một nhóm học trò trung học lên đài danh vọng, đã biến mấy cậu bé mới từ Bắc di cư vào thành những nhà văn nổi tiếng một thời: Lê Tất Điều, Trần Dạ Từ v.v... Họ bắt đầu cuộc đời cầm bút bằng cách xúm xít nhau làm báo Văn Nghệ Học Sinh của Lê Bá Thảng, tức tờ báo của Bộ Thông tin. Ba mươi năm sau Lê Đình Điểu (tức Lê Ngọc Hà thuở ấy) nhắc lại chuyện cũ trên tờ Tin Việt ở California (số 21 ra ngày 25-6-84) với tất cả bùi ngùi cảm động.

Rõ ràng chính quyền lúc bấy giờ là một chính quyền được mến yêu, và lãnh tụ là một nhân vật được tin tưởng. Một thi sĩ đại danh như Vũ Hoàng Chương lúc này cũng không cần dè dặt nữa. Ông Vũ, nhân dịp Miền Nam bỏ phiếu trong cuộc trưng cầu dân ý về việc truất phế Bảo Đại, trao quyền cho Ngô Đình Diệm, đã không ngần ngại viết những lời say sưa trong Hoa đăng:

"Lá phiếu trưng cầu một hiển linh,
Phá tan bạo ngược với vô hình."

hay
"Hợp ý toàn dân kết ý trời."

Lại chắc chắn cũng vì tin tưởng ở một triển vọng ổn định lâu dài của tình thế, vì yên tâm ở một chính quyền

---

[97] Nguyễn Ngu Í, Sống và viết với..., Ngèi Xanh, Sài Gòn, 1966, trang 139, 140.

đứng đắn, lúc bấy giờ có rất nhiều trí thức du học ở Âu châu kéo về nước. Không còn chuyện trùm chăn, chuyện lẩn tránh chính quyền nữa. Họ tích cực tham gia xây dựng quê hương trên những lãnh vực chuyên môn khác nhau. Riêng về văn hóa, những vị hồi hương vào độ ấy như Nguyễn Văn Trung, Trịnh Viết Thành, Nguyễn Khắc Hoạch, Trần Bích Lan v.v... đã có những đóng góp đáng kể.

CÁC CÔNG TRÌNH XÂY DỰNG

Thế rồi ngay sau khi cầm quyền, trong lúc còn phải tiếp tục những cuộc hành quân bình định (ở Rừng Sát, Cái Vồn, Ba Lòng v.v...), ông Ngô đã tức thì khởi công tiến hành những kế hoạch xây dựng về giáo dục, kinh tế, xã hội...

Trong thời chiến tranh, các chánh phủ quốc gia trước thu rút lại trong các thành phố lớn, bỏ nông thôn cho cộng sản hoành hành. Sau 1954, chính phủ Miền Nam tiến rộng ra, dựng cơ sở hành chánh đến khắp các thôn ấp, cả những thôn ấp thượng du. Một nhu cầu đặt ra ngay trước mắt: giáo dục. Hành chánh đặt đến đâu, trường học phải lập ngay đến đấy cho con em đồng bào có chỗ học. Trong vòng một năm đầu không xã nào không có trường tiểu học; vài năm sau gần như không có quận nào không có trường trung học, có quận cả công lẫn tư đôi ba trường. Rồi đại học cũng phát triển mạnh, phát triển cả ra ngoài thủ đô: Đà Lạt, Cần Thơ, Huế, ngay bên cạnh sông Bến Hải.

Trong khi ấy thì đập Đồng Cam ở Phú Yên được xây ngay từ năm ngưng chiến đầu tiên. Rồi các vùng định cư, các khu dinh điền, các khu trù mật... được thành lập dồn dập, đập thủy điện Đa Nhim khởi công, trung tâm nguyên tử lực Đà Lạt hoàn thành; rồi đường hỏa xa được sửa sang, xe hỏa chạy thông suốt, một cuộc đua xe đạp Bến Hải ? Cà Mau tuyên dương cảnh thái bình khắp nước; rồi nhà máy xi-măng dựng lên ở Hà Tiên, xa lộ, làng đại học ở Thủ Đức; rồi chính sách cải cách điền địa đem ruộng đất chia cho dân nghèo, chính sách lành mạnh hóa xã hội: đóng cửa sòng bạc, nhà chứa, dẹp tiệm hút v.v... Không nghi ngờ gì nữa, ai cũng thấy Miền Nam phát triển mạnh. Bây giờ hơn mười năm sau mùa xuân 1975, chỉ cần một cái nhìn qua tình hình đời sống Miền Nam và một chút hồi tưởng về những thực hiện trong đôi ba năm sau cuộc ngưng chiến 1954 có thể làm ta thấy rõ không khí xây dựng hồi đó rộn rịp chừng nào và thành quả tốt đẹp hơn chừng nào.

Vùng liên khu V cũ (Quảng Nam, Quảng Ngãi, Bình Định, Phú Yên) vốn thuộc về cộng sản trong suốt thời kháng chiến và mức sống rất thấp. Sau hiệp định Genève ba năm, đến 1957 ở thôn quê trong các xóm làng đã mọc lên nhiều nhà ngói, trong nhiều vườn nhà có giếng xi-măng, tại các quận lỵ có nhà hộ sinh, có nhà máy xay gạo, trai làng sắm xe đạp và lắm nơi sắm cả xe gắn máy, về sự di chuyển công cộng thì đi xa có xe hơi, đi gần trong phạm vi quận xã có xe Lam ba bánh, nông dân bắt đầu mua máy cày v.v... Người ta cảm thấy rõ rệt mình đang tiến sang một giai đoạn mới của cuộc sống, tươi sáng hơn trước.

CUỘC DI CƯ

Tuy nhiên trong các yếu tố của tình hình Miền Nam sau 1954, quan trọng hơn cả chắc chắn là cuộc di cư.

Trong những ngày rối ren của 1954-55 mà tổ chức cuộc tiếp đón rồi định cư hàng triệu đồng bào từ Bắc kéo vào ào ạt, chính phủ Ngô Đình Diệm đã phải một phen vất vả không ít. Nhưng cuộc di cư ấy, một khi giải quyết xong, là cả một thắng lợi lớn cho chế độ mới.

Trước hết là một thắng lợi chính trị trên bình diện quốc tế. Hàng triệu người bỏ chạy trong ngày khải hoàn của quân đội Hồ Chí Minh tại Miền Bắc, đó là cả một sỉ nhục cho họ Hồ trước dư luận, đó là màn giới thiệu ngoạn mục cho chính phủ Ngô Đình Diệm vừa ra đời. Dư luận quốc tế thoạt tiên có thể không biết đến cái chính phủ và những nhân vật lu mờ ở Sài Gòn, trong khi tiếng đồn về những Hồ Chí Minh, Võ Nguyên Giáp, Điện Biên Phủ v.v... còn vang dội khắp nơi. Nhưng cuộc di cư hàng triệu người vào Nam phải được chú ý, phải gây được lắm suy nghĩ cho khách bàng quan, ngoại cuộc.

Đối với dư luận trong nước, đối với đồng bào miền Nam cuộc di cư ấy cũng có tác dụng chấn động. Ban đầu là sững sờ, ngờ vực, là những va chạm do tập quán địa phương của đôi bên, do thành kiến chính trị. Miền Nam, nơi từng có cái "mốt" văn nghệ vọng bưng biền, Miền Nam không thể không lấy làm khó chịu trước hình thức "cải chính" phũ phàng như thế về chế độ của họ Hồ, không thể tin ngay được vào những lý do chống cộng của cuộc di cư. Nhưng ít ra lòng ngưỡng vọng về bưng phải dao động, những lời ca ngợi kháng chiến bị đánh bạt đi, và im bặt ngay. Nhất định không thể có phép lạ tuyên truyền nào của chính quyền gây được một tác động tâm lý tương đương với tác động của một cuộc di cư lớn lao như thế.

Khối di dân với thái độ chính trị thuận lợi ấy là chỗ dựa chắc chắn cho một chính phủ quyết tâm chống cộng. Suốt chín năm cầm quyền, vào những giờ phút khó khăn, tổng thống Ngô vẫn được sự ủng hộ của di dân.

Trong cuốn Loạn mà Chu Tử bảo là viết theo chuyện thực (ở phần "Để thay đoạn kết"), ông đã cho thấy thái độ và sự hoạt động của một nhóm trí thức di cư như thế nào trong những ngày Bình Xuyên đánh phá chính phủ. Những người di cư như Hiệp, như Huyền, họ vào Nam có lý tưởng, có nhiệt tâm, họ ý thức giá trị của mình, họ hãnh diện về vai trò của mình trong giai đoạn lịch sử này. Vì thế, mặc dù là ít so với dân số miền Nam, nhờ ý chí quả quyết, nhiều khi họ giữ vai chủ động. Hiệp, một thanh niên di cư đang nghèo, đang đi tìm việc, đến trước ngôi biệt thự đồ sộ của một ông đốc phủ sứ, chợt trông thấy tấm bảng cảnh cáo chó dữ. Chàng hơi ngại, nhưng tự nhủ ngay: "Một người di cư không có quyền ngán điều gì."

(trang 5). Thế là chàng mạnh dạn... Người ta có thể thấy trong đó một chút gì phường tuồng, quá đà, có thể ngờ rằng cái quá đà ấy rồi sẽ đưa tới thất vọng, chán nản sau này; dù sao đó là thái độ tiêu biểu lúc bấy giờ, của buổi đầu đầy tin tưởng, đầy quyết tâm.

Mặt khác cuộc di cư đã đưa vào Miền Nam một số nhân tài trong giai đoạn cần kíp. Rất nhiều nhân vật từ Miền Bắc vào sau này giữ địa vị trọng yếu trong các lãnh vực kinh tế, chính trị, quân sự ở Miền Nam. Riêng trong phạm vi văn học nghệ thuật, vai trò của khối văn nghệ sĩ di cư thật quan trọng. Ngay buổi đầu, sự hoạt động hăng hái của họ tạo không khí phấn khởi tưng bừng. Rồi trong cái số di dân đổ vào được đưa vội vàng đến tạm trú tại các trường học, các lều trại sơ sài, trong số đó có những sinh viên về sau thành ra các nhà văn Doãn Quốc Sỹ, Nguyễn Sỹ Tế..., có những cậu bé mới vào trung học về sau thành ra những văn thi sĩ Lê Tất Điều, Duyên Anh, Trần Dạ Từ, Tú Kếu, Hà Thúc Sinh...

Cuộc di cư còn có ảnh hưởng vào văn hóa miền Nam một cách sâu xa hơn, tuy âm thầm lặng lẽ hơn. Thật vậy, từ sau cuộc di cư 1954, ngày một ngày hai không ai để ý đến, nhưng cuộc sống ở miền Nam đổi khác: cái quai nón của người con gái đổi khác, chiếc áo đàn bà mặc trên người đổi khác, món quà người ta ăn hàng ngày không giống xưa, cái bìa báo bìa sách biến dạng đi v.v... Giọng nói miền Nam cũng biến đổi nữa, không sao? Sau này có cô ca sĩ nào mà không hát giọng Bắc; vả lại không cần phải chờ đến lúc thành ca sĩ mới đổi giọng: mọi nữ sinh, kể cả những cô nữ sinh trung học tận dưới Rạch Giá, Cà Mau hễ cất giọng lên là cũng hát giọng Bắc luôn. Và xa tít trong đồng quê, dọc bờ biển hoặc ven rừng núi, xung quanh những vùng định cư Cái Sắn, Phước Tĩnh, Gia Kiệm... chẳng hạn, phong tục tập quán miền Bắc cũng dần dần tỏa ra, len lách thấm dần vào xã hội miền Nam. Rồi kỹ thuật canh tác, kỹ thuật ngư nghiệp cổ truyền v.v... của miền Bắc cũng lan rộng ảnh hưởng của nó.

Vũ Bằng nói về sự thay đổi của cách ăn mặc, của cảnh hội hè trong Nam trước và sau cuộc di cư: "Cùng với những cái áo dài may kiểu mới thay thế cho những cái áo bà ba cũn cỡn, anh em ta ở đây, ngày tết, đã tỏ ra trang trọng hơn trước trong việc trang trí nhà cửa và ăn uống cũng như sửa soạn"[98]. "Cách đây[99] mười lăm năm (...) Sài thành không biết có xuân sang và ăn cái giao thừa không bằng vui cái đêm lễ Giáng sinh. Nhưng bây giờ đã khác: xa xa có tiếng giày dép người ta đi lễ giao thừa."[100] Khác lắm: Trước không những mặc áo bà ba cũn cỡn mà nữ sinh đi học còn đội nón cối, trông rất ít chất thơ mộng. Trước quà bình dân trong chợ, bên đường, là những bánh cống, bánh lọt, bún nước lèo..., còn tiệc tùng yến ẩm thì toàn kéo nhau đi tiệm Tàu ăn món Tàu; sau này bún ốc, bún thang, giò chả, chả cá, gỏi cá, rồi nhất là phở Bắc vùng lên, hớn hở kết thân với đủ mọi giới đồng bào bất phân giàu nghèo Nam Bắc... Còn nhớ đâu đó thi sĩ Đông Hồ từng có lần luận về sự phát triển của phở ở miền Nam, và ông khen sau này có khi tô phở còn vui vẻ sẵn lòng chấp nhận một mớ giá sống cho hợp khẩu vị bà con địa phương, ông xem cái "đóng góp" ấy của miền Nam như là một sáng kiến để làm cho món ăn được mát dạ, giải nhiệt, thích hợp với khí hậu trong này.

Người Bắc di cư, cái khối người bỏ "cụ Hồ" theo "cụ Ngô" thoạt tiên rất dễ ghét đối với người miền Nam, dần dần họ đổi kiểu nón đội trên đầu họ thay kiểu guốc mang dưới chân dân Sài Gòn, họ làm vang tiếng giày dép trong đêm giao thừa Sài Gòn, họ thêm thắt lung tung vào bữa ăn sáng bữa nhậu khuya của người Sài Gòn. Họ góp phần quan trọng vào việc chuyển hướng chính trị trong quần chúng miền Nam. Rồi chúng ta sẽ thấy vai trò của

---

[98] Vũ Bằng, Thương nhớ mười hai, Sống Mới tái bản ở Hoa Kỳ, trang 283.

[99] Câu này viết ra có lẽ vào khoảng 1970-71.

[100] Vũ Bằng, sđd, trang 267, 268.

họ trong văn học nghệ thuật thời kỳ này không kém
quan trọng chút nào.

KHỐI NÔNG DÂN MIỀN TRUNG

Nói đến sự chuyển hướng chính trị do cuộc di cư từ
Miền Bắc vào, lại không thể không nói đến vai trò chính
trị của khối nông dân miền Trung được tiếp thu vào khu
vực quốc gia sau hiệp định Genève 7-54.

Trước, Pháp và những chính phủ hợp tác với Pháp chỉ
kiểm soát được các đô thị. Sau Genève, cộng sản tập kết
ra Bắc, toàn thể lãnh thổ phía nam sông Bến Hải thuộc
về chính phủ quốc gia, không phân biệt nông thôn hay
thành thị. Sự gia nhập của khối nông dân miền Trung
vào phía quốc gia, về một khía cạnh, cũng có giá trị
tương tự như cuộc di cư từ Bắc vào Nam. Bởi vì khối
nông dân này cũng hiểu biết về chế độ cộng sản như di
dân. Cũng như di dân Miền Bắc, họ từ phía cộng sản
chuyển về phía quốc gia. Cuộc chuyển vị tại chỗ không
khác với cuộc chuyển di của người Bắc bao nhiêu, xét về
ảnh hưởng chính trị.

Chúng tôi phải nói riêng khối nông dân miền Trung
mà không nói bao trùm tất cả nông dân, bởi vì hoàn
cảnh nông thôn ở Nam phần và nam Trung phần vẫn
khác. Chính quyền Hồ Chí Minh sở dĩ bị chối bỏ oán ghét
là từ khi thi hành chính sách độc tài giai cấp, công khai
xuất lộ chế độ đảng trị; điều ấy chỉ xảy ra từ liên khu V
ra Bắc mà thôi. Chỉ từ liên khu V trở ra (tức từ Phú Yên
ra Bắc) mới có thuế nông nghiệp, có đấu tố địa chủ phú
nông, có áp chế trung nông, tiểu tư sản v.v... Cho đến
1954, đối với đồng bào trong Nam, cộng sản ít nhiều còn
giữ được bộ mặt của Việt Minh: đoàn kết toàn dân

kháng chiến. Vì thế những điều di dân từ Bắc vào nói về cộng sản thường được lỗ tai tri kỷ của đồng bào miền Trung đón nhận một cách thông cảm, mà lại không lọt được vào tai đồng bào Nam phần. Có phải vì vậy mà có những nhà văn từ Bắc vào, như Doãn Quốc Sỹ, thấy rằng đa số độc giả của mình ở miền Trung, và sau này, lúc sách không ra được miền Trung nữa, thì đành tính việc ngưng xuất bản (trong cuộc phỏng vấn của Nguyễn Ngu Í, đã dẫn ở một phần trước).

Cuộc di cư năm 1954 của đồng bào Bắc vào Nam vẫn được xem như một cuộc bỏ phiếu bằng chân để từ chối chế độ cộng sản; sau 1954 ở nam vĩ tuyến 17 đến lượt nông dân miền Trung: họ bỏ phiếu nhiều lần nữa. Những lần sau này là bỏ phiếu táo tợn, thê thảm, vì bỏ phiếu đẫm máu, dưới lửa đạn cộng quân, tại Bình Long, Phú Bổn, Quảng Trị, trên Đại lộ Kinh hoàng... Cứ mỗi lần cộng sản tới nơi nào là bà con nông dân miền Trung liều chết bỏ chạy, không cách gì ngăn cản nổi.

Khi cộng quân tiến chiếm Quảng Trị, trong tổng số ba trăm nghìn dân toàn tỉnh chỉ có năm chục nghìn bị kẹt lại.[101] Nhà văn Dương Nghiễm Mậu đến thăm trại tạm cư Hòa Khánh trong dịp này chợt trông thấy ở một ngả ba đường có tấm bảng lớn sơn xanh kẻ chữ trắng: "Quận Gio Linh". Ơ hay! Quận Gio Linh ở Hòa Khánh, sát thị xã Đà Nẵng? Thì ra đây là khu trại tạm trú của đồng bào tản cư từ Gio Linh vào. Toàn quận chừng ba chục nghìn dân thì đi thoát đến hăm tám nghìn.[102] Tấm bảng nọ không phải không có ý nghĩa: "Ở đây là người Gio Linh, ngoài

---

101 Dương Nghiễm Mậu, "Quảng Trị đất đợi về", trong tập bút ký Những ngày dài trên quê hương, Sài Gòn, 1972.
102 Sđd.

kia chỉ còn đất trống trơ. Đây mới đích thực là Gio Linh sống." Đất Gio Linh sát kề Trung Lương, bên cạnh vĩ tuyến 17. Càng gần cộng sản dân càng trốn chạy cộng sản mạnh.

Nghiêm Xuân Hồng cho rằng sau hiệp định Genève, do sự bộc lộ chân tướng vô sản chuyên chính của Việt Cộng và do sự rút lui của Pháp khỏi Việt Nam, chuyện chống ngoại xâm mất đối tượng và hiểm họa độc tài phát hiện rõ rệt, cho nên trên chính trường Việt Nam chỉ còn hai đối thủ để chống chọi nhau trong một cuộc thử lửa quyết định: tức phe quốc gia và phe cộng sản.[103] Ông Nghiêm đặc biệt chú ý đến cuộc di cư 1954, ông phân tích thành phần di dân và nêu rõ cái ý thức giai cấp đấu tranh chống vô sản của di dân vốn đa số gồm trí thức tiểu tư sản, trung tiểu nông.

Ở đây, chúng ta đang tiếp tay ông Nghiêm, góp vào khối di dân thêm một khối lượng đông đảo nữa. Cái tâm sự giống nhau giữa dân di cư Bắc Việt và đồng bào ở nông thôn miền Trung cũng phản ảnh vào văn nghệ: trong những năm đầu tiếng nói cất lên từ miền Trung của Võ Phiến, Đỗ Tấn... rất hợp với tiếng nói cất lên từ khối di dân của Nguyễn Mạnh Côn, Doãn Quốc Sỹ v.v... Rồi những Đoàn Nhật Tấn, Lôi Tam v.v... của miền Trung cũng vẫn có những bận tâm chính trị tương tự, trong khi đa số các tác giả miền Nam tỏ ra hờ hững với "cuộc thử lửa quyết định".

---

[103] Nghiêm Xuân Hồng, Lịch Trình Diễn Tiến Của Phong Trào Quốc Gia Việt Nam, nguyệt san Ngày Về tái bản tại Hoa Kỳ, trang 85, 245, 246.

CÁC BIẾN LOẠN PHÍA CỘNG SẢN

Cũng lại trong giai đoạn này, giai đoạn 1954-63, đã xảy ra những biến cố ở ngoài lãnh thổ Miền Nam Việt Nam nhưng ảnh hưởng rất sâu đậm vào tinh thần của Miền Nam, nhất là vào tinh thần giới trí thức, giới văn nghệ. Tôi muốn nói đến những biến cố bên kia những bức màn sắt, màn tre.

Gần gũi nhất là những cuộc nổi loạn ở Miền Bắc: vụ cán bộ Miền Nam tập kết kéo nhau đến phá bót cảnh sát Bờ Hồ, học sinh tập kết làm loạn ở Ngã Tư Sở ngay tại thủ đô Hà Nội, vụ đồng bào Quỳnh Lưu, Nghệ An nổi dậy đánh nhau với chính quyền, vụ chính quyền công khai nhận lỗi trong chính sách cải cách ruộng đất, Trường Chinh và Hồ Viết Thắng bị cất chức, những nạn nhân oan ức của đấu tố được trả tự do trở về tìm cán bộ trả thù gây ra náo loạn trong xã hội v.v... Những chuyện như thế làm kinh ngạc thành phần dân chúng thân cộng trong Nam, và làm cho chính đồng bào Bắc Việt di cư cũng lấy làm bất ngờ. Hồi năm 1958, viết chương đầu cho cuốn Trăm hoa đua nở trên đất Bắc (do Mặt trận Bảo vệ Tự do Văn hóa xuất bản ở Sài Gòn năm 1959), ông Hoàng Văn Chí bảo: "Những người thông thường, có đôi chút kinh nghiệm đau xót với cộng sản, kể cả những đồng bào Bắc Việt di cư cũng không ngờ rằng trong một thời gian không đầy hai năm tình hình ở nơi quê cha đất tổ có sự thay đổi quá nhanh chóng như vậy. Họ nhớ ngày nào quân đội của "Cụ" kéo vào chiếm đóng Hà Nội, nhân dân thủ đô còn đón rước tưng bừng. Nào cờ quạt, nào biểu ngữ, nào cổng chào, nào kéo nhau đi xem văn công, xem triển lãm. Họ không ngờ rằng chỉ một năm sau khi họ bỏ nhà bỏ cửa ra đi, bộ đội oai hùng đó lại bị chính ngay nông dân vác gậy phang vỡ đầu."

Đối với giới trí thức của Miền Nam thì vụ chống đối của trí thức Miền Bắc cùng các biến loạn trong thế giới cộng sản càng làm cho họ suy nghĩ.

20 tháng 2 năm 1956 tại đại hội lần thứ 20 của cộng đảng Nga, bỗng nhiên Khrushev nặng lời tố cáo Staline, đập đổ một thần tượng sừng sững lâu đời, làm cho giới chính trị cộng và thân cộng đâm ra hoang mang, chới với, mất phương hướng;

26 tháng 5 năm 1956 Trung Cộng phát động chính sách Trăm Hoa Đua Nở;

28 tháng 6 năn 1956 vụ Poznan bùng nổ ở Ba-lan;

28 tháng 10 năm 1956 nhân dân Hung-gia-lợi lại nổi dậy ở Budapest, làm náo động dư luận thế giới;

Sang năm 1957 nghệ sĩ và trí thức Trung Cộng thừa cơ hội Trăm Hoa Đua Nở xúm nhau công kích đảng và chính quyền. Nhà nước ra tay trấn áp, La Long Cơ bị "phê bình" dữ dội. Trăm hoa hết dám đua nở.

Ở Miền Bắc trong thời gian ấy cũng bùng nổ một cuộc "khởi nghĩa" của trí thức và văn nghệ sĩ.

Tháng 3 năm 1956 nhà xuất bản Minh Đức cho ra tập Giai Phẩm Mùa Xuân, bắt đầu nêu lên các khuyết điểm của đảng. Tháng 8-56, lại ra Giai Phẩm Mùa Thu. Ngày 15-9-56 báo Nhân Văn ra số 1. Rồi bao nhiêu là báo khác: Đất Mới (của sinh viên), Trăm Hoa (của Nguyễn Bính), nhật báo Thời Mới v.v... cũng ùa theo công kích nhà nước và giới lãnh đạo. Thậm chí dần dần tờ Văn, tạp chí của hội Văn nghệ, cũng quay ra chống đảng...

Đảng và nhà nước độ ấy phải một phen vất vả mới dẹp được... loạn. Ngày 15 tháng 12-1956 Hồ Chí Minh ký sắc lệnh qui định chặt chẽ giới hạn "tự do" của báo chí, phạt đến khổ sai chung thân tịch thu gia sản những kẻ phạm cấm. 304 văn nghệ sĩ bị bắt đi chỉnh huấn. Một số bị giam vào nhà pha Hỏa Lò (Thụy An, Nguyễn Hữu Đang). Nhiều người bị cất chức, bị đưa đi "học tập lao động", bị đày đi những nơi ma thiêng nước độc, mất tăm mất tích.

Chỉ một thời gian ngắn sau khi đất nước bị chia cắt bày ra thế lưỡng phân đối địch minh bạch, một thời gian ngắn sau khi hàng triệu người chối bỏ cộng sản ra đi vào Nam, một thời gian ngắn sau khi cuộc tranh đấu cho độc lập chấm dứt và cuộc tranh đấu cho tự do bắt đầu thì "phía bên kia" chợt bày ra liên tiếp nhiều dấu hiệu suy nhược, như thế làm sao bên này không "hồ hởi"?! Nói đến tâm trạng của trí thức Miền Nam lúc bấy giờ lại nhớ đến trường hợp Nguyễn Mạnh Côn với cuốn Đem tâm tình viết lịch sử. Cuốn sách đã viết xong từ lâu, xếp chữ xong từ lâu, nhưng tác giả cứ để đấy, chần chờ. Đến năm 1958, sau những biến động vừa kể bên phía cộng sản, ông liền quyết định cho ấn hành, lòng đầy hứng khởi.

Lúc suy đồi

CUỘC TẤN CÔNG QUÂN SỰ CỦA CỘNG SẢN

Sự trạng tốt đẹp cho đến năm 1959, Miền Nam đã bẻ gãy các mưu toan lũng đoạn tình hình do cộng sản chủ trương, đến nỗi Lê Duẩn sau hai năm hoạt động ở Miền Nam đã trở về Hà Nội báo cáo sự thất bại và đề nghị một kế hoạch mới: tấn công bằng quân sự. Về phía bên này, cũng vào năm 1959 đại sứ Hoa Kỳ Elbridge Durbrow và tướng Williams báo cáo về Hoa-thịnh-đốn tình hình lạc quan ở Việt Nam và đề nghị cho rút cố vấn Mỹ về nước trong vòng hai năm tới.

Nhưng đến đây, từ năm 1959, thì các rắc rối bắt đầu. Chủ trương dùng vũ lực của cộng sản được Miền Bắc đưa ra thực hiện. Tháng 5-1959 đoàn vận tải mở đường mòn Hồ Chí Minh. Bảy mươi nghìn cán bộ tập kết được tăng phái vào Miền Nam.

Tháng 12-1959, Mặt trận Giải phóng Miền Nam ra đời. Trong năm 1959 có 250 viên chức của Miền Nam bị cộng sản sát hại. Năm 1960, số viên chức bị ám sát lên đến 1400 người. Rồi dần dần xảy ra những trận đụng độ cấp đại đội, cấp tiểu đoàn v.v...

Trước chính sách công khai dùng vũ lực để thôn tính Miền Nam của cộng sản, ông Kennedy vừa nhậm chức tổng thống Hoa Kỳ vài tháng, thay vì rút cố vấn, đã gửi ngay 15 nghìn quân Mỹ sang giúp Việt Nam. Bắc Việt lại tăng cường xâm nhập để đối phó. Cứ thế đôi bên cùng leo thang.

Muốn tránh sự hiện diện đông đảo của quân đội Mỹ trên lãnh thổ ta và muốn tìm một chiến lược thích hợp để đối phó với chiến tranh du kích của cộng sản, chính phủ Ngô Đình Diệm chú ý đến các kinh nghiệm chống cộng ở Mã-lai. Một số chuyên viên người Anh được mời sang, chính sách ấp chiến lược được đề ra để tách lìa cán bộ cộng sản khỏi dân chúng. Các biện pháp này tỏ ra hữu hiệu; vào năm 1962, hoạt động cộng sản đã suy yếu nhiều. Nhưng ngay sau đó, tình hình chính trị của Miền Nam lại đổ ra tồi tệ, khiến các thắng lợi quân sự hóa ra vô ích.

SỰ RỐI LOẠN Ở MIỀN NAM

Sau khi cầm quyền ba, bốn năm, tổng thống Ngô bị một nguồn dư luận càng ngày càng rộng rãi chỉ trích là độc tài. Bất mãn nhóm lên từ các đảng phái quốc gia, từ các chính khách đối lập. Năm 1959, một phi công ném bom dinh Độc Lập. Đầu năm 1960 một nhóm 18 nhân vật ? nhóm Caravelle ? gửi đến tổng thống một bản nhận định chính sách và khuyến cáo sửa chữa các khuyết điểm. Ngày 11 tháng 11 năm 1960 một số sĩ quan cấp tá ? Vương Văn Đông, Nguyễn Chánh Thi... ? tổ chức một cuộc đảo chánh hụt. Nhưng tình thế đặc biệt trở nên trầm trọng từ ngày xảy ra vụ Phật giáo. Tháng 5-1963 Phật tử Huế biểu tình chống chính phủ vì vấn đề treo giáo kỳ. Câu chuyện dần dần đưa đến những cuộc chống đối rộng lớn khắp nước, rồi những cuộc tự thiêu, đến chuyện bao vây chùa, bắt sư sãi v.v... Diễn tiến sự việc ảnh hưởng mạnh đến dư luận Hoa Kỳ, tổng thống nước này đã ủng hộ một nhóm tướng lãnh lật đổ chính phủ Ngô Đình Diệm vào ngày 1 tháng 11 năm 1963. Biến cố ấy kết thúc nền đệ nhất cộng hòa, chấm dứt giai đoạn đầu của thời kỳ sau Genève ở Miền Nam. Giai đoạn mà chính phủ ta có chính sách rõ ràng, liên tục, mà ta giữ được chủ động trước tình thế cho đến trước năm cuối cùng.

Sau này thì ôi thôi, toàn những thay đổi bấp bênh; ta bị sự việc dập dồn tràn ngập, chỉ những lo tả xông hữu đột để đối phó với tình hình, chẳng còn đâu là chính sách, là chủ động nữa.

VĂN HỌC

Hoạt động tưng bừng

Tình hình văn học trong giai đoạn đầu ở Miền Nam phản ảnh cái phấn khởi, tin tưởng, tích cực, nghiêm chỉnh của tình hình chung lúc bấy giờ.

Chính quyền trong những năm đầu được sự ủng hộ của đa số dân chúng, của các đảng phái. Nhờ sự ủng hộ ấy thủ tướng Ngô chân ướt chân ráo mới về nước đã thắng lực lượng Bình Xuyên, Ba Cụt v.v..., đã thắng Bảo Đại. Giữa chính quyền và trí thức nghệ sĩ, cái quan hệ trong buổi đầu cũng rất đề huề. Ta đã thấy Doãn Quốc Sỹ từng nhắc lại với Nguyễn Ngu Í những tiếp xúc "anh anh tôi tôi", thân mật, không ngượng ngùng, với các nhân vật chính quyền độ ấy.

Chính phủ Ngô Đình Diệm thực ra không có hẳn một chính sách văn hóa, không chủ tâm "lái" văn nghệ vào một con đường nào, không có tham vọng lãnh đạo văn hóa. Nhưng chính phủ có khuyến khích, giúp đỡ phương tiện cho văn nghệ. Đối với giới họa, có các cuộc triển lãm hội họa mỗi mùa xuân. Đối với văn giới có Giải thưởng Văn chương Toàn quốc hàng năm. Đối với ngành nhiếp ảnh nghệ thuật, có các cuộc triển lãm nhiếp ảnh quốc tế cũng tổ chức hàng năm. Phải nhận rằng những cuộc triển lãm như thế đã phát huy liên tiếp trong các năm đầu thập niên 60 nhiều họa sĩ chân tài. Để đẩy mạnh sinh hoạt sân khấu kịch trường, ông Vũ Đức Diên được giúp đỡ mở quán Anh Vũ. Nhiều nghệ sĩ di cư từ Bắc vào đã được giúp đỡ phương tiện để xuất bản sách báo: Đó là trường hợp các nhóm Tự Do, Sáng Tạo v.v... Nhiều hiệp hội văn hóa như Văn Bút Việt Nam, như Mặt trận

Bảo vệ Tự do Văn hóa v.v... được tiếp sức khi cần trong những nhu cầu điều hành, sinh hoạt.

Về phía văn nghệ sĩ trong hoàn cảnh bấy giờ, sự hoạt động tưng bừng hẳn lên. Những nhân vật tiền chiến bấy lâu im tiếng bây giờ lại xuất hiện. Họ cảm thấy đến lúc có thể yên tâm mà tung chăn không ngượng ngùng trước dư luận, đến lúc có điều kiện ổn định cho những dự định qui mô, những công trình dài hơi.

Vũ Hoàng Chương hăng say ngây ngất:
"Gió nối vần mây giục đấu tranh
Tâm tư lồng lộng kết nên thành
Thành ngăn sóng Đỏ, mây sừng sững
Nước Tổ về ngôi đẹp sử xanh"
(Hoa đăng)

Nhất Linh từ ngày về nước vẫn im lặng, "nghỉ ngơi", vui với cây cỏ núi rừng như một đạo sĩ ngoài vòng trần tục, ông Nhất Linh ấy bây giờ quyết định "hạ sơn". Ông chiêu tập anh tài, lại làm báo lại viết sách, viết trường giang tiểu thuyết phỏng ước dài mấy nghìn trang, ông thành lập hội Văn Bút Việt Nam, ông phục sinh và mở rộng Tự Lực văn đoàn v.v... Học giả Đào Đăng Vỹ đơn thân độc mã khởi công soạn bách khoa từ điển, cho in dần dần. Các ông Lê Văn Siêu, Hoàng Trọng Miên, mỗi người bắt đầu theo cách riêng một bộ lịch sử văn học Việt Nam, từ khởi thủy...

Các bậc tài danh trong hàng huynh trưởng tưởng đã buông tay bỗng dưng trở lại hoạt động hăng hái, còn các khuôn mặt mới thì chen nhau xuất hiện. Nhiều tạp chí văn nghệ ra đời, mỗi tờ qui tụ một số cây bút mới: Sáng Tạo, Bách Khoa, Hiện Đại, Thế Kỷ Hai Mươi, Văn Nghệ,

Nhân Loại v.v... Có khi một tờ nhật báo cũng thành chỗ hội ngộ của nhiều cây bút giá trị: tờ Tự Do chẳng hạn. Cũng có trường hợp một số tài năng chọn cách ra mắt bằng một nhà xuất bản: nhà Quan Điểm tung ra những Nghiêm Xuân Hồng, Vũ Khắc Khoan, Tạ Văn Nho, Mặc Đỗ v.v... Để nói lên cái náo nức tưng bừng lúc bấy giờ chắc chắn nên chọn Mai Thảo. Nhà văn này vốn thường khoa tay quá trán, nói không tiếc lời, hồi ấy đã chọn đúng lúc để vung lên những hò hét nhiệt liệt nhất, ồn ào nhất: "đem ngọn lửa văn hóa vượt vĩ tuyến sáng lên ở đây hôm nay."[104] "Năm 1954 còn ghi lại, chói lọi, cái đẹp ấy của mùa mới, cái đẹp ấy của lên đường. Ta từng đi chật đất. Ta từng có, lớp lớp. Ta từng đến, hàng hàng. Những khởi đầu của từng hoạt động văn học, từng phát động nghệ thuật nói chung của ta tuyệt đúng, tuyệt đẹp."[105]

Cảnh tượng trăm hoa đua nở tưng bừng ấy không phải chỉ là một hiện tượng văn học. Ở các bộ môn nghệ thuật khác đại khái đều thế cả. Trong ngành nhạc, Phạm Duy từ kháng chiến bỏ về đã lâu, vào Nam cũng đã lâu, mà không có hoạt động gì đáng kể. Sau 1954, ông hoàn thành liên tiếp hai bản trường ca Con đường cái quan và Mẹ Việt Nam. Trong ngành họa, ban đầu là những hoạt động của Tạ Ty, Duy Thanh, Ngọc Dũng, Thái Tuấn..., nhưng tiếp liền sau đó xuất hiện một loạt nhiều họa sĩ trẻ chân tài. Điện ảnh hãy còn là mới mẻ, nhưng ngay trong những năm đầu tiên đã đưa ra mấy cuốn phim giá trị, trong đó phim Chúng tôi muốn sống mười năm sau rồi đoạt một giải thưởng ở Hán Thành.

---

[104] Sáng Tạo, Sài Gòn, số 1, tháng 10-1956.
[105] Vấn Đề, Sài Gòn, số tháng 5-1968.

Trong khung cảnh thái bình, nước nhà vừa có chủ quyền, có chế độ dân chủ, trong một xã hội được lành mạnh hóa dần dần, dưới một chính phủ đang được tín nhiệm, trong không khí vui vẻ xây dựng một miền đất tự do để ngăn ngừa hiểm họa độc tài, văn học nghệ thuật đã phát triển nhanh chóng, mạnh mẽ. Giai đoạn đầu (1954-1963) không đạt đến nửa thời gian của thời kỳ văn học 1954-75, thế nhưng trong tổng số các tác giả nổi tiếng của toàn thời kỳ này thì giai đoạn đầu chiếm bảy, tám phần mười. Và tôi nghĩ rằng những tác giả có ảnh hưởng sâu rộng trong quần chúng, những tác giả mà tiếng nói có sức vang vọng trong dư luận, chi phối được ít nhiều nhân tâm thế đạo, loại tác giả ấy phần lớn thuộc về giai đoạn này hơn là giai đoạn sau.

Hai chặng – hai thế hệ

Thực ra trong một giai đoạn thứ nhất văn học Miền Nam cũng không có sự thuần nhất. Một cái nhìn thoáng qua các tác phẩm xuất hiện vào đầu giai đoạn và các tác phẩm ở cuối giai đoạn cho ta thấy một chuyển biến rõ rệt. Đem tâm tình viết lịch sử của Nguyễn Mạnh Côn không giống với Chị em Hải của Nguyễn Đình Toàn, với Kẻ tình nguyện của Lê Tất Điều. Vì vậy đã có những ý kiến muốn chia giai đoạn này ra làm hai: trong khoảng chín năm ấy chúng ta thấy xuất hiện hai đợt văn sĩ, hai thế hệ nhà văn.

Trên tạp chí Bách Khoa số Xuân Ất Mão (phát hành ngày 24-1 năm 1975) Nguyễn Mộng Giác có bài đề cập đến các thế hệ văn thi sĩ ở Miền Nam. Mới đây, trên một số báo Đồng Nai vào trung tuần tháng 7-1984 tại California, ông lại có dịp trở về vấn đề ấy: "Sau hiệp định

Genève, trào lưu văn học chống cộng phát triển mạnh mẽ ở Miền Nam Việt Nam, những ban chủ biên nòng cốt của các nhóm, các tạp chí hầu hết là phái nam. Nếu kể tên những cây bút quan trọng của giai đoạn này như Võ Phiến, Doãn Quốc Sỹ, Mai Thảo, Thanh Tâm Tuyền, Nguyễn Mạnh Côn, Vũ Khắc Khoan... chúng ta ít có nhà văn nữ nào hiện diện. Từ 1960 về sau, một lớp nhà văn trẻ xuất hiện trên các tạp chí Văn Nghệ, Thế Kỷ Hai Mươi, Khai Phóng, Nghệ Thuật, Khởi Hành, Văn Học, Văn, Bách Khoa, và đa số đều là nhà văn nam: Dương Nghiễm Mậu, Lê Tất Điều, Thế Uyên, Nhật Tiến, Duyên Anh, Ngô Thế Vinh, Dương Kiền... vẫn là nam giới đóng vai chủ động."[106]

"Nhà văn hai lớp" là chuyện đã rõ. Nhưng còn cái năm 1960? Nguyễn Mộng Giác chỉ nêu qua mà không giải thích. Bảo rằng lớp Dương Nghiễm Mậu, Lê Tất Điều... xuất hiện vào năm 1960, dựa vào đâu? Lấy "biến cố" gì làm cái mốc? Trong sinh hoạt văn nghệ họa hoằn mới xảy ra một biến cố. Lúc bấy giờ ở Miền Nam lớp trước lớp sau đề huề, bốn phương phẳng lặng.

Trên thực tế, nhiều người trong lớp sau đã xuất hiện từ trước 1960 khá lâu và cũng đã nổi tiếng rồi: Dương Nghiễm Mậu đã viết trên Sáng Tạo bộ cũ, một tạp chí xuất bản vào các năm 1956, 57, Nhật Tiến đã cộng tác ngay từ những số đầu của tờ Văn Hóa Ngày Nay mà số 1 ra đời vào tháng 6-1958. Vả lại Nhật Tiến, Nguyễn Đình Toàn đều đã viết từ hồi ở Hà Nội, trước 1954. Nói thế không phải là bảo nên lui thời điểm ranh giới giữa hai

---

106 Nguyễn Mộng Giác, "Điểm qua các cây bút nữ trong văn học hiện đại".

thế hệ lại những năm 1954, 56 hay 57. Lúc đó chẳng qua các nhà văn trẻ nọ bắt đầu có mặt, nhưng chưa có ảnh hưởng đáng kể, chưa "đóng vai chủ động".

Từ ngày có mặt trên báo cho đến khi trở thành một tác giả chủ động trên văn đàn, khá lâu. Hãy kể đến khi có sách được xuất bản thôi: được xuất bản tức là đã được ước lượng có một số độc giả phải chăng, tức đã có tiếng tăm tương đối rộng rãi. Nhã Ca viết báo và nổi tiếng trước 1960 mà mãi đến 1965 mới có thi phẩm đầu tiên ra mắt (Nhã Ca mới), 1968 mới có cuốn truyện đầu tiên xuất bản. Lê Tất Điều cũng phải chờ đến 1961 mới cho ra đời được cuốn Khởi hành, Nguyễn Đình Toàn xuất bản Chị em Hải năm 1961, Duy Lam cuốn Chồng con tôi năm 1960, nhưng Nhật Tiến thì đã tung ra Những người áo trắng từ 1959.

Đã không có cái mốc nào rõ rệt, thôi thì hãy chấp nhận thời điểm 1960 của Nguyễn Mộng Giác không cần chờ giải thích. Trong lớp nhà văn này tất nhiên có kẻ sớm người muộn, nhưng đại khái vào khoảng thời gian này họ tung hoành trên văn đàn, bắt đầu có địa vị vững vàng. Chia giai đoạn 1954-63 ra làm hai chặng, với hai lớp nhà văn, như thế tức là mặc nhiên lờ đi một số khác. Bởi vì ai cũng biết ngoài hai lớp nhà văn xuất hiện sau 1954 và vào khoảng 1960, ở Miền Nam vẫn có mặt nhiều nhà văn khác. Họ thuộc hai lớp trước: một lớp tiền chiến (Vũ Bằng, Nhất Linh, Đông Hồ, Quách Tấn v.v...), một lớp nữa nổi tiếng trong thời kháng chiến (Thanh Nam, Thiên Giang, Thẩm Thệ Hà, Tô Kiều Ngân...). Hai lớp này sau 1954 có vị bớt viết đi (Đông Hồ, Tam Lang, Vi Huyền Đắc, Kiêm Minh v.v...); nhưng lại có những vị hoạt động tích cực, viết thật nhiều (Vũ Hoàng

Chương, Nhất Linh, Vũ Bằng, Đinh Hùng...). Tại sao lờ họ đi? Chắc chắn đó không phải là một thiên vị, lệch lạc, hay một sự thiếu sót. Không nói đến chỉ vì các lớp ấy không còn "đóng vai chủ động" nữa. Họ còn hoạt động, còn đóng góp nhiều cho văn học, thành tích quan trọng của họ phải được ghi nhận; tuy nhiên giai đoạn nọ giai đoạn kia sau 1954 không còn thuộc về họ nữa, trong những giai đoạn ấy họ không còn là những nhà văn tiêu biểu nữa. Thế thôi.

Chặng 1954-1960

Trở lại chặng 1954-60. Thoạt tiên, sau cuộc biến thiên lớn lao về chính trị và quân sự, cuộc di cư đông đảo, văn nghệ sĩ từ Bắc vào, từ vùng kháng chiến quay về hãy còn tản mác, còn lo ổn định cuộc sống mới, còn bỡ ngỡ trước cục diện mới, họ chưa kịp có thì giờ qui tụ, tổ chức một diễn đàn, một tạp chí văn học nghệ thuật. Nhưng giới làm báo thì ứng phó nhanh hơn. Ngay buổi đầu đã có những tờ nhật báo giá trị do lớp người mới xuất bản: tờ Ngôn Luận, tờ Tự Do.

Trên Ngôn Luận, Hoàng Hải Thủy viết những thiên tiểu thuyết phóng sự bằng giọng dí dỏm thật có duyên. Đinh Hùng hàng ngày làm thơ hài hước đều đều, dưới bút hiệu Thần Đăng, rồi viết truyện dã sử dưới tên Hoài Điệp Thứ Lang. Viên Linh thỉnh thoảng đăng một bài thơ... Nhưng Tự Do của Phạm Việt Tuyền mới là nơi qui tụ được nhiều cây bút tên tuổi: Tam Lang, Hà Thượng Nhân, Mai Nguyệt (Tchya Đái Đức Tuấn), Hiếu Chân, Vũ Bình, Như Phong, Bùi Xuân Uyên v.v... Đây là những tờ báo được tổ chức tử tế, bài vở có trình độ cao, hình thức trình bày mỹ thuật, nhất là tờ Tự Do với những bức hí họa tài tình của họa sĩ Phạm Tăng.

Những tờ báo ấy khuấy động một không khí mới: vì đó là báo của các cây bút di cư, chống cộng mạnh mẽ. Mặc dù thái độ chính trị mới mẻ, nó chinh phục quần chúng nhanh chóng nhờ giá trị bài vở.

Mùa Lúa Mới

Trong lúc ở Sài Gòn văn nghệ sĩ hãy còn đăng bài trên nhật báo thì ở Huế đã có một tạp chí cho những cây bút sau 54: tờ Mùa Lúa Mới, xuất bản năm 1955, với Đỗ Tấn, Võ Phiến... Thực ra đây cũng gần như trường hợp tờ Văn Nghệ Học Sinh đối với Lê Tất Điều, Trần Dạ Từ: Mùa Lúa Mới là tờ tạp chí do nha Thông tin Trung phần xuất bản.

Lúc bấy giờ, những ngày tháng đầu tiên sau hiệp định Genève, không hề có sự cách biệt giữa văn nghệ sĩ và chính quyền; chỉ có sự xa cách, sự thiếu thông cảm, giữa "người cũ" và "người mới". "Cũ" là nhân viên công chức trong thành, vẫn làm việc trong các cơ quan từ thời Pháp thuộc và thời Bảo Đại, "cũ" cũng là những văn nghệ sĩ trước sau chưa hề biết đến chiến khu, bưng biền, kháng chiến, cộng sản. "Mới" là những "anh em bên kia mới về", kẻ có quen biết bên chính quyền thì làm việc với chính quyền, người có khả năng văn nghệ thì hoạt động bên văn nghệ, đàng nào cũng thế: cộng tác với nhau để vạch trần bộ mặt thật của Việt Minh, để cảnh tỉnh dư luận bên này về hiểm họa cộng sản, để "mở mắt" những người "cũ", người trong thành v.v... Đó là một thời "văn chính bất phân"; ở Huế cũng như ở Sài Gòn, ở nha Thông tin cũng như ở bộ Thông tin bấy giờ đều có một số văn nghệ sĩ.

Tờ Mùa Lúa Mới, ngày nay không tìm thấy ở các thư viện Hoa Kỳ mà chắc cũng chẳng được mấy ai lưu giữ. Bởi vậy xin mang những điều còn sót trong kỷ niệm riêng ra thuật lại để ghi lại chút ít hình ảnh một thời.

Mùa Lúa Mới do Thu Tâm (tức Võ Thu Tịnh, giám đốc nha Thông tin Trung Việt lúc ấy) làm chủ nhiệm, Đỗ Tấn làm thư ký tòa soạn. Tờ báo ra khổ nhỏ (độ chừng 13cm x 18cm?), dày không đến trăm trang mỗi số, in ngay tại nha Thông tin bằng một cái máy cổ lỗ. Tôi không tin rằng báo được phát hành rộng rãi, chu đáo. Ấy vậy mà sau này dần dần tôi biết được những sự việc liên quan đến tờ Mùa Lúa Mới làm mình kinh ngạc.

Chẳng hạn tháng 2 năm 1982 một người ở Pháp ? một nhân vật trong ngành ngoại giao Việt Nam trước 1975 đã sống ở nước ngoài từ lâu lắm, hiện dạy tại một đại học Pháp, và cũng là một tiểu luận gia từng có nhiều nhận định phê bình về văn học Việt Nam ? người ấy trong một lá thư, nhân nhắc về Đỗ Tấn, đã nhớ và ghi luôn mấy đoạn thơ của Đỗ đăng trên Mùa Lúa Mới độ nào "để cùng hồi tưởng một quá khứ":

"Ông có người con gái
Chết rồi trong một chuyến dân công
Mười bảy xuân xanh không mẹ không chồng
Thân bỏ rừng già quạnh quẽ
Nghe người ta kể
Chiến trường Tây Bắc gian lao
Vượt suối trèo đèo
Nàng thế vai cha gánh gạo
Những chiều trông về xuôi
Mây vẩn ảo não
Thương ai tóc bạc sương cài

Nhớ đường làng cỏ trắng sao mai
Ướt chân người lính chiến..."

và:
"Đảng đã bảo anh gian lao chịu đựng
Thì thương nhớ nhau mà chi
Đảng muốn anh quên
Thì nhớ thương nhau cho lắm có làm gì
Lấy nhau vừa đúng mười hôm chẵn
Và chỉ mười hôm, e thế thôi
Độ rày sim nở
Tím sim là tím làn môi
Là tím cuộc đời trong giá
Là tím tình ta đã lỡ rồi
Ai người gây nên màu tím
Tím sim trên núi trên đồi
Tím sim cho lòng lạnh lắm
Buồn vương hiu hắt mái gồi
Anh có về không hỡi anh
Chim không đậu nữa trên cành
Bình hoa đổ nát
Bên ngoài tiếng gió reo nhanh..."

Vị giáo sư ấy nhớ những truyện ngắn của tôi, những bài thơ của Đỗ Tấn, gọi là "nhớ lõm bõm". Nhưng để có thể "nhớ lõm bõm" từng đoạn thơ dài như thế sau hăm bảy năm trời và sau bao nhiêu luân lạc, tôi nghĩ rằng cái xúc động ban đầu của ông lúc đọc nó hẳn phải là sâu xa. Ông đọc nó trong dịp nào? ông bắt gặp Mùa Lúa Mới ở đâu?

Lại chẳng hạn lần khác, Thanh Nam bảo tôi: "Và điều chắc chắn là hầu hết những nhân vật trong nhóm Sáng

Tạo đều xuất hiện sau anh, bởi tôi đọc anh và Đỗ Tấn trước rồi mới đọc những người đó."[107]

Đọc tôi và Đỗ Tấn ở đâu? Chỉ có thể trên Mùa Lúa Mới vì các sách của chúng tôi đều xuất bản sau khi Sáng Tạo ra đời. Thanh Nam và nhóm Sáng Tạo cùng ở Sài Gòn, thế mà Mùa Lúa Mới đã tìm đến tận Thanh Nam để tự trình diện trước Sáng Tạo, thật không ngờ.

Lại nữa, giáo sư Nguyễn Xuân Vinh ở Hoa Kỳ ngày nay vẫn còn yêu thích Đỗ Tấn (như đã thấy ở một phần trước), điều đó có lẽ cũng là do tờ Mùa Lúa Mới.

Như vậy dù chỉ là một tạp chí địa phương, với phương tiện khiêm tốn, hình thức khiêm tốn, tờ Mùa Lúa Mới đã có tác động rộng rãi, vượt ra ngoài phạm vi miền Trung, mà đến tận thủ đô. Tác động của nó trong giới thanh niên và trí thức lúc bấy giờ phải khá mạnh mẽ mới để lại một ấn tượng dài lâu đến thế.

Nhân nói về Mùa Lúa Mới, lại nhớ đến các cuốn sách đầu tiên của chúng tôi (những cuốn Chữ tình và Người tù của Võ Phiến, Chiều cuối năm của Đỗ Tấn) do nhà Bình Minh xuất bản hồi 1956. Sự thực, chúng tôi in sách bằng chiếc máy in nhỏ, cực kỳ thô sơ, tại Qui Nhơn. Đó là chiếc máy vốn của một nhà in cộng sản liên khu V để lại, chôn vùi dưới đất, được phát giác và khai quật lên sau Genève, đã rỉ sét hư hại bộn bề. Phương tiện như thế, kỹ thuật như thế, trình bày lại tệ hại, cho nên khi sách tung ra từ một tỉnh lẻ miền Trung được giới văn nghệ ở thủ đô chú ý, tán thưởng, chúng tôi đâm ngơ ngác, phản ứng một cách bối rối vụng về. Thái độ thân hữu niềm nở nhất tôi nhớ thoạt tiên không đến từ những bậc huynh

---

[107] Thư đề ngày 29-9-1982.

trưởng mà là từ những cây bút trẻ, cùng lứa, phần đông là mới từ Bắc vào.

Trường hợp tờ Mùa Lúa Mới và sách Bình Minh, tôi nghĩ có lẽ được cắt nghĩa bằng câu chuyện về nông thôn miền Trung đã nói trước đây. Ở liên khu V chính sách cộng sản thi hành gần giống như ở bắc vĩ tuyến 17, nhận thức của đồng bào ở đây rất gần với của đồng bào ngoài đó. Bởi vậy mà đôi bên hợp nhau: sách báo của các tác giả di cư được đón tiếp nồng nhiệt ở miền Trung và sách của người miền Trung được di dân tán thưởng. Nhất là lúc bấy giờ ở Sài Gòn giới văn nghệ di cư chỉ mới có nhật báo mà chưa có tạp chí văn nghệ, chưa kịp có diễn đàn cho những sáng tác nghệ thuật.

Sáng Tạo

Tháng 10 năm 1956 tạp chí Sáng Tạo ra đời. Tờ báo đáp ứng một sự thiếu vắng, nó được hoan nghênh ngay.

Trước "vận hội mới" quần chúng độc giả chờ đợi một xuất hiện mới trên lãnh vực văn nghệ. Loại thơ văn trên báo Đời Mới của Trần Văn Ân chẳng hạn không còn sức thu hút nữa, những sáng tác ra mắt trên nhật báo không thể thỏa mãn, tờ Mùa Lúa Mới vẫn chỉ là của một địa phương. Tờ Sáng Tạo chính đã đến đúng lúc. Và nó đã nhằm đúng vào tâm trạng quần chúng: chờ cái mới.

Thoạt ra mắt, Sáng Tạo đã phát động ngay "một nền nghệ thuật mới", "nghệ thuật hôm nay". Phát động thật ồn ào. Mười bốn năm sau, Mai Thảo nói về lúc khởi đầu ấy vẫn còn nói bằng giọng say sưa: "Chất nổ ném vào. Cờ phất. Xuống núi, xuống đường. Ra biển, ra khơi. Và cuộc cách mạng tất yếu và biện chứng của văn chương đã bắt đầu."[108] ? Cách mạng chống lại cái gì? phá bỏ cái gì vậy? ? Những cái không thuộc về hôm nay: "Trong một thực trạng dày đặc những chất liệu của sáng tạo và phá vỡ như vậy, văn học nghệ thuật mặc nhiên không thể còn là tả chân Nguyễn Công Hoan, lãng mạn lối Thanh Châu, những khái niệm Xuân Thu, những luận đề Tự Lực."[109] Cuộc cách mạng này "tựu trung vẫn chỉ là lịch sử tiến trình biện chứng của những trào lưu cạn dòng phải nhượng bộ rứt thoát cho những ngọn triều lớn dậy thay thế."[110]

Nhưng đến khi cần biết về "ngọn triều lớn" thì không thể biết gì rõ ràng. "Văn nghệ hôm nay" chủ trương ra sao? đưa ra lý thuyết gì? vạch ra những đường lối gì? bác bỏ văn nghệ hôm qua ở chỗ nào? ? Nhóm Sáng Tạo không có giải đáp: "... thế nào cũng được. Điều đáng ghi nhận là lên đường ấy đã có."[111] Vâng, thì lên đường đã được ghi nhận xong; nhưng lên đường đi về hướng nào đây? Về thi ca, Mai Thảo bảo rất đại khái: "Và thơ bây giờ là thơ tự do."[112]; về các bộ môn khác, không thấy có ý kiến gì. Thơ tự do không phải là cái mới mẻ nữa. Nó không phải là sáng kiến của văn nghệ hôm nay, của cách mạng. Sau này, có lần Mai Thảo thú nhận: "Tôi không nhìn Sáng Tạo như nơi phát xuất và hình thành một

---

108 Mai Thảo, "Đứng về phía những cái mới", Tuyển truyện Sáng Tạo, Sống Mới tái bản tại Hoa Kỳ, các trang 8, 11, 13.
109 Sđd.
110 Sđd.
111 Sđd, trang 12.
112 Sđd, trang 11.

dòng văn học nghệ thuật. Lớn chuyện quá. Một tinh thần nào, một cách thế thì có."[113]

Nhìn như một tinh thần, thì đó là một tinh thần đổi mới đầy tự tín, đầy hứng khởi. Tinh thần ấy có sức lôi cuốn, động viên; một tinh thần đáng tán thưởng. Nhưng nhìn như một cách thế, thì cách thế Sáng Tạo có những chỗ khó bảo là "tuyệt đẹp". Chẳng hạn trong lối "khai tử" nền văn nghệ tiền chiến có một cách thế kiêu căng; chẳng hạn trong lối diễn đạt của những vị trong nhóm chủ trương có một cách thế kiêu kỳ: hoặc hoa hòe hoa sói, kiểu cách ưỡn ẹo, hoặc tối tăm rối rắm.

Tuy nhiên Sáng Tạo đã có những đóng góp đáng kể. Mặc dù chỉ xuất hiện trong một thời gian ngắn 31 tháng, nó đã phát huy được một số văn tài đông đảo. Nhiều người trong số đó về sau, sau khi tờ tạp chí đình bản, tiến lên giữ vai trò quan trọng trong những hoạt động văn nghệ riêng biệt của mình. Thanh Tâm Tuyền dần dần viết truyện nhiều hơn làm thơ, viết truyện rất thành công và có ảnh hưởng rộng trong văn giới lớp sau; Doãn Quốc Sỹ chủ trương một nhà xuất bản, giới thiệu thêm một số cây bút mới nữa (trong đó có Phan Nhật Nam); Nguyên Sa rồi đứng ra chủ trương các tạp chí Gió Mới, Hiện Đại, và có một uy thế riêng; Tô Thùy Yên, Sao Trên Rừng (sau đổi ra là Nguyễn Đức Sơn) rồi trở thành những thi sĩ có bản sắc đặc biệt; Dương Nghiễm Mậu sáng tác mỗi lúc mỗi phong phú mỗi độc đáo, chủ trương nào nhà xuất bản nào tạp chí Văn Nghệ (cùng với Lý Hoàng Phong), là một cây bút xuất sắc hoạt động mạnh mẽ cho đến ngày cuối cùng của Miền Nam v.v...

---

[113] Nguyễn Nam Anh, "Mai Thảo, nhà văn ở phút nói thật", tạp chí Văn, Sài Gòn, số 192, ra ngày 15-12-1971.

Văn Hóa Ngày Nay

Cuộc "cách mạng" của Sáng Tạo như vậy động chạm đến sự có mặt đầy uy tín của một dĩ vãng: Nhất Linh. Sau đó hai năm, Nhất Linh "xuống núi, xuống đường". Chủ trương của ông: Thứ văn nghệ ông làm không thuộc về quá khứ, nó thuộc về mãi mãi. Ông không xem những thứ đã ra đời trên văn đàn Việt Nam trong lúc ông nghỉ tay là có giá trị gì. Những cái đó hỏng cả. Cho nên bây giờ ông lại ra tay làm văn nghệ lần nữa. Mở đầu bài phi lộ của tờ Văn Hóa Ngày Nay ra ngày 17-6-1958 là một nhận định: "Văn nghệ Việt Nam hơn mười năm nay vẫn ở trong một tình trạng ngưng đọng, chưa tìm được lối đi (...) Chúng tôi vẫn băn khoăn tự hỏi vì sao bấy lâu người ta có thái độ chán nản đối với văn nghệ đến thế? (...) Sở dĩ ngày nay văn nghệ chưa rung cảm được độc giả vì văn nghệ chưa nói được lòng người."

"Hơn mười năm" trước 1958 tức là suốt thời gian từ lúc Tự Lực văn đoàn ngưng hoạt động đến lúc Văn Hóa Ngày Nay ra đời, tức là bao gồm cả thời gian Sáng Tạo làm cách mạng văn nghệ hôm nay. Cách mạng bị phủ nhận.

Trên Văn Hóa Ngày Nay, Nhất Linh từ từ trình bày rành mạch quan niệm văn hóa và văn nghệ của mình, duyệt lại kinh nghiệm sáng tác của mình, phân tích cái hay cái dở, và đưa ra những phương châm đường lối sáng tác trong bộ môn tiểu thuyết. Ông cho rằng những cái lập dị của hôm nay sẽ bị đào thải cả, phù du cả: "Các nhà văn trong phái "lập dị" bây giờ, tôi thấy họ quá chú trọng về hình thức kỳ quặc để cốt độc giả chú ý và tưởng họ thâm thúy. Nhưng độc giả họ tinh khôn lắm, không dễ bị ai đánh lừa và lối văn lập dị hiện nay chẳng bao lâu cũng sẽ biến mất."[114]

Nhất Linh không phất cờ, không ném "chất nổ", không tung đao to búa lớn. Ông có một phong cách cố tình giản dị và một nụ cười tủm tỉm. Ông lại còn sức làm việc bền bỉ nữa: trên mỗi số báo đều có sáng tác và khảo luận của chính ông, có cả nét vẽ của ông nữa. Ông qui tụ một số cây bút vừa mới vừa cũ cũng không ít. Lớp đã có thành tích từ trước gồm những Nguyễn Thị Vinh, Trương Bảo Sơn, Linh Bảo v.v...; lớp trẻ có Nhật Tiến, Duy Lam, Tuyết Hương v.v...

Văn hóa ngày nay với văn nghệ hôm nay không ưa nhau. Cả đôi bên cùng được quần chúng tiếp đón nồng hậu trong buổi đầu. (Những số Văn Hóa Ngày Nay đầu tiên của Nhất Linh bán chạy bất ngờ, vượt quá dự liệu của những người chủ trương.) Nhưng dần dần rồi độc giả thưa dần. Và ngày nay cũng không sống lâu hơn hôm nay.

Sau khi Văn Hóa Ngày Nay đình bản, một số các cây bút chủ yếu trong nhóm tiếp tục con đường đã vạch. Hoạt động nhất là Nguyễn Thị Vinh và Nhật Tiến; hai người viết những cuốn truyện đầy lòng nhân ái với lời văn trong sáng giản dị. Riêng Nguyễn Thị Vinh còn chủ trương các tờ Tân Phong, Đông Phương, cũng noi theo tôn chỉ của Văn Hóa Ngày Nay nhưng rồi cũng không giữ nổi tờ báo được lâu. Duy Lam thì không viết được nhiều mấy, có lẽ vì quá bận rộn quân vụ.

---

[114] Nhất Linh, Viết và đọc tiểu thuyết, Đời Nay xuất bản, 1969, trang 78.

Giữa Sáng Tạo với Văn Hóa Ngày Nay, một bên sôi nổi cực đoan mà không định hướng rõ rệt, một bên ôn hòa bảo thủ với đường lối minh bạch, trong một thời gian xuất hiện ngắn, mỗi bên đều có lúc huy hoàng, đều chứng tỏ được khả năng của mình. Nhưng về sau này, với một khoảng cách đủ rộng rãi, chúng ta nhìn lại và phải nhận rằng cái tính cách của hai mươi năm văn học Miền Nam có nhiều chỗ gần gũi với Sáng Tạo hơn là với Văn Hóa Ngày Nay. Một số lớn cây bút trong thế hệ văn học này rất có thể bị chê là quái dị, là kỳ quặc, là khó hiểu, hợm hĩnh, là lập dị, là thiếu một thái độ phải chăng, một bút pháp trong sáng. Những cây bút ấy không nhất thiết là từ nhóm Sáng Tạo ra, hay chịu ảnh hưởng của Sáng Tạo. Đây không phải là chuyện ảnh hưởng: không phải bên nào có sức ảnh hưởng lớn bên nào sức ảnh hưởng nhỏ. Đây là cả sự khác biệt giữa hai tâm tình. Sự khác biệt được cảm nhận không cần biện bạch.

Giữa văn nghệ mới và văn nghệ cũ, giữa tiền chiến và hậu chiến chưa bao giờ thực sự có một cuộc bút chiến. Cái phải cái trái chưa từng được biện bạch đến nơi đến chốn. Trong dư luận bậc trưởng thượng lúc nào cũng được quí trọng tôn kính; tuy nhiên, trong văn giới, các đàn anh dần dần bị xa lảng. Kính mà xa. Chủ trương của họ dù sai dù đúng không tìm được sự hưởng ứng rộng rãi.

Tôi nhớ có một hôm, vào khoảng đầu thập niên 60, một văn hữu họp Bút Việt xong ghé về tòa soạn Bách Khoa gặp anh em. Người bạn nọ chợt nhớ ra là ban chiều có được nhà văn D.N.M. tặng cuốn truyện mới xuất bản, anh mang vào bàn hội nghị, nhân ngồi bên cạnh Nhất Linh, đưa cho ông xem qua. Sau khi lật mấy trang, ông bận theo dõi các ý kiến phát biểu, xếp sách lại, lơ đãng đặt ra một bên lẫn với giấy tờ riêng của ông. Lúc tan hội nghị ra về, người bạn quên lấy lại cuốn sách. Nghe xong câu chuyện mấy anh em có mặt ở tòa soạn sực nghĩ: Lâu nay tất cả chúng tôi không có ai mỗi lần ra sách mới mà nghĩ đến việc gửi tặng Nhất Linh một bản. Những anh em cầm bút trẻ khác trong vòng quen biết đại khái cũng thế cả. Ông còn đó, còn hoạt động, ? thế mà ai nấy gần như quên hẳn ông.

Trong hai mươi năm sau Genève ở Miền Nam riêng tôi không nghe ai thốt ra lời gì tỏ ra không quí trọng đức độ và tài năng của ông, không tôn kính cái tư cách cái nhiệt tình của ông. Ngược lại Nhất Linh cũng tỏ ra rất sốt sắng với các tài năng mới: sau 1954, bao nhiêu lần ông bày tỏ thiện chí muốn tìm tòi khuyến khích, nâng đỡ các cây bút trẻ. Thiện chí lắm khi rất cảm động. Đọc truyện Tuyết Hương, một thiếu nữ mới bắt đầu viết, thấy hay, ông nhắn mời. Cô Tuyết Hương đang bệnh không đến ông được, ông liền đến tận nhà Tuyết Hương tìm gặp để trò chuyện. Đọc bài Nhật Tiến, bấy giờ hãy còn là một mầm non, thấy hay, ông nhắn mời tác giả và tính ngay đến việc xuất bản sách của Nhật Tiến không chờ đợi yêu cầu. Ra báo Văn Hóa Ngày Nay, ông liền dành một chỗ cho những tài năng mới. Trong tuổi già, ông viết chúc thư văn hóa đề cử những người trẻ vào Tự Lực văn đoàn v.v... Ấy vậy mà giữa ông với giới cầm bút sau 1954 cứ xa nhau dần. Báo ông, sách ông xuất bản, người ta mua đọc, nhưng đọc lặng lẽ. Trong quần chúng không nghe có dư luận, trên văn đàn không thấy có phê bình.

Đó cũng là cái tình cảnh chung của các nhà văn tiền chiến. Nhất Linh mà còn đến thế, những người khác tránh sao cho khỏi. Bấy giờ ở Miền Nam có hơn hai mươi nhà văn nhà thơ danh tiếng thời trước, những vị như Đỗ Đức Thu, Vi Huyền Đắc, Đông Hồ, Trần Tuấn Khải, Vũ Bằng, Lê Văn Trương, Vũ Hoàng Chương, Đinh Hùng, Quách Tấn, Tam Lang, Nguyễn Đức Quỳnh, Lê Văn Siêu, Bàng Bá Lân v.v... tất cả đều hưởng một thái độ mến trọng xa cách từ thế hệ mới. Gặp họ, anh em kính; họ giàu sang anh em mừng; họ túng thiếu hoạn nạn, anh em xót thương, có khi giúp đỡ; nhưng họ viết gì, anh em ít khi quan tâm. Chẳng qua đọc hững hờ cho biết vậy thôi. Coi như những ve vẩy của một thời đã qua. Như hoạt động tiêu khiển của những cụ già vui thú điền viên. Có vị nhờ đông bạn đông bè nên thường được nhắc nhở ? như Vũ Hoàng Chương, Đinh Hùng ? những nhắc nhở trong tình bạn không gây ảnh hưởng gì trong tình hình văn nghệ.

Không những các văn nghệ sĩ tiền chiến mà ngay cả lớp văn nghệ sĩ trong thời kháng chiến chống Pháp cũng gần như thế. Lớp này tất nhiên không già nua gì, không cách biệt vì tuổi tác chút nào, nhiều vị còn trẻ hơn lớp nhà văn sau 54. Giữa Nguyễn Mạnh Côn, Mai Thảo với Thanh Nam chẳng hạn. Thanh Nam trẻ tuổi hơn Mai Thảo và Nguyễn Mạnh Côn, cả văn lẫn thơ đều hay, thế mà chỉ vì trót nổi tiếng trước 54 đành bị thiệt: Năm 1955 Mai Thảo ra Đêm giã từ Hà Nội tác phẩm đầu tay, năm 1958 Nguyễn Mạnh Côn (dưới bút hiệu Nguyễn Kiên Trung) ra cuốn Đem tâm tình viết lịch sử, cũng một tác phẩm đầu tay nữa, cả hai được dư luận chú ý, trở thành tên tuổi ngay; giữa khoảng thời gian ấy năm 1957

Thanh Nam cho xuất bản hai tác phẩm (Hồng Ngọc, Người nữ danh ca) mà sách không được chú ý.

Lẽ dĩ nhiên Thanh Nam không chịu thiệt thời một mình: những Tô Kiều Ngân, Sơn Khanh, Thiên Giang, Thẩm Thệ Hà, Kiêm Minh v.v... đại khái đều thế. Thế hệ trước 54, dù ở Hà Nội hay ở Sài Gòn, phần lớn không còn giữ được vị thế cũ. (Phần lớn, không phải tất cả.) Thời thế đổi khác, độc giả chờ đợi những tiếng nói khác.

Bách Khoa

Giữa khoảng thời gian ra đời của Sáng Tạo (1956) và Văn Hóa Ngày Nay (1958), tờ Bách Khoa xuất bản số đầu vào tháng 1-1957. Thoạt tiên là tờ báo của hai nhân vật trong chính quyền: các ông Huỳnh Văn Lang và Hoàng Minh Tuynh. Về sau các ông này rút lui ra khỏi chính quyền, rồi tờ Bách Khoa cũng dần dần chuyển về ông Lê Ngộ Châu.

Các ông Huỳnh và Hoàng là những chuyên viên trong giới ngân hàng, rồi ngay ông Lê cũng không phải là một văn gia. Ấy vậy mà Bách Khoa phải kể là một trong những tờ báo thành công nhất ở Miền Nam trong ngót hai mươi năm. Đó là chỗ lý thú trong tình hình sinh hoạt của thời kỳ văn học này.

Thật vậy, bao nhiêu tạp chí văn nghệ do chính các văn nghệ sĩ, các nhóm văn nghệ, các cây bút hoặc trẻ trung đầy nhiệt huyết hoặc kỳ cựu đầy kinh nghiệm đều vắn số, thất bại. Văn Nghệ, Thế Kỷ Hai Mươi, Gió Mới, Hiện Đại, Sáng Tạo, Vui Sống, Vấn Đề, Nghệ Thuật, Khởi Hành, Thời Tập, Văn Hóa Ngày Nay, Tân Phong, Đông Phương v.v... có sống được bao lâu đâu. Đã không thọ thì dù có hay ho xuất sắc đến bao nhiêu cũng không kịp có một ảnh hưởng rộng lớn. Trái lại vững vàng nhất là những tạp chí do các nhân vật ngoài văn giới chủ trương: tờ Bách Khoa như đã nói trên, tờ Văn của Nguyễn Đình Vượng (tòa soạn do Trần Phong Giao trông coi, về sau chuyển lại cho Mai Thảo). Ngoài ra, tờ Văn Học cũng lẽo đẽo sống được mười hai mười ba năm, do Phan Kim Thịnh là một người không viết được mấy.

Như thế phải chăng lúc bấy giờ trong hoạt động văn học chuyện quản trị đã thành một yếu tố quan trọng hơn xưa? hơn cái thời Tản Đà làm báo Hữu Thanh, Phạm Quỳnh làm báo Nam Phong, Nhất Linh làm báo Ngày Nay v.v...

Bảo tờ Bách Khoa thành công là không phải chỉ nghĩ đến cái tuổi thọ của nó mà thôi. Tuổi thọ dắt theo một số ưu điểm khác. Người ta nhận thấy Bách Khoa qui tụ được đông đảo cây bút thuộc nhiều thế hệ kế tiếp nhau; nó phản ảnh các chuyển biến của văn học qua nhiều giai đoạn; nó lưu lại một khối lượng bài vở lớn lao và giá trị, một kho tài liệu cho việc tìm hiểu cuộc sống của Miền Nam trên nhiều phương diện: kinh tế, văn hóa, chính trị v.v... Trên Bách Khoa không phải chỉ có thơ văn, mà có cả những khảo luận về văn học, sử học, ngữ học, triết học, tôn giáo, hội họa, âm nhạc...; như thế không những trên Bách Khoa có những tìm tòi về nguồn gốc dân tộc, về các vấn đề của văn học cổ điển nước nhà chẳng hạn, mà còn liên tiếp có những giới thiệu các trào lưu tư tưởng Âu Tây mới nhất lúc bấy giờ: tiểu-thuyết-mới, hiện tượng học, cơ cấu luận v.v...

Cũng như tờ Văn, Bách Khoa là một tạp chí dung hòa rộng rãi mọi khuynh hướng.

Không có chủ trương "văn nghệ cách mạng" cũng không chủ trương "vượt thời gian", nó đăng bài của các lão thi sĩ tiền bối Đông Hồ, Quách Tấn, Vũ Hoàng Chương, lẫn truyện của Thanh Tâm Tuyền, Trùng Dương... Về mặt chính trị, sức dung hòa của nó khiến có lần Nguyên Sa nói đùa: Bách Khoa là một vùng xôi đậu. Nó đón nhận cả Nguyễn Văn Trung, Nguyễn Ngọc Lan, Vũ Hạnh, lẫn Võ Phiến, Vũ Bảo...

Tuy vậy kể là cây bút chủ yếu của Bách Khoa từ trước đến sau vẫn là hai người: Võ Phiến và Nguyễn Hiến Lê (xem hồi ký Đời viết văn của tôi của Nguyễn Hiến Lê). Võ Phiến khước từ cộng sản ngay từ đầu, có thái độ chính trị dứt khoát, vừa sáng tác vừa khảo luận, và dần dần đưa thêm vào Bách Khoa một số khuôn mặt trẻ; Nguyễn Hiến Lê thì không đề cập đến một lập trường chính trị nào, chuyên về khảo luận. Các vị khác, có người có mặt vào giai đoạn đầu, về sau thưa dần như: Nguyễn Ngu Í, Cô Liêu, Vũ Hạnh (Vũ Hạnh sau chủ trương tờ Tin Văn cùng với Nguyễn Nguyên, Lữ Phương, dưới sự chỉ đạo của văn sĩ cộng sản Nguyễn Văn Bổng); có những người mới lần lượt đến vào giai đoạn sau: Lê Tất Điều, Trần Thái Đỉnh, Nguyễn Thị Hoàng, Hoàng Ngọc Tuấn, Trùng Dương, Nguyễn Thị Thụy Vũ, Y Uyên, Vô Ưu, Nguyễn Mộng Giác v.v...

Nhân Loại, Vui Sống

Năm 1956 tờ Nhân Loại ra đời, qui tụ nhiều nhà văn người Nam: Bình Nguyên Lộc, Trang Thế Hy, Ngọc Linh, Lê Vĩnh Hòa, Sơn Nam v.v... Sơn Nam đã có dăm ba thành tích ngoài bưng trước 1954, nhưng từ khi về thành ông xuất hiện như một cây bút mới, chưa ai biết đến. Chẳng bao lâu, những truyện ngắn về đời sống Hậu Giang của ông được chú ý. Khi được xuất bản trong Chuyện xưa tích cũ (1957) và nhất là trong Hương rừng Cà Mau (1962), các tập truyện này đưa tác giả lên một địa vị vững vàng.

Vì lý do chính trị, có những người trong nhóm Nhân Loại về sau bỏ trốn theo cộng sản, rồi tờ báo cũng đóng cửa luôn. Như đã nói, chính sách của Việt Minh từ liên khu VI vào Nam không giống như từ liên khu V trở ra, vì vậy thái độ chính trị của đồng bào ta ở hai nơi không giống nhau. Rất nhiều bà con Nam phần ủng hộ cán bộ cộng sản cho đến 30-4-1975 để rồi sau đó thấy mình bị gạt, lồng lên chửi rủa trước tai họa đã rồi. Cái khuynh hướng chính trị của Nhân Loại không thích hợp với không khí ở Sài Gòn vào độ ấy. Duy Sơn Nam, cũng như Bình Nguyên Lộc, suốt hai mươi năm trước 75 vẫn giữ sự dè dặt, không đề cập đến chuyện chính trị.

Sơn Nam thì sau khi Nhân Loại chết (1958) lần lượt cộng tác với nhiều tờ báo khác, thường khi nhật báo. Bình Nguyên Lộc cũng lấy việc làm nhật báo làm sinh kế, trừ một thời gian ông đứng ra chủ trương tờ Vui Sống (1959), một tạp chí văn nghệ, không thọ được mấy.

Cả hai vị không có chủ tâm kỳ thị, đối với bạn bè Trung Bắc rất hòa nhã, thỉnh thoảng vẫn có bài đăng ở các tạp chí do người Bắc chủ trương. Tuy nhiên phải nhận rằng thường thường các vị ấy vẫn làm việc với các báo của người Nam. Cũng như đề tài trước tác thường rút ra từ khung cảnh xã hội Nam phần, nhằm giới thiệu, tìm hiểu, nêu cao các đặc điểm của miền Nam. Dĩ nhiên, đó không phải do đầu óc hẹp hòi, mà là do thói quen giao du, do tình thân thuộc, do cái sở trường trong kiến thức của mình v.v...

Đại Học

Cũng lại trong năm 1958, ở Huế tờ Đại Học ra đời. Đó là tờ báo của viện đại học Huế, nhưng ảnh hưởng của nó mạnh và rộng ra ngoài phạm vi đại học. Nó không như những tập san nghiên cứu khác: tờ Văn Hóa Á Châu, Văn Hóa Nguyệt San, tờ Quê Hương v.v... Tôi không có ý so sánh về giá trị, chỉ muốn nói đến sức ảnh hưởng. Trên Đại Học, một giáo sư trẻ tuổi mới từ Âu châu về là Nguyễn Văn Trung bắt đầu viết những bài tiểu luận triết học rất được giới thanh niên, sinh viên và văn nghệ sĩ chú ý theo dõi.

Quốc gia, cộng sản, tư bản, Mác-xít, Khổng-Phật Đông phương, tự do dân chủ Tây phương..., thanh niên đã ngột ngạt về những thứ ấy, họ mong đợi một cái gì mới, một lối thoát nào đó... Một mong đợi mơ hồ mà khẩn cấp. Khao khát triết lý, một khao khát thời đại. Ông Nguyễn đáp ứng đúng vào chỗ trông chờ ấy. Ông được hoan nghênh. Các "nhận định" của ông, giới trẻ đọc, phổ biến, bàn tán, suy luận... Và rồi đã xảy ra câu chuyện thi sĩ xóc lọ chữ của Duyên Anh, văn sĩ xổ toàn những buồn nôn với phi lý trong bữa tiệc của Thụy Vũ.

Vả lại Nguyễn Văn Trung không chỉ viết về triết học, nhiều lần ông quan tâm đến các vấn đề văn học. (Nhà xuất bản Nam Sơn in ba tập Lược khảo văn học, và nhà xuất bản Tự Do sau này có in của ông cuốn Xây dựng tác phẩm tiểu thuyết), cho nên càng dễ hiểu cái cảm tình của giới văn nghệ đối với ông lúc bấy giờ.

Ngoài Nguyễn Văn Trung, trong nhóm Đại Học bấy giờ còn một cây bút rất được giới trẻ mến chuộng, là Nguyễn Nam Châu, tác giả các cuốn Sứ mệnh văn nghệ, Những nhà văn hóa mới v.v...

Trong cuốn thứ nhất, ông điểm qua tư tưởng từ Thích Ca, Epictète, Epicure... cho đến Các Mác, J.P. Sartre, tố giác một khuynh hướng văn hóa muốn từ chối các giá trị siêu linh, khiến thế giới lâm vào hỗn loạn, nêu cao sứ mệnh cao cả của hoạt động văn nghệ. Trong cuốn Những nhà văn hóa mới, ông giới thiệu một số tác giả tiêu biểu cho cái "luồng tư tưởng đang thành hình trong thế giới hiện thời": C.V. Gheorghiu, De Sica, Arthur Koestler, G. Guareschi, V. Doudintsev, M. Djilas, E. Mounier, Gabriel Marcel, Charles Péguy, St. Exupéry, Francoise Sagan...

Thanh niên, sinh viên đọc Nguyễn Văn Trung và Nguyễn Nam Châu nhiều đến nỗi những danh từ như sứ mệnh, thân phận con người, tha hóa, ngụy tín v.v... lan tràn khắp nơi, và câu văn của St. Exupéry: "Yêu không phải là nhìn nhau nhưng là cùng nhìn về một hướng" được ai nấy nhắc nhở khi giỡn khi thật rất rộng rãi.

Sau này, trong "Ngày Võ Phiến" tổ chức tại California vào hôm 14-9-1985 thi sĩ Nguyên Sa có một nhận định khái quát về văn học Miền Nam trước tháng 5-1975. Theo ông "văn chương Miền Nam gồm bốn khối lớn: nhóm Sáng Tạo của Mai Thảo, nhóm Đất Nước của Nguyễn Văn Trung, nhóm Bách Khoa của Võ Phiến, và nhóm thứ tư gồm những nhà văn nhà thơ độc lập đi từ Vũ Hoàng Chương, Đinh Hùng, đến Nhã Ca, Trần Dạ Từ, Du Tử Lê."[115]

---

[115] Tạp chí Đời, California, số 37, tháng 10-1985, trang 10.

Quả là "khối" Nguyễn Văn Trung có một tầm ảnh hưởng lớn. Cái ảnh hưởng ấy bắt đầu từ trước tờ Đất Nước (số 1 xuất bản vào tháng 11, 1967), ngay từ thời tờ Đại Học, mặc dù Nguyễn Văn Trung không phải là chủ nhiệm tờ báo này (chủ nhiệm là Cao Văn Luận). Tờ Đại Học tiếp tục xuất bản cho tới năm 1964, nhưng nó đã mất sức thu hút từ khi Nguyễn Văn Trung rời Huế vào Sài Gòn nhiều năm trước.

Quan Điểm

Các tác giả trong nhóm Quan Điểm không bắt đầu đến với quần chúng độc giả qua ngả báo chí. Rất ít khi họ xuất hiện trên mặt báo. Thế nhưng sau 1954 các vị ấy có sách xuất bản sớm, và những sách ấy đã làm họ nổi tiếng ngay: Đi tìm một căn bản tư tưởng (1956?) của Nghiêm Xuân Hồng, Thần tháp Rùa (1957) của Vũ Khắc Khoan, Bốn Mươi (1957?) của Mặc Đỗ...

Nhóm Quan Điểm viết về đời sống của giới tiểu tư sản, nhất là tiểu tư sản trí thức, và chủ trương một chế độ chính trị do giai cấp tiểu tư sản lãnh đạo, tin tưởng ở sự thắng lợi của chủ trương ấy trong giai đoạn bấy giờ tại Việt Nam. Lời văn trong sáng tác phẩm của họ thường khi trau chuốt, gọt dũa, cầu kỳ. Nhân vật của họ sống kiêu kỳ, sành sõi, nói năng cao xa, ăn uống chọn lọc, uống những thứ rượu ngon rượu quí, tửu lượng cao cách uống đẹp, lắm lúc có những nhân vật chỉ xem nhau thưởng thức một ly rượu mà đánh giá người...

Những cái ấy có sức quyến rũ của nó. Người đọc vẫn mơ tưởng một cảnh đời cao hơn đời sống của mình: cô nữ sinh trường làng trường huyện mơ ước cuộc đời nữ sinh Đồng Khánh, Gia Long, mơ ước "cổng trường vôi tím"; các anh chị thanh niên học sinh tỉnh lẻ say mê theo dõi câu chuyện về sinh viên thủ đô Sài Gòn; các cô cậu học sinh, sinh viên Sài Gòn lấy làm thích thú đời sống lớp trí thức du học Tây phương về, sành ăn sành mặc, vốn hiểu biết được cập nhật, theo sát trào lưu tư tưởng mới nhất ở Âu Mỹ...

Mặt khác, sách Quan Điểm không trình bày như những sách báo ở Sài Gòn trước 1954 mà Thanh Nam đã nói. Cũng không trình bày theo kiểu loại sách phổ biến rộng, như sách của cơ sở xuất bản Tự Do. Nó đẹp cầu kỳ, trang nhã. (Sau này, các nhà Lá Bối, An Tiêm, nhất là nhà Cảo Thơm nổi tiếng in sách đẹp; các nhà Thời Mới, Sáng Tạo, đều có nét độc đáo; nhưng đây là chuyện về sau; còn bìa báo Sáng Tạo, bìa sách Tự Do, Quan Điểm thuộc giai đoạn đầu.) Nói chuyện sách đẹp sách xấu không phải là nói về vấn đề mua bán làm ăn, vấn đề sách bán nhiều bán ít. Thực ra tôi nghĩ hình thức ấy với nội dung ấy của một số sách báo sau 1954 cho người ta cái cảm tưởng về một lớp người tài hoa tinh tế trong đời sống, đến từ một truyền thống văn hóa lâu dài, một trình độ nghệ thuật cao. Đến sau những tác phẩm chân phương xuềnh xoàng về hình thức của lớp Vũ Anh Khanh, Sơn Khanh v.v..., nó hấp dẫn lôi cuốn thành phần thanh niên học thức ở thành thị, phần nào có phải vì đó chăng? Thứ văn phẩm này thắng thứ kia như thể áo dài thắng áo bà ba, như thể phở thắng bún nước lèo v.v... vậy chăng?

Không thể nói ở những dân tộc trẻ văn nghệ không bằng ở những dân tộc già, không thể nói ở chỗ cùng cư cô tịch không có bậc kỳ tài sánh kịp các công tử nơi kinh kỳ; tuy nhiên cũng khó phủ nhận sức cám dỗ của một phong cách chải chuốt, đài các. Đó là một yếu tố mới trong cái sinh hoạt văn nghệ ở Miền Nam.

Chặng 1960 – 1963

Những công việc bỏ dở

Từ 1960 nhiều công cuộc bắt đầu sau 1954 đã bị bỏ dở. Trong lớp tiền chiến có những kẻ bỏ cuộc. Việt Nam Bách khoa Từ điển của Đào Đăng Vỹ không đi quá vần C[116], những bộ văn học sử của Lê Văn Siêu, Hoàng Trọng Miên không tiến đến đời Trần; nhóm Nhân Loại đóng cửa báo; Mai Thảo dẹp Sáng Tạo; Nhất Linh thôi làm Văn Hóa Ngày Nay; Nguyễn Mạnh Côn thôi Chỉ Đạo, Nguyễn Hoạt không thấy sáng tác nữa; Đinh Hùng, Hà Thượng Nhân không cười đều trên nhật báo nữa... Trong văn giới lớp trước đã xảy ra một cái gì trục trặc.

Một lớp mới

Tuy vậy sinh hoạt văn học nghệ thuật không vì thế mà đình trệ. Bên hội họa chính từ 1959 đến 1963 đã xuất hiện những Trịnh Cung, Cù Nguyễn, Đinh Cường, Nghiêu Đề, Nguyễn Phương v.v... Trong ngành văn bấy giờ là giai đoạn dồi dào nhất của Lê Tất Điều, Nhật Tiến, Dương Nghiễm Mậu, Nguyễn Đình Toàn v.v... Lê Tất Điều xuất bản Khởi hành năm 1961, sau đó liên tiếp nhiều cuốn khác. Nguyễn Đình Toàn cho in Chị em Hải năm 1961, Mật đắng (thơ) năm 1962. Dương Nghiễm Mậu ra sách muộn nhưng viết báo rất khỏe: trong năm 1963 ông cho xuất bản Cũng đành và Gia tài người mẹ. Còn Nhật Tiến,

---

[116] Cho đến năm 1961 đã xuất bản 3 tập, độ 250 trang mỗi tập, vừa tới Ch (chưa xong vần C).

lúc này là lúc ông cho in liên tiếp Thềm hoang, Ánh sáng công viên, Chuyện bé Phượng v.v...

Về phía các nữ tác giả, ngoài những Nguyễn Thị Vinh, Linh Bảo, Nhã Ca, một lớp mới bắt đầu: Túy Hồng đăng truyện ngắn trên tạp chí Văn Hữu, rồi Bách Khoa, nổi tiếng nhanh chóng và cho xuất bản tập truyện đầu tiên (Thở dài) năm 1963. Nguyễn Thị Thụy Vũ từ Vĩnh Long thỉnh thoảng gửi một truyện ngắn đăng trên Bách Khoa (dưới bút hiệu Băng Lĩnh) khá lâu nhưng chưa được chú ý. Sang giai đoạn sau 1963, cho xuất bản cuốn Mèo đêm dưới bút hiệu mới, bà liền được hoan nghênh. Trùng Dương và Nguyễn Thị Hoàng lúc bấy giờ cũng xuất hiện trên Bách Khoa, kẻ viết truyện ngắn (Trùng Dương) người truyện dài (Nguyễn Thị Hoàng với Vòng tay học trò). Minh Đức Hoài Trinh trước vẫn có thơ đăng lai rai đây đó, bây giờ dần dần có truyện ngắn, truyện dài, bút ký, rồi có sách do nhà Sáng Tạo xuất bản.

Đến đây, giới nữ thành một... lực lượng. Chờ thêm ít năm bà Nguyễn Thị Vinh tập hợp cái lực lượng đẹp đẽ ấy vào một cuốn sách: Mười hoa trổ sắc. (Bấy giờ là một giai đoạn khác, có những hoa trổ ra sắc táo bạo.)

Trước 1963 chưa phải là thời kỳ của những liên hệ nam nữ táo bạo. Bất quá chỉ đến như Vòng tay học trò là cùng. Thiên hạ còn đang bị cuốn theo các cuộc đấu tranh, biểu tình, đầu óc căng thẳng vì những xáo trộn chính trị, tôn giáo. Ở Huế, tạp chí Lập Trường chuyên hẳn về chính trị. Ở Sài Gòn từ 1962, tờ Văn Học, tuy là "văn học" nhưng không ngần ngại có thái độ chính trị rõ rệt. Dương Kiền là cây bút nổi bật nhất trên tạp chí này.

Tiểu-thuyết-mới

Năm 1962 cơ sở Tự Do xuất bản cuốn Xây dựng tác phẩm tiểu thuyết của Nguyễn Văn Trung, năm sau nhà Thời Mới in cuốn Tiểu thuyết hiện đại của Võ Phiến, nói về phong trào tiểu-thuyết-mới ở Pháp. Trường phái văn học mới này gây nhiều tò mò xao động nơi giới cầm bút ở Sài Gòn, nhưng rốt cuộc cũng không có ảnh hưởng sâu xa. Trong tiểu thuyết Dương Nghiễm Mậu có một số kỹ thuật mới được sử dụng ? hoặc dùng độc thoại nội tâm, hoặc "tôi" lần lượt đồng hóa vào nhiều nhân vật (Con sâu) v.v... ? nhưng đây có phải là bằng chứng Dương Nghiễm Mậu quả thực bắt chước tiểu thuyết Pháp (ông không phải là nhà văn có nhiều gần gũi với văn học Âu Mỹ)?

Dù sao phải nhận rằng giới văn nghệ Sài Gòn tỏ ra nhạy cảm đối với các tìm kiếm ở Âu châu và không tiếc công phu suy cứu: mãi sang giai đoạn sau 1963, trên tạp chí Văn của Trần Phong Giao (ông Nguyễn Đình Vượng làm chủ nhiệm nhưng người đích thực trông coi đường lối là Trần Phong Giao) vẫn còn những bài khảo luận, những dịch phẩm liên quan đến phong trào tiểu-thuyết-mới. Và chính vào lúc này mới xuất hiện những cây bút thực sự đi vào đường hướng tiểu-thuyết-mới: Hoàng Ngọc Biên, Nguyễn Quốc Trụ, Huỳnh Phan Anh. Ông Huỳnh viết khảo luận, ông Nguyễn có một số sáng tác ngắn, ông Hoàng Ngọc Biên thì ngoài vài thiên truyện ngắn đăng trên tạp chí Trình Bày, đã có một tác phẩm do nhà Cảo Thơm xuất bản (năm 1970), tức cuốn Đêm ngủ ở tỉnh.

Đặc điểm mỗi thế hệ

Vừa rồi chúng tôi có nói đến sự bỏ cuộc của một số người vào cuối chặng đầu, đến tình trạng dở dang của một số dự định khởi công từ chặng đầu. Nhưng sự phân biệt giữa hai chặng 54-59 và 60-63 không phải ở đó, ở lúc hăng say khi chán nản. Sự khác nhau nằm trong nội dung sáng tác của hai thế hệ, trong đường hướng, tinh thần của hai thế hệ tác giả.

Nghiêm Xuân Hồng, Nguyễn Mạnh Côn, Doãn Quốc Sỹ, Võ Phiến v.v... mở đầu thời kỳ văn học sau Genève bằng những tác phẩm nặng về chính trị, về vấn đề cộng sản và chống cộng sản. Sang chặng kế tiếp, trong thơ văn của những Nguyễn Đình Toàn, Nhật Tiến, Lê Tất Điều, Nguyễn Thị Hoàng v.v... gần như tuyệt nhiên không hề gặp bóng dáng những ưu tư ấy. Đến đây chúng ta trở về những đề tài muôn thuở: tình yêu trai gái, cảnh khổ của giới nghèo, những éo le của kiếp người v.v... Sáu năm sau Genève người ta bắt đầu quên Genève. Quên cái lý do chia cắt đất nước làm hai miền, cái lý do của sự đối địch ruột thịt. Thế hệ mới lại trở về cuộc sống bình thường.

Chữ "quên" thực ra không thích hợp. Nghe có vẻ như chê bai, như trách móc. Trong khi ấy lớp tác giả sau 1960 không làm điều gì đáng trách. Họ chỉ có thể viết về những đề tài chủ yếu của đời họ, về những điều xúc động rung cảm họ. Những cái ấy không giống như những điều đã rung động tâm hồn lớp tác giả trước. Hồi tháng 4-1966 tôi có dịp suy nghĩ về chuyện này; bây giờ xin được ghi lại những chỗ còn thích hợp.

"Lớp trước[117] là lớp mà tuổi đôi mươi gặp nhằm hồi kháng chiến. Đa số có lẽ chưa có tác phẩm xuất sắc trong kháng chiến, nhưng trong kháng chiến họ đã sống những năm hào hùng nhất cũng như những năm bi đát nhất của đời họ, họ đã trải qua những tình cảm thiết tha sôi nổi nhất của đời họ. Hồi đó họ chưa viết, hoặc chưa có thì giờ (thì giờ để lo đánh giặc, để tham gia chính trị), hoặc chưa có hoàn cảnh để viết, nhưng cái tâm tình sẽ nuôi dưỡng các tác phẩm của họ sau này chính là đã thành hình từ hồi đó. Một khi cuộc kháng chiến ngưng lại, họ về phía bên này, ào ra viết và mở đầu, gây nên nền văn nghệ hậu chiến ở đây. Đây là hạng tuổi của Nguyễn Mạnh Côn, Doãn Quốc Sỹ...

Lớp trẻ là cái lớp đạt tới tuổi trách nhiệm sau hiệp định Genève. Hồi đình chiến họ mới mười lăm mười bảy, bây giờ họ ở giữa tuổi đôi mươi và ba mươi, như Dương Nghiễm Mậu, Nguyễn Đình Toàn, Nhật Tiến, Viên Linh, Thế Uyên (...)

(...) Lớp người lớn lên trong kháng chiến thì tất cả cuộc sống là chính trị. Dù họ là binh sĩ hay là cán bộ, họ làm nghề dạy học hay tính thuế nông nghiệp, dù họ tham gia kháng chiến trong ngành hoạt động nào, ngày ngày cũng phải suy cứu về chủ thuyết chính trị. Ở bên phía đó, lập trường là cực kỳ quan trọng. Mỗi hành vi, mỗi lời nói, mỗi chữ viết phải cân nhắc thận trọng. Cuộc kháng chiến, nhất là chế độ chính trị bên phía kháng chiến, đòi hỏi phải được hưởng ứng với tất cả tâm hồn. Hiến cho kháng chiến một thân xác để có thể gục ngã ở

---

[117] Nguyên văn: "lớp trung niên".

chiến trường, chưa đủ. Thân xác ấy phải được thường xuyên kích động bởi một niềm say mê.

Bởi hưởng ứng với tất cả nhiệt tình, cho nên đến một ngày nào đó nếu họ phản đối thì cuộc phản đối cũng diễn ra trong quằn quại, đau đớn. Rời bỏ chiến khu, bưng biền, để về thành, rời miền Bắc để di cư vào Nam, đó không phải là cuộc xê dịch trong không gian, đó là từ bỏ cả một quan niệm sống, một nề nếp suy nghĩ cảm xúc, là phủ nhận hết những hoạt động hăng say, hết mọi hi vọng của thời hoa niên của mình. Sự chọn lựa về thành, vào Nam, là cái gì rất hệ trọng trong đời sống tinh thần của lớp người vừa nói, biến cố ấy sẽ để lại dấu tích không thể phai nhòa trong đời họ. Ignazio Silone sau khi từ bỏ đảng cộng sản Ý đã có lần viết: "Trong bao nhiêu năm ròng rã, ý tưởng đó thấm thía vào tâm hồn tôi. Đến ngày nay, tôi vẫn còn nghiền ngẫm để cố hiểu hơn. Tôi không chắc rằng tôi đã đáo cùng kỳ lý, song sự thật là thế này: ngày mà tôi từ giã đảng cộng sản, tôi rất buồn rầu. Ngày đó là một ngày tang tóc cho quãng đời niên thiếu hoài phí của tôi. Thoát ly một kinh nghiệm sâu sắc như tổ chức bí mật của cộng sản đâu phải là một việc dễ dàng. Trong tính tình, suốt đời vẫn còn vấn vương di tích. Thực ra, người ta có thể nhận ngay được một người đã theo cộng sản. Họ là một người riêng biệt, như là các nhà tu hành qui tục, hay những viên cựu sĩ quan nhà nghề." Kháng chiến chưa phải là cộng sản, nhưng những người, những văn nghệ sĩ đã sống bên kháng chiến đều nhận thấy rõ ý thức hệ nào đang chỉ đạo cuộc sống của mình. Và tâm trạng Ignazio Silone bỏ đảng với tâm trạng của người trí thức Việt Nam rời bỏ hàng ngũ kháng chiến có nhiều chỗ giống nhau.

Về phía bên này rồi, những kẻ ly khai vẫn không ngớt bị ám ảnh: họ ngoái nhìn lại cái dĩ vãng đầy sôi nổi của mình, họ tìm tòi suy cứu về lý thuyết, về sự thực trong chế độ bên này và bên kia, để đi tới kết luận rằng mình hữu lý, mình đã hành động hợp lẽ. Rốt cuộc, càng ngày họ càng có nhiều lý lẽ để thâm thù, để chống lại bên kia. Chỉ có những kẻ không chọn lựa mới thờ ơ; còn họ, sự chọn lựa đau đớn làm cho họ bám chặt lấy lẽ phải của mình. Vẫn I. Silone đã nói đùa với Togliatti: "Cuộc tranh đấu cuối cùng sẽ là cuộc tranh đấu giữa đảng viên cộng sản và những người cộng sản cũ." Trước 1954, bên này đánh nhau với bên cộng sản bằng bom đạn tơi bời mà không có một thành tích văn nghệ chống cộng. Trái lại, phải chờ tiếng súng ngưng lại, khi ta có lớp người từ phía bên cộng sản về, khi ấy mới có phong trào chống cộng trong văn nghệ. Và phong trào ấy chắc chắn là đặc điểm nổi bật nhất của thế hệ văn nghệ hãy gọi là trung niên[118], thế hệ trưởng thành trong kháng chiến mà khai bút sau ngày đình chiến.

(...) Những anh em trẻ[119], có người ở bên phía kháng chiến theo gia đình về, có người lớn lên trong các đô thị ở phía bên này; nhưng dù sao cái việc hiện thời họ có mặt ở bên này vĩ tuyến 17 không phải là việc do tự họ chọn lựa. Họ không chọn lựa chế độ, họ không phải băn khoăn nhiều về chỗ ấy; bởi vậy vấn đề chủ yếu đối với họ không phải là vấn đề đã ám ảnh gần trọn sự nghiệp trước tác của Nguyễn Mạnh Côn chẳng hạn. Vả lại, dù trước đây họ có sống bên phía cộng sản chăng, thì họ cũng nhìn xã hội bên ấy với đôi mắt trẻ thơ, họ đâu có đi

---

[118] Xin hiểu là thế hệ 54-59.
[119] Tức lớp tác giả từ 1960 về sau.

sâu vào những thủ đoạn tàn ác, những âm mưu đen tối bần tiện chỉ có "người lớn" biết với nhau! Họ không thể nối tiếng tiếp lời lớp trước kề họ; nếu nói theo, họ sẽ nói yếu đuối hơn."[120]

Như thế, một cái nhìn tổng quát vào giai đoạn 1954-63 cho thấy thoạt tiên là một niềm tin tưởng lạc quan bồng bột, là thời chủ động của một lớp trung niên đã từng lăn lóc trong kháng chiến, họ xông ra với hoài bão chính trị, với chủ trương dấn thân; về sau một lớp trẻ tuổi tài hoa và đông đảo, xuất hiện trên cả các ngành văn lẫn họa, họ không còn mấy bận tâm về chính trị, chỉ mải miết đi vào nghệ thuật: thoạt tiên là một loạt nam nhân với những ưu tư về thời thế, về sau dần dà thấp thoáng một số nữ sĩ với những mối tình mỗi lúc một thêm táo bạo... Người ta có cảm tưởng không khí ban đầu quả tưng bừng hào hứng nhưng hơi căng thẳng; về sau trở nên yên hòa thoải mái, nhưng lại có phần trễ nải buông thả.

---

[120] Xem "Từng lớp cách nhau" của Võ Phiến, trong Tạp luận, Trí Đăng xuất bản, Sài Gòn 1973, trang 227-233.

GIAI ĐOẠN 1964-1975

BỐI CẢNH

Sau cuộc đảo chánh 1-11-1963, Việt Nam tiếp tục tồn tại hơn mười năm trong những điều kiện khó khăn: tình hình chính trị lắm lúc rất bất ổn: kinh tế suy sụp, vật giá tăng cao; bất công xã hội thêm trầm trọng; chiến tranh mỗi ngày mỗi ác liệt, gây thiệt hại lớn lao, gây xao xuyến hoang mang trong dân chúng; quân đội Hoa Kỳ tham chiến đông đảo, làm đảo lộn nếp sống địa phương, làm tổn thương tự ái dân tộc v.v...

Chính trị bất ổn

Trước ngày chính phủ Ngô Đình Diệm sụp đổ, Phật giáo đã thành một lực lượng mạnh mẽ. Sau ngày 1-11-63, phong trào Phật giáo càng có thế lớn, trở nên một áp lực trên chính quyền. Công giáo cũng cố gắng phát huy thế lực. Sự chia rẽ có lúc thật sâu xa.

Chia rẽ chính trị, chia rẽ tôn giáo, sự hoạt động của cán bộ cộng sản xâm nhập trong cơ quan nhà nước, trong hàng ngũ sinh viên, trong các tổ chức quần chúng v.v... làm cho Miền Nam sống những ngày hết sức hỗn loạn. Các tướng tá đảo chánh, phản đảo chánh, chỉnh lý v.v... liên tiếp. Trong vòng hai năm, xảy ra mười ba cuộc chính biến. Hết Dương Văn Minh làm "cách mạng" đến Nguyễn Khánh chỉnh lý. Rồi Nguyễn Chánh Thi, Lâm Văn Phát, rồi Phạm Ngọc Thảo, Nguyễn Cao Kỳ v.v..., cứ cách dăm ba tuần, đôi ba tháng lại nghe rục rịch có chuyện khuynh đảo nhau: sư đoàn này kéo về Sài Gòn, đại đội nọ chiếm đài phát thanh. Các chính khách bấy lâu bất bình với chế độ Ngô Đình Diệm, hoặc vẫn ở trong nước hoặc từ nước ngoài về, lần lượt thay nhau lập chính phủ: Phan Khắc Sửu, Trần Văn Hương, Phan Huy Quát, Nguyễn Tôn Hoàn v.v... Chính phủ nào cũng "không đáp ứng được nguyện vọng người dân", cũng bị công kích trên báo chí, đả đảo ngoài đường phố.

Tình trạng ấy làm cho ở các đô thị lớn ai nấy luôn luôn thấp thỏm, bất an, gian thương thừa nước đục hoành hành, đến nỗi phải dựng pháp trường cát ở chợ Bến Thành để đối phó; ở thôn quê thì cộng sản thừa cơ hội xông lên; ấp chiến lược bị xóa bỏ, cán bộ cơ sở bị sát hại bỏ chạy lên quận lên tỉnh trốn tránh...

Mãi đến tháng 2-1965, khi Ủy ban Lãnh đạo Quốc gia được thành lập, tháng 4-65 khi hiến pháp mới ra đời khai sinh nền đệ nhị cộng hòa, tình hình mới êm thấm dần. Nguyễn Văn Thiệu ít ra đã ổn định được tình thế.

Mặc dù vậy, mặc dù đảo chánh chỉnh lý có ngừng, những chuyện Phật giáo xuống đường, bày bàn thờ ra đường, sinh viên bãi khóa, không ngủ, đốt xe, phụ nữ đòi quyền sống v.v..., những chuyện như thế cứ tiếp tục đều đều cho đến ngày cộng sản vào kéo cờ trước dinh Độc Lập.

Chiến tranh gia trọng

Trước tình trạng rối loạn của Miền Nam, tất nhiên Hà Nội không thể cầm lòng được: họ gia tăng xâm nhập, gia tăng đánh phá, bất chấp sự đe dọa hăm he của Hoa Kỳ. Họ biết tâm lý của quần chúng Mỹ, của quần chúng các nước dân chủ Tây phương. Họ đã từng thắng Pháp tại Pháp, rồi họ cũng có thể thắng Mỹ ngay tại Mỹ, cứ kéo dài chiến cuộc làm cho dân Pháp dân Mỹ chán ngán, phản chiến nổi lên, chính giới lục đục, quốc hội bị áp lực của dư luận cắt ngân sách, đòi rút quân, thế là xong. Về phía cộng sản, trong nước họ không có dư luận, quốc hội của họ không quan tâm đến ý dân, giới lãnh đạo của họ được hoàn toàn tự do quyết định. Vì thế họ không ngại leo thang chiến cuộc, bất cứ leo tới đâu.

Tháng 8-64, sau vụ tàu Maddox bị tấn công, Mỹ oanh tạc Miền Bắc, trực tiếp nhảy vào vòng chiến. Sau đó Miền Bắc đánh vào các trại cố vấn, các cư xá sĩ quan Mỹ; tháng 3-65, thủy quân lục chiến Mỹ bắt đầu đổ bộ lên Đà Nẵng; sự tham dự tiến thêm một bước nữa. Miền Bắc lại đưa sư đoàn 325, đưa quân đội chính qui vào Nam; Mỹ gia tăng quân số, gia tăng oanh tạc: năm 1966 lính Mỹ ở Miền Nam lên đến 400.000, phi cơ Mỹ thả bom cả các kho dầu tại Hải Phòng, Hà Nội... Sang năm 1967, quân số Mỹ tại Miền Nam lên đến hơn 670 nghìn. Đầu năm 1968 Miền Bắc mở cuộc tấn công nhân dịp tết, hi sinh ngót nửa quân số, đánh khắp các tỉnh lỵ và thành phố lớn để gây tiếng vang đến tận Mỹ. Sau vụ tết Mậu Thân, lại một vụ Mùa Hè Đỏ Lửa, quân Miền Bắc vượt giới tuyến tràn vào, đổ từ mật khu bên Miên sang Bình Long, An Lộc...

Mặc dù cho đến trước mùa xuân 1975, trước khi bị Hoa Kỳ bỏ rơi, Miền Nam đã bẻ gãy được mọi cuộc tấn công của Miền Bắc với sự tổn thất thấp hơn tổn thất của đối phương rất nhiều, mặc dù vậy trải qua những chiến trận bạo tàn, Miền Nam — nhất là ở miền quê — thật đã điêu linh. Cảnh tàn phá, chết chóc phơi bày khắp nơi.

Kinh tế suy sụp

Dù được Mỹ viện trợ, Miền Nam cũng lâm cảnh túng thiếu: không thể nào không túng thiếu khi bị kẹt vào một cuộc chiến tranh dằng dai và qui mô như thế.

Năm 1970, trong số công chi của chính phủ 197 tỷ bạc thì đã có 164 tỷ dành cho quốc phòng. Năm 1972 trong số công chi 360 tỷ, thì 270 tỷ cho quốc phòng.

Ngoài ra, còn bao nhiêu là ruộng đất bỏ hoang ở những vùng mất an ninh, bao nhiêu là miệng ăn phải nuôi, là gia đình phải săn sóc, cấp chỗ tạm trú, vì bỏ xóm làng ra đi lánh cư trốn cộng sản v.v... Vào Mùa Hè Đỏ Lửa, Dương Nghiễm Mậu gặp đại tá Hòa, tỉnh trưởng Quảng Trị, đang loanh quanh giữa các lều trại tị nạn Hòa Khánh gần Đà Nẵng. Ông đại tá buồn rầu kể với nhà văn: dân số Quảng Trị hơn ba trăm ngàn, bị kẹt lại chừng năm chục ngàn. Hai trăm năm chục ngàn trôi giạt đâu đó từ Thừa Thiên trở vào, phần lớn tự phó thác vào sự trợ cấp của chính phủ.[121]

---

[121] Dương Nghiễm Mậu, "Quảng Trị, đất đợi về", trong tập Những ngày dài trên quê hương, tủ sách Văn Nghệ Dân Tộc xuất bản, Sài Gòn, 1972, trang 18.

Ở nông thôn, tiếp tục chính sách cải cách điền địa của đệ nhất cộng hòa, năm 1970 chính phủ Nguyễn Văn Thiệu lại ban hành sắc luật số 3 về chương trình Người Cày Có Ruộng. Muộn quá rồi: Nông thôn bấy giờ đã trống rỗng không phải vì bất công mà là vì tình hình an ninh sa sút, chẳng còn được mấy nông dân để ta "tranh thủ" nữa. Duy nơi nào có an ninh thì đời sống nông dân khác hẳn ra, nhờ sử dụng các nông cụ cơ giới sản xuất ngay tại trong nước: ở một tỉnh An Giang đã dùng 25.000 máy cày, có thứ lớn đến 80 mã lực. Máy bơm nước vào ruộng thì phổ biến khắp nơi.

Ở thành thị, vì nhà nước chi nhiều thu ít nên phần thì in ra nhiều bạc phần phát hành thêm công khố phiếu mãi, khiến đồng bạc mất giá rất nhanh (trung bình mỗi năm 30%): Quân nhân và công chức, những thành phần chủ yếu của bộ máy nhà nước, bị khốn đốn vì đồng lương cố định. Chính quyền cố gắng giải quyết tình thế: tháng 3-1971, bộ Kinh tế thi hành 7 biện pháp cấp thời, tháng 11-1971 lại tung ra 9 biện pháp nữa. Những biện pháp "cách mạng kinh tế" mùa xuân và mùa thu năm 1971 nhằm tăng thu cho ngân sách và tăng lương bổng cho quân nhân công chức. Hậu quả trái với ước định: sau đó vật giá càng tăng vụt lên, đời sống càng khó khăn.

Vào những năm cuối cùng của chế độ, người ta kể nhiều mẩu chuyện bi đát. Có những thầy giáo ngoài giờ dạy ở trường về lại phải làm các nghề phụ: đi kèm trẻ, lái xe ôm, đạp xe ba gác, phụ thợ hồ; có những đám vợ con của lính nheo nhóc thảm thương trong khi chồng đi trận v.v...

Tuy vậy không phải không có những ngành hoạt động kinh tế phát triển khả quan: ngư nghiệp, chăn nuôi chẳng hạn. Về ngư nghiệp, tổng số tàu đánh cá tăng từ 53.000 tấn trong năm 1963 lên 81.000 tấn vào năm 1970, nhiều kho cá đông lạnh được xây dựng ở các ngư cảng Sài Gòn, Hà Tiên, Bình Thuận v.v...; kỹ nghệ làm cá tôm đông lạnh để xuất cảng được phát triển nhanh. Về chăn nuôi, vào những năm sau 1970, thực phẩm cho gia súc được nhập cảng nhiều để khuyến khích nuôi gia súc, cho nên dân chúng các đô thị đã đủ thịt ăn, không phải nhập cảng thịt đông lạnh như trước.

Chiến tranh làm ngưng mọi đầu tư kinh doanh. Dù sắc luật 004/72 của chính phủ Việt Nam Cộng Hòa đã thêm nhiều dễ dãi cho các nhà tư bản ngoại quốc để khuyến khích họ bỏ vốn vào Việt Nam, nhưng rất ít người hưởng ứng. Thậm chí các nhà tư bản trong nước cũng chẳng mấy ai sốt sắng bỏ tiền ra kinh doanh: họ ngại ngùng, chỉ lo tìm cách chuyển tiền ra ngoại quốc, hay ít ra cũng giữ tiền lại trong ngân hàng để kiếm lời một cách chắc chắn.

Xã hội sa đọa

Mặt khác chiến tranh tạo ra tình trạng rối ren hỗn loạn ở nhiều nơi, tình trạng thuận lợi cho sự hoành hành những lạm của các cấp hành chánh, quân sự: nào hối lộ, buôn lậu, nào lính ma lính kiểng, chợ đen chợ đỏ v.v... Chính phủ mãi lo đối phó với những tấn công liên tiếp, những quấy phá liên miên của cộng sản, không còn đâu đủ thì giờ, đủ người để giải quyết các tệ nạn kia. Sự bất mãn của dân chúng mỗi lúc mỗi trầm trọng.

Sự hiện diện của người Mỹ

Một yếu tố quan trọng khác trong tình hình Miền Nam ở giai đoạn này là sự hiện diện của người Mỹ.

Quân đội Mỹ chiến đấu trên nước ta lúc đã quá nửa triệu người; ngoài ra lại còn những nhân viên ngoại giao, kinh tế, những nhà thầu xây cất, làm đường sá cầu cống... Người Mỹ đem theo tiền Mỹ, lối sống Mỹ, văn hóa phẩm Mỹ v.v... đó là đầu mối cho nhiều thay đổi sâu xa trong xã hội Miền Nam.

Hàng năm người Mỹ chi tiêu ở Việt Nam hàng trăm tỉ mỹ kim (chẳng hạn năm 1966 là 74 tỉ, năm 1967 là 90 tỉ v.v...), gồm tiền ăn xài của quân nhân, tiền chi phí lương bổng của các hãng thầu v.v... Một đồng mỹ kim đã có lúc ăn đến 4,5 trăm bạc Việt Nam. Thành thử những người làm việc cho Mỹ, giao dịch với Mỹ, kinh doanh liên quan với Mỹ được hưởng những khoản lương, khoản thu quá lớn, so với các thành phần khác trong xã hội ta. Mức chênh lệch quá đáng ấy làm rộng thêm sự cách biệt giai cấp, làm chua chát thêm lòng người, kích thích thêm óc bài ngoại của đồng bào ta. Nếp sống của đám quân nhân Mỹ, xa nhà và dư dật, lại làm phát triển những tổ chức ăn chơi: phong trà ca nhạc, đĩ điếm, gái nhảy..., làm lan tràn nạn hút xách, cao-bồi v.v... Và dĩ nhiên người Mỹ phải xem sách Mỹ, nghe nhạc Mỹ: sự phổ biến mạnh mẽ các sản phẩm văn hóa ấy khiến người Việt Nam nghĩ đến một sức uy hiếp, lo ngại một hiện tượng vong bản.

Vai trò của Phật giáo

Trong giai đoạn sau 1963, một sự kiện nữa cũng không thể bỏ qua: là vai trò của Phật giáo bỗng nổi bật hẳn lên trong đời sống của xã hội Miền Nam.

Chế độ đệ nhất cộng hòa có thi hành giáo trị hay không giáo trị, điều ấy hãy để sang một bên. Chỉ biết dưới chế độ ấy Công giáo là một thế lực bên cạnh chính quyền và Công giáo phát triển mạnh: số người theo Công giáo tăng nhanh; số người dựa vào Công giáo để xuất hiện, để thành công, cũng lắm; các cơ sở văn hóa (trường học, báo chí...) của Công giáo phát triển rộng; nhiều học giả văn nhân phát huy tư tưởng Công giáo và gây ảnh hưởng đáng kể...

Sự thể khác hẳn sau 1963. Lúc bấy giờ Phật giáo vượt lên thành một thế lực quần chúng, một thế lực chính trị, và một thế lực văn hóa mạnh mẽ. Thế lực Phật giáo có lúc được phát huy một cách ồn ào, dữ dội, phát huy trong náo loạn kinh động. Chùa chiền mọc thêm khắp nơi; chính khách lui tới thiền môn dập dìu; biểu tình, tuyệt thực... diễn ra đều đều. Một câu tục ngữ chua chát độ ấy xếp các sư lên hàng thứ nhì và các tướng lãnh xuống mãi hàng thứ tư trong bảng xếp hạng bốn nhân vật của thời thế.

Những khía cạnh tích cực của phong trào Phật giáo cũng nhiều: hiếm có thời nào ở ta sự tìm hiểu về cái hay cái đẹp của Phật giáo được tiến hành nhiệt thành như lúc này.

VĂN HỌC

Từ giai đoạn trước sang giai đoạn sau 1963 người ta có thể ghi nhận nhiều chuyển biến quan trọng trong tinh thần, trong tâm trạng đồng bào ta và trong văn học nghệ thuật Miền Nam.

Thất vọng

Trước hết là sự thất vọng. Những quấy đảo liên miên trong thành phố, tình hình an ninh suy sụp ở nông thôn, khiến người ta lo sợ cho số phận của Miền Nam. Những tham vọng thiển cận điên rồ của một số chính khách và tu sĩ làm cho người ta chán nản, phẫn nộ. Trong năm 1964, Phan Nhật Nam nhiều lần kêu gào thảm thiết về tình hình đất nước khi ông bị điều động từ mặt trận về Sài Gòn để đối phó với các đám biểu tình: "Mắt tôi đỏ hoe, tôi khóc hay lựu đạn làm chảy nước mắt. Ai biết được, nhưng lòng tôi là một biển buồn phiền. Làm sao tôi biết được trong ngày mãn khóa, đời sống đã dành cho người lính ngần này tàn bạo và tủi hổ (...)"[122] "Chúng tôi rời Sài Gòn trong hơi thở dài nhẹ nhõm, một tháng ở Thủ đô đủ để tạo thành sụp đổ tan hoang trong linh hồn, đủ để thấy rõ sự phản bội của hậu phương, một hậu phương lừa đảo trên máu và nước mắt của người lính (...). Một tháng đủ để "vỡ mặt" lính non cũng như lính già."[123]

Phan Nhật Nam là "lính già", nhưng là văn sĩ "non". Ý tôi muốn nói ông thuộc lớp trẻ. Nỗi thất vọng của người

---

[122] Phan Nhật Nam, Dấu binh lửa, Tinh Hoa Miền Nam tái bản ở Hoa Kỳ, tr 52.

[123] Sđd.

trẻ lồng lên dữ dằn. Trái lại, ở lớp văn sĩ "già" sự thất vọng nó lim lỉm, không buồn lên tiếng: nó lặng lẽ chuyển hóa thành một chán chường đối với tất cả mọi sự trên đời.

Vũ Khắc Khoan chẳng hạn, hồi 1957, gán cho người thần nữ của tháp Rùa câu nói giục giã tin tưởng: "Thời đã đến, ắt là cái thế chung cho phần đông thiên hạ. Vả lại kiếm thần sẽ giao phó tận tay, chàng ngần ngại ư?"[124] Thần bảo: "Thời đã đến", thì còn ngần ngại gì nữa, chàng đòi giao kiếm ngay tức khắc!

Người lúc nào cũng sôi nổi hơn thần (nhất là nữ thần), cho nên một lần khác "Khoan tôi" không ngần ngại xuất hiện, tự nhận là một trí thức tiểu tư sản, đối thoại trực tiếp với một đảng viên cộng sản, và buông lời kết thúc dứt khoát: "Sáng rồi. Chúng ta có thể từ giã nhau, như những nhân vật chính của một tấn kịch ba màn có hậu. Ông về Hà Nội. Còn tôi, tôi phải lên đường. Ông đã giữ phần chủ động trong suốt màn hai. Giờ đây màn ba khai diễn. Màn ba là của tôi, của chúng tôi."[125] — Cũng được, màn ba của ông cũng được đi. Tiếc thay, màn tư là một màn thảm hại; và trong các vở kịch của ông Vũ, từ Thành Cát Tư Hãn về sau, đều một giọng hư vô, tuyệt chẳng còn chút tin tưởng vào cái gì nữa. Vào trí thức, không; vào giai cấp tiểu tư sản, không; vào chính nghĩa, vào thắng lợi, cũng không; thậm chí vào cuộc đời cũng không luôn. Không có cuộc sống nào đáng sống hết. Ông cợt nhả cả với Trời.

---

124 Vũ Khắc Khoan, Thần tháp Rùa, Ngàn Lau tái bản, Hoa Kỳ, 1983, trang 38.
125 Sđd.

Lại chẳng hạn như Nghiêm Xuân Hồng, bạn ông. Ông Nghiêm là một người lưu loát, giỏi biện luận, nặng lòng với thế cuộc. Sau hiệp định Genève ông Nghiêm liên tiếp có những tác phẩm suy cứu về một triết thuyết chính trị, một đường lối chính trị cho phía quốc gia. Không những thế, ông còn đi xa vào những vần đề rốt ráo của cuộc sống, vào cái triết lý sống, nói chung. Năm 1957, khi đề tựa cho cuốn Lịch trình diễn tiến của phong trào quốc gia Việt Nam, ông không hẳn là hồ hởi, nhưng giọng tin tưởng, thống thiết thấy rõ. Thế rồi thời thế chuyển sang "màn tư", ông Nghiêm dần dần rời bỏ các vấn đề chính trị, mà suy nghĩ về... Phật giáo. Bấy giờ mọi cái thành hư ảo cả!

Ác ý nào đã khiến tôi vừa nói đến cái "hố" của các ông Vũ ông Nghiêm với giọng đùa cợt? Thật ra đùa cợt thì có, ác ý quả không. Đùa vì viết đến đây chợt nghĩ đến mình: Trong những năm đầu sau hiệp định Genève tôi cũng từng có những lời lạc quan, sau này có lần cán bộ văn nghệ Miền Bắc đem ra giễu cợt bằng thích. Và từ khoảng 1960 về sau tôi cũng dần dần lảng xa những đề tài chính trị, cũng thở ra giọng hư vô, thấy đời toàn là "ảo ảnh".

Thế cuộc đổi thay, "màn" nọ tiếp "màn" kia, nhìn lại những thất thố đã qua, cười một phát cho tan vỡ những bèo bọt của cuộc đời không được sao? Nhăn nhó mà chi! Vả lại, vui lúc đầu buồn lúc cuối, hớn hở sau 54, thất vọng sau 63 trong cảnh hỗn loạn nhiễu nhương, cảnh ấy đâu có riêng gì năm ba kẻ? Nhiều lắm, nhiều lắm. Khi nhận thấy tương lai đen tối quá, bế tắc quá, khi lâm vào một tình trạng bi đát không lối thoát, thế thường người ta đâm ra "cao thượng", coi khinh mọi sự: lúc bấy giờ

Phạm Duy hát "đạo ca", thậm chí ông Trịnh Công Sơn vừa mới lớn lên cũng thốt lời siêu thoát như một đạo sĩ đầu râu tóc bạc chống gậy trúc dưới một chân núi nào:

"Tôi nay ở trọ trần gian
Trăm năm về chốn xa xăm cuối trời."
("Cõi tạm")

Vũ Hoàng Chương thoạt từ Bắc vào cất giọng ca "bài ca Bình Bắc", sau này không buồn nhắc đến chính trị nữa, chỉ những nói về thiền, về tình yêu thuở bé, về lửa từ bi, hoặc tần mẫn xếp chữ thành nhị thập bát tú, hoặc xóc đảo ngược xuôi mấy nghìn câu Kiều trong những trò chơi thần tình... Tinh thần ông không chỉ xuống đến chừng ấy mà thôi, tức xuống đến trò chơi chữ. Có độ ông Vũ bảo hẳn với Nguyễn Mạnh Côn ông hết muốn sống. Nhận lời tiếp một phỏng vấn viên của báo Văn, ông gặp một người bạn tới lui nhiều lần, thực lòng muốn tìm hiểu mình, đến một lúc nào đó người thi sĩ chợt quên độc giả, quên cái quần chúng sẽ đọc bài phỏng vấn nọ, mà thốt lời tâm sự với bạn như thể giãi lòng trong chỗ riêng tư giữa người thân với nhau. Không còn chút ảo tưởng gì nữa, ông nói thẳng tuột: "Tôi bây giờ chỉ chờ ngày chết thôi. Lắm lúc muốn tự tử. Thơ không viết nữa, giá viết cũng không người đọc." Nguyễn Mạnh Côn kêu: "Câu tâm sự thoáng qua, nghe mà lạnh gáy. Tôi về rồi, một tuần sau trở lại, yêu cầu anh xác nhận. Anh gật đầu."[126]

Đã đành ở đây ông Vũ nói về chuyện văn chương, nhưng ông cũng như Nhất Linh, chắc chắn dù có thất

---

[126] Nguyễn Mạnh Côn viết ngày mồng 5 tháng trọng xuân, năm Canh Tuất, 1970, đăng trên tạp chí Văn số 150, trang 94.

bại, có nản lòng, có cảm thấy cô đơn đến đâu trên văn đàn, những nhân vật nọ cũng không nghĩ tới chuyện ra đi giữa một thời kỳ ổn định, sáng lạn, một tình hình quốc gia đầy hi vọng.

Thiền vị

Từ khí thế hăng say đến một thái độ siêu thoát, từ thế dấn thân chính trị đến cái lối nghêu ngao đạo ca v.v..., cái đó do tình hình một phần, phần khác cũng là do tư tưởng Phật giáo bấy giờ phổ biến rộng rãi.

Trong giai đoạn đầu, cái trung tâm du nhập các tư tưởng mới từ ngoài vào để phát ra khắp nước là viện đại học Huế của linh mục Cao Văn Luận, với tờ Đại Học, với những cây bút ăn khách bấy giờ là Nguyễn Văn Trung, là Nguyễn Nam Châu. Sau này, cán bộ ở Miền Bắc vào bới móc sinh hoạt văn hóa của Miền Nam cũng ghi nhận: "... Những hoạt động giới thiệu triết học Tây phương còn tấp nập hơn nhiều. Lực lượng chủ yếu là một số trí thức Thiên chúa giáo, có người dạy đại học, có người là linh mục."[127] Họ kể một loạt những khảo luận của "người" nọ "người" kia, hoặc do nhà xuất bản Nam Sơn ấn hành, hoặc đăng tải trên tạp chí Bách Khoa. Những "người" ấy không ai khác hơn là ông Nguyễn Văn Trung và linh mục Trần Thái Đỉnh. Và cái tư tưởng được mang ra phổ biến là tư tưởng của những Gabriel Marcel, Merleau Ponty, Emmanuel Mounier v.v..., đại loại những triết gia hiện sinh Thiên Chúa giáo.

---

[127] Văn hóa, văn nghệ Miền Nam dưới chế độ Mỹ ngụy của Trà Linh, Phong Hiền, Trịnh Tuệ, Quỳnh Hoa, Lục Bình, Thạch Phương, Trần Hữu Tá, nhà xuất bản Văn Hóa, Hà Nội, 1977, trang 422, 423.

Sang giai đoạn sau, sự tình thay đổi. Nguyễn Văn Trung, Trần Thái Đỉnh vẫn viết, vẫn dạy học, dạy ở đại học Sài Gòn, đông đảo sinh viên hơn ở Huế; tuy nhiên chiều hướng tinh thần đã đổi khác, sự hâm mộ cuồng nhiệt của quần chúng độc giả chuyển sang những tác giả khác.

Sang Nhất Hạnh chẳng hạn. Ông là một cây bút đa tài: ông viết luận thuyết về triết lý, về tôn giáo, viết truyện, làm thơ, viết ký v.v..., đều có giá trị. Tuy vậy, sức lôi cuốn của ông trong những năm sau 1963 không ở cả nơi cái giá trị ấy. Bởi vì sau 1975 Nhất Hạnh vẫn viết vẫn in, vẫn do nhà Lá Bối xuất bản, phát hành rộng rãi trong các cộng đồng Việt kiều, thế mà chẳng còn gây được tiếng vang nào nữa. Đến đâu, ông cũng gặp một sự dửng dưng, hờ hững. Vẫn nhà Lá Bối ấy mà in sách của Doãn Quốc Sỹ (Đi), của nhiều tác giả (Tắm mát ngọn sông đào) từ trong nước gửi ra thì gây dư luận xôn xao, bàn tán sôi nổi, nhưng in đến sách của Nhất Hạnh thì chẳng báo nào nhắc đến. Còn hồi trước, khi cuốn Đạo Phật ngày nay (1964) của ông ra đời, một sớm một chiều ông thành ngay một "hiện tượng". Sách ông viết ra có thứ người ta mua để đọc, có thứ để chưng, có thứ để tặng biếu, như một gói trà một bó hoa vào những dịp lễ lạc: tập sách mỏng Bông hồng cài áo (1965) là một trường hợp như thế.

Nhất Hạnh không phải là người duy nhất. Cùng với ông, bao nhiêu cây bút khác cũng nổi tiếng nhanh chóng trong phong trào Phật giáo: khảo luận như Phạm Công Thiện, Tuệ Sỹ, thơ ca như Phạm Thiên Thư, Trụ Vũ v.v... Nhiều người trước không chuyên về Phật học, sang giai đoạn này cũng thường đề cập đến Phật, đến thiền: Vũ Hoàng Chương, Doãn Quốc Sỹ, Lê Văn Siêu.

Tạp chí Giữ Thơm Quê Mẹ (xuất bản từ tháng 7-1965), tạp chí Vạn Hạnh (xuất bản từ tháng 1-1970), viện đại học Vạn Hạnh, nhà xuất bản Lá Bối (ra đời tháng 10-1964), bấy nhiêu cơ sở văn hóa qui tụ văn nghệ sĩ, trí thức để phát huy ảnh hưởng văn hóa Phật giáo. Ảnh hưởng ấy rộng rãi và mạnh mẽ. Câu chuyện đã kể trước đây về một cuốn sách dịch do hai nhà Khai Trí và Lá Bối ấn hành bán khác nhau ra sao cho thấy lòng tin của quần chúng đối với một cơ sở văn hóa Phật giáo bấy giờ như thế nào.

Ngoài ra nhiều nhà xuất bản khác cùng đua nhau in sách về Phật về Thiền của những Suzuki, Khrisnamurti, sách dịch Chí tôn ca (Bhagavad Gita) v.v...

Hương thiền tỏa rộng và thấm sâu vào thi ca. Những quân nhân như Tô Thùy Yên, như Nguyễn Bắc Sơn... có một vẻ "ngất ngưởng" đẹp đẽ: họ uống rượu với bạn, với gió với trăng, uống trước hiên trên gác, uống ở bờ sông bến phà những lúc dừng quân, uống trước giờ đụng trận hay sau khi đụng trận, họ nói cười đùa giễu về chuyện sống cũng như chuyện chết, họ vào sanh ra tử lúc nào cũng khơi khơi, coi cái chết như không, coi chuyện đời như phù vân, coi kẻ thù như một lũ khờ dại đáng thương, coi "chính nghĩa" như chuyện nhảm nhí, chỉ có hạng mê muội mới hăng say...

"Buổi chiều uống nước dòng Ma Hý
Thằng Xuân bắn chết thằng Mang Khinh
Hỡi ôi sống chết là mưa nắng
Gió tối mưa đêm chớ lạnh mình"

Nguyễn Bắc Sơn ("Thảo khấu")[128]
"Bậc thánh triết là những tay biếng nhác
Sống khề khà quanh bữa tiệc nhân sinh
Kết bạn bè cùng cây cỏ vô minh
Rất chán ghét những trò chơi thế sự (...)
Và vĩ nhân là những cây láo lếu
Như ta đây chờ sung rụng ngoài hiên."
Nguyễn Bắc Sơn ("Đại lãn")

Nguyễn Đức Sơn thì trước 1960 đã có nhiều thơ (ký Sao Trên Rừng) nhưng về sau này trong thơ ông bỗng thêm vài yếu tố mới: dục tình và thiền vị. Hoài Khanh sau 1963, sau một thời gian "coi sóc" tạp chí Giữ Thơm Quê Mẹ, cũng dịch một số tác phẩm có tư tưởng Phật, cũng đưa lác đác chữ nghĩa Phật giáo vào thơ. Nói chung, "đá" một ít danh từ nhà Phật vào văn vào thơ là chuyện khá phổ biến. Lắm khi bóng Phật không hiện, chỉ một cái gì lờ mờ gợi ra một liên hệ mơ hồ với một quan niệm thoát trần, xa tục lụy:

"Sớm ra thấy núi xanh rì
Ngóng mây ngoài nội trôi đi giạt về
Bước vào sương đục bên khe
Sương dâng mặt suối phủ lề cỏ xanh"
Vũ Hữu Định ("Cảm ngộ")
"Mùa Đông Bắc, gió miên man thổi
Khiến cả lòng ta cũng rách tưa
Ta hỏi han hề Hiu Quạnh Lớn
Mà Hiu Quạnh Lớn vẫn làm ngơ"

---

[128] Bài này khi đăng trên tạp chí Khởi Hành đã ghi lầm là của Trần Dạ Lữ, lúc in vào Đầu Gió, tuyển tập những bài thơ thép, do Văn Nghệ Dân Tộc xuất bản tại Sài Gòn năm 1973 được ghi nhận là của Nguyễn Bắc Sơn.

Tô Thùy Yên ("Trường Sa hành")

Trong tiếng bom đạn ầm ĩ nghe văng vẳng tiếng chuông tiếng mõ, giữa máu lửa kinh hoàng bỗng lừng lững một thái độ thanh thản khinh khoái.

Dấn thân

Chúng ta vừa để ý đến một thay đổi: từ tích cực dấn thân chính trị sang một thái độ hư vô tiêu cực. Đó chỉ là một. Các biến chuyển sâu xa trong tình hình Miền Nam sau 1963 đã có những tác động khác nhau trên tinh thần các lớp người, các thành phần khác nhau, và đưa tới nhiều thái độ khác nhau.

Trong khi lớp người từng phản đối chối bỏ cộng sản, thấy Miền Nam ổn định thì mừng thấy hỗn loạn thì mất tin tưởng, trong khi ấy một lớp khác, thuộc thế hệ trẻ tuổi hơn, thế hệ văn nghệ chủ động vào chặng 1960-63 như đã nói trước đây, lúc bấy giờ (sau 1963) một số tác giả thuộc thế hệ ấy lại chuyển sang thái độ dấn thân chính trị. Lớp sau này — như Nhật Tiến, Dương Nghiễm Mậu, Lê Tất Điều, Nhã Ca v.v... — hồi 1954 hoặc họ còn nhỏ hoặc họ lớn lên trong thành, chưa từng biết đến cộng sản là gì, nên không hề quan tâm đến chuyện chính trị: họ chỉ viết về các đề tài xã hội, tình yêu v.v... Sau 1963, chiến tranh nổ lớn, hoặc họ bị động viên vào quân ngũ, trực tiếp nhìn rõ đối phương, hoặc ít ra họ chứng kiến "thành tích" hoạt động cộng sản đó đây quanh mình. Và đến lúc này họ có ý kiến về cộng sản. Họ lên tiếng.

Nhã Ca thuở mới làm thơ viết văn là một cô gái hiền lành không từng có lời nào đề cập đến chính trị chính triếc gì cả, sang giai đoạn sau 1963 bà dần dần mỗi lúc mỗi lớn tiếng tố cáo cộng sản (Đêm nghe tiếng đại bác, Tình ca cho Huế đổ nát, Giải khăn sô cho Huế v.v...). Dương Nghiễm Mậu của Cũng đành, Con sâu, Gia tài của người mẹ v.v... là một Dương Nghiễm Mậu của triết lý xa vời; sau 1963 ông vào lính mang máy ký âm đi các chiến trường, tai nghe mắt thấy máy ghi những chuyện đau thương man dã, lúc bấy giờ ông viết về đại lộ Kinh hoàng ở Quảng Trị, về vụ chôn sống tập thể ở Huế, về những "địa ngục có thật" trên trần gian; ông bớt than phiền về nỗi cuộc đời vắng bóng Thượng Đế, vì mải lo kêu trời về nỗi đời đầy giặc dữ. Lê Tất Điều trong giai đoạn đầu chăm dõi theo những đứa trẻ ngộ nghĩnh, sau này trong Đêm dài một đời, trong Ngưng bắn ngày thứ 492 ông viết về mìn về bom đạn cộng sản. Nhật Tiến hồi 1957, 58 cho đến 1961, 62, cũng loay hoay với những đứa trẻ mồ côi, những bà con lao động trong các xóm nghèo ở đô thành (Những người áo trắng, Những vì sao lạc, Mây hoàng hôn, Ánh sáng công viên, Chuyện bé Phượng v.v...); sau này trong Giấc ngủ chập chờn (1969) ông quay sang số phận những thằng Há, thằng Đực, thằng Hoành, lão Đối, lão Năm Điếc v.v... những kẻ lăn lộn trong chém giết triền miên lẫn nhau ở một làng quê. Còn Phan Nhật Nam, ông là một cơn phẫn nộ, một trận lôi đình ầm ĩ trước những bạo tàn ngoài tiền tuyến, những xáo trộn vô trách nhiệm ở hậu phương. Ông lăn xả vào thời cuộc chính trị, vào chiến trận quân sự, ông văng tục xỉ vả tưng bừng. Trái ngược với lớp trẻ mười năm trước, ông dấn thân hết mình, bám sát thời thế. Ông nổi cáu, mạt sát những người cầm bút lè phè ở thành phố, không biết đến cuộc chiến trên quê hương, những Mai Thảo, Viên Linh (Dọc đường số 1).

Cũng nên ghi nhận một điều: là giận dữ, chống báng cộng sản, không có nghĩa hài lòng đối với chế độ ở Miền Nam, xã hội Miền Nam. Nói cho đúng, hầu hết giới cầm bút nam vĩ tuyến 17 sau 1963 không nhiều thì ít đều có lời phàn nàn nhà cầm quyền. Tờ Thái Độ do Thế Uyên chủ trương (ra đời từ tháng 7-1969), tờ Đời do Chu Tử chủ trương (xuất bản từ tháng 9-1969) là những tạp chí vừa chống cộng vừa chỉ trích chính quyền mạnh mẽ, hô hào cải cách xã hội, xóa bỏ bất công. (Trong hai vị vừa nói, Chu Tử không phải là một người trẻ tuổi, nhưng lại là một tác giả của giai đoạn sau, không từng có tác phẩm xuất bản trước 1963.) Và ngay Lê Tất Điều, Nhật Tiến, Phan Nhật Nam, Nhã Ca v.v... cũng không ngớt chỉ trích chính quyền và xã hội rất mạnh mẽ.

Phản chiến

Lớp trẻ lại có cách dấn thân khác, cách dấn thân của những người không tham dự.

Không phải khi chiến tranh bùng nổ mọi người đều cùng nhau chiến đấu, tất nhiên. Có những kẻ vì lý do này lý do nọ được miễn được hoãn quân vụ, có những kẻ đi ra nước ngoài rồi chùng chình nán lại, có những người tránh né không chịu tham gia chiến cuộc v.v... Thường thường tiếng nói phản đối chiến tranh cất lên từ khối này. Kẻ ngoại cuộc nhìn cuộc chiến đấu từ một vị trí khác, từ một hoàn cảnh khác, với một tâm lý khác người trong cuộc. Hoặc mãi ở xa xôi, hoặc nơi các bàn giấy, các tòa soạn tại thủ đô, ở các tu viện giữa đô thị an toàn v.v..., không phải đối đầu với những cuộc tàn sát của đối phương, không mục kích những tang tóc đau thương do đối phương gây ra cho đồng đội, cho đồng bào, không có dịp gần gũi những nạn nhân của chính sách đối phương tại thôn quê..., họ dễ thấy lòng thanh thản, không hận thù, họ rộng thương cả đôi bên, họ ái ngại cho sự "điên cuồng" của đôi bên. Sống ở hải ngoại hay ở đô thị, không phải lặn lội ngoài chiến trường, họ cũng lại có cơ hội và thì giờ theo dõi các trào lưu tư tưởng Âu Mỹ, đọc nhiều sách báo Âu Mỹ lúc bấy giờ tràn ngập lý luận phản chiến. Từ những "Che" Guevara, ban tứ quái The Beatles, những anh em hippy giữa các đám biểu tình phản chiến trùng trùng điệp điệp, cho đến những tên tuổi vang lừng khét tiếng Bertrand Russel, Jean Paul Sartre, Herbert Marcuse... đều đứng về phía họ. Phía tả, phía tiến bộ, phía cách mạng. Cho nên họ đem lòng yêu chuộng hòa bình, họ tin tưởng ở sự hòa hợp hòa giải trên tinh thần dân tộc, họ nghĩ trước hết người trong một nước phải thương nhau cùng, họ thấy chống cộng giết cộng không giải quyết được gì, không giải quyết căn bản vấn đề: vấn đề là san bằng bất công xã hội, là mở rộng tự do dân chủ v.v... Trong khi Bắc Việt rầm rộ kéo vào đánh tới tấp, Miền Nam có những công việc "căn bản": chẳng hạn chắp tay nguyện cầu cho bồ câu trắng hiện, chẳng hạn đấm ngực tự vấn để sửa sai cho kỳ hết bất công, độc tài, tham nhũng v.v... Hết những cái xấu xa đó, họ cho rằng tức khắc cộng sản tự tiêu: nó không có chỗ bám, nó không có lý do để nẩy sinh v.v...

Như thế trong khi Vũ Khắc Khoan, Nghiêm Xuân Hồng,Vũ Hoàng Chương, Võ Phiến ... từ những đề tài chính trị thoát ra những suy tưởng xa vời ngoài thế cuộc; trong khi Nguyễn Mạnh Côn đi từ Đem tâm tình viết lịch sử sang Mối tình màu hoa đào, thì Nguyễn Văn Trung lại từ những nhận định triết học chuyển sang một cuộc dấn thân chính trị mỗi lúc một sôi nổi. Như thế, trong khi Phan Nhật Nam, Nhã Ca, Dương Nghiễm Mậu... tố cáo cộng sản, thì Thế Nguyên, Nguyễn Ngọc Lan, Nhất Hạnh, Nguyễn Trọng Văn, Lữ Phương v.v... mải miết tố cáo chính quyền (Miền Nam) độc tài, tham nhũng và xã hội (Miền Nam) bất công, tan rã...

Nguyễn Văn Trung chủ trương tạp chí Hành Trình ra số 1 vào tháng 10 năm 1964. Đến tháng 11 năm 1967 ông xuất bản tờ Đất Nước, đi xa hơn vào chính trị. Lữ Phương cùng với Vũ Hạnh cho ra tờ Tin Văn vào tháng 6 năm 1966 dưới sự lãnh đạo của cán bộ văn nghệ cộng sản Nguyễn Văn Bổng. Tháng 3-1968, Thế Nguyên xuất bản tờ Trình Bày.

Trong bấy nhiêu tạp chí, tờ Tin Văn nhận sự chỉ đạo của cộng sản nên theo sát đường lối đấu tranh của họ trong giai đoạn bấy giờ; các tờ Hành Trình và Đất Nước nặng về lý luận, đăng những thiên luận thuyết công phu. Tất cả đều không tờ nào "dữ dội" bằng tờ Đối Diện của linh mục Nguyễn Ngọc Lan, ra đời vào tháng 7-1969. Đối Diện thẳng tay đập phá chính quyền, sẵn sàng lặn vào bí mật lúc cần để tiếp tục xuất bản ngoài vòng kiểm duyệt, đập phá cho đến lúc chính quyền Miền Nam khuyụ xuống thì Đối Diện thành ra Đứng Dậy!

Sau này, tháng 11 năm 1984, trên tạp chí Nhân Văn số 31 xuất bản ở San Jose, California, sau mười năm mất nước sống đời lưu vong, cô Thủy Tiên cười cười thỏ thẻ với độc giả về một số "tiền bối": "Trình Bày và Đối Diện là hai tạp chí đã có nhiều bài báo đóng góp rất lớn cho cộng sản trong việc thôn tính Miền Nam đó (...). Còn tạp chí Vấn Đề thì không làm như vậy, nhưng dường như họ cũng chả làm gì cả ngoài việc làm... dáng thôi."

"Đóng góp" cho cộng sản là làm giặc rồi còn gì. Như vậy hai hạng tiền bối được nói đến đều nhảm cả: kẻ làm giặc người làm dáng. Trong số làm giặc cô Thủy Tiên và độc giả chỉ có dịp đề cập tới nhóm Trình Bày và Đối Diện thôi, kỳ thực ngoài tờ Tin Văn là thuộc hẳn của "giặc" rồi, những tờ Hành Trình, Đất Nước, cũng "đóng góp" được đáng kể đấy. Nghiêm chỉnh, trịnh trọng và ngây thơ, họ đóng góp đều đều chăm chỉ cho cộng sản.

Còn Vấn Đề (số 1, tháng 4-1967) là báo của Vũ Khắc Khoan với Mai Thảo, và những bạn bè trong nhóm Quan Điểm. Tức là những trí thức tiểu tư sản làm cách mạng. Làm cách mạng bằng lý luận, bằng kịch, bằng tiểu thuyết mãi không xong; nản lòng, xoay ra làm dáng. Sau Vấn Đề, rồi tờ Ý Thức (số 1, năm 1970) cũng tựa tựa như vậy.

Thành thử rốt cuộc đại khái lớp có kinh nghiệm thấy trước sự đổ vỡ liền thoát rời thế cuộc, đâm viển vông, ỡm ờ; lớp thiếu kinh nghiệm thì mơ tưởng cộng sản, diễn lại cái cảnh trong thành mơ ngoài khu hồi trước 1954; mặt khác những kẻ hoặc đang ở trong quân đội, trong guồng máy chính quyền, trực diện tiếp xúc đối đầu với cộng sản, do đó hiểu biết dã tâm thủ đoạn cộng sản, hoặc có dịp tự mình hứng chịu hay mục kích các tội ác cộng sản trong chiến cuộc thì căm giận cộng sản, còn những ai ở ngoài quân đội, ngoài chính quyền, thì cứ mãi biện minh cho vị thế bàng quan, yêu hòa bình của mình. Hậu bối Thủy Tiên nhìn lại, không lấy thế làm điều đáng kính.

Yêu đương

Một mặt chế độ khắc khổ của đệ nhất cộng hòa không còn, người ta muốn sống "cởi mở". Mặt khác, chiến tranh ác liệt, sự sống càng bấp bênh, người ta càng gấp hưởng thụ, càng sống "vội". Vả lại trong tình trạng hỗn độn của cảnh nông dân ùa về đô thị lánh nạn, của cảnh đô thị bị pháo kích tấn công, kinh tế suy sụp, tiền bạc mất giá, chợ đen chợ đỏ hoành hành, người người lăn ra làm đủ mọi nghề kiếm sống, trong tình trạng ấy mấy ai còn bảo vệ được cái giá trị đạo đức giá trị tinh thần cổ truyền nữa. Mấy ai còn duy trì nổi nếp sinh hoạt nghiêm chỉnh nữa. Cho nên thời để chết cũng là một thời... để yêu.

Giai đoạn thứ nhất thiên hạ thanh bình, nhưng không thể sánh nổi với giai đoạn sau về mặt ái tình. Hoàng Ngọc Tuấn giả vờ hỏi: Hình như là tình yêu? — Ối! còn gì ngờ vực đâu! Không "hình như" gì cả. Ông là thơ là mộng, là tình; ông chính thị là tình yêu nguyên chất rồi đó. Toàn bộ tác phẩm của ông không nói chuyện gì khác hơn là chuyện yêu nhau. Ông sống giữa Tết Mậu Thân, giữa Mùa Hè Đỏ Lửa, mà ông không hề nói đến chiến tranh, ông không thèm biết đến nó, đến cái chuyện rầy rà xấu xa ấy. Ông phủ nhận nó. Ông yêu ra rít từ đầu tới cuối. Ông yêu thiên nhiên, yêu người đẹp, yêu mọi thứ đáng yêu trên đời: từ điếu thuốc lá hút trong mùa đông mưa dầm giá rét đến tách cà-phê trong phòng trà ca nhạc thủ đô. Thời Nghiêu Thuấn không dễ tìm được một kẻ vô tâm ca ngợi các sinh thú ở đời kỹ như ông.

Và Hoàng Ngọc Tuấn không phải là cây bút duy nhất của giai đoạn 64-75 sở trường về tình yêu. Nếu duy nhất, ông sẽ là trường hợp bất thường, là một hiện tượng, không có tính cách tiêu biểu. Hoàng Ngọc Tuấn không cô độc. Ông có đông đảo bạn bè, những bạn bè tiêu biểu cho một giai đoạn... ướt át. Thật vậy, như

Nguyễn Thị Hoàng chẳng hạn, cũng sở trường không kém. Lại như Lệ Hằng, như Trần Thị NgH..., không sở trường à? Còn Lê Xuyên, tuy ông có dính líu đến những chuyện phong tục địa phương, chuyện đồng quê, chuyện bưng biền, ông hay sử dụng một số kỹ thuật kích thích dục tình v.v... nhưng thực ra độc giả theo dõi ông trước sau cốt yếu vẫn là để xem một cách yêu nhau, thế thôi. Mai Thảo, Viên Linh trước 1963 kẻ thơ người văn, vẫn có những đề tài riêng: sau 1963 các vị ấy đều xoay ra "chuyên trị" tình yêu.

Viết không đủ đọc, còn dịch cả truyện tình tứ phương mà đọc. Nào Quỳnh Dao, nào Quách Lương Huệ, La Lan, Từ Tốc, Y Đạt, nào Francoise Sagan, Eric Segal, Jacqueline Suzann v.v... Truyện tình được dịch nhiều nhất là của Quỳnh Dao, trước sau ngót vài chục cuốn (16 cuốn truyện dài, 2 tập truyện ngắn, ngoài ra tạp chí Văn còn dành cho bà 2 số đặc biệt).

Giai đoạn 1964-1975 không phải chỉ yêu đương đông đảo. Lại còn yêu đương một cách khác lạ nữa.

Ngay từ những ngày cuối của giai đoạn trước đã có một cái gì khác thường manh nha trong tình yêu: Truyện Yêu của Chu Tử đã đăng tải trên nhật báo rồi xuất bản từ trước tháng 11-1963. Ở đây không có những pha "nóng bỏng" lắm đâu. Nhưng trong truyện một ông thầy giáo, bạn của bố, lại đi yêu cô học trò con gái bạn mình, và được yêu lại tha thiết. Rồi một ông bố một hôm trông có vẻ buồn được hai đứa con gái cùng đưa đến giới thiệu với một người đàn bà đẹp để làm quen cho vui. Thoắt cái, chặp trước chặp sau, ông bố và người đàn bà kia đã yêu nhau say đắm và ngủ với nhau. Rồi lại một ông giáo sư khác gặp một học sinh cũ của mình, bị cô ta ghẹo như điên, và hai người lại yêu nhau, dĩ nhiên. Đại khái sự việc xảy ra trong truyện thường đột ngột, bất ngờ và hơi trái khoáy như thế. Tóm lại là người đọc bắt gặp một thứ tình yêu... phá thể? Và họ khoái.

Thật vậy, theo lời tác giả trong bản in lần thứ hai thì lần đầu cuốn Yêu in năm nghìn bản, bán hết ngay trong vòng hai mươi lăm ngày. Có lẽ thái độ ấy của độc giả khuyến khích các nhà xuất bản: sau này khi Nguyễn Thị Hoàng vừa đăng xong Vòng tay học trò trên Bách Khoa thì đã có nhiều nhà xuất bản đi tìm bà để điều đình in sách.[129]

Truyện của Nguyễn Thị Hoàng cũng là chuyện tình yêu thầy trò. Lần này thì thầy là một cô gái. Và cô gái ấy — không giống mọi cô gái ở xã hội ta từ trước đến nay — dám nói về những rạo rực tình dục của mình: "Trâm nhìn khoảng cườm chân trắng nõn của Minh hé lên giữa ống quần và tất đen", Trâm nhìn "chiếc áo len xanh ngắn rướn lên để hở một khoảng da bụng trắng muốt" v.v...

Hồi tưởng lại những đàn bà con gái đã gặp trước đây, không thấy có thế. Tố Tâm nhìn người yêu không trông ra những chỗ như vậy; các cô Loan, cô Nhung, cô giáo Minh v.v... không trông ra; cho đến bà phó Đoan tiếng đồn lẳng nết là thế mà cũng không nhìn thấy những khoảng trắng muốt nọ. Họ yêu họ mê tơi bời, nhưng giá có hỏi họ, họ lắc đầu: "Chẳng thấy gì ráo. Chẳng nhìn chẳng thấy chút gì hết nơi thân xác đàn ông. Đừng đề cập tới những nhảm nhí ấy." Cô giáo Trâm, cô ta đã nói

---

ra những điều từ trước đến giờ đàn bà con gái không chịu mở miệng.

Một cô giáo yêu và chung chạ với học trò đã hiếm; một cô giáo thú nhận cái nhìn thưởng thức của mình hướng vào những khoảng da trắng hé lộ như thế, cái đó càng hiếm nữa, càng mới mẻ hơn nữa. Phá thể. Lại một tình yêu phá thể mạnh quá. Và cũng như Chu Tử, Nguyễn Thị Hoàng lại được hoan nghênh: sách lại bán chạy nhanh. Chiều hướng độc giả đã rõ. Các bậc hậu tiến tha hồ... tiến.

Một lần Duyên Anh chợt nhớ lại thời trẻ của mình, thời còn đi đón người yêu nữ sinh trước cổng trường "thập thò dưới gốc cây gần cổng trường con gái, chờ chuông reo tan học để nghe tim mình rộn rã, bồi hồi. Em không quên chứ, những buổi chiều vàng niên thiếu? Em thường ra sau hết. Anh ngơ ngác nhìn em. Rồi em e thẹn mỉm cười. Và thong thả bước ngược con đường về. Đã yêu nhau nhưng vẫn ngượng. Anh đi sau em, cách cả mấy thước đường. Tại sao, hồi đó, chúng mình dễ xấu hổ thế, em nhỉ? Anh theo em băng qua vườn Bờ-rô tới bến xe buýt xanh. Hai đứa leo lên xe, ngồi cạnh nhau, mỗi đứa mua một vé. Làm như xa lạ lắm."[130]

Duyên Anh nghĩ đến hiện tại: "Dường như, bây giờ, những cậu con trai đứng chờ người yêu ở trước cổng trường con gái không còn rụt rè, xấu hổ giống anh và bạn bè anh thuở "tuổi hai mươi đến". Mỗi thời đại có

---

[130] Duyên Anh, Áo tiểu thư, tái bản tại Hoa Kỳ, không ghi năm tháng và tên nhà xuất bản, trang 10,11.

một cách tỏ tình. Cách tỏ tình của chúng mình, ngày xưa, thơ mộng và lãng mạn tuyệt vời, em nhỉ?"[131]

"Ngày xưa" với "ngày nay" cách nhau chừng mười lăm mười sáu năm.

Ngày xưa Duyên Anh từ Bắc vào hẹn hò với nữ sinh vào khoảng các năm 1955, 56; ngày nay thành văn sĩ viết tựa sách năm 1971. Trong khoảng thời gian ấy, vật đổi sao dời. Nhân tâm thế đạo khác nhiều. Duyên Anh nói không sai. Không phải chỉ cô bé học trò ngồi xe buýt với "anh" là hay xấu hổ, hãy tìm xem lại những thiếu nữ trong các truyện của Thanh Nam xuất bản hồi đó: họ cũng nết na, "cổ điển" như vậy.

Thành thử nào thời cuộc xáo trộn vì chia rẽ tranh chấp, nào những tai ương thảm họa vì chiến tranh, nào những triết lý những phong trào mới từ Tây phương v.v... nhiều yếu tố xúm nhau biến giai đoạn loạn lạc này thành một giai đoạn vừa mùi mẫn vừa ngổ ngáo.

(Hoặc giả có người bảo: Giai đoạn trước mà thiếu ái tình à? — Thực ra chắc chắn không có giai đoạn nào thiếu hẳn món ái tình. Nguyên Sa quả tình tứ, lại còn bị người đời nhắc nhở về một bàn tay năm ngón táy máy nữa. Thế nhưng liệu ông có đa tình hơn "thầy" Phạm Thiên Thư sau này? Nói chung, đàn ông bay bướm dõi theo tà áo nọ áo kia là chuyện thế gian thường tình. Dẫu cho khi thân mật mà bàn tay có nghịch ngợm, cũng thường tình nữa. Chẳng qua cũng thuộc vào cái thời "lãng mạn tuyệt vời" cả, thời con trai con gái hay "xấu hổ", thời Duyên Anh "trông vời áo tiểu thư". Sao có thể

_____

[131] Sđd.

sánh kịp giai đoạn nam nữ cùng hừng hực, mắt mũi hau háu chẳng buồn che giấu?)

Chính sách tự do và:

Xu hướng bình dân

Những kẻ gây ra biến cố 1-11-63 không bao giờ nghĩ họ sẽ gây một thay đổi khá quan trọng trong sinh hoạt văn nghệ ở Miền Nam.

Sau ngày 1-11-63, chính quyền muốn làm sáng tỏ chính sách "cách mạng", bèn mở rộng tự do. Cái tự do ấy ít ra đã đưa tới hai kết quả văn học: thứ nhất là sự phát triển của một xu hướng bình dân và của tân văn tiểu thuyết; thứ nhì là sự phát triển của văn thơ hài hước và của loại phiếm luận.

Hãy nói về chuyện thứ nhất. Sau cuộc đảo chánh ai nấy tranh nhau ra báo, đặc biệt là nhật báo. Thoắt cái, nội thủ đô Sài Gòn có trên bốn chục tờ báo hàng ngày[132]. Báo ra nhiều thì cần nhiều người viết. Số lượng ký giả chuyên nghiệp hay không chuyên nghiệp hiện có không đủ thỏa mãn nhu cầu. Nhật báo động viên đến các thành phần cầm bút khác: văn sĩ, thi sĩ, tùy bút gia, biên khảo gia v.v... Trước kia một số nhà văn vẫn có làm báo hàng ngày: Bình Nguyên Lộc chẳng hạn; nhưng cái số ấy không lấy gì làm nhiều. Sau 1963, lần lượt kẻ trước người sau, đa số bị kéo vào làng báo. Họ đụng đầu nhau côm cốp trước cửa các tòa soạn nhật báo. Kẻ biết gieo

---

[132] Theo Vũ Bằng trong Bốn mươi năm nói láo, tái bản tại Hoa Kỳ, trang 252, thì tháng 12-1963 ở Sài Gòn có 44 tờ nhật báo, đó là con số kỷ lục.

vần thì làm thơ vui, thơ giễu để chọc cười độc giả. Người có tài biện luận thì viết "phim", viết tạp luận, hài đàm. Nhưng ăn khách nhất là những người viết truyện: nhật báo tiêu thụ rất nhiều phơi-dơ-tông.

Nhận viết truyện cho báo hàng ngày tức là ép mình vào một thế kẹt: đã "dính" vào là bị lôi đi tuồn tuột, không thể dừng được. Thành thử trong thời kỳ này sức sáng tác của tiểu thuyết gia bỗng tăng vọt lên. Cùng lượt viết cho năm ba tờ báo một lúc, viết liền trong đôi ba năm, mỗi tác giả đã có vài chục tác phẩm xuất bản. Không gặp "thời thế" đưa đẩy, làm sao phong phú được đến thế.

Mặt khác, viết tân văn tiểu thuyết đăng nhật báo, một việc như vậy không phải chỉ ảnh hưởng đến túi tiền của nhà văn mà thôi, nó còn ảnh hưởng đến bút pháp, văn phong, rồi có thể dần dần đến quan niệm sáng tạo của nhà văn nữa không chừng. Mai Thảo có lần nhận rằng: "Hiện tượng của truyện dài viết từng đoạn, đăng từng kỳ nơi trang trong các nhật báo (...), đẩy hầu hết những cây bút sáng tác chuyên nghiệp hiện nay tới kiếm tìm một văn thể mới, áp dụng một bút pháp mới." Quả thật phải có văn thể bút pháp khác: truyện nhật trình không thể là thứ truyện cô đọng, văn nhật trình không thể là thứ văn chương cầu kỳ, bí hiểm. Đã chấp nhận viết nhật trình, chấp nhận "xuống đường", thì phải hòa mình vào quần chúng. Mà một khi hòa mình đôi ba năm liền vào quần chúng, các vị cao sĩ kiểu cách làm sao còn giữ nguyên được kiểu cách xưa! Cho nên xuề xòa như Bình Nguyên Lộc, Sơn Nam... thì thêm một tí xuề xòa nữa sau thời kỳ trăm hoa đua nở của nhật trình; còn các nữ sĩ thoạt tiên ngại ngùng e lệ như Thụy Vũ, Túy Hồng, Nhã Ca v.v..., viết nhật trình riết một lúc rồi ai nấy lưu loát mạnh dạn, ai nấy ào ào như gió táp mưa sa, nữ cũng bạo mồn bạo miệng không kém nam; đến như Mai Thảo, như Thanh Tâm Tuyền v.v..., thuở suy tư trên Sáng Tạo và lúc dạn dày trên các trang nhật trình phong cách thật khác xa!

Nhật trình là quần chúng, là quảng đại quần chúng, nhật trình là thời sự, là cuộc sống nóng hổi hàng ngày, là thực tại tươi rói... Nó đối lập với mọi thứ tháp ngà lạnh lẽo, mọi chủ trương nghệ thuật tối tăm, rắc rối, xa cách. Thời của nhật trình là thời của dấn thân vào thế cuộc. Thi sĩ Tú Kếu, thi sĩ Đỗ Quí Toàn (Đạo Cấy) chửi bới như cuốc kêu đều đều mỗi ngày: mắng dân biểu nói càn, nhiếc cộng sản tàn bạo, rủa tổng trưởng, tỉnh trưởng tham nhũng v.v... Văn sĩ Chu Tử, Nguyễn Mạnh Côn, Hiếu Chân, Lê Tất Điều v.v... đeo liền bám riết theo thời sự hàng ngày, không bỏ qua một tin tức nào không "khai thác". Có kẻ như Chu Tử, như Trần Dạ Từ, như Trùng Dương, như Duyên Anh (Thương Sinh), họ tựa hồ những viên tướng giữa trận tiền, tả xông hữu đột, đánh đông đập tây, họ là chủ báo, là những cấp chỉ huy, họ ủng hộ "cánh" này, họ húc đổ phe kia, họ gây nên sóng gió. Và có những người trong số họ chịu trả giá đắt cho sự xông pha ấy: Từ Chung, Chu Tử...

Hoặc phục vụ trình độ thưởng ngoạn nghệ thuật của đại chúng, hoặc lăn vào cuộc đấu tranh cho xã hội, vào những cuộc cãi cọ gấu ó xỉa xói hàng ngày, vào một thứ "trường văn trận bút" ồn ào náo nhiệt, đằng nào văn nhân cũng ở vào hoàn cảnh phải chọn lối viết sáng sủa, giản dị. Dần dần, người ta đi thẳng tới cách viết dễ đi vào quần chúng nhất, cách hồn nhiên nhất: câu viết như câu nói, lời văn đầy khẩu ngữ. Văn Thương Sinh, thơ Tú Kếu, không những giống câu nói mà còn nhại cả tiếng nói bình dân, với những cái sai cái ngọng của bình dân: mí nhau, liền bà... Theo đà ấy, tiếng lóng ngoài đường ngoài phố dắt díu nhau tràn vào sách báo với nguyên cả nét nghịch ngợm của chúng: sức mấy, bỏ đi tám, em ca-ve thơm như múi mít, đớp hít đều đều v.v...

Từ giai đoạn trước 1-11-63 sang giai đoạn sau, cả văn nhân lẫn văn chương đều hóa ra phong trần. Mất đi cái thận trọng chải chuốt, lại lãi được cái sống động, xuề xòa. Dở hay âu cũng tùy thời.

Văn thơ hài hước

Bây giờ, xin sang kết quả thứ hai của chính sách tự do. Hồi đệ nhất cộng hòa, chính quyền hoặc được kiêng nể, hoặc được bảo vệ kỹ hơn. Người cầm bút có chỉ trích phải dè dặt: Hiếu Chân, Mai Nguyệt, Thần Đăng, Hà Thượng Nhân lúc bấy giờ không hay "đánh phá" các nhân vật cầm quyền. Sang giai đoạn sau, thôi thì không còn kiêng kỵ gì nữa: một tờ báo phát hành mà không chỉ trích ai, không chỉ trích một cái gì là một tờ báo nhạt nhẽo không chịu được. Không kể thứ báo ra đời chỉ nhằm mục đích châm chích thiên hạ như tờ Con Ong (số 1, tháng 10, 1967), tờ Muỗi Sài Gòn (năm 1969) từ đầu đến cuối không có trang nào là trang không hài hước, hầu hết mọi báo khác đều có dành một bài để nhạo báng chế giễu. Báo nào cũng cố tìm cho được một tay đáo để, biết cách công kích, "đánh đấm", để viết "phim", viết hài đàm. Vì đánh đấm chuyên nghiệp, cho nên những tay ấy thường chọn bút hiệu lấy từ tên tuổi những hiệp sĩ lừng danh trong truyện Kim Dung: Kha Trấn Ác, Hư Trúc, Kiều Phong... Lại vì đánh đấm bằng nụ cười, cho nên lắm vị khác lại chọn những biệt hiệu nghe ngộ nghĩnh: Sức Mấy, Đạo Cấy, Ký Giả Lô Răng, Tú Kếu v.v...

Trong nhiều năm trời dưới chế độ đệ nhị cộng hòa những tay viết phim, những thi sĩ trào phúng như thế tha hồ đánh đấm vung vít; họ nổi tiếng như cồn, được nể vì, lắm khi được sợ hãi nữa là khác. Mỗi người một nét riêng: Thương Sinh tinh quái sát phạt, Kha Trấn Ác đột ngột táo tợn, Sức Mấy hư hư thực thực, Kiều Phong hóm hỉnh thông minh v.v... Có những trường hợp khó khăn: Tiền Tuyến là báo của quân đội, không thể làm diễn đàn đả kích nhân vật chính quyền hay chính sách nhà nước, vì vậy Ký Giả Lô Răng thay vì "đánh đấm" lại chuyển sang viết loại tạp ký nhẹ nhàng, thật có duyên; đôi khi cũng chê khen phẩm bình người này việc nọ, nhưng lời lẽ khéo léo tuyệt vời.

Hài đàm, trào phúng thời nào cũng có, nhưng vào giai đoạn sau 1963 ở Miền Nam không khí cười cợt bỗng trở nên náo nhiệt khác thường. Trước nhất là nhờ ở hoàn cảnh tự do tương đối rộng rãi lúc bấy giờ. Ngoài ra, nếu cần nhắc đến vai trò một đôi cá nhân, thật không nên quên Chu Tử. Nhà văn ấy cũng là một nhà báo có biệt tài, nhiều sáng kiến, can đảm, mưu cơ...; ông đã đem vào làng báo một không khí mới. Những mục "Ao thả vịt", "Nói chuyện với đầu gối" v.v... trên báo ông có phần đóng góp đáng kể vào những sáng kiến trào phúng một thời.

Thời đại mới và:

Văn hóa tiêu khiển

Vừa rồi chúng ta có ý nghĩ phong trào báo chí sau 1963 đã lôi văn nhân xuống đường, kéo họ nhập vào quần chúng, bắt họ tập lối viết lách giản dị, sáng sủa. Đó là khía cạnh tốt đẹp.

Trong nhiều trường hợp, khi đã lôi được nó không bằng lòng ngừng lại ở chỗ nên ngừng; "được thể", nó lôi tuột đi thật xa. Và đã có những văn nghệ sĩ kêu trời. Năm 1973, khi phải chọn cái truyện ngắn thích nhất để gửi in vào tuyển tập Những truyện ngắn hay nhất của quê hương chúng ta, nữ sĩ Túy Hồng đã chọn thiên truyện thứ ba trong đời cầm bút, tức cái sáng tác hoàn thành trong những ngày đầu tiên. Bà viết: "Bây giờ, sau khi đã tự hủy diệt rất nhiều ở nghiệp viết thuê cho báo hàng ngày, tôi khó lòng viết lại được những truyện ngắn như những truyện ngắn ở tập truyện đầu tay." Và chúng ta đã biết, Nguyễn Thị Thụy Vũ còn cay đắng hơn, độc mồm độc miệng hơn, gọi cái việc viết truyện là... đi khách! Còn Sơn Nam, ông không thèm so sánh hơn thua dở hay giữa truyện nhật trình với các truyện khác: ông phủ nhận luôn loại truyện ấy, ông cho là nó không phải văn chương. Đáp lời một cuộc phỏng vấn của tạp chí Văn, ông bảo: "Vài nhà văn đem tiểu thuyết đăng báo in thành sách, trình bày đứng đắn, không bán giảm giá, nhưng sách đó khó gọi là văn chương."

"Vài" nhà văn thôi sao? Phải nhiều hơn chứ. Và trong số ấy có...Sơn Nam, buồn thay. Bởi lẽ những cái "khó gọi là văn chương" lại ăn tiền đáng kể. Cho nên thật khó cầm lòng: tuy không chắc nó thuộc về văn chương vẫn cứ viết nó, rồi lại cứ in nó như thường. Tôi vừa kể tên Sơn Nam trong số những kẻ yếu lòng ấy, ông đừng ngờ tôi có ý xấu. Không có gì xấu cả, và những tác giả như ông không phải là một thiểu số trót làm điều nhảm nhí. Số tác giả như thế đông đảo lắm Và họ cùng nhau gây nên cái hiện tượng độc đáo của thời đại này, thời của kỹ thuật truyền thông đại chúng, của những món hàng tiêu thụ trong đó có thứ hàng hóa...văn chương.

Ở Âu Mỹ ngày nay nhật trình không có lệ hay đăng truyện nữa, nhưng Âu Mỹ lại có những món khác. Những món cũng hơi khó gọi là văn chương mà lại rất gần với văn chương, cũng phục vụ đại chúng, cũng ăn tiền bộn bề. Ở Pháp chẳng hạn, Marcel Duhamel chủ trương loại sách "Série noire" từ 1945 đến nay, đã bán ra hơn nửa tỷ cuốn sách; gần đây các loại truyện khoa học giả tưởng, truyện gián điệp, rồi đến loại truyện bằng hình vẽ, bằng hình chụp (nghe nói bán đến năm triệu tập mỗi tháng) v.v...những loại đó thành công to mà một phần lớn cũng khó gọi là văn chương lắm chứ không sao? Vẫn ở Pháp bây giờ người ta nhận thấy 80% các tác phẩm bị quên mất ngay một năm sau khi xuất bản, và hai mươi năm sau thì bị quên tới 99%. Thành thử cái tính chất của sự thành công bây giờ nó cũng đổi khác so với ngày xưa. Bây giờ, quần chúng cần nhiều, đọc nhiều, tiêu thụ nhiều, nhưng xài xong là vụt ngay quên ngay, là vội vàng đi kiếm cái mới ngay, không còn cái lối chắc lưỡi tấm tắc khen đi khen lại hoài như ngày xưa.

Bên ta thay vì mê "série noire" người ta mê truyện nhật trình, mê truyện chưởng Kim Dung. Đại khái cũng thế thôi. Mê Kim Dung như người Miền Nam mê vào những năm cuối thập niên 60 thật là quá cỡ: từ cậu học sinh trung học cho đến ông giáo sư đại học, từ anh lính chân chỉ cho tới ông tướng đôi ba sao, từ anh cán bộ phù động cho tới các ông tổng bộ trưởng, ai nấy đọc chưởng như điên, nói chuyện chưởng như điên. Bao nhiêu là văn nhân ký giả Việt Nam mang tên những nhân vật Kim

Dung. Hết Kim Dung đến Quỳnh Dao. Rồi cũng có "série
noire" nữa. Mặc dù không quan trọng như ở Âu Mỹ,
nhưng sự đóng góp của "série noire" vào phong trào văn
chương tiêu khiển Miền Nam cũng không thể bỏ qua:
chuyện điệp viên này điệp viên nọ, thầy Nô thầy Niếc,
chuyện rùng rợn dưới thời Đức Quốc xã, chuyện hoạt
động Mafia v.v..., các thứ truyện trinh thám gián điệp Tây
phương dịch ra đều được hoan nghênh. Năm 1972 sách
dịch chiếm 60% tổng số sách ra đời, năm 1973 sách dịch
tiến lên 80%, bao gồm nhiều loại nhưng tất nhiên loại
tiêu khiển thuộc đa số.

Món hàng văn hóa tiêu thụ xuất hiện tại một xứ
nghèo làm phát sinh ra cái hiện tượng cho thuê sách.
Thật vậy, giai đoạn sau 1963 cũng là giai đoạn của sách
cho thuê và báo cho thuê: nhật trình thuê đọc xong rồi
trả lại chỉ mất có tí tiền mà mỗi ngày đọc được bao
nhiêu là thứ báo, bao nhiêu là truyện chưởng, tiểu
thuyết phơi-dơ-tông! Còn sách, sách bị "khai thác" dữ
quá, khiến giới xuất bản phải tính kế đối phó. Bấy giờ đã
có những nhà xuất bản nghĩ ra cách in thật sát lề để... hại
giới cho thuê: sách trước khi đem cho thuê phải đóng
cặp bìa nhựa vào cho chắc, nếu không chẳng mấy lúc bị
tơi tả ngay; nay chữ in sát lề thì còn đục lỗ đóng bìa sao
được nữa!

Sách tiêu khiển, những sản phẩm văn hóa phù du ấy
từng tràn ngập Sài Gòn, hoành hành dữ dội một độ,
khiến lắm người hốt hoảng. Trên các tạp chí Bách Khoa,
Đất Nước, Trình Bày... đều có bài về nó. Tạp chí Văn số ra
ngày 8-6-73 có cuộc phỏng vấn nhiều người trong các
giới cầm bút, xuất bản, phát hành — từ Vũ Hoàng
Chương cho đến các ông Sống Mới, Nam Cường — về

sách dịch. Những sản phẩm văn hóa ấy, nó không đi cùng, không sánh vai với các trước tác công phu của thánh hiền, nó thích đi đôi với... phim chưởng. Nội trong một năm 1973, số phim chưởng nhập cảng là 206 bộ!

Truyền thông và thương mãi

Cuốn sách bây giờ nó thường cặp kè với những hình thức truyền thông: dĩ nhiên nó lém lỉnh chọn cặp kè với hình thức nào có thể dễ dàng đưa nó vào quần chúng rộng rãi hơn. Thơ thì ao ước đi với nhạc, truyện thì ham đi với phim ảnh.

Trước thỉnh thoảng cũng có những nhạc sĩ khoái thơ, cao hứng phổ nhạc một bài. Nhưng đó là chuyện họa hoằn. Sau này, ngoài những trường hợp kể trên, lại bao nhiêu là trường hợp khác thơ được mang đi nhờ phổ nhạc, rồi tức tốc đưa lên đài (phát thanh). Trong cái sản lượng mênh mông của thơ văn ngày nay mà một thi phẩm kiên nhẫn nằm chờ ngày nổi tiếng, chờ được thiên hạ biết đến, thì sốt ruột quá. Cứ được một "em" ca sĩ hát trên đài hay trong các phòng trà một cái là om sòm ngay. Trước 1963, phòng trà chưa thành phong trào; vào giai đoạn sau 1963 phòng trà phát triển, ca sĩ hưởng danh tiếng lớn, thơ bèn nảy ý đi sát nhạc.

Để ý đến tình hình phát triển của họa và nhạc người ta nhận thấy trước 1963 là giai đoạn tung hoành của họa, sau 1963 là giai đoạn tung hoành của nhạc. Thật vậy, hầu như mọi họa sĩ tên tuổi của thời kỳ sau Genève tại Miền Nam đều xuất hiện trong khoảng thời gian từ 1954 đến 1963. Các họa sĩ gọi là trẻ — trẻ đến như Trịnh Cung, Nguyễn Trung v.v... — đều nổi tiếng trước 1964; còn "già" như Thái Tuấn, Duy Thanh v.v...thì càng được biết tên sớm hơn. Sau 1963 không còn cái không khí sôi nổi của những cuộc Triển lãm Hội họa mùa Xuân mùa Thu nào, không còn được mấy nhân tài mới ra đời, trên báo chí cũng không mấy khi nói về hội họa nữa. (Cuốn Tìm hiểu hội họa của Đoàn Thêm được xuất bản năm 1962, cuốn Tìm đẹp cùng tác giả xuất bản năm 1964.) Trái lại sau 1964 thì có lắm nhạc sĩ mới (như Trịnh Công Sơn, Nguyễn Đức Quang, Miên Đức Thắng, Ngô Thụy Miên, Nguyễn Hữu Nghĩa, Phạm Thế Mỹ, Từ Công Phụng, Lê Uyên Phương...), ca sĩ mới (như Hoàng Oanh, Khánh Ly, Thanh Lan...), ban nhạc, đoàn hát mới (như The Dreamers của gia đình Phạm Duy, đoàn du ca của Nguyễn Đức Quang), các phong trào nhạc mới (như phong trào Hát cộng đồng, như Trầm ca, Tâm ca, Du ca, Đạo ca, Dân ca...); những cứ điểm tạo không khí mới cho sinh hoạt ca nhạc là những phòng trà (được nói nhiều nhất là Đêm Màu Hồng), những quán cà-phê lớn có nhỏ có mọc lên khắp nơi trên đất nước Việt Nam. Sự phổ biến rộng rãi của những phương tiện kỹ thuật (máy ghi âm, phát âm Hi Fi...) từ khi quân đội Mỹ sang Việt Nam đông đảo càng giúp cho ca nhạc lan tràn nhanh thêm.

Ca nhạc thành một cái "mốt". Năm 1970, tạp chí Đời số 57 có mở một cuộc phỏng vấn các "Văn thi sĩ hôm nay", trong đợt đầu đưa lên 35 vị. Mỗi vị đều nhận được 16 câu hỏi của tạp chí Đời, hỏi từ chuyện sáng tác đến chuyện đời tư (tình yêu, thú tiêu khiển, kỷ niệm vui buồn v.v...). Về các sở thích riêng, báo có hỏi các vị ấy thích đọc sách gì, thích chơi bài gì, thích hút thứ thuốc lá gì? v.v... Không hề có câu hỏi: thích loại tranh nào? thích họa sĩ nào? nhưng tất nhiên là có câu hỏi: thích giọng hát nào? Một số rất ít các vị tuổi tác không có ý kiến, nhưng các văn thi sĩ "hôm nay" thì đều phát biểu sôi nổi cả. Mỗi vị mê một giọng.

Thơ gặp nhạc như... rồng gặp mây. Phạm Thiên Thư mà được tình tứ thêm chắc chắn là một phần nhờ nhạc Phạm Duy. Cho nên độ ấy thi sĩ thân thiết với nhạc sĩ khá nhiều mà gây rắc rối cho nhạc sĩ vì chuyện phổ nhạc cũng có nữa!

Còn truyện với phim, ôi cũng keo sơn quá lắm. Trước 1964 tiểu thuyết Việt Nam được đưa lên màn ảnh rất hiếm. Sang giai đoạn này thì cơ hồ có một phong trào thi đua nhảy vọt... vào màn ảnh, thi đua giữa các nhân vật tiểu thuyết.

Vào khoảng các năm 1972, 73, 74, tạp chí Văn mở một loạt phỏng vấn các nhà văn. Đối với nhiều tiểu thuyết gia, báo có đặt ra câu hỏi về chuyện truyện được quay phim, Nhã Ca cho biết có ba tác phẩm, Bình Nguyên Lộc cũng có ba, Duyên Anh có bốn, Nguyễn Thị Hoàng nói đến vài tác phẩm; ngoài ra được biết Văn Quang có hai, Mai Thảo có bốn tác phẩm đã quay thành phim, còn như Chu Tử thì cuốn tiểu thuyết đầu tay vừa xuất bản đã lên đường vào thế giới phim ảnh ngay. Truyện của Ngọc Linh không những lên màn ảnh, còn lên cả sân khấu cải lương.

Từ một bài thơ một cuốn truyện chuyển sang một bài hát một cuốn phim, số lượng quần chúng thưởng ngoạn tăng lên, phạm vi phổ biến mở rộng không biết bao nhiêu mà kể. Nhạc và phim có sức quảng cáo cho thơ và truyện hết sức mạnh mẽ. Và quảng cáo là yếu tố quan trọng trong sinh hoạt văn nghệ của giai đoạn sau này. Có những trường hợp quảng cáo làm ra giá trị tác phẩm, ít ra là giá trị nhất thời, phù du.

Dĩ nhiên đây không phải là một phát minh của Sài Gòn, của Miền Nam. Bên Tây phương vai trò của quảng cáo cho món hàng nghệ thuật đã được chú trọng từ lâu, nhưng ở ta phải chờ đến thập niên 60 thì chuyện ấy mới thành sự kiện nổi bật. Xưa kia có bán vẫn phải có rao, tuy vậy cái sự rao hàng của văn nhân tài tử vẫn còn phần nào kín đáo. Sau này, bắt đầu từ Tây phương, giới làm ăn (các nhà xuất bản, phát hành) ứng dụng phép tắc quản trị kinh doanh, sử dụng các thuật truyền thông, không chịu nhường bước các đồng nghiệp kinh doanh trong những địa hạt khác. Và họ có lý. Quảng cáo quả nhiên có hiệu lực lớn. Rốt cuộc ta không thể không theo. Dùng một số kỹ thuật quảng cáo, tổ hợp Gió dựng nên "hiện tượng Lệ Hằng". Giới thiệu cuốn Hòa bình... nghĩ gì? làm gì? (1969) Nguyễn Mạnh Côn mở tiệc ra mắt sách ở nhà hàng Văn Cảnh, quan khách vài trăm người, tai to mặt lớn, tốn kém đến mấy trăm nghìn bạc; rồi Phan Nhật Nam cũng lại có cuộc ra mắt sách ở nhà hàng Continental v.v... Hồi ở Sài Gòn nổi lên phong trào dịch sách Kim Dung, Quỳnh Dao, nhiều người có bài mổ xẻ hiện tượng này: Quỳnh Dao là một cây bút tầm thường, tại sao được say mê đến thế? Trên tạp chí Văn số ra ngày 27-11-72 đại khái Vũ Hạnh cho rằng đó là kết quả của quảng cáo: dân đô thị dễ bị quảng cáo chi phối, khi quảng cáo đã làm cho truyện Quỳnh Dao, phim Lý Tiểu Long thành cái mốt rồi thì kẻ không xem lo mình thành lạc điệu, lạc hậu! Thế là cùng xúm nhau xem. Sau này,

Trần Hữu Tá ở Bắc vào, "chịu" lập luận ấy lắm, cho là "xác đáng hơn cả."[133]

Tóm lại vào giai đoạn từ 1964 về sau, trong sinh hoạt văn học ở Sài Gòn bắt đầu xuất hiện cái sự việc đã diễn ra từ lâu ở Âu Mỹ: truyền thông và thương mại tung rộng tác phẩm văn nghệ ra quần chúng bằng một cái đà mới rất mạnh mẽ, nhưng đồng thời cũng hạ thấp nó xuống, tạo ra một thứ văn chương không phải là văn chương. Cái đó, Sơn Nam bảo "khó gọi là văn chương", Pháp bảo là paralittérature. Gọi là cái "thế vì văn chương", là một thứ "ngụy văn chương" v.v..., sao cũng được. Nó đặt ra một vấn đề của thời đại mới: vấn đề ranh giới của văn chương. Trong số muôn vàn cuốn truyện viết ra, từ những cuốn của Tolstoi, của Balzac, Nhất Linh, cho đến những cuốn truyện gián điệp, truyện Quỳnh Dao, truyện nhật trình, đọc qua rồi vứt, đâu là ranh giới phân biệt cái văn chương với cái phi văn chương, với thứ hàng tiêu khiển để xài nhất thời? Lấy gì làm dấu hiệu nhận ra cái văn chương tính (littérarité) của một công trình xây dựng bằng ngôn ngữ?

Phụ nữ và thiếu nhi

Chiều hướng văn chương bình dân hóa đưa đến lắm chuyện khác nữa; chính vào giai đoạn này mà người độc giả Miền Nam đổi giống và bị trụt tuổi.

---

[133] Văn hóa, văn nghệ Miền Nam dưới chế độ Mỹ-ngụy, của Trà Linh, Phong Hiền, Trịnh Tuệ, Quỳnh Hoa, Lục Bình, Thạch Phương, Trần Hữu Tá, do nhà xuất bản Văn Hóa, Hà Nội, in năm 1977, trang 415.

Như chúng ta đã biết, người độc giả tiêu biểu của giai đoạn 1954-63 là đàn ông, sang giai đoạn sau 63 là đàn bà, là con gái, rồi lại là thiếu nhi.

Còn nhớ khi nữ giới tiêu thụ nhiều sách báo hơn nam phái, tạp chí Văn hỏi Mặc Đỗ, ông trả lời: "... trong chiến tranh, độc giả sách phần lớn là phụ nữ có trình độ kiến thức khiêm nhượng, họ có thì giờ và có tiền hơn bọn đàn ông bận chiến trận. Cứ nhìn vào sự thành công của những loại tiểu thuyết tình cảm và do đàn bà viết rất "bạo" cho đàn bà đọc thấy thích như mó vào trái cấm, đủ thấy rõ như vậy."[13][134] Lại đến khi thấy Nhã Ca viết cho các em thiếu nữ, báo Văn hỏi Nhã Ca, bà đáp: "Đầu đuôi thế này: có lẽ vì thấy mình sắp già đến nơi, tôi quyết định phải đền đáp gấp cho các bạn trẻ của tôi, bằng cách hoàn thành mười truyện dài viết riêng về tình yêu và tuổi trẻ." Một lần khác, Nguyễn Nam Anh (cũng thay mặt báo Văn) nói chuyện với Duyên Anh, nhà văn chuyên viết về tuổi thơ cho tuổi thơ, và cũng nhặt được của Duyên Anh một câu tương tự: "Như một người về già thích tuổi thơ vậy." Người "về già" là Duyên Anh lúc bấy giờ chừng 38 tuổi, và người "thấy mình sắp già" là Nhã Ca được 34 tuổi. Dù sao, không phải lúc nào người cầm bút bắt đầu có tuổi tác cũng lo viết cho tuổi thơ. Vả lại các vị ấy có lẽ chẳng qua muốn tìm một câu nói cho có duyên hơn là cố tình phân tích lý do, còn chúng ta thì đã có lần dông dài về vấn đề này rồi, bất tất phải thêm thắt nữa.

Chỉ biết theo cái chiều hướng văn nghệ phổ cập rộng rãi thêm đến các tầng lớp độc giả mỗi lúc một thấp hơn,

---

134 Văn, số ra ngày 8-6-1973, trang 3.

vào giai đoạn sau 1963 xuất hiện một phong trào sách báo cho phụ nữ và thiếu nhi. Năm 1966 ra đời tờ Tuổi Xanh, năm 1969 tờ Tuổi Ngọc của Duyên Anh, năm 1970 tờ Tuổi Hồng, tờ Thằng Bờm. Lại còn các tờ Tuổi Hoa, rồi tờ Thiếu Nhi (1971-1975) của Nhật Tiến, tờ Yết Kiêu của Lê Tất Điều v.v... Hai nhà văn vừa kể từ trước vẫn viết về thiếu nhi, đặc biệt là thiếu nhi bất hạnh; vào giai đoạn sau này Lê Tất Điều còn có thêm một cuốn rất thành công, tức cuốn Những giọt mực (1970). Nhưng chuyên về thiếu nhi vẫn là Duyên Anh (với các cuốn Luật hè phố – 1965, Thằng Vũ – 1965, Bồn lừa – 1967, Con suối ở Miền Đông – 1969, Thằng Côn – 1969, Lứa tuổi thích ô mai – 1970, Tuổi mười ba – 1970...), là Từ Kế Tường (với Những lá thu mưa – 1968, Cánh bướm – 1970, Môi hồng – 1970...)

Cái trâng tráo

Chiến tranh và hỗn loạn, hoàn cảnh xã hội của giai đoạn 64-75 tạo cho người ta một lối sống khác hẳn trước.

Chết chóc dễ dàng quá, mạng sống mong manh quá, đành chặc lưỡi: Hơi đâu lo lắng. "Hỡi ơi, sống chết là mưa nắng." Còn sống ngày nào hãy hưởng vội những gì có thể hưởng: đớùp hít tưng bừng, yêu cuồng sống vội v.v... Giai đoạn này là giai đoạn của những truyện tình táo bạo của dục tình sôi động, cũng là giai đoạn của khẩu ngữ trong văn chương, của những tiếng nói mới — thường thường xuất từ tờ báo của binh chủng không quân, một binh chủng trí thức, có tiếng bay bướm — tiếng nói hóm hỉnh, nghịch ngợm, mà phản ảnh một tinh thần hưởng lạc trắng trợn: đớùp một chầu, thơm em một cái, sức mấy mà buồn v.v...

Trong hỗn loạn bày ra những cái ti tiện của con người: ai nấy có dịp chứng kiến cảnh các cha các thầy làm điều xằng bậy dơ bẩn, các tai to mặt lớn lừa gạt phản bội nhau, buôn lậu hột xoàn thuốc phiện, các chính khách, các nhà "cách mạng" muối mặt trở tráo v.v... Thế hệ này càng mất tin tưởng, càng luôn miệng kêu là bị các thế hệ cha anh thiếu tài thiếu đức đưa tới chỗ tai họa. Lời lẽ mỗi lúc một thêm khinh bạc, xấc láo. Người ta không tin vào ai nữa, vào cái gì nữa, coi thường tất cả, khinh miệt tất cả. Hồi 1954 có một cuộc đình chiến, đến 1973 cũng lại có một cuộc đình chiến nữa, nhưng tình hình khác nhau xa. Sau 1954 lớp nghệ sĩ trí thức từ "bên kia" về đem theo một không khí mới, gây một phấn khởi, dựng nên một nền văn nghệ mới. Lai rai từ trước tết Mậu Thân rồi sau này, sau ngưng bắn 1973, cũng có những người "bên kia" về: Kim Nhật tiết lộ về cục R (Về R, 1967), Phạm Thành Tài viết trên Khởi Hành, Xuân Vũ viết Đường đi không đến v.v..., không ai được chú ý. Dư luận dường như không còn mấy quan tâm đến cái phải cái quấy của bên này bên kia nữa, vấn đề chính nghĩa với lý tưởng không còn mấy quan trọng nữa. Chỉ còn một sự khao khát hòa bình, vậy thôi (Nhã Ca: Một mai khi hòa bình (1969), Nguyễn Mạnh Côn: Hòa bình... nghĩ gì? làm gì? (1969).

Nói chung, giai đoạn trước nghiêm chỉnh tin tưởng thì giai đoạn này giễu cợt, chán chường, bất cần, ngỗ ngược, trâng tráo.

Chính biến 1-11-63 có hồi được gọi là một cuộc cách mạng. Rồi sau đó toàn thị là những chuyện to lớn: cách mạng, phản cách mạng, khởi nghĩa, đồng khởi nghĩa v.v... Trong khi ấy, trên địa hạt văn nghệ chỉ xảy ra một cuộc nổi dậy: cuộc nổi dậy của cái trâng tráo. Nó nổi dậy và củng cố ngay một địa vị vững vàng, không hề bị lật đổ, thay thế, chỉnh lý chỉnh liếc gì ráo.

Trâng tráo xuất hiện trên trang sách là do bởi cái trâng tráo trong lòng người. Còn cách mạng, đồng khởi nọ kia, là những xáo trộn ngoài xã hội; e nó không sâu, nó không thâm bằng chút chuyện nổi dậy trên trang sách. Vì đây là sự đảo điên tận trong tâm hồn.

Người đầu tiên tung ra lối viết... tàn bạo này không phải là một người trẻ, thuộc thế hệ 64-75. Cũng không hẳn là thuộc thế hệ 54-63, về mặt tuổi tác. Đó là một kẻ đứng tuổi, từng trao tiền cho Vũ Hoàng Chương, toan xuất bản thi phẩm đầu tay của ông Vũ từ hồi tiền chiến: tức Chu Tử. Mặc dù có duyên nợ với văn chương sớm như thế, nhưng Chu Tử chỉ bắt tay viết vào cuối thời đệ nhất cộng hòa. Và khi ông đến với độc giả, ông đến như một khuôn mặt mới mẻ hoàn toàn, mới mẻ và trẻ trung, và đột ngột, xông xáo, ngổ ngáo. Ông mở đầu giai đoạn bằng cái tinh thần ấy. Trong lớp trẻ của giai đoạn sau này có bao nhiêu người — cả người đọc lẫn người viết — mê ông, theo ông. Truyện ông thành công, báo ông thành công, nghĩa là bán chạy. Lối viết của ông có ảnh hưởng rộng rãi: sau ông lắm kẻ cũng trổ tài đập phá, ngổ ngáo, chịu chơi... Nhưng cho đến cuối cùng vẫn chưa có ai qua mặt ông được, vì Chu Tử không phải chỉ chịu chơi trên trang giấy bằng ngòi bút, mà bằng cả cuộc đời. Ông sống như ông viết: Làm tiền ào ạt, vung tiền cũng dữ dằn; ăn chơi cờ bạc hưởng lạc đến nơi đến chốn, mà vì niềm tin tưởng của mình cũng không ngại lao mình vào

những hoạt động táo tợn, đụng độ với những nhân vật
thế lực, nhiều lần trong đời ông đã đối đầu với súng đạn
và sau rốt kết liễu cuộc đời bằng súng đạn.

Trong tiểu thuyết của ông có những nhân vật cynique
(chữ của ông). Trên các nhân vật ấy, chính tác giả là một
người cynique, cầm đầu đám cynique. Một người dám
nói toạc những điều khó nói, viết thẳng những điều
thiên hạ ngại ngùng, làm những điều bất ngờ, nghịch
thường. Chu Tử làm như thế, và tạo ra những nhân vật
như thế.

Sau khi cuốn Yêu ra đời, theo lời ông[14]135 thì một
số độc giả đã cho rằng câu chuyện bà Hằng "ủng hộ"
người dân quân du kích là vô lý, riêng thi sĩ Nguyễn Vỹ
còn cho rằng bà Hằng vừa gặp Thúc đã trao thân ngay
cho Thúc là quá ư đột ngột. Đại khái, người ta thấy hành
động như vậy cynique quá, trâng tráo quá, bất chấp lối
xử sự thường tình, trông không giống ai, có vẻ không
thực. Ai lại chàng trai gặp người yêu lý tưởng bỗng trắng
trợn xin ủng hộ tý sinh lý là cái quái gì? ai lại một người
đàn bà học thức quen biết với mấy thiếu nữ xinh đẹp nề
nếp, bố con người ta vừa đến nhà, thoắt cái đã ăn nằm
ngay với ông bố. Quả có trâng tráo chứ.

Kỳ thực, không cần phải chờ đến những chuyện động
trời như thế. Mới vào truyện, một chi tiết nhỏ nhặt đã
báo hiệu một cái gì khác thường: Khi ông Thúc bảo cho
gia đình biết cái tin là bạn của ông, tức ông giáo Đạt,
muốn hỏi Diễm là con gái của ông làm vợ, tức thì chị của
Diễm là cô Uyển hỏi ngay bố: "Sao ông ấy không hỏi con,
ba nhỉ?"

---

135 "Lời người viết" trong bản in lần thứ hai.

Trời đất, sao mà kỳ cục. Hỏi vậy cố nhiên chẳng chết ai, chẳng thiệt hại gì ai, nhưng đời nào con gái lại hỏi xông xổng như vậy bao giờ. Hỏi thế thì không có "ai" bị thiệt hại, nhưng cái nết e lệ cố hữu, cái ý tứ truyền thống của đàn bà con gái xứ ta thì nó bị thiệt hại nặng. Không cần phải giở đến trò ngoạn mục như "ủng hộ" sinh lý, Chu Tử chỉ cho nhân vật mình thỉnh thoảng ăn nói những câu sống sượng bất ngờ cũng đủ làm người độc giả lớp cũ giật mình chán. Không cần những nhát búa mạnh, chỉ gõ khe khẽ, đập khe khẽ vào nề nếp, vào truyền thống, vào cái thường tình, ông đã làm nó long lở bộn bề. Bởi nó không còn vững mấy trong hoàn cảnh xã hội lúc này.

Huống chi Chu Tử không phải là kẻ thích chuyện khe khẽ. Ông là một người ồn ào, ông sản sinh ra những nhân vật gàn bướng táo tợn. Anh chàng Tiến trong cuốn Tiền thì khi quyết định "quyến rũ" bà Nguyệt liền tiến hành ngay bằng cách đón bà ta trước cửa cầu tiêu để hôn ẩu; cô Nguyệt thiếu nữ trong trắng yêu tu sĩ Thanh thì đến thẳng tại phòng anh ta, hỏi: "Em hỏi thực anh, giá lúc này em trao thân gửi thịt cho anh, để anh và em biết thế nào là "ái ân" thì anh nghĩ sao?" Anh bàng hoàng, anh còn đang "nghĩ", cô ta liền dồn tới: "Em muốn được làm vợ anh, ngay bây giờ... ngay lúc này..." Lúc ấy hai người đang ở trong một phòng của nhà chùa! Nhưng chùa thì chùa chứ, "em" đã muốn còn cách nào khác.

Cynique, trâng tráo là thế. Mọi sự coi thường, mọi chuyện đều nói được, làm được hết. Sau Chu Tử, lời lẽ mỗi lúc một bạo dạn, một ngông nghênh, gàn bướng. Văn hoạt kê kiểu Thương Sinh, thơ hài hước kiểu Tú

Kếu, truyện ngắn kiểu Trần Thị NgH, thơ kiểu Nguyễn
Đức Sơn v.v... là cả một phong trào, một cuộc thừa thắng
xông lên, một cuộc nổi dậy.

"Đầu tiên tôi thở cái phào,
bao nhiêu phiền não như trào ra theo
nín hơi tôi thở cái phèo
bao nhiêu mộng ảo bay vèo hư không
sướng nên tôi thở phập phồng
mây bay gió thổi trời hồng muôn năm
mai sau này chỗ tôi nằm
sao rơi lạnh lẽo âm thầm biển ru"

Nhân sinh hữu hạn, vũ trụ vô cùng: được lắm. Nằm
sảng khoái trên bờ biển cho quên phiền não: tốt thôi.
Nhưng còn những tiếng thở "cái phào cái phèo" nghe kỳ
cục và ồn ào một cách khiêu khích: đã thế lại còn cái
"sướng", chướng ơi là chướng! Chữ "sướng", cái chữ sổ
sàng ấy nó không từng có trong ngôn ngữ thi ca xưa nay.
Thành thử dù khi ý tưởng không nghịch thường đi nữa
thì phong cách vẫn cứ phá cách, ngang phè, quái dị.

Không phải chờ đến 1963, 64, một thế hệ trẻ mới ngờ
vực, phản đối, mới mất niềm tin. Vẫn chính Chu Tử đã
mô tả Hiệp, một thanh niên mới từ Bắc di cư vào Nam
ngay từ hồi 1954 như một nhân vật có tâm trạng mệt
mỏi, chán ngán, "tâm trạng một kẻ lạc lõng, đi tìm tin
tưởng để có lý do sống (...) từ khi tỉnh mộng "Việt Minh",
chàng bơ vơ, cố bấu víu vào bất cứ cái gì để sống, để tạo
tin tưởng, nỗi thất vọng của chàng đối với các chính
quyền quốc gia liên tiếp..."[136] Tuy nhiên, sang giai đoạn

---

[136] Chu Tử, Loạn, tái bản tại Hoa Kỳ, không ghi nhà xuất
bản và năm tháng, trang 191.

sau 1963, thất vọng ấy chuyển sang một cung bực mới, hiển nhiên trầm trọng.

Cái trâng tráo sau 1963 phải phổ biến rộng rãi đến một mức nào đó nên một nữ sĩ như Nguyễn Thị Thụy Vũ mới có thể thản nhiên đáp lời Du Tử Lê trong một cuộc phỏng vấn của tạp chí Văn: "Hình như tôi thường nghiêng nặng về những nhận vật cynique hơn là những nhân vật sống hợp lý với cuộc đời... Có lẽ tôi sống giữa lũ bạn bè cynique nhiều quá chăng?" Chắc chắn thế. Nữ sĩ có "lũ bạn bè cynique" của mình, các nhân vật bà dựng nên cũng tha hồ dập dìu đàn đúm với "lũ bạn bè cynique" nườm nượp xung quanh họ: những nhân vật của Nguyễn Thị Hoàng, của Trần Thị NgH, của Lệ Hằng v.v... chẳng hạn.

Trâng tráo là cách phát biểu cực đoan của tinh thần hoài nghi. Cái cực đoan là của giai đoạn sau 63, tinh thần ngờ vực là của chung cả một thời kỳ. Sau 54 hoài nghi đưa tới xét lại, tìm kiếm; sau 63 nó đưa tới chỗ chán nản.

Dù không ở trong hoàn cảnh khốn đốn như ta, hình như Pháp cũng có một hiện tượng văn học tương tự. Người ta nói đến cái xu hướng tiểu luận của thế kỷ hai mươi (l"essayisme du XXe siècle): từ đầu thế kỷ đến nay hầu như nhà văn lớn nào cũng có viết ít nhiều tiểu luận, như L"homme révolté của Albert Camus, Situations của J. P. Sartre, tuyên ngôn của A. Breton v.v... Essai là tên tác phẩm của Montaigne hồi thế kỷ XVI, tiêu biểu cho tinh thần ngờ vực, phản đối, xét lại. Ở ta từ đầu thời kỳ 1954-75 từng có phong trào mê say triết lý, ham suy tưởng, soát lại các giá trị tinh thần, "nhận định" về mọi vấn đề, "đi tìm một căn bản tư tưởng", vạch tìm một "luyến ái quan" mới v.v... Càng về sau những tiểu luận như thế càng xuất hiện nhiều, khiến có người đã đem ra đùa giễu. Nhân vì có những kẻ ra sách Nhận định I, Nhận định II, Nhận định III, Tạp bút I, Tạp bút II, Tạp bút III, Thái độ I, Thái độ II, v.v..., trên tạp chí Văn có lần ông Nguyễn Minh Hoàng (dưới một bút hiệu nào đó) đã gợi đến những cuốn Lăng nhăng I, Lăng nhăng II! Lăng nhăng hay không lăng nhăng, đây là một thời có nhiều thắc mắc, tìm tòi. Và cuối cùng, cuối mọi suy tư rối rắm, tế nhị, là một sự trâng tráo.

Phong trào về nguồn

Ở đời vẫn xảy ra những cái mâu thuẫn, tréo cẳng ngỗng. Một xu hướng văn chương ngỗ nghịch lại đồng thời với một phong trào bảo tồn truyền thống. Thái độ khinh bạc đi cùng với một thái độ trân trọng. Bởi vì cũng vào giai đoạn sau 1963 từng xuất hiện một phong trào "về nguồn".

Năm 1962, một nhân viên Thông tin quê ở Quảng Ngãi cho xuất bản một cuốn sách giới thiệu tỉnh mình, cuốn Non nước xứ Quảng. Không ai hay biết, không ai chú ý đến tác phẩm khiêm tốn ấy, không một tờ báo nào nói đến nó; thế nhưng ông Phạm Trung Việt vẫn bán được chút đỉnh, bán lai rai. Đó là điều quan trọng lắm, bởi vì ông tự bỏ tiền ra in sách, dù ghi là sách do Thiên Bút văn đoàn xuất bản. Cuối cùng, ông cũng bán hết sách (chắc chắn in không nhiều, chừng một nghìn bản). Năm 1965 ông tái bản, và lại bán hết nữa. Lần này nhà xuất bản Khai Trí để ý đến tác phẩm của Phạm Trung Việt: từ năm 1969 về sau, sách ấy do Khai Trí tái bản.

Cũng từ khoảng 1965 về sau, nhiều người khác viết địa phương chí và nhiều vị thành công. Ông Nguyễn Đình Tư năm 1965 cho in cuốn Non nước Phú Yên với lời tựa của Nguyễn Hiến Lê, năm 1969 lại có cuốn Non nước Khánh Hòa. Nhưng công phu và xuất sắc nhất có lẽ là hai cuốn Non nước Bình Định (1967, 515 trang) và Xứ trầm hương (1969, 480 trang) của Quách Tấn. Tất cả những tác phẩm ấy đều được độc giả đón tiếp nồng nhiệt.

Loại biên khảo này trở thành phong trào từ giữa thập niên 60 đến giữa thập niên 70. Ngoài những cuốn được xuất bản, còn bao nhiêu là cuốn địa phương chí khác phổ biến dưới hình thức bản đánh máy, hay in ronéo. Khắp Miền Nam không tỉnh nào là không có một cuốn địa phương chí.

Tất nhiên địa phương chí không phải là tác phẩm văn nghệ, phong trào viết địa phương chí không phải là một phong trào văn nghệ. Chỉ thỉnh thoảng chúng ta mới bắt gặp trong các sách địa phương chí một đôi cuốn có giá trị nghệ thuật, như tác phẩm của thi sĩ Quách Tấn, mà thôi. Nhưng ở đây tôi muốn ghi nhận một điểm tâm lý của đồng bào ta vào giai đoạn ấy: cái tâm lý tự dưng quay về với quê hương, chăm chút quí trọng từng đặc điểm, đặc sản của địa phương, ghi chép từng câu hò câu hát, tò mò xem xét từng lá rau ngọn cỏ nơi quê mình. Gần thì làng quê, tỉnh quê, xa rộng hơn thì cả nước là quê hương. Tất cả chợt trở nên đáng yêu đáng quí vô ngần.

Địa phương chí là một hình thức quay về nguồn gốc. Loại sách tìm hiểu phong tục của Toan Ánh là một hình thức khác.

Toan Ánh là một tác giả thuộc thế hệ tiền chiến, sách của ông như những cuốn Phong lưu đồng ruộng, Thanh gươm Bắc Việt (1950) ra đời đã lâu, không được chú ý. Mãi đến năm 1959 ông còn cho in cuốn Bó hoa Bắc Việt với bài tựa của Bùi Xuân Uyên và cuốn Ký vãng với lời tựa của Triều Đẩu là một tác giả không mấy tiếng tăm. Thế rồi giữa thập niên 60 bỗng dưng sách tìm hiểu quê hương, tìm hiểu dân tộc, sưu tầm cổ tục của Toan Ánh thành một món thời thượng, được tranh nhau mua, được xuất bản tới tấp, cuốn cuốn dày cộm, trông đồ sộ quá chừng. Bấy giờ chắc chắn ông nổi danh hơn cả các vị từng đề tựa cho sách ông.

Cũng vào lúc bấy giờ trong giới sinh viên lại nổi lên phong trào mua một thứ sách thời thượng nữa: là sách triết học Kim Định. Sách ấy có được đọc nhiều chăng? Không thể biết được; đây không phải là thứ sách dễ đọc. Nhưng mua nhiều, yêu thích nhiều thì hiển nhiên. Kim Định phát huy cái triết lý của Việt nho. "Nho" là của Á Đông da vàng, đã là một cái khoái rồi; lại còn "Việt" nữa thì chịu sao thấu mà bảo không yêu?

Chuyện dân tộc có lúc đi quá đà, hóa ra chuyện chủng tộc. "Người con gái Việt Nam da vàng", câu hát ấy được nghêu ngao khắp nơi. Một điểm tâm lý đã thể hiện trong văn chương tất có thể hiện trong những ngành nghệ thuật khác: hát xướng chẳng hạn. Phạm Duy cho xuất bản một cuốn biên khảo về dân nhạc Việt Nam và những tuyển tập Dân ca, in đi in lại hoài. Bấy giờ có những ca sĩ chuyên hát dân ca (Tuyết Hằng, Hoàng Oanh...) Gái da vàng, qua cầu gió bay, quạ kêu, ngựa ô, con sáo qua sông v.v... trong thập niên cuối cùng trước khi sụp đổ khắp trời Miền Nam bàng bạc những điệu hát quen thuộc, những câu hò tự nghìn đời truyền lại.

Sáo ngữ của giai đoạn văn học này là những tình tự dân tộc, tinh thần dân tộc, mẹ Việt Nam, mẹ đau thương, mẹ gầy mòn, nước mắt mẹ già v.v... Trên các báo Hành Trình, Đất Nước... có rất nhiều tình tự dân tộc; Lý Chánh Trung có cả một cuốn sách Tìm về dân tộc (1967); Bình Nguyên Lộc, một tiểu thuyết gia, bỗng dưng cũng đeo đuổi cả một công trình nghiên cứu qui mô về nguồn gốc dân tộc; Sơn Nam đặt vấn đề Người Việt có dân tộc tính không (1969); Doãn Quốc Sỹ ca ngợi Người Việt đáng yêu (1965); Vũ Hạnh (dưới bút hiệu Hồng Cúc) viết Người Việt cao quí, cuốn sách bán rất rộng rãi... Nhiều cơ sở văn nghệ ra đời vào độ ấy cũng chọn cho mình những cái tên thấm nhuần tinh thần về nguồn: báo Giữ Thơm Quê Mẹ, nhà xuất bản Ca Dao, Bách Bộc, An Tiêm v.v...

Và một vài vấn đề trở nên sôi nổi: thơ văn yêu nước, hoạt động yêu nước chống ngoại xâm. Nguyễn Văn Trung đặt lại giá trị hoạt động văn học của Phạm Quỳnh trên tinh thần dân tộc; Thái Bạch sưu tầm thơ văn yêu nước chống Pháp; Nguyễn Văn Xuân khảo về các gương kháng Pháp, về phong trào Duy Tân của Phan Chu Trinh ở ngoài Trung, Sơn Nam về một phong trào tương tự trong Nam; Nguyễn Văn Hầu, Phạm Long Điền sưu tầm văn học truyền khẩu dân tộc, văn học đối kháng thực dân trong Nam v.v... Chuyện nghiêm chỉnh, công phu, có giá trị, cũng như chuyện qua quít, nhăng nhít (của Thái Bạch chẳng hạn) cùng tiến hành rầm rộ. Tiến hành trong... tình tự dân tộc, trên tinh thần về nguồn.

Dù về nguồn là hay, không phải lúc nào người ta cũng hối hả về nguồn như vậy. Tất có một vài lý do. Trong trường hợp này điều đáng nghĩ đến trước tiên chắc chắn là sự hiện diện của người Mỹ.

Mỹ đến là để giúp Miền Nam, nhưng người Việt vẫn cứ cảm thấy sự hiện diện nọ là một hiện diện uy hiếp. Người Mỹ đông đảo quá, giàu có quá, cao lớn nghênh ngang quá; tiền bạc Mỹ, văn hóa phẩm Mỹ và lối sống Mỹ đảo lộn nếp sống Việt. Về nguồn là một phản ứng tự vệ của dân tộc.

Cuộc tiếp xúc với người Mỹ tuy ngắn ngủi nhưng đã có ảnh hưởng mạnh. Ảnh hưởng có thể chưa sâu xa, nhưng quả là mạnh mẽ. Cái quần cái áo, cái tóc cái tai, lời ăn tiếng nói, điệu bộ, bài hát của thanh niên nam nữ Việt ở các đô thị thay đổi nhanh như chớp.

Vào giai đoạn này có một phong trào dịch thuật ở Sài Gòn. Nói chung chúng ta đón nghe tiếng nói bốn phương bất cứ từ đâu đến: Tàu cũng như Tây, Nam Mỹ có mà Nga xô cũng có; tuy nhiên sách Mỹ vẫn có sức tràn lấn hơn các sách khác vì nó có nhiều phương tiện hơn. Ngoài những tác phẩm Mỹ được chọn dịch theo sở thích của dịch giả, theo đòi hỏi của độc giả, lại còn những tác phẩm được cho dịch theo chủ trương của các cơ quan văn hóa Mỹ, những sách do nhà xuất bản Hiện Đại ấn hành chẳng hạn. Từ 1963 về trước, văn hóa Tây phương đối với chúng ta là Pháp, cùng lắm là Âu châu. Sau 1963, độc giả Việt Nam làm quen với văn hóa Hoa Kỳ: sách tiêu khiển thì trinh thám gián điệp Pháp phần lớn cũng dịch từ Mỹ ra; tình ái lâm ly thì Eric Segal sôi nổi kém gì Francoise Sagan; triết lý "cách mạng" thì Herbert Marcuse trẻ trung hơn Jean Paul Sartre; truyện ngắn truyện dài thì Saul Bellow, J. D. Salinger, John Updike, H. Miller v.v... "mới" ra phết. Có những tác giả nổi tiếng vì dịch sách Hoa Kỳ (như những vị đã dịch Bố già, Bắt trẻ đồng xanh v.v...). Thời gần đây, người Việt Nam từng hoan hỉ tiếp nhận sách Khang Hữu Vi, Lương Khải Siêu, văn thơ Balzac, Lamartine, V. Hugo..., lẽ ra khi đến lượt văn hóa Hoa Kỳ, nó cũng gặp một thái độ cởi mở như thế. Tiếc rằng văn hóa phẩm Mỹ đến cùng lượt với quân đội Mỹ trong khung cảnh bom đạn chết chóc nên không được vui. Gặp ông khách mạnh át cả chủ, chủ dù vồn vã bản năng tự vệ cũng ngầm xui chuyện về nguồn.

Phong trào dịch thuật

Nhân chuyện sách Mỹ, nên nói luôn cả về phong trào dịch thuật nói chung, vì có lẽ đó cũng là một lý do nữa khiến phát sinh tâm lý về nguồn. Người ta nhận thấy giai đoạn sau 1963 ở Miền Nam bỗng có sự chú ý đặc biệt hướng ra ngoài.

Một nhà xuất bản ra đời thoạt tiên với chủ trương là chỉ in sách dịch: nhà Giao Điểm. Tháng 4-1963 tác phẩm đầu tiên của nhà này được tung ra với lời ghi ở trang cuối: "Cơ sở xuất bản của một nhóm văn nghệ trẻ và nghèo: Giao Điểm chủ trương phiên dịch và xuất bản một số tác phẩm của ba tác giả: Albert Camus, Merleau Ponty và Jean-Paul Sartre." Bán nguyệt san Văn là tờ tạp chí văn nghệ sống từ đầu tới cuối giai đoạn này, trong hơn mười một năm nó dành ra hơn chín chục số đặc biệt cho văn học ngoại quốc. Tức là xấp xỉ một phần ba tổng số báo xuất bản. Hình như chưa bao giờ một tạp chí văn nghệ nước nhà dành cho các nước ngoài một phần quan trọng đến thế.

Và đó không phải là do cái sở thích riêng của người chủ trương tờ Văn. Bởi vì văn nghệ ngoại quốc không chỉ xuất hiện trên Văn mà thôi; nó được dịch được in lung tung, do nhiều người khác, nơi khác. Và càng về cuối giai đoạn này dịch phẩm lại càng ra đời tới tấp; sau 1970 có lúc nó ra đời nhiều hơn cả sách do tác giả Việt Nam viết! Đến mức ấy thì loạn quá: sách dịch làm xôn xao dư luận. Có nhiều người lên tiếng trên báo chí về "hiện tượng sách dịch." Tháng 8-1973, tạp chí Văn ra số đặc biệt về "hiện tượng sách dịch".

Trả lời cuộc phỏng vấn đăng trên số báo vừa nói, ông Mặc Đỗ bảo: "... tôi thấy trước hết nên chê và lo ngại về thái độ quá hốt hoảng của người mình (...) Thấy có nhiều sách dịch mà hốt hoảng lên, sợ văn hóa ngoại quốc ăn gỏi mất văn hóa dân tộc, thì vấn đề không còn ở bình diện văn hóa nữa mà bắt sang địa hạt phân tâm học, phải đem cả nước ra nằm trên cái ghế dài kể bịnh cho ông y sĩ chuyên khoa ngồi bên cạnh cầm cuốn sổ và cây bút vừa thủ thỉ hỏi chuyện vừa ghi chép, và cho thuốc. Những người hốt hoảng không phải là thầy thuốc, họ chỉ là những con bịnh cần được chữa trị." Trong mười nhân vật được phỏng vấn, Mặc Đỗ có câu đáp độc đáo nhất. Hầu hết mọi người đều công nhận một điều: là sách dịch có ích lợi, như vậy tại sao lo lắng? Sự lo lắng hốt hoảng kia có quá đáng, và nhận định của ông Mặc Đỗ e cũng quá lời. Dù sao, dù có là bệnh hoạn hay không bệnh hoạn, hãy ghi nhận cái tâm lý lo lắng: tôi nghĩ rằng tâm lý ấy có phần đóng góp của nó vào phong trào văn nghệ về nguồn. Làm sao khác được: một khi đã lo sợ trước sự xâm lấn từ ngoài vào thì tự dưng người ta phải quay về củng cố và phát huy cái hay cái đẹp cố hữu. Về nguồn là một phản ứng trước phong trào dịch thuật. Phản ứng để quân bình một thế nghiêng lệch mạnh về bên ngoài.

Chúng ta đã nói đến hiện tượng sách dịch như một trong những nguyên nhân của khuynh hướng về nguồn? Tại sao vào khoảng những năm ấy lại phát sinh ra hiện tượng ấy tại Miền Nam?

Trong cuộc phỏng vấn của tạp chí Văn (số vừa nói trên đây) câu hỏi cũng đã được đặt ra. Và ông Mặc Đỗ vẫn có ý kiến phong phú hơn cả. Ông cho rằng chiến tranh thường tông ra nhiều cánh cửa đóng kín cho nên sau một cuộc chiến tranh ở các nước vẫn hay có phong trào dịch sách ngoại quốc, hứng thêm gió mới. Ông lại nhận thấy trong chiến tranh đàn ông bận rộn đàn bà đọc nhiều, chiến tranh vừa dứt (ý ông muốn nói đến cuộc ngưng chiến do hiệp định Ba-lê đầu năm 1973) có một khối độc giả đàn ông rảnh tay súng, tức một khối độc giả có trình độ khá và tò mò tìm hiểu, đòi hỏi sách dịch.

Thiết nghĩ bất cứ lúc nào, hễ nước nhà gặp "vận hội mới", hoặc đối đầu với hoàn cảnh mới, hoặc tiếp xúc với một nền văn hóa mới, hoặc lâm cảnh khó khăn cần

một chọn lựa v.v... thường thường chúng ta đều sẵn sàng nghiêng tai nghe ngóng, tìm tòi học hỏi, đón chờ tiếp nhận ý kiến bốn phương. Trung Quốc, Nhật Bản hồi đầu thế kỷ từng có phong trào dịch Âu Mỹ, ở ta thời Nam Phong, Đông Dương tạp chí, Phạm Quỳnh, Nguyễn Văn Vĩnh từng dịch nhiều vì thế. Từ 1954 về sau, ta hết giới thiệu triết hiện sinh, hiện tượng luận, cơ cấu luận lại dịch thiền, dịch Phật, dịch Herman Hesse v.v..., chẳng qua cũng là một cảnh loay hoay không ngừng cố gắng "đi tìm một căn bản tư tưởng" trong hoàn cảnh lúng túng bế tắc của đất nước. Khối sách dịch vì tìm hiểu ấy vào giai đoạn cuối của thời kỳ này lại được tăng cường khủng khiếp bằng số lượng sách dịch tiêu khiển (tiêu khiển là một đặc điểm của giai đoạn này); bảo sao mà không ùn ùn tràn ngập.

Mặt khác, số lượng độc giả có trình độ cao vào giai đoạn sau này khá đông đảo nhờ sự phát triển của các trường đại học; nhưng Việt ngữ đã dần dần thay thế sinh ngữ ở cấp đại học cho nên trình độ ngoại ngữ của đa số sinh viên không đủ để họ đọc hiểu dễ dàng sách nước ngoài. Ngày trước độc giả "thấp" không hay đọc văn phẩm nước ngoài, độc giả "cao" thì đã có đủ vốn ngoại ngữ để đọc thẳng ngoại thư. Vào lúc này trình độ ngoại ngữ không theo kịp trình độ kiến thức cho nên nhu cầu sách dịch tăng cao.

Khảo luận phát triển

Sự phát triển đại học cũng là lý do của một đặc điểm khác của giai đoạn văn học 64-75 tại Miền Nam: vào những năm cuối cùng của thập niên 60 và đầu thập niên 70 hai bộ môn biên khảo và phóng sự vượt trội hẳn lên. Sách biên khảo — như đã nói — có lẽ liên hệ với đại học: nhiều sinh viên nhiều giáo sư thì dễ được nhiều thành quả nghiên cứu hơn trước. Còn phóng sự mà phát triển vào lúc này thì chắc chắn là do tình hình chiến sự.

Vào giai đoạn này ngành biên khảo ở Miền Nam không phải chỉ thêm thành tích, mà còn tăng thêm nhiều tác giả mới, mở rộng phạm vi nghiên cứu ra những địa hạt mới. Thật vậy, trong địa hạt triết học người ta thấy xuất hiện thêm những Lương Kim Định, Nhất Hạnh, Trần Văn Toàn, Tuệ Sỹ v.v..., về sử học thêm những Phạm

Cao Dương, Nguyễn Khắc Ngữ, Tạ Chí Đại Trường, Nguyễn Thế Anh..., về các hoạt động biên khảo liên quan đến văn học nghệ thuật (ngữ học, huyền thoại học, lịch sử văn học và báo chí, lý luận và phê bình văn học v.v...) có thêm những Trần Ngọc Ninh, Huỳnh Văn Tòng, Cao Huy Khanh, Cao Thế Dung, Nguyễn Văn Sâm, Đặng Phùng Quân, Nguyễn Quốc Trụ v.v... Mặt khác, trước kia, hồi tiền chiến hầu hết biên khảo thường không ngoài các môn văn học, sử học, triết học; sau này lãnh vực khảo cứu mỗi lúc một mở rộng và một phần lớn thoát hẳn ra ngoài phạm vi văn học (kinh tế, chính trị, hành chánh, khảo cổ, địa chất v.v...)

Ký thịnh hành

Cũng vào giai đoạn này bộ môn phóng sự phát triển đột ngột. Bảo rằng có chiến tranh tất phải có ghi chép về chiến tranh thì cũng không hẳn: Suốt thời kỳ chín năm kháng chiến chống Pháp 1945-54 chúng ta không thấy phía bên này có cuốn phóng sự, hồi ký nào đáng kể. Thế nhưng khi cộng sản đánh mạnh vào Miền Nam sau 1963 tức thì xuất hiện một loạt nhiều thiên phóng sự có giá trị, do những cây bút khác nhau, phần nhiều là mới. Các phóng sự ra đời vào lúc này — hoặc xuất bản ngay thành sách, hoặc đăng tải trên mặt báo — hầu hết đều viết với giọng sôi nổi, thiết tha, đầy nhiệt tình.

Ngay sau chính biến 1-11-63, khi Bắc Việt khởi binh đánh lớn, Phan Nghị đã có những cuốn Đường mòn Hồ Chí Minh (1965), Vượt Trường sơn (?), Dzoãn Bình đã cho xuất bản Những trận đánh ác liệt trong mùa mưa 1965 (1965), những tác phẩm cho thấy chiến cuộc lần này được văn giới theo sát, nhìn rõ, thuật kỹ, chứ không né tránh với nhiều mặc cảm như cuộc chiến tranh trước đây. Không những thế, trong chiến cuộc lần này lại có những kẻ bỏ cộng sản quay về tiết lộ cái mặt trái của phía bên kia, như Kim Nhật trong Về R (1967), như Xuân Vũ trong Đường đi không đến. Sau đó, chiến trận ở An Lộc, ở Quảng Trị, Thừa Thiên, cuộc hành quân qua Lào v.v... đều có người ghi chép, tường thuật.

Vào những năm sau cùng, 1974-75, Nguyễn Tú bám theo các cuộc hành quân trên từng mặt trận, viết ngay ngoài mặt trận, viết trên đường di chuyển dưới lằn đạn, gửi về Sài Gòn hàng ngày từng đoạn có lúc lâm ly thê thiết, có khi phẫn nộ hào hùng, những trang chữ nóng bỏng thời sự để đăng nhật trình mà cũng nồng nàn tình cảm, xứng đáng với những tác phẩm nghệ thuật có giá trị lâu bền.

Trong cuộc chiến tranh 45-54 trước kia hình như trong hàng ngũ sĩ quan Việt Nam không có ai ghi chép cả. Như thế không ai trông thấy gì, nói năng gì. Trái lại trong giai đoạn 1964-75, rất nhiều người trong quân đội, nhất là lớp sĩ quan trẻ tuổi, họ làm thơ, họ viết văn, họ viết phóng sự, ký sự, bút ký về cuộc chiến tranh với cộng sản mà họ đang tham dự: Phan Lạc Tiếp, sĩ quan Hải quân, viết Bờ sông lá mục (1969) về cuộc chiến trên sông bể; Trang Châu viết Y sĩ tiền tuyến (1970), nhìn cuộc chiến từ vị thế một bác sĩ quân y; Dương Nghiễm Mậu, trong ngành Tâm lý chiến, viết Địa ngục có thật (1969); nhất là Phan Nhật Nam, sĩ quan Nhảy dù, trải qua đủ các vinh nhục của cuộc sống quân ngũ, có mặt tại khắp các mặt trận ác liệt, tiếp xúc với đối phương từ ngoài mặt trận cho đến trong nhà tù, Phan Nhật Nam viết liên tiếp một loạt bút ký thật sôi động.

Mặt khác, cũng nên để ý rằng sau 1963 có nhiều người viết hồi ký hơn trước, từ một tùy viên của tổng thống cho đến các tướng lãnh, từ một cựu tù nhân cho đến một cựu viện trưởng đại học. Hai cuốn hồi ký được nhắc nhở nhiều nhất lúc bấy giờ là cuốn Trại Đầm Đùn của Trần Văn Thái và Bên giòng lịch sử của Cao Văn Luận.

Lập trường chính trị và quan điểm văn nghệ

Nhìn qua các hoạt động văn nghệ của giai đoạn 1964-75, người ta thấy đến đây không còn có chủ trương trường phái, không còn có phân biệt lớp cũ lớp mới, lớp già lớp trẻ, văn nghệ hôm qua văn nghệ hôm nay gì nữa.

Vào đầu giai đoạn trước, ngay sau cuộc di cư 1954 từ Bắc vào, tại Miền Nam dù không có xung đột gay cấn vẫn xảy ra cái gì như thể sự đứng dậy của một lớp mới. Giữa Sáng Tạo và Văn Hóa Ngày Nay tuy không bút chiến chính thức nhưng hiển nhiên có sự đối nghịch nhau. Hồi đó có một ý muốn "làm mới" nghệ thuật, có sự hãnh diện phô trương của một "lớp trẻ hôm nay". (Trong ngành họa có hẳn một hội "Họa sĩ trẻ".)

Bước sang giai đoạn này — sau mười năm — lớp trẻ ba mươi bốn mươi đã không còn trẻ vào tuổi bốn năm mươi. Thế nhưng thế hệ sau không có ý nghĩ truất phế họ, kèn cựa với họ. Nghệ thuật cũng không ai cần "làm mới" thêm. Thơ tự do lặng lẽ trở về xếp hàng đều đặn trong kỷ luật vần điệu: Đại đa số những thi sĩ nổi tiếng của giai đoạn sau thường làm thơ lục bát, thơ thất ngôn, các thể thơ cũ. Thế hệ này còn tỏ ra "dễ thương" hơn nữa: Thỉnh thoảng các tạp chí văn nghệ tổ chức một cuộc phỏng vấn, hỏi họ thích đọc những ai, lắm người chọn ngay một trong những đàn anh lớp kề mình, lớp văn thi sĩ của giai đoạn trước.

Từ trước đến sau 1963 có chuyển biến trong tình thế, có thay đổi trong tâm tình, có khác biệt rõ rệt giữa thế hệ này với thế hệ khác; mặc dù vậy họ sống với nhau êm thấm, sống "hòa hợp hòa giải". Không hề có những va chạm, những phủ nhận lẫn nhau như thường xảy ra trong lịch sử văn học đó đây. Điều đáng nói nữa là thế hệ 64-75 — như ta đã biết — vốn không phải dễ tính! Họ cáu kỉnh, họ ngổ ngáo, khinh mạn...

Tại sao có chuyện như vậy? Phải chăng vì từ 1964 về sau tình hình nước nhà quá ngổn ngang, người ta có quá nhiều cái để bận tâm hơn là chuyện trường phái, chủ trương văn nghệ: Trong khi đôi bên đổ máu để giành đi giành lại từng tấc đất ở An Lộc, ở cổ thành Quảng Trị, hoàng thành Huế v.v... mà mình mãi xun xoe về một vấn đề kỹ thuật thơ văn, có vẻ nhẫn tâm chăng? Hoặc giả vì vào lúc văn nghệ xuống đường tìm đại chúng, kẻ trước người sau xúm nhau viết cho đàn bà con trẻ đọc, viết lấy nhanh lấy nhiều, thử hỏi mấy ai còn tâm trí để "làm mới" nghệ thuật? Có lẽ mỗi đàng một tí, lý do nào cũng có lý. Rột cuộc, giai đoạn 64-75 là một giai đoạn văn nghệ đề huề.

Ở Miền Nam, tạp chí văn nghệ có mặt gần suốt thời kỳ 1954-75 là tờ Bách Khoa, và tạp chí văn nghệ có mặt suốt giai đoạn 64-75 là tờ Văn của Nguyễn Đình Vượng và Trần Phong Giao (từ 1-1-64 đến ngày cuối cùng chế độ tự do ở Miền Nam). Kể ra còn có tờ Văn Học của Phan Kim Thịnh, ra đời từ năm 1962 và cũng tiếp tục xuất bản đến mùa xuân 1975; tuy nhiên tờ Văn Học không qui tụ được mấy văn nghệ sĩ, không có ảnh hưởng bao nhiêu, và về sau chỉ làm những số đặc san gom góp tài liệu cho học sinh trung học mà thôi.

Bách Khoa là của cả hai giai đoạn, nó không tiêu biểu cho giai đoạn đầu. Những tạp chí thuộc giai đoạn đầu (như Sáng Tạo, Thế Kỷ Hai Mươi, Văn Nghệ, Hiện Đại, Văn Hóa Ngày Nay, Tân Phong v.v...) đều có quan điểm riêng đôi khi quá khích, và những tờ ấy đã tàn đi trong một giai đoạn.

Tờ Văn thì có thể coi là tạp chí văn nghệ tiêu biểu cho giai đoạn thứ hai. Và cái tiêu biển ấy khác hẳn đặc điểm của những tờ tạp chí thuộc giai đoạn thứ nhất. Trong giai đoạn trước Sáng Tạo không chịu chủ trương của Văn Hóa Ngày Nay, không dung nạp các tác giả bên Văn Hóa Ngày Nay, và ngược lại. Vào giai đoạn sau, Văn là diễn đàn của tất cả mọi người, từ Đông Hồ đến Trần Thị NgH., già cũng như trẻ, kim cũng như cổ. Đây là hội hòa đồng. Chẳng những hòa đồng văn giới trong một nước với nhau, mà còn hòa đồng vui vẻ cả năm châu bốn bể: Văn mở cửa rộng đón các tác giả nước ngoài từ khắp Á Âu Phi Mỹ... Cũng không phải chỉ tờ Văn với Trần Phong Giao có thái độ ấy; về sau, vào năm cuối của tạp chí này, Mai Thảo đến thay thế Trần Phong Giao, đường lối của Văn vẫn vậy. Và trước khi đến với Văn, Mai Thảo chủ trương tờ Nghệ Thuật cũng không còn tha thiết với chuyện làm mới làm miếc gì nữa; những cây bút cùng nhóm cùng lứa với ông không còn thuộc vào lớp mới lớp trẻ nữa. Chỉ là tiếp tục một hoạt động vậy thôi.

Mà người trẻ người mới bấy giờ như Viên Linh khi đứng ra chủ trương Khởi Hành và Thời Tập cũng lại không phải vì một quan điểm, một đường hướng văn nghệ nào riêng biệt. Không khởi xướng cái gì, không phản ứng chống lại cái gì.

Tóm lại, về một phương diện đây là giai đoạn dễ dãi, vui vẻ cả làng.

Nhưng về một phương diện khác, trong giai đoạn này giới văn nghệ tỏ vẻ gay cấn. Chẳng hạn tờ Chính Văn của Nguyễn Mạnh Côn khác hẳn Đất Nước của Nguyễn Văn Trung, những gì Phan Nhật Nam viết khác hẳn những gì được viết trên Giữ Thơm Quê Mẹ. Về mặt chính trị, có đường lối riêng, thái độ riêng rõ rệt. Ai giữ chủ trương nấy, không hòa hợp được, không vui vẻ đề huề được. Khác hẳn với không khí chính trị hồi giai đoạn trước.

Thực ra, trước không phải không có thái độ chính trị riêng: nhóm Nhân Loại lập trường đâu giống Tự Do? Tuy nhiên sự lên tiếng của Nhân Loại ngắn ngủi, lẻ loi, yếu ớt; đại đa số trong văn giới đứng về phía khác. Sau này bỗng dưng chuyện nghệ thuật xem như nhẹ hẫng; mà văn giới lại tan rã, chia năm xẻ bảy vì chính trị. Thì cũng như trước kia giữa Sáng Tạo với Văn Hóa Ngày Nay không có tranh luận; sau này giữa những cây bút chống cộng với thân cộng, giữa tả với hữu cũng không có xung đột công khai nào; nhưng không khí rõ ràng nặng nề. Thậm chí trong chuyện biên khảo phê bình văn học lắm khi cũng lẩn quất một cái gì không hẳn là văn học, chuyện nghe nhạc không hẳn ra nghe nhạc: hãy nhớ lại cách nhận định về địa vị Phạm Quỳnh của Nguyễn Văn Trung và của Thanh Lãng, cách thưởng thức nhạc Phạm Duy và nhạc Trịnh Công Sơn, cách nhìn lại vai trò Trương Vĩnh Ký cùng các tờ báo đầu tiên trong Nam v.v... lúc bấy giờ.

Vì dễ dãi trên quan điểm nghệ thuật cho nên bài văn nghệ gửi đăng báo nào cũng được, cũng là anh em cả, không cần mỗi nhóm một tờ báo riêng; vì gay cấn trong thái độ chính trị cho nên từng nhóm chính trị muốn cất tiếng nói riêng. Giai đoạn 64-75 ở Miền Nam rốt cuộc có nhiều tạp chí chính trị hơn là tạp chí văn nghệ. (Dĩ nhiên loại báo nói đây là không kể những thứ báo chí của chính quyền, của các đoàn thể, cơ sở văn hóa, viện đại học, cũng không kể những thứ báo cho trẻ con, báo giải trí cho bình dân, cho phụ nữ, như Tuổi Xanh, Tuổi Hồng, Phụ Nữ Diễn Đàn, Phụ Nữ Ngày Mai v.v...) Nhiều thật chứ: nào những Lập Trường (ở Huế), Hành Trình, Đất Nước, Làm Dân, Trình Bày, Tin Văn, Đối Diện, Thái Độ, Chính Văn, Đời...; có tờ thuần túy chính trị, có tờ mang dạng vẻ văn nghệ do một ý đồ chính trị. Còn thực sự là báo văn nghệ thì được mấy đâu: Văn, Khởi Hành, Thời Tập, Nghệ Thuật, Tân Văn... (trong đó Văn với Tân Văn cùng một gốc, Khởi Hành với Thời Tập cùng một người chủ trương).

Tình hình như vậy, nghĩ lại cũng là thường tình. Trong hoàn cảnh chiến tranh thảm khốc, nhẹ văn nghệ nặng chính trị là phải lẽ; lại trong hoàn cảnh khẩn trương ác liệt, ai nấy bị dồn đến chọn lựa dứt khoát thì các mối bất đồng có trở nên gay cấn cũng là phải nữa. Tuy vậy cái thường tình ấy khiến cho văn giới Miền Nam sau mùa xuân 1975 chẳng những tan tác mà lắm kẻ còn lâm cảnh bẽ bàng.

CÁC BỘ MÔN

TIỂU THUYẾT

THAY ĐỔI

Nghiên cứu về tiểu thuyết Việt Nam trước 1945 kể ra đã có nhiều vị hoàn tất được những công trình nghiêm chỉnh, đặc biệt là Vũ Ngọc Phan (cuốn thứ 4 và thứ 5 trrong bộ Nhà văn hiện đại) và Bùi Xuân Bào (trong cuốn Le roman vietnamien contemporain). Cuốn Tiểu thuyết Việt Nam hiện đại của Phan Cự Đệ có nói đến thời kỳ sau 1945, nhưng lại không đề cập tới Miền Nam. Biên khảo về tiểu thuyết Miền Nam Việt Nam sau 1954 thì hình như chỉ mới có Cao Huy Khanh. Trước tháng 4-1975, tác phẩm của ông Cao đã được ấn hành, kể như xong xuôi, tiếc rằng sách chưa kịp phổ biến thì Sài Gòn thất thủ và rồi sách cũng mất tích luôn. Thật đáng tiếc, vì sách của ông được soạn thảo tại Sài Gòn, trong hoàn cảnh thuận lợi hơn chúng ta ngày nay rất nhiều.

Tiểu thuyết truyền kỳ, hoạt kê, trinh thám tàn lụi

Nhặt nhạnh đây đó những đoạn chắc là trích từ tác phẩm nói trên, có lần thấy ông Cao nêu lên một chỗ khác biệt giữa tiểu thuyết Việt Nam tiền chiến và tiểu thuyết Miền Nam từ 1954 đến 1973. Ông bảo: "So với ngày nay, trong mười khuynh hướng do Vũ Ngọc Phan mệnh danh thì có đến năm khuynh hướng hầu như không còn dùng được nữa đối với việc nghiên cứu ở đây: đó là những khuynh hướng tiểu thuyết luận đề, tiểu thuyết truyền kỳ, tiểu thuyết phóng sự, tiểu thuyết hoạt kê, tiểu thuyết trinh thám".[137]

Trong khi tìm hiểu về một bộ môn văn học tất nhiên ta muốn theo dõi sự phát triển của nó qua thời gian, muốn biết từ thời kỳ này sang thời thời kỳ khác nó đã diễn biến như thế nào? đã có những gì mất đi và những gì nẩy thêm trong bộ môn ấy? vì sao? Do đó ý kiến của ông Cao rất đáng chú ý.

Khi nói có những khuynh hướng "không còn dùng được nữa", có phải ý ông Cao cho rằng vào thời kỳ 1954-73 không còn ai viết tiểu thuyết thuộc các khuynh hướng ấy nữa? Nếu thế, nhận xét của ông nghiệm có chỗ đúng: quả thực truyện truyền kỳ, truyện hoạt kê, truyện trinh thám không thấy có người viết nữa, sau 1954. Không những tác giả mới không có, mà những tác giả cũ

137 Cao Huy Khanh, "Vấn đề khuynh hướng trong tiểu thuyết Miền Nam từ 1954 đến 1973", tạp chí Thời Tập, Sài Gòn, số ra ngày 15-4-1974, trang 45.

cũng không buồn tiếp tục: Đái Đức Tuấn không viết
truyện truyền kỳ nữa, mà Phạm Cao Củng có mặt ở Miền
Nam ngót hăm mốt năm, cho đến mùa xuân 1975, cũng
không buồn viết truyện trinh thám nữa. Còn như giọng
văn dí dỏm thời kỳ sau 1954 không thiếu; thế nhưng
Hoàng Hải Thủy, Lê Tất Điều tuy có đùa giểu bất quá
cũng đùa giểu nhẹ nhàng, như Nhất Linh trong Đi Tây
chẳng hạn, chứ không hề có ý viết hẳn ra một tác phẩm
nào để nhạo báng chuyện nọ chuyện kia.

Tại sao vậy? Tại sao tự dưng sau 1954 chúng ta
không còn thấy hứng thú trong việc kể những chuyện ly
kỳ rùng rợn ma quái, trong việc bịa ra những mưu mô
lắt léo xung quanh các vụ án mạng, không còn thấy hứng
thú trong cái vụ châm biếm chỉ trích trò đời? Mà có thực
chúng ta mất hứng chăng? Hay sự thiếu vắng ấy còn có
lý do nào khác?

Theo chỗ tôi nghiệm thấy thì cái không khí tinh thần
ở Miền Nam vào những năm tiếp liền cuộc di cư 1954
quả không thích hợp cho loại truyện truyền kỳ và trinh
thám. Cuộc đổi đời đặt Miền Nam trước một thế cuộc
nghiêm trọng: Sau cuộc Cách mạng Mùa Thu 45, sau
chín năm kháng chiến chống Pháp, sau một cuộc chia cắt
đất nước, một cuộc di cư hàng triệu người, sau những
biến cố như thế các nhà văn tuổi tác như Đái Đức Tuấn,
như Phạm Cao Củng bỏ quê hương đất Bắc vào đây để
mà ngồi vắt óc "sáng tác" ra loại tác phẩm nghệ thuật
nói về những ông thần hổ, những con ma trành, về các
ngón mưu mẹo của Kỳ Phát à? Làm như vậy, coi sao
được? Xung quanh họ có ai làm thế đâu? Từ những bậc
trí thức đứng tuổi ưu thời mẫn thế cho đến đám thanh
thiếu niên của thời buổi mới đều không ai nghĩ đến

chuyện như thế. Lớp lớn dù đã chán chường ảo não ngay từ lúc nhập vào làng văn như Vũ Hoàng Chương mà bấy giờ cũng ca bài ca Bình Bắc, huống hồ... Trẻ trung thì... ôi chao, họ toàn tính chuyện lấp bể vá trời. "Riêng dòng sông Bến Hải thì không những là nạn nhân của một lịch sử chia cắt mà còn là nạn nhân của những pho thơ, biển nhạc. Quý vị nhạc sĩ, thi sĩ đòi lấp sông Bến Hải thật ồn ào, tưởng chừng dòng sông bị lấp đến nơi rồi. Tiếp đó, quê hương Miền Nam thanh bình, dựng một mùa hoa!"[138]

Lúc Duyên Anh viết những lời trên đây, tức mười lăm mười bảy năm sau cuộc di cư 1954, nhớ về cái thuở trịnh trọng xưa kia, ông thấy sự tin tưởng hăng say có một vẻ gì ngô nghê. Sau này ai nấy đã vỡ mộng, chỉ còn hăng say... giải trí và yêu đương hết mình thôi. Sau này thần hổ, ma trành với Kỳ Phát có thể tha hồ kéo nhau xuất hiện lắm. Khốn nỗi, để phục vụ nhu cầu tiêu khiển lớn lao của giai đoạn sau, thiên hạ lại tổ chức dịch ào ào truyện Tàu truyện Tây: muốn ghê rợn, quái đản đến đâu, kho sách truyền kỳ của Tàu sách trinh thám gián điệp của Tây cũng cung ứng đủ, hà tất phải khổ tâm tưởng tượng, suy nghĩ, mằn mò sáng tác cho nhọc nhằn.

Còn như cười giễu các hủ tục để sửa đổi xã hội thì từ lâu đã không còn là bận tâm của người cầm bút nữa. Xung đột cũ mới không còn là một đề tài nữa. Cái cũ nó đã ngã khuỵu từ lâu, nó yên một bề rồi, nó không còn sức chống chế nữa, giễu nó mà chi? Bây giờ, thời buổi cách mạng, đối với cái xấu người xấu — tham nhũng, gia

---

[138] Duyên Anh, Áo tiểu thư, Nguyễn Đình Vượng xuất bản tại Sài Gòn năm 1971, trang 167.

nô, độc tài v.v... — người ta thẳng cánh phang cho nó những bài "phim" trên nhật báo, đọc mà nhức óc; cần gì phải dùng đến tác phẩm nghệ thuật để giễu cợt? Từ Cách mạng Mùa Thu 1945 về sau, khắp cả Bắc Nam không thấy có ai tiếp tục con đường của Đồ Phồn nữa. Người ta dẹp hủ tục, dẹp cái lạc hậu, không cần nhạo báng nó. Cao Huy Khanh có lý: một số khuynh hướng tiểu thuyết thời tiền chiến không còn tồn tại sau 1954 ở Miền Nam.

Tiểu thuyết luận đề phát triển

Tuy nhiên về các loại tiểu thuyết phóng sự và tiểu thuyết luận đề thì tôi không nghĩ chúng đã bị đào thải. Có một độ Hoàng Hải Thủy viết một loại truyện đăng trên nhật báo Ngôn Luận, và chính tác giả gọi đó là tiểu thuyết phóng sự. Hoặc giả ông Cao không đồng ý với lối mệnh danh ấy chăng?

Nhưng đặc biệt là khuynh hướng tiểu thuyết luận đề, tôi không thấy nó tỏ dấu hiệu tàn lụi nào. Trái lại.

Hồi tiền chiến Vũ Ngọc Phan chỉ mới thấy có hai cây bút viết luận đề tiểu thuyết là Nhất Linh và Hoàng Đạo. Sau 1954, số tiểu thuyết gia chọn khuynh hướng ấy đông đảo hơn nhiều. Như thế là phải. Bởi vì sau Genève ở Miền Nam là một thời kỳ của biện luận, của nhu cầu tìm lẽ phải, của sự khao khát triết học, lý luận. Như thế ai nấy luôn luôn phải biện minh cho một cái gì, phải đánh ngã một cái gì. Hoặc tố cáo chế độ cộng sản, chống phá lý thuyết cộng sản, hoặc biện minh cho học thuyết nhân vị, cho một nhận định hiện sinh, cho thiền học, cho dân chủ, cho vai trò của giai cấp tiểu tư sản v.v..., nhiều cuốn truyện của Nguyễn Mạnh Côn, Thanh Tâm Tuyền,

của Nhất Hạnh, Hồ Hữu Tường, của Vũ Khắc Khoan...
đều có luận đề. Pho trường thiên tiểu thuyết Khu rừng
lau của Doãn Quốc Sỹ cũng nhằm vào một dụng ý biện
minh cho một quan niệm sống rõ rệt.

Luận đề tiểu thuyết là cái sở trường một thời của
Nhất Linh. Sau 1954, ông Nhất Linh ấy thấy ra chỗ lầm
lẫn của mình, ông suy tìm then chốt của sự thành công
trong tiểu thuyết, ông viết sách công bố để ai nấy biết.
Mặc kệ! Mặc cho cái bí quyết thành công của Nhất Linh.
Thế hệ tiểu thuyết gia sau 1954 ở Miền Nam không cần
thành công, chỉ cần "nói lên" một cái gì. "Nói lên", "sứ
mệnh văn nghệ" v.v... là những danh từ thời thượng lúc
bấy giờ.

Các ông Phạm Văn Sĩ[139], Nguyễn Khắc Ngữ[140] đều có
nói đến tiểu thuyết hiện sinh ở Miền Nam. Thứ tiểu
thuyết gọi là hiện sinh ấy hình như ở đâu nó cũng ham
"nói lên" lý thuyết cao xa. Germaine Brée và Edouard
Morot-Sir cho rằng ở Pháp vào khoảng sau 1950 có
những tiểu thuyết gia muốn nối tiếp một khuynh hướng
xuất hiện từ hồi 1910 chính là vì cái tâm lý chống lại
những quan tâm giáo dục và siêu hình của thứ tiểu
thuyết "hiện sinh" ấy.[141]

---

139 Văn Học giải phóng Miền Nam.

140 Những ngày cuối cùng của Việt Nam Cộng Hòa, Tủ sách
Nghiên Cứu Sử Địa xuất bản, Montréal, Gia-nã-đại, 1979.

141 "En guerre contre les soucis didactiques et
métaphysiques du roman "existentialiste", des auteurs
renouent avec the courant qui, depuis 1910, avait cherché à
renouveler tous les arts." Littérature francaise, Arthaud xuất
bản, cuốn thứ 9, trang 178.

Ở ta, sau 1954, chẳng những có khuynh hướng giảng giải của triết lý hiện sinh lại có cái chủ tâm đánh đổ chủ nghĩa cộng sản, lẽ đâu thiếu tiểu thuyết luận đề? Dù sao, chúng ta chỉ bắt gặp một đoạn văn của Cao Huy Khanh, không thể biết thực sự ông muốn nói gì, nên vừa rồi chủ ý không phải là bắt bẻ ông Cao. Chẳng qua nhân một nhận xét của ông để nói về đôi ba đặc điểm của tiểu thuyết Miền Nam thời 1954-75 so với tiểu thuyết tiền chiến mà thôi.

Còn ông Bùi Xuân Bào, ông trách Vũ Ngọc Phan đã gác qua một bên hai loại tiểu thuyết phát triển quan trọng lúc bấy giờ là tiểu thuyết lịch sử và tiểu thuyết đường rừng[142].

Thực ra ông Vũ không quên loại tiểu thuyết đường rừng của Lan Khai và Thế Lữ, ông cũng gọi đúng cái tên "đường rừng"[143] ấy hẳn hoi; tuy nhiên khi xếp khuynh hướng thì ông Vũ xếp chung truyện đường rừng cùng với truyện thần quái vào khuynh hướng truyền kỳ. (Khuynh hướng ấy sang thời kỳ sau (1954-75) chẳng những không còn "phát triển quan trọng" mà lại gặp bế tắc.)

Tiểu thuyết lịch sử, ông Vũ cũng không bỏ sót. Nói về Lan Khai (ở trang 964 đã dẫn), ông nhận rằng Lan Khai có viết lịch sử tiểu thuyết. (Phan Trần Chúc với Nguyễn

---

142 "... laisse de côté deux genres qui connaissent à cete époque un développement important: le roman historique et le roman de la forêt.", Bùi Xuân Bào, Le roman vietnamien contemporain, Tủ sách Nhân Văn Xã Hội xuất bản, Sài Gòn, 1972, trang 56.

143 Vũ Ngọc Phan, Nhà văn hiện đại, Đại Nam tái bản tại Hoa Kỳ, quyển 4, trang 964, 965.

Triệu Luật thì Vũ Ngọc Phan bảo họ không hề viết tiểu thuyết, họ viết truyện ký.)

Tiểu thuyết lịch sử biến thể

Nhưng vấn đề không phải ở chỗ ông Vũ thiếu hay ông Bùi sai. Vấn đề là loại tiểu thuyết lịch sử. Lại một loại tiểu thuyết nữa phát triển quan trọng hồi tiền chiến mà sau 1954 lại lâm cảnh suy đồi. Thực vậy, suốt thời kỳ này, hình như chỉ thấy Hoài Điệp Thứ Lang viết Kỳ nữ gò Ôn Khâu (1961); sau đó không ai viết theo mà chính ông cũng không tiếp tục loại sáng tác ấy nữa. Sao vậy? Có gì xảy ra khiến cho lịch sử nước nhà không còn hấp dẫn được thế hệ sau 1954?

Tôi ngờ rằng không hẳn thế. Không hẳn có chuyện thế hệ sau hờ hững với lịch sử. Chỉ có chuyện mỗi thế hệ chú ý đến một thời kỳ lịch sử khác nhau. Hồi tiền chiến hầu hết các tác giả viết về lịch sử (hoặc tiểu thuyết hoặc truyện ký) đều xúm nhau khai thác giai đoạn Lê mạt Nguyễn sơ. Phải chăng vì đó là một thời tương đối gần gũi, còn gây nhiều xúc động trong lòng người? hay vì đó là một thời mà sử học cung cấp được nhiều tài liệu hơn cả? Thế nhưng sau Cách mạng Mùa Thu 45 họ Lê hay họ Mạc hay họ Nguyễn đều vụt trở nên quá xa xôi. Thế hệ này tha thiết đến một cái lịch sử gần hơn, sôi động hơn, mà chứng liệu lại khỏi phải tìm tòi trong sách vở: cái lịch sử dân tộc từ cuối thời Pháp thuộc về sau. Có phải vì vậy mà vào thời kỳ văn học 1954-75 có bao nhiêu là tác giả muốn viết những bộ trường thiên tiểu thuyết về giai đoạn lịch sử này? Trường thiên tiểu thuyết hóa thành một cám dỗ. Đại khái bấy giờ có chừng sáu bộ nổi tiếng, có bộ đã hoàn tất, có bộ còn lở dở, trong đó bốn bộ liên quan đến đề tài vừa nói: Giòng sông Thanh Thủy (3 cuốn) của Nhất Linh đề cập tới những hoạt động tiền khởi nghĩa bên Tàu, Khu rừng lau (5 cuốn) của Doãn Quốc Sỹ, Vẻ buồn tỉnh ly (6 cuốn) của Duyên Anh, và bộ ba Hoa bươm bướm, Như cánh chim bay, Tiếng ca lặng lẽ (chưa in) của Võ Hồng là từ Cách mạng Mùa Thu về sau. Ngoài ra, Bình Nguyên Lộc cũng có một bộ trường thiên tiểu thuyết bắt đầu từ 1942, tức bộ Phù sa, chưa hoàn tất, nói về chuyện mở đất của miền quê ông, cũng là một thứ lịch sử. (Bộ thứ sáu, Xóm Cầu Mới của Nhất Linh là tâm lý tiểu thuyết, không liên quan đến các sự kiện lịch sử.) Khi người ta đã quá tha thiết, quá xem là quan trọng một thời kỳ nào đó, thì chắc chắn không còn mấy hứng thú mẫn mò chuyện cũ các thời khác. Sau 1945 kẻ lên voi người xuống chó, kẻ chợt thấy ánh sáng chói lòa người nhìn ra địa ngục tối om om, kẻ hồ hởi người lợm giọng, tất cả đều để hết tâm hồn vào hiện tại. Thế hệ sau 1945 bị hiện tại thu hút đến mê mẩn tinh thần, họ say mê hiện tại, bám dính lấy hiện tại, không thiết dựng lại dĩ vãng: chuyện tẩn mẩn ấy bấy giờ không phải là lúc nghĩ đến . Có lẽ thế chăng? Tuy vậy, tôi không hề bảo rằng những pho truyện vừa kể trên đây cũng là một thứ lịch sử tiểu thuyết về thời hiện đại. Cùng viết về một đề tài, mỗi tác giả nhằm một chủ đích khác nhau.

Nhất Linh chẳng hạn. Trong Giòng sông Thanh Thủy ông theo dõi từng nhân vật, nhẩn nha với một mối tình, phân tích tâm lý, tìm hiểu động cơ tham gia và thái độ hoạt động của mỗi đảng viên cách mạng, động cơ nhiều lúc chẳng ăn nhằm gì với lòng yêu nước. Cái chính yếu ở đây là tâm lý. Nhất Linh hậu chiến trước hết là một tiểu thuyết gia thuộc khuynh hướng tâm lý, bất luận ông viết về đề tài gì.

Còn Doãn Quốc Sỹ, ông làm chúng ta nghĩ đến một nhân vật của ông: Khiết. Khiết "kiên trì theo con đường văn hóa", nhưng "đã trót đi vào con đường chính trị, biết những ngõ ngách của nó, âu cũng thành nghiệp chướng của mình, khó bỏ lắm."[144] Khu rừng lau phơi bày cái hiểm ác của chế độ này, lột trần nền độc tài nọ. Thái độ chính trị của tác giả luôn luôn hiển lộ trong tác phẩm. Tuy vậy, ông Doãn cũng như Khiết, trước sau "kiên trì theo con đường văn hóa": Ông chê cái này chống cái nọ vì nó xấu nó ác. Mà ông thì nhất tâm phục vụ cái thiện cái mỹ. Thiện tâm thiện ý của tác giả tỏa ra khắp tác phẩm: trong các truyện của ông Doãn nhân vật nào cũng tốt, việc gì cũng có khía cạnh hay. Ông bất lực không tạo nổi người xấu, kể nổi việc xấu. Đọc sách ông, thơm tho cả tâm hồn. Truyện ông Doãn vừa có luận đề chính trị vừa có chủ tâm giáo dục.

Còn Võ Hồng, điều làm ông lo lắng đó là cái tinh thần của lớp trẻ sau này, của các thế hệ đàn em. Ông than thở với Nguyễn Nam Anh: "Nếu tôi không mô tả một người đàn bà bưng rổ đi chợ chẳng hạn thì ông nghĩ xem người thanh niên hôm nay có thể tưởng tượng ra được không? Bây giờ ở nông thôn chị nông dân nào đi chợ cũng xách giỏ bằng nhựa." Nguyên một cái rổ đã thế, huống chi bao nhiêu là chuyện khác trong cuộc sống cũ đang mất đi nhanh chóng: "Thế hệ của chúng tôi bị chiến tranh tàn phá quá nhiều, một số lớn đã chết, những nếp sống cũ

---

[144] Doãn Quốc Sỹ, Những ngả sông trên dòng đời, Tinh Hoa Miền Nam tái bản, Hoa Kỳ, trang 166.

lần lần bị xóa đi, thay thế bằng nếp sống mới. Tôi nghĩ rằng nếu tôi dâng trọn cả cuộc đời của tôi để dựng lại cái Dĩ vãng đó cũng vẫn còn chưa đủ." "Vậy viết về những kỷ niệm Dĩ vãng tôi nhằm vào việc lấp một cái hố trống. Tôi muốn các thế hệ đàn em có dịp để thiết tha gắn bó với quê hương hơn."[145] Rõ ràng việc ông làm nhằm mục đích giáo dục; đó là sứ mệnh văn nghệ của ông.

Đến như Duyên Anh thì đừng hỏi ông lo lắng gì, ông "dâng trọn cuộc đời" cho cái gì. Đã có lần ông la lối Nguyễn Nam Anh om sòm: "Tôi đã thưa với ông rằng tôi không lấy làm quan trọng lắm sự viết lách của mình, cũng chẳng tự làm bộ quan trọng." Viết về nỗi khổ cực của dân nghèo, ông có viết; viết để dạy dỗ thiếu nhi, ông có viết. Nhưng bảo ông là nhà văn thuộc khuynh hướng giáo dục hay khuynh hướng xã hội, ông cự nự ngay: "Tại sao người ta lại mất công cân nhắc nhỉ? Tôi không phải là nhà văn của tuổi thơ, của tuổi trẻ hay xã hội, ái tình, phiêu lưu chi hết. Tôi là người viết tiểu thuyết. Và trong bất cứ tiểu thuyết nào tôi cũng chỉ ca ngợi Tình Người. Tôi không dấn thân, chẳng viễn mơ." "Tôi không đeo đuổi hẳn một khuynh hướng nào. Độc giả cũng không thích đọc mãi một tác giả chỉ viết một loại." Có điều đáng chú ý là ông hay nói đến sở thích của độc giả: "Độc giả thèm những cơn gió đồng nội, thèm đọc văn chương giản dị, tươi mát cơ." "Tôi viết như tôi nghĩ, tôi nói, tôi thở, tôi sống. Rất dễ dàng. Người đọc, đọc tôi cũng dễ dàng như tôi viết." "Người đọc tiểu thuyết chỉ đòi hỏi nhà văn có làm họ rung động không. Nếu làm độc giả đọc mình rung động thì y đã đạt nổi nghệ thuật viết tiểu

---

[145] Tạp chí Văn, Sài Gòn, số 209 ra ngày 1-9-1972, trang 4 và 5.

thuyết của y."146 Như thế chủ tâm của Duyên Anh là viết được truyện hay, truyện gây thích thú thoải mái cho độc giả. Đừng táy máy gán cho ông ý đồ nọ kia, làm ông giận. Bộ trường thiên tiểu thuyết sáu cuốn của ông chắc cũng không ra ngoài con đường chung.

Bình Nguyên Lộc trái lại, xem Phù Sa vừa là cái "mộng lớn thiết tha mà mình cần thực hiện trong đời văn, lại vừa là một món "nợ" tinh thần mà mình cần phải trả." Ông bắt tay viết truyện ấy từ 1942, hơn hai mươi năm sau nói chuyện với Ngu Í ông vẫn còn thiết tha. Quê hương miền Nam là đề tài chủ yếu của ông, lúc nào cũng ám ảnh tâm trí ông: bút hiệu ông đặt (Bình Nguyên Lộc) có nghĩa là con Nai ở Đồng, nhà xuất bản của ông có tên Bến Nghé, công trình sưu khảo đầu tiên của ông mang tên Thổ ngơi Đồng Nai, bộ truyện một đời của ông lấy tên Phù sa. Sự nghiệp trước tác một đời của ông không ra ngoài chuyện sinh hoạt chuyện phong tục một địa phương.

Tóm lại, chúng ta ghi nhận thêm một vài sự kiện: thời kỳ 1954-75 mặc dù là một thời kỳ xao động, bận rộn, hối hả, trong bộ môn tiểu thuyết lại có nhiều công trình dài hơi hơn các thời trước, có nhiều bộ trường thiên tiểu thuyết hơn cả. Những bộ truyện ấy đều viết về những biến cố quan trọng xảy ra trên đất nước trong quãng thời gian trước sau cuộc cách mạng 1945. Mặc dù cùng một đề tài, các bộ truyện ấy nhắm những dụng ý, thuộc những khuynh hướng khác nhau, còn khuynh hướng lịch sử tiểu thuyết thì quả bị hờ hững ở Miền Nam sau 1954.

---

146 Tạp chí Văn, Sài Gòn, số 197.

TIẾN HÓA

Freud và việc đào sâu tiềm thức

Về một phương diện khác, người ta có thể nhận thấy nhờ những tiến bộ đạt được trên các địa hạt triết học, khoa học, văn học v.v...ở các nước Tây phương, mà nhà văn ở ta thuộc thời kỳ sau cũng có điều kiện để đẩy sự sáng tác của mình tiến lên một mực cao hơn trước.

Chẳng hạn trên con đường tìm hiểu tâm hồn con người, những kiến thức về học thuyết Freud càng ngày càng phổ biến đã giúp tâm lý tiểu thuyết sau 1954 ở ta thêm nhiều khám phá hơn hồi tiền chiến. Ngay ở cùng một tác giả — Nhất Linh — cũng có những tiến bộ rõ rệt. Trong vòng ba mươi năm sáng tác, Nhất Linh tạo ra những nhân vật, nhất là những thiếu nữ, có tâm lý càng ngày càng tinh tế phức tạp, phức tạp hơn cả chắc chắn là cô Mùi trong Xóm Cầu Mới. Những nhân vật sau 1954 của Nhất Linh hầu hết là những cô gái bình dân ít học, có cô lại còn thuộc thành phần nghèo khó tôi đòi, nhưng các mối tình của họ diễn ra dưới những dạng thái hết sức phong phú, phong phú hơn mọi mối tình tiền chiến trong tiểu thuyết ông.

Những khám phá về bản năng tình dục, về tiềm thức, về các ẩn ức, mặc cảm, về dục tình thuở ấu thời v.v... đã làm cho tình yêu trong tiểu thuyết của Nhất Linh hậu chiến, của Chu Tử, Nguyễn Thị Hoàng, Lệ Hằng, Nhã Ca... có những khía cạnh bất ngờ sâu sắc: một câu nghe như ngây ngô của một cô bé nói với người bạn của cha mình, sự đụng chạm giữa hai đứa trẻ bà con với nhau trong một trò chơi hồi nhỏ, tự dưng sống dậy và gây nên mối tình say đắm chín mười năm sau; mối tình ngấm ngầm phát sinh giữa những kẻ tưởng như vẫn thù ghét nhau; những chàng thanh niên bị thu hút do những người yêu có một khía cạnh tâm hồn của mẹ mình v.v... Trong dư luận có thể có những bận tâm về phương diện đạo đức của những tác phẩm ấy; nhưng trong tham vọng truy tầm phát hiện những bí ẩn của lòng người, các tiểu thuyết gia thuộc khuynh hướng tâm lý của thời kỳ này rõ ràng đi có xa hơn trước.

Tiểu-thuyết-mới

Và về mặt kỹ thuật, phong trào tiểu-thuyết-mới của Pháp cũng tiếp tay đắc lực một số nhà văn Miền Nam.

Cho đến 1945, các tiểu thuyết gia Việt Nam dù viết loại truyện nào, dù theo khuynh hướng nào, vẫn diễn đạt trong khuôn khổ truyền thống Tây phương. Không mấy ai tính chuyện vượt ra ngoài mẫu mực của những Balzac, Tolstoi, Dostoievski v.v..., mẫu mực đã thành hình từ thế kỷ trước. Sau Thế chiến thứ hai, có những cố gắng táo bạo để phá vỡ cái truyền thống ấy, mở một chân trời mới cho tiểu thuyết, đem đến cho bộ môn này những khả năng mới.

Hoặc trước kia người ta vẫn kể truyện theo sự diễn tiến của câu chuyện, theo thứ tự thời gian; sau này người ta đảo lộn diễn tiến của cốt truyện, xáo trộn thứ tự thời gian (briser the récit linéaire et chronologique). Hoặc trước kia vẫn dùng ngôi thứ ba, kể truyện trong tư cách một người đứng bên ngoài, bên trên các nhân vật, sau này có kẻ làm như hòa đồng với nhân vật, chuyển thẳng vào tác phẩm những ý tưởng âm thầm, chưa thành lời của nhân vật, chuyển những cái ấy dưới hình thức độc thoại nội tâm (monologue intérieur). Hoặc trước câu chuyện thuật lại như thể được nhìn từ một quan điểm duy nhất; sau này có những truyện được nhìn từ nhiều quan điểm khác nhau, cùng một sự việc dưới cái nhìn của nhân vật này khác hẳn dưới cái nhìn của nhân vật khác; thuật truyện như thế tác giả làm như lật qua lật lại câu chuyện, hết xem bên này lại xem phía bên kia, làm cho sự thực hiện ra toàn vẹn hơn (multiplier les points de vue à l"intérieur du récit). Hoặc giả trước kia thường thường trong mọi thiên truyện chỉ dùng một lối thuật sự mà thôi; sau này người ta có thể sử dụng nhiều lối khác nhau, ghép lại: một mẩu tin tức truyền thanh bên cạnh một câu chuyện do hành khách trao đổi với nhau trên xe buýt, bên cạnh một bài báo, một đoạn truyện truyền thống v.v... (juxtaposer des modes narratifs divers). Hoặc giả trước kia người ta vẫn kết cấu thiên tiểu thuyết bằng cách trình bày diễn tiến các tình tiết của một cốt truyện; sau này có kẻ loại bỏ vai trò của cốt truyện, tìm những mô thức kết cấu khác hơn là dõi theo diễn tiến cốt truyện (des schémas de structuration autre que le développement de l"intrigue) v.v...

Một số sáng tác của Võ Phiến vào giai đoạn sau như "Cái còn lại", "Đọc sách" (trong cuốn Ảo ảnh), "Một ngày để tùy nghi" (trong cuốn Phù thế)..., có thể bảo là truyện, cũng có thể bảo không xem là truyện được. Giống như tiểu thuyết, nó có một số nhân vật, có những suy tầm và phát giác về tâm hồn con người, về cuộc đời. Nhưng nó lại không có cốt truyện, không có diễn biến tình tiết gì. Nó không có cái kết cấu của một câu chuyện; lại phảng phất cái thi vị của thơ tản văn. Cái kết cấu chú trọng đến một tiết điệu hài hòa, đến bầu không khí chung, hơn là đến tình tiết sự việc trong câu chuyện. (Ngay những tác phẩm ra đời sớm hơn như "Lại thư nhà", "Ngày xuân êm đềm" (trong cuốn Thư nhà) cũng đã xa dần cốt cách của loại truyện truyền thống.)

Sau 1964 một số tác giả lớp trẻ cũng đem ra thí nghiệm các quan niệm tiểu-thuyết-mới: Huỳnh Phan Anh, Nguyễn Quốc Trụ, Nguyễn Đông Ngạc v.v... Sử dụng các kỹ thuật mới sớm nhất có lẽ là Dương Nghiễm Mậu. Trong cuốn truyện dài Con sâu chẳng hạn, "tôi" không hẳn là một nhân vật nào, khi là nhân vật này khi lại là nhân vật nọ; sự chuyển vị xảy ra thoăn thoắt làm nổi bật sự thay đổi đột ngột những quan điểm nhìn sự việc khác nhau. Dương Nghiễm Mậu lại có cái hay là mặc dù sử dụng kỹ thuật Tây phương ông vẫn giữ được cốt cách dân tộc: đọc ông người ta không hề cảm thấy dấu vết ảnh hưởng ngoại lai, người đọc bất cứ ở trình độ nào cũng thấy thoải mái, thấy một bầu không khí quen thuộc.

Tiểu-thuyết-mới ở Pháp là một phong trào khá ngắn ngủi, số tác giả tham gia không nhiều, ảnh hưởng trong quần chúng không sâu rộng. Như thế, nếu nó không thay đổi được gì lớn lao trong tình hình tiểu thuyết ở ta, điều ấy không đáng lấy làm lạ. Dù sao, nó cũng đã góp thêm một số kỹ thuật, nó đã làm cho các nhà văn sau này có quan niệm khoáng đạt hơn về tiểu thuyết. Tiếp xúc với một số sáng tác từ thập niên 60 về sau, thường bắt gặp những lối kết cấu phóng khoáng, đa dạng, cởi mở hơn trước.

PHÂN LOẠI

Tiểu thuyết thời kỳ 54-75 ở Miền Nam có mấy loại, có bao nhiêu khuynh hướng? Tình hình đại khái có giống với hồi tiền chiến chăng, hay đã hoàn toàn đổi khác? Có người bảo rằng phải dùng một cách phân loại khác hẳn mới theo kịp cái phức tạp của thời này; có người lại chỉ chia ra vài loại, đơn giản đến cùng.

Chúng tôi khbông đi sâu vào vấn đề, không sắp xếp vị trí từng tiểu thuyết gia vào từng dòng, từng loại, từng khuynh hướng. Tuy vậy tưởng cũng nên có một cái nhìn khái quát để xem trên con đường phát triển về phương diện này, tiểu thuyết nó đi về đâu? có liên quan như thế nào với quá khứ?

Từ ngày chúng ta bắt đầu viết tiểu thuyết theo quan niệm Tây phương, đã có nhiều cách phân loại về bộ môn này.

Thoạt tiên, ở một thời kỳ mà tiểu thuyết Việt Nam chưa kịp phát triển, Dương Quảng Hàm chỉ thấy có bốn khuynh hướng:

1. Khuynh hướng về học thuật — 2. Khuynh hướng lãng mạn — 3. Khuynh hướng xã hội — 4. Khuynh hướng tả thực[147].

Sau đó, Vũ Ngọc Phan, gần đến giai đoạn phát triển cuối cùng của tiểu thuyết Việt thời tiền chiến, đã phân chia tiểu thuyết làm mười loại:

---

[147] Dương Quảng Hàm, Việt Nam văn học sử yếu, bộ Quốc gia Giáo dục xuất bản, Hà Nội, 1951.

1. Tiểu thuyết phong tục — 2. Tiểu thuyết luận đề — 3. Tiểu thuyết luân lý — 4. Tiểu thuyết truyền kỳ — 5. Tiểu thuyết phóng sự — 6. Tiểu thuyết hoạt kê — 7. Tiểu thuyết tả chân — 8. Tiểu thuyết xã hội — 9. Tiểu thuyết tình cảm — 10. Tiểu thuyết trinh thám[148].

Đến năm 1972, Doãn Quốc Sỹ cũng đưa ra một bản phân loại mười khuynh hướng nữa, có đôi chỗ khác với bản Vũ Ngọc Phan, nhưng sự khác biệt không lấy gì làm quan trọng[149].

Cũng trong năm 1972, Bùi Xuân Bào cho xuất bản một tác phẩm bằng Pháp văn, nghiên cứu về tiểu thuyết Việt Nam hiện đại, tức cuốn Le roman vietnamien contemporain (1925-1945)[150]. Cách phân loại trong tác phẩm của ông Bùi biệt hẳn ra một lối. Xét riêng về sự phát triển của tiểu thuyết Việt Nam trong thời toàn thịnh tiền chiến, từ 1932 đến 1945, ông chia ra làm hai giai đoạn, trong mỗi giai đoạn ông thấy có hai dòng: một dòng hiện thực (gồm những loại tiểu thuyết phong tục, tiểu thuyết xã hội), và một dòng nữa hoặc có tính cách lãng mạn (gồm những loại truyện tình yêu lý tưởng, truyện người hùng, tiểu thuyết ấn tượng v.v...), hoặc gồm những loại tiểu thuyết tình cảm, tiểu thuyết hoài cổ, tiểu thuyết tâm lý.

Trong cách phân loại của ông Bùi, cái dòng quan trọng hơn các loại. Theo quan niệm của ông thì giữa những truyện đường rừng, truyện ma quái của Tchya,

---

[148] Vũ Ngọc Phan, Nhà văn hiện đại, Tân Dân xuất bản, Hà Nội, 1942-1945.

[149] Introduction to literature and fiction, Saigon Faculty of Letters, 1972.

[150] Tủ sách Nhân Văn Xã Hội xuất bản, Sài Gòn.

Lan Khai, truyện người hùng của Lê Văn Trương, với loại truyện luận đề của Nhất Linh có một điểm chung khiến chúng gần gũi nhau, đó là cái tính lãng mạn. Ở đây không phải chỉ có sự sắp xếp, liệt kê các loại, các khuynh hướng tiểu thuyết; mà còn có một cố gắng giải thích lý do phát triển của mỗi dòng mỗi khuynh hướng trong từng giai đoạn, căn cứ trên tình hình xã hội, kinh tế...

Ngoài ra, hồi tiền chiến còn có cách phân loại của Nguyễn Xuân Huy trong cuốn Viết và sống: Tìm nghĩa văn học[151]. Theo ông Nguyễn Xuân Huy này thì có hai hạng văn sĩ, hai thứ văn học: Một là văn học phản tiến hóa, gồm:

a. Những tác phẩm phản ảnh tinh thần thỏa mãn với hiện tại.
b. Những tác phẩm phản ảnh tinh thần trốn hiện tại.
c. Những tác phẩm phản ảnh tinh thần hoài cổ.
d. Hai là văn học lợi tiến hóa, gồm:
e. Những tác phẩm phản ảnh tinh thần bất bình với hiện tại.
f. Những tác phẩm phản ảnh tinh thần dám nhìn thẳng vào thực tại.
g. Những tác phẩm phản tinh thần nhìn về tương lai.[152]

Người ta thấy ngay đó là quan điểm của một tác giả cộng sản. Ông Bùi nhận xét: "hẹp hòi một cách lạ lùng" (étonnament étroite).

Ba mươi năm sau, một tác giả cộng sản khác phân chia "một cách rạch ròi" làm ba khuynh hướng: một là tiểu thuyết lãng mạn, hai là tiểu thuyết hiện thực phê

---

[151] Xuất bản năm 1944, tái bản năm 1953 tại Hà Nội.
[152] Dẫn theo Bùi Xuân Bào, Le roman vietnamien contemporain, trang 57, 58.

phán, ba là những thứ... táp nham (như tiểu thuyết người hùng của Lê Văn Trương, tiểu thuyết của nhóm trốt-kýt Hàn Thuyên, tiểu thuyết khiêu dâm, kiếm hiệp, trinh thám v.v...)[153]

Về văn học Miền Nam sau 1954, một tác giả cộng sản khác là ông Phạm Văn Sĩ, trong phần phụ lục cuốn Văn học giải phóng Miền Nam cũng thấy có hai thứ văn học: một thứ phản động gồm có văn chương chống cộng, văn chương nhân vị duy linh và văn chương hiện sinh; một thứ tiến bộ gồm có văn chương hiện thực phê phán, và văn chương yêu nước và cách mạng. Dàn ra như thế, nhưng dẫn chứng thì qua quít sơ sài. Đại khái, các ông Nguyễn Xuân Huy, Phan Cự Đệ, Phạm Văn Sĩ, không khác nhau: vẫn một mực đứng trên lập trường chính trị chia văn học ra hai thứ chính tà minh bạch. Chúng ta không cần lặp lại lời nhận xét của ông Bùi Xuân Bào trên đây.

Còn ông Cao Huy Khanh, người đã dành ra cả một cuốn sách nghiên cứu về tiểu thuyết Miền Nam trong khoảng thời gian 1954-73, thì cho rằng không thể dùng cách phân loại Vũ Ngọc Phan vào tiểu thuyết Miền Nam sau này, bởi vì quan niệm ấy "chỉ áp dụng được đối với những thời kỳ văn học có nếp sinh hoạt tương đối giản dị, còn riêng đối với những thời kỳ văn học phức tạp (đôi khi phức tạp quá đến chỗ hỗn độn) như thời Hiện đại thì không thể dùng được một cách có ích lợi."[154]

---

153 Phan Cự Đệ, Tiểu thuyết Việt Nam hiện đại, tập I, nhà xuất bản Đại Học Và Trung Học Chuyên Nghiệp, Hà Nội, 1974, trang 52 và 53.

154 "Vấn đề khuynh hướng trong tiểu thuyết Miền Nam từ 1954 đến 1973", tạp chí Thời Tập, số ra ngày 15-4-74, trang 45.

Chúng ta không có được tác phẩm của ông Cao, không biết được ông phân loại như thế nào.

Mỗi người có thể có một cách phân loại riêng. Dĩ nhiên cũng có cách hay cách dở, nhưng mỗi cách được nghĩ ra là tùy theo quan niệm văn nghệ từng người, tùy theo mục đích biên soạn từng tác phẩm, cho nên xin khỏi đi sâu vào các ưu khuyết dị biệt làm gì. Chỉ xin ghi nhận rằng, (bỏ qua nhận định hẹp hòi và thiên lệch của cộng sản sang một bên), nhìn chung, từ thời Dương Quảng Hàm đến nay riêng một bộ môn tiểu thuyết đã phát triển thật xa, càng ngày càng phân chia ra làm nhiều khuynh hướng, nhiều loại. Dương Quảng Hàm chỉ thấy có bốn khuynh hướng, đến Vũ Ngọc Phan đã phải xếp vào mười loại khác nhau, thế mà về sau Cao Huy Khanh còn cho là thời 54-75 văn học phức tạp hơn nhiều nữa.

Xu hướng phát triển từ giản đơn đến phức tạp là thuận lẽ tự nhiên; mặc dù sau 1954 có một số khuynh hướng tiểu thuyết tiền chiến mất đi nhưng chắc chắn có một số khác lại xuất hiện thêm, chúng tôi tin lời ông Cao về câu chuyện phức tạp. Duy ta có thể phân vân tự hỏi: Cái phức tạp nọ phải chăng đã tới độ thay đổi tận căn bản tình hình văn nghệ sau 1954 đến nỗi sau này không còn dùng được cách phân chia khuynh hướng trước kia?

Theo chỗ tôi nhận thấy, môn loại và khuynh hướng có thêm có bớt, nhưng trên đại thể không có sự xáo trộn quá đáng. Chúng ta không dứt lìa quá khứ. Những tác giả như Nhật Tiến, Nguyễn Thị Vinh, Phan Du, Linh Bảo, Võ Hồng v.v... rất được độc giả lớp sau hoan nghênh mà vẫn viết như tiền chiến, và thiết tưởng rất có thể tìm được một chỗ thích hợp trong bản phân loại Vũ Ngọc Phan không khó khăn. Vả lại xóa cả cái cũ để sắp xếp lại e làm cho chúng ta mất phương hướng, khó bề theo dõi được con đường chuyển biến của bộ môn tiểu thuyết từ thời kỳ nọ sang thời kỳ kia. Chuyển biến thường thường do những phản ứng chống lại cái cũ: chủ nghĩa lãng mạn là một phản ứng chối bỏ chủ nghĩa cổ điển, khuynh hướng tượng trưng trong thi ca là phản ứng chống lại khuynh hướng lãng mạn, rồi tiểu-thuyết-mới là một phản ứng đối với thứ tiểu thuyết gọi là hiện sinh v.v... Sau 1954 Miền Nam vẫn còn những nhà văn tiếp tục viết tiểu thuyết theo quan niệm truyền thống, nhưng quả nhiên đồng thời có một phản ứng chống lại truyền thống. Sự chống đối vượt ra ngoài phạm vi tiểu thuyết, phạm vi văn nghệ; sự chống đối ấy bao trùm cả nếp sống trong xã hội, cả nếp tư tưởng, cả phong cách con người, cả bút pháp các nhà văn như chúng ta đã thấy.

Vậy có lẽ tiểu thuyết thời kỳ 1954-75 nên chia ra làm hai dòng: một dòng truyền thống và một dòng phản truyền thống.

Trong cái dòng truyền thống, có thể gặp lại một số khuynh hướng hồi tiền chiến, và để sắp xếp vẫn có thể dùng bản phân loại Vũ Ngọc Phan, với ít nhiều gia giảm. Chẳng hạn:

Khuynh hướng luận đề: Nguyễn Mạnh Côn, Hồ Hữu Tường, Nhất Hạnh, Doãn Quốc Sỹ, Nguyễn Mộng Giác...

Khuynh hướng xã hội: Phan Du, Nguyễn Văn Xuân, Vũ Hạnh, Nguyễn Thụy Long...

Khuynh hướng phong tục: Bình Nguyên Lộc, Sơn Nam...

Khuynh hướng tình cảm: Linh Bảo, Thanh Nam, Nhã Ca, Nguyễn Thị Vinh, Văn Quang...

Khuynh hướng luân lý: Nhật Tiến, Lê Tất Điều, Võ Hồng...

Khuynh hướng tâm lý: Nhất Linh, Tường Hùng...

Khuynh hướng tả chân: Nguyễn Đình Thiều, Thế Uyên...

Phản ứng lại truyền thống, hoặc người ta phản ứng bằng cách ngờ vực các giá trị cũ, nêu ra các thắc mắc suy tư; hoặc phản ứng bằng cách chống lại nếp sinh hoạt cũ, sống theo một quan niệm khác hẳn; hoặc giả trong phạm vi văn nghệ thì người ta phản ứng lại bằng cách chuyển hướng sáng tác theo một quan điểm nghệ thuật mới. Như vậy dòng tiểu thuyết phản truyền thống, có thể chia ra những khuynh hướng như sau:

Phản ứng trong suy tưởng: Thanh Tâm Tuyền, Dương Nghiễm Mậu...

Phản ứng trong nếp sống: Nguyễn Thị Hoàng, Chu Tử, Nguyễn Đình Toàn, Trần Thị NgH, Lệ Hằng...

Phản ứng trong bút pháp: Huỳnh Phan Anh, Nguyễn Quốc Trụ, Nguyễn Đông Ngạc...

Hai khuynh hướng đầu thường được gọi chung là khuynh hướng hiện sinh; khuynh hướng thứ ba là tiểu-thuyết-mới.

Kể ra giữa truyền thống với phản truyền thống cũng không đến nỗi xa lạ hẳn nhau: Văn Quang viết về tình yêu, Nguyễn Thị Hoàng với Chu Tử cũng viết về tình yêu: Nhã Ca có nhiều truyện ái tình, Trần Thị NgH cũng thế, đề tài và chủ đích giống nhau, tất cả có thể xếp chung cùng một chỗ với nhau lắm. Tuy nhiên vì cái phong cách yêu đương mỗi bên mỗi khác, mà cái khác nhau trong phong cách ấy phản ảnh cả một sự thay đổi sâu xa trong xã hội, trong lòng người mỗi thời, vì vậy nên tách biệt vào hai dòng khác nhau.

ĐẶC ĐIỂM

Có lần, nhân phê bình Thạch Lam, Vũ Ngọc Phan có một nhận định khái quát về tiểu thuyết Việt Nam. Ông bảo: (...) "ai đã có con mắt quan sát, đều phải công nhận rằng ở nước ta, khi muốn viết một truyện ngắn hay một truyện dài cho đúng sự thật mà lại nồng nàn, đặc sắc không những thiếu nhân vật, mà còn thiếu cả cảnh nữa. Nhà tiểu thuyết Việt Nam không khỏi có lúc phàn nàn: Thật thiếu hẳn "phông" để viết cho thành một truyện có hứng thú.

Không phải nói một giọng khinh bạc, chứ thật ra ở nước ta đã thiếu hẳn màu, thiếu hẳn hình, hẳn bóng, và điều quan hệ là thiếu cả cái cuộc đời thâm trầm, bí ẩn và nồng nàn, cái cuộc đời về tinh thần căn cứ vào một khuôn khổ tôn giáo cao cả hay một nền xã hội rộng rãi. Ai dám bảo người dân quê Việt Nam ta đã có một cuộc đời phiền phức như người dân quê Pháp dưới ngòi bút sáng tác của Roger Martin du Gard, hay như người dân quê Á-rập dưới ngòi bút dịch thuật của bác sĩ Mardrus? Ai dám bảo những cảnh vật dưới trời Nam ta rực rỡ và có muôn hình nghìn trạng như những cảnh vật ở Nhật hay ở Tàu? Một văn sĩ cũng như một họa sĩ, đứng trước một người mặc áo màu nâu, bên cạnh một thửa ruộng

mà đất cũng màu nâu nốt, lại dưới một trời thu cũng
như dưới một trời đông, hay dưới một trời xuân cũng
như dưới một trời hạ, thì dù có sẵn một cây bút xuất sắc
cũng khó vẽ nên những màu tươi tốt được"[155].

Một nhà phê bình khác là Bùi Xuân Bào cùng viết về
thời kỳ tiền chiến này, cũng có mấy nhận định tổng quát.
Theo ông Bùi thì: "Hai nhân vật được nhiều cảm tình
nhất trong tiểu thuyết Việt Nam hiện đại là nông dân và
phụ nữ. Cứ mỗi lần một tiểu thuyết Việt Nam nói đến
đời sống thôn dã, dù thuộc khuynh hướng lãng mạn hay
hiện thực, dù viết truyện phong tục hay truyện xã hội,
bao giờ tiểu thuyết gia ấy cũng mô tả các người dân quê
bằng những nét cảm động (...). Mặt khác, qua một số lớn
tiểu thuyết gia hiện đại, người ta nhận lại được những
nét cố hữu của người phụ nữ Việt Nam. Thói quen cố
gắng, dẻo dai, các đức tính thủy chung, nhẫn nhục và hi
sinh, những cái ấy không hề làm suy giảm tính nết dịu
dàng và lòng thiết tha muốn yêu và được yêu của người
phụ nữ."[156]

---

[155] Nhà văn hiện đại, Đại Nam (Hoa Kỳ) in lại theo ấn bản
do nhà xuất bản Thăng Long in lần thứ III ở Sài Gòn năm
1960, quyển IV, tập ba, trang 1153.

[156] "Les deux personnages les phus sympathiques du
roman vietnamien contemporain sont le paysan et la femme.
Chaque fois qu"un romancier vietnamien touche à la vie
rustique, qu"il soit romantique ou réaliste, qu"il soit
romancier des moeurs ou romancier social, in ne manque pas
de dépeindre les gens de la campagne sous des traits
touchants (...) D"autre part, à travers un grand nombre de
romanciers contemporains, on retrouve les traits permanents
de la femme vietnamienne. L"habitude de l"effort, de la
tenacité, les vertus de fidélité, de résignation et de sacrifice,
ne diminuent en elle ni la douceur du caractère ni le besion

Ông Bùi lại thấy rằng chúng ta không có "những cuốn tiểu thuyết phiêu lưu hay tiểu thuyết hành động lớn"[157].

Sau cùng ông Bùi tiếc rằng "so với toàn thể dân số thì số quần chúng độc giả học thức hãy còn quá ít oi. Vì vậy họ (các nhà văn Việt Nam hiện đại) bị bắt buộc phải viết nhanh để kịp nộp bài cho các tạp chí và nhật trình. Họ khó lòng dốc tâm vào những công trình dài hơi và sâu xa."[158]

Các nhận xét ấy đối chiếu với tình hình tiểu thuyết sau 1954 đại khái vẫn còn đúng, ngoại trừ trường hợp của nông dân và phụ nữ.

Người dân quê

Người dân quê, không phải họ mất cái cảm tình của các nhà văn nhưng họ vắng bóng dần dần trên sách báo. Những tiểu thuyết gia thuộc giai đoạn 54-63 có viết về dân quê, và đa số các người dân quê được nói đến trong các tác phẩm của Doãn Quốc Sỹ, Võ Hồng, Sơn Nam, Bình Nguyên Lộc, đều đáng yêu. Nhưng lớp tiểu thuyết gia trẻ tuổi thuộc giai đoạn sau thì chẳng mấy ai nói đến dân quê nữa. Có thể hầu hết những nhà văn này sinh ra hay lớn lên ở đô thị; cũng có thể vì tình hình an ninh ở

---

de donner et de recevoir la tendresse (...) in n"y a pas de grands romans d"aventures ou de grands romans d"action (...) le public lettré est encore très restraint par rapport à l"ensemble de la population. Ausi sont-ils obligés d"écrire vite pour fournir de la copie à divers revues et journaux. In leur est difficile de se consacrer à des ouvrages de longue haleine et profondément médités." Bùi Xuân Bào, sđd, trang 376-380.

[157] Sđd.

[158] Sđd.

nông thôn về sau đâm ra tồi tệ, làm cho nông thôn cách biệt hẳn thành thị, làm cho người dân quê khuất dạng và cái sinh hoạt đồng quê mờ nhạt hẳn trong kỷ niệm của lớp tác giả và độc giả ở đô thị.

Người phụ nữ

Còn người phụ nữ thì không lúc nào vắng bóng, nhưng cái tình cảm dành cho họ trở nên phức tạp hơn xưa. Trước hết, người mẹ thì vẫn giữ được trọn vẹn cảm tình, nếu không phải là một thứ cảm tình thiết tha hơn. Thuở bình thời người ta thương mẹ một phần, lúc chiến tranh trải qua tai ương hoạn nạn càng thương mẹ đến đôi ba phần: trong hoàn cảnh như thế còn ai trên đời lo lắng cho ta hơn mẹ. Cho nên khắp nước vang lên một điệu kêu thương mẹ Việt Nam, mẹ đau thương, mẹ gầy còm v.v... Bằng nhạc, bằng thơ, bằng họa, bằng tùy bút, hồi ký, và dĩ nhiên bằng tiểu thuyết nữa.

Tai ương hoạn nạn cũng kích thích mạnh cái tình cảm đối với vợ con: trong thời 54-75 các thi sĩ nói rất nhiều về vợ và con. Thơ cho con trai đầu lòng, cho đứa mới sinh, sắp sinh, cho vợ yêu v.v..., những bài thơ như thế chắc chắn không có thời nào xuất hiện nhiều như thời này. Thời mà Thượng Đế chết, mà cả cuộc sống trở nên vô nghĩa, hư ảo v.v.. thì các cục cưng trở nên thật và lớn lao hơn bao giờ hết.

Tuy vậy cái tình cảm dành cho người vợ và người yêu trong thời kỳ này có chỗ phức tạp rắc rối hơn trước nhiều. Nghịch cảnh oan khiên thử thách có khi làm cho tình thêm nồng nàn, người thêm cao cả quí giá vô ngần; lại có khi gây nên đổ vỡ, thù hận không nguôi. Vả lại trong hoàn cảnh xã hội loạn lạc, yêu đương cuồng vội, người đàn bà nết na nhất trên đời cũng dễ đánh rơi mất những đức tính cố hữu của mình.

Ấy là chưa kể có những trường hợp phũ phàng, các tác giả trút nỗi bất bình đối với cuộc đời, đối với xã hội, lên đầu những nhân vật phụ nữ tệ bạc. Bằng nét bạo liệt. Dương Nghiễm Mậu, Nhã Ca... từng vẽ nên những hình bóng đàn bà dữ dằn. Trong truyện "Bạc như vôi"[159], Nhã Ca kể chuyện mẹ con cô Nhiên: cô con gái thù hằn khinh bỉ người mẹ lẳng lơ lang chạ để nhục cho mình, cô ta thủ sẵn một con dao đón chận một thằng cha bần tiện vẫn ngủ với mẹ mình hỏi thẳng vào mặt xem có phải "hắn" là cha mình không? "Hắn" lính quýnh không trả lời được, cô gái vụt con dao, thằng cha nọ lách mình chuồn êm y hệt một đứa... bần tiện. Còn lại một mình, đến lượt cô gái kêu trời, không biết cái thai chính mình đang mang trong bụng là của ai, của thằng bồ nào!

Tuy với nét bút không mãnh liệt nhẫn tâm như thế, Nguyễn Đình Toàn, Lệ Hằng cũng phác họa lắm mẫu phụ nữ kỳ lạ. Trong thiên truyện "Đóm lửa"[160] của Nguyễn Đình Toàn, một cô ca sĩ khao khát danh vọng không coi chồng con ra gì, sẵn sàng bỏ chồng đi làm bé bất cứ một nhân vật nào tạo được cho mình cơ hội nổi tiếng. Cô ta nói những điều rồ dại đến nỗi người chị phải kêu: "Nổi tiếng như thế ăn cứt còn hơn."

"Nổi tiếng", đó không phải là một khao khát của phụ nữ ngày xưa. Thời thế đổi thay, địa vị mới của phụ nữ trong xã hội không khỏi ảnh hưởng đến tính tình, phong cách, nết na của họ. Vả lại hồi trước hầu hết tiểu thuyết

---

[159] Tạp chí Vấn Đề, Sài Gòn, số Xuân 1972.
[160] Tạp chí Văn, phát hành tại Sài Gòn ngày 5-12-74.

gia thuộc nam phái, họ nhìn về phía nữ giới với con mắt trìu mến; sau này có nhiều nữ tiểu thuyết gia, đàn bà nhìn nhau cách khác.

Đến như cái nhận xét về tình cảnh nhà văn ở xứ ta thường phải viết vội vàng, không có dư thì giờ để chuẩn bị, nghiền ngẫm chín chắn về tác phẩm nghệ thuật, để xây dựng những công trình dài hơi sâu sắc, thì bây giờ ta phải buồn rầu nhận rằng tình cảnh vẫn chưa khác trước là bao. Số người học thức có tăng, số lượng độc giả cũng có tăng, nhưng nhu cầu trong đời sống nhà văn cũng mỗi ngày mỗi tăng theo cái đà chung của xã hội mới, cho nên sống bằng ngòi bút ở nước ta vẫn cứ là chuyện gian nan. Nói chung, hầu hết những nhà văn chuyên nghiệp đều phải làm việc vội vã.

Cái hùng vĩ bao la

Sau cùng xin trở lại với ý kiến của Vũ Ngọc Phan. Cái hay cái dở ở đâu cũng có; thiết tưởng không thể nói Tây, Tàu, hay Nga, Mỹ viết hay hơn ta, cũng không thể nói ta viết hay hơn hay kém thua Thái-lan, Ấn-độ, Phi-luật-tân v.v... Nhưng quả thực khi đọc một số tiểu thuyết của Nga của Tàu, tôi có cảm tưởng về cuộc sống phiền tạp, mênh mông, cảm tưởng trước một cái gì bát ngát bao la, điều không mấy khi bắt gặp ở tiểu thuyết Việt Nam. Chúng ta có thể làm nên tác phẩm đẹp đẽ, hoàn thành những công trình tuyệt xảo, tuyệt đẹp, nhưng là công trình gọn gàng, vừa vặn, mực thước, phải chăng. Ta không có cái phiền tạp bao la của Nga của Tàu, và hình như ta cũng không có cái ác liệt của Nhật chẳng hạn. Trong một cuốn tiểu thuyết nọ của Nhật có người yêu một cô gái mù, cô gái gặp nạn hỏng cả gương mặt xinh đẹp và cực kỳ đau khổ với cái ý nghĩ anh chàng kia trông thấy khuôn mặt bị hủy hoại của mình; anh chàng hiểu ý người yêu, lặng lẽ cầm cây kim đâm luôn vào cả hai mắt mình thành đui hẳn! Ấy là chưa kể những cảnh người mổ bụng tự tử nhan nhản. Những cái quá đáng, dữ dội như thế — quá đáng trong sự hung bạo cũng như trong hi sinh thánh thiện — làm ta cảm thấy rờn rợn trước sự bí hiểm của tâm hồn con người.

Ở ta cảnh vật thì êm đềm, cuộc sống bình thường thì phẳng lặng, nhạt nhẽo, giản dị, tầm thường (nhạt nhẽo, giản dị, tầm thường là những chữ của Vũ Ngọc Phan dùng trong đoạn nói về Thạch Lam). Dân tộc ta không hay có hành động ngoạn mục: những hi sinh cao cả nhất thường thường cũng âm thầm, lặng lẽ, ẩn dưới một bề ngoài giản dị.

Tại sao vậy? Ông Vũ nói đến cái thiếu một "cuộc đời về tinh thần căn cứ vào một khuôn khổ tôn giáo cao xa hay một nền xã hội rộng rãi." Quả có thế chăng? Hay hoặc giả nước ta vốn nhỏ hẹp, nên tác phẩm nghệ thuật của ta không phản ảnh được cái lớn lao? Ở những quốc gia rộng lớn như Nga, như Tàu cảnh trí muôn nghìn vẻ khác nhau: có núi cao sông dài, có sa mạc ngút ngàn, mà cũng có hồ bể mênh mông, có nóng bức mà cũng có buốt giá tuyết băng v.v...; ở những quốc gia như thế có những bộ lạc sơ khai đồng thời lại có hạng trí thức nổi danh khắp thế giới, có hạng nghèo khó cùng cực cũng có cảnh xa hoa phú quí tột trần v.v... Tầm mắt của nhà văn xứ họ thật rộng rãi, những điều mắt thấy tai nghe của họ phong phú vô ngần. Còn ta nước nhỏ đất hẹp, cái gì cũng vừa phải, cũng trung bình. Dân nghèo có nghèo, nhưng không tìm đâu ra cô gái nghèo đến nỗi vào ở rừng đến

mọc lông trắng; vua chúa thì giàu sang nhưng cũng
chẳng có gì là quá lộng lẫy. Chúa Nguyễn trong khi tiếp
chuyện nhà sư Thích Đại Sán nghe đám cháy cũng vội vã
bỏ khách chạy đôn chạy đáo đốc thúc cuộc chữa cháy
đến mệt nhoài, không khác gì một lão phú hộ nhà quê.
Và mãi sau này trong số các ông hoàng bà chúa ở Huế, có
lắm mệ cũng túng quẫn "chém" củ khoai đều đều, y hệt
bách tính. Có phải đó cũng là một lý do của cái tầm
thường giản dị trong nghệ phẩm ta chăng?[161] Dù sao nét
tâm hồn đặc biệt của dân tộc không chỉ thể hiện trong
tiểu thuyết mà thôi, người ta có thể nhận thấy ở khắp
các ngành nghệ thuật khác. Về kiến trúc, trong quá trình
lịch sử lâu dài nhiều nghìn năm chúng ta không có
những công trình đồ sộ, chót vót, không có những giáo
đường cao, những chùa chiền thực sự qui mô, những
thành quách như Vạn Lý Trường Thành bên Tàu, như
lâu đài các sứ quân bên Nhật, như Đế Thiên Đế Thích
bên Miên v.v... Về hội họa điêu khắc, chúng ta không có

---

[161] Tô Hoài cũng từng suy nghĩ về đặc điểm này của tiểu
thuyết Việt Nam, cũng đã thử suy đoán xem vì sao ta không
có công trình lớn lao. Trên tạp chí Văn Học (số 3-1972) ông
viết: "Gọn, trong sáng, nhanh – đặc biệt của truyện Việt Nam
(...). Truyện bộ của ta như Hoàng Lê nhất thống chí cũng thật
gọn, thật trong sáng, thật nhanh. Có phải từ đặc điểm đời
sống dân tộc và đất nước đã sinh ra lối kể, lối viết như thế? Có
phải cuộc đời một dân tộc mà lịch sử dày đặc những gian khổ
chống ngoại xâm, những khai phá mở mang, những tần tảo
thắt lưng buộc bụng cả nghìn năm dựng nước chưa bao giờ
biết có một lúc dừng chân đã tạo nên những cách thức cho lối
truyện ấy không?... Có phải cảnh gian khó của con người và
đất nước Việt Nam đã tạo nên ý chí cuộc đời thế và cũng tạo
nên cả cách kể câu chuyện, lời tâm sự hay câu chuyện mua
vui không thể dài dòng. Đời người hôm sớm lẽo đẽo đầu sông
cuối bãi, chưa lúc nào được thư thái nhàn tàn cả."

những bức họa to, những pho tượng lớn. Ngày xưa, chúng ta cũng không có trường ca, chỉ có những câu hát nho nhỏ, xinh xinh.

(Sau này ở Miền Bắc có chủ nghĩa cộng sản — tác động trên tâm hồn như một thứ tôn giáo — lại có cuộc chiến tranh tàn khốc, có cảnh sống nghèo cực tận cùng, có những yếu tố thay đổi hẳn hoàn cảnh "tầm thường, nhạt nhẽo". Tuy nhiên chế độ độc tài làm cho người nghệ sĩ lúc nào cũng ngay ngáy lo lắng về lập trường, chính sách, làm cho dụng ý thuyết phục tuyên truyền lộ rõ trong từng câu từng lời, thái độ ấy không làm nên được tính cách lớn lao trong tác phẩm mà chỉ tạo ra những nhân vật rập khuôn, vô hồn, ngô nghê. Thật đáng tiếc, vì trong lớp trẻ ở Miền Bắc có những nghệ sĩ có tài, chịu tu dưỡng công phu, bỏ nhiều thì giờ tiếp xúc với thực tế, quan sát ghi nhận chu đáo về từng nhân vật, sự việc, khung cảnh trước khi đưa vào tác phẩm.)

Trong khi ấy ở Miền Nam trong hai chục năm sau này cũng không hiếm những biến cố vượt quá mức "tầm thường", có thể cung hiến đề tài xứng đáng cho những tác phẩm vừa "đúng sự thật" vừa "nồng nàn, đặc sắc", nhưng hầu hết các tiểu thuyết gia lại được tự do chọn... sống xa những hoàn cảnh gay cấn, nên không phản ảnh được cái thực tại nồng nàn đặc sắc của thời kỳ này. Những trận chiến đấu hào hùng khốc liệt, những cảnh hi sinh cao cả, những tàn sát dã man, những đau thương đứt ruột v.v... thường gặp trong các cuốn bút ký, các thiên phóng sự mà hiếm thấy trong tiểu thuyết. Phóng sự, bút ký, hồi ký do ký giả chiến trường, do quân nhân từng dự chiến về ghi chép; tiểu thuyết do các nhà văn vốn thường chọn sống ở đô thị, chọn tới lui những chốn an toàn như tòa soạn, như... phòng trà ca nhạc. Họa hoằn mới có những trường hợp một vài tiểu thuyết gia bị kẹt trong khu vực "nóng" (như Nhã Ca trong tết Mậu Thân chẳng hạn), và mặc dù suốt thời gian mắc kẹt chỉ lo trốn nấp trong nhà trong hầm, bà vẫn có chất liệu để viết nên những tác phẩm thật nồng nàn. Như vậy, đa số các tiểu thuyết gia Miền Nam, về phương diện này lại cũng đáng tiếc nữa: họ bỏ mất cái cơ hội dành cho những cuốn "tiểu thuyết hành động lớn" mà ông Bùi Xuân Bào cho là từ trước đến nay ta vẫn thiếu.

Ngoài Bắc nhà văn chịu "đi thực tế" nhưng thiếu tự do; trong Nam nhà văn được tự do mà lại ít chịu khó "đi thực tế".

Vào thời kỳ sau 1954 ở Miền Nam có nhiều cố gắng tạo dựng những bộ trường thiên tiểu thuyết, những công trình qui mô để phản ảnh giai đoạn lịch sử có nhiều biến cố lớn lao từ 1945 về sau. Tuy nhiên sách có dày mà chưa phản ảnh được cái nồng nàn, sôi động, dữ dội của cuộc sống ngoài đời. Chưa phản ảnh đầy đủ. Chưa phản ảnh được bao nhiêu. Lần này chúng ta khó đổ lỗi cho cuộc sống.

Dầu sao so với thời tiền chiến nhất định có thay đổi rõ rệt. Không thể bảo cuộc đời những người dân quê trong Hương rừng Cà Mau của Sơn Nam, cuộc đời những nhân vật trong Cũng đành của Dương Nghiễm Mậu, Tình ca trong lửa đỏ của Nhã Ca chẳng hạn là những cuộc đời nhạt nhẽo, tầm thường.

Viết lời giới thiệu cuốn Nguyễn Huy Tưởng tuyển tập[162], Tô Hoài bảo Nguyễn Huy Tưởng "thường say sưa hình ảnh cuộc trường kỳ kháng chiến", xem đó là "một trang sử thi hùng vĩ", ước ao có ngày có những tác giả dựng lại được cuộc kháng chiến ấy trong những tác phẩm "tuyệt vời đẹp và vô cùng ly kỳ, hấp dẫn". Tô Hoài nói về cuộc kháng chiến chống Pháp hồi sinh thời của Nguyễn Huy Tưởng. Lâu lắm về sau thứ tác phẩm ước ao ấy vẫn chưa ra đời, và Phan Cự Đệ còn phải an ủi: "Chúng ta không nên sốt ruột lại sao bây giờ chưa có nhiều những bộ tiểu thuyết lớn phản ảnh một cách qui mô cuộc chiến đấu vĩ đại của dân tộc ta trong hơn 25 năm nay. (...) Hiện nay chúng cần loại tiểu thuyết xung kích."[163]. Lẽ nào thế? Lẽ nào chỉ cần món xung kích còn món hùng vĩ kia chỉ để ước ao dài cổ, đừng viết ra mà cũng đừng nên sốt ruột?

Ở trong Nam, có cuộc kháng chiến chống cộng, nhìn từ Quảng Trị, Thừa Thiên, Quảng Đức, cho đến An Lộc, cũng lắm điều "vô cùng ly kỳ hấp dẫn" vậy, và cũng lại có nhiều nhà văn ước ao có ngày dựng lại những hình ảnh ấy. Sự ước ao chưa thành, ở trong Nam cũng như ngoài Bắc.

Cho đến bây giờ, chưa thấy chúng ta chứng tỏ cái sở trường, hay ít ra là cái khả năng về những công trình nghệ thuật hùng vĩ bao la, mặc dù thời cuộc ba mươi năm trở lại đây trên khắp đất nước đã cung cấp cho nhà văn những đề tài sôi động, "nồng nàn, đặc sắc, đầy hứng thú."

---

162 Nhà xuất bản Tác Phẩm Mới in tại Sài Gòn năm 1978.
163 Phan Cự Đệ, sđd, tập I, trang 264, 265.

Tóm lại, nhìn chung trong thời kỳ 54-75 ở Miền Nam bộ môn tiểu thuyết đã có một số chuyển biến thuận lợi.

Sự xuất hiện một số đông tác giả nữ phái đem một không khí mới, một cái nhìn mới về cuộc đời, một lối cảm xúc mới và cả những lối diễn tả, lời ăn tiếng nói mới, khác với cái tiểu thuyết của nam giới từ xưa đến nay.

Rồi ảnh hưởng của tiểu thuyết Mỹ, của quan niệm tiểu-thuyết-mới ở Pháp, của học thuyết Freud, triết học hiện sinh v.v..., một mặt tăng cường khả năng biểu hiện của tiểu thuyết ta, đem đến cho nó những dạng vẻ mới, mặt khác mở rộng phạm vi đề tài, khuynh hướng cho tiểu thuyết ta.

Hơn nữa những biến thiên lớn lao và cuộc chiến tranh khốc liệt diễn ra trên đất nước là nguồn cung ứng đề tài đặc sắc hiếm có thời nào theo kịp. Tiếc rằng chúng ta vẫn chưa có những cuốn tiểu thuyết xứng đáng với tình hình đặc biệt ấy. Trong số các hạn chế của hoàn cảnh có thể kể ngay cái xáo trộn đảo điên ấy khiến người viết bị cuộc sống khó khăn xô đẩy dồn dập, không có thì giờ thai nghén nên công trình qui mô và sâu sắc chăng.

TUỲ BÚT

ĐI TÌM MỘT ĐỊNH NGHĨA

Khi Hoài Thanh viết xong cuốn Thi nhân Việt Nam, muốn tự xếp cho mình một chỗ ngồi trên văn đàn, ông loay hoay khổ sở: Ông là gì đây? là tiểu luận tác giả chăng? là tùy bút gia, là tùy hứng gia chăng? Nhưng dù là gì đi nữa, sự phân vân ấy của ông cũng chưa diễn tả hết mọi nỗi phiền hà rắc rối ngụ trong chữ essai của Tây phương. Nó là tiểu luận, là tùy hứng, cũng là tùy bút, bút ký, là tạp ký, tạp luận. tạp bút, tạp văn, là nhận định, phiếm luận v.v... Trường hợp giống như khi muốn dịch chữ porter, chữ crier ra Việt ngữ: là gồng, gánh, bưng, xách, ẵm, bồng...; là hét, la, gào, rống, rít, gầm v.v...

Trong Việt ngữ, chúng ta dùng nhiều chữ không phải là thừa; vì mỗi chữ chỉ thị một văn loại khác nhau, có chút đặc điểm riêng. Âu Mỹ dùng một chữ cũng không hẳn là thiếu là gượng; vì trong bấy nhiêu văn loại vẫn có chỗ giống nhau, rất có thể gọi trùm bằng một tiếng. Cái "mệt" là khi muốn gọi trùm thì ta không gọi được, mà khi cần gọi tách ra thì Âu Mỹ lại không tách được.

Trên thực tế trường hợp ấy vẫn có thể xảy ra. Chẳng hạn cái PEN Club. Đó là hiệp hội của các thi gia (poet), tiểu thuyết gia (novelist) và các essayist. Nếu bảo essayist là tùy bút gia thì Nguyễn Văn Trung không vào hội được: ông có viết tùy bút bao giờ đâu? còn nếu bảo là tiểu luận gia thì ông nhập hội được lắm, vì từng viết bốn năm tập "nhận định" văn học và triết học xuất sắc. Nhưng nếu dịch essayist là tiểu luận gia thì lại kẹt cho Nguyễn Tuân: ông này viết có cốt để luận về cái gì đâu? chẳng qua theo dòng mà giãi bày tâm tình lan man vậy thôi: ở Nguyễn Tuân cái tâm tình là chính, cái lý luận là phụ: nếu ông muốn vào hội e cũng không tiện. Giá ta có một chữ gọi trùm cho vui vẻ mọi người thì hay biết mấy.

Lại chẳng hạn chuyện sắp xếp của Vũ Ngọc Phan trong bộ Nhà văn hiện đại. Trong phần nói về bút ký ông liên hệ Phùng Tất Đắc với Tản Đà: Tản Đà luận về ăn ngon, về cái trống trong bụng người, về thằng người ngây cưỡi con ngựa hay v.v...; Phùng Tất Đắc cũng luận về cái nọ cái kia, cả hai đều là bút ký gia cả. Ông Vũ không liên hệ họ Phùng với Phạm Quỳnh, với Đào Duy Anh, mặc dù Phạm Quỳnh cũng thường hay luận lắm: luận về tiểu thuyết, luận về văn minh, luận về chính trị..., và Đào Duy Anh cũng viết Khổng giáo phê bình tiểu luận, chính thị là một essai: Giữa cái luận của Tản Đà – Phùng Tất Đắc với cái luận của Phạm Quỳnh – Đào Duy Anh rõ ràng có một sự khác nhau: ông Vũ có lý. Giá Âu Mỹ có cách gọi tách ra hai thứ luận khác nhau ấy thì sự phân biệt liên hệ của ông Vũ dễ hiểu hơn biết bao.

Âu Mỹ không tách, ông Vũ tự tách lấy vậy. Ông tách cái phần essai kiểu Tản Đà – Phùng tất Đắc, gọi nó là bút ký. Nhưng essai bút ký nó khác với essai kiểu Phạm

Quỳnh – Đào Duy Anh ra sao mà không liên hệ với nhau được? Qua cách trình bày của ông Vũ, nhận thấy Tản Đà và Phùng Tất Đắc có chỗ giống nhau là cùng viết phiếm luận. Phạm Quỳnh – Đào Duy Anh thì luận mà không phiếm, luận một cách nghiêm chỉnh trinh trọng. Một bên sáng tác những thiên văn chương bóng bẩy, lời lẽ duyên dáng; một bên chỉ lo suy cứu cật lực. Một bên nhằm cái đẹp; một bên nhằm tiến tới chân lý. Một bên luận như thể Trang Tử luận về lẽ tề vật về thu thủy trong kinh Nam hoa, như kiểu André Maurois kể những đàm thoại của bác sĩ O"Grady: tài hoa, bay bướm, hư hư thực thực, vẫn là phát huy chân lý đấy, nhưng người đọc cứ mê mẩn vì cái hoa mỹ. Một bên như Descartes luận về phương pháp, như Chu Hy luận đạo thánh hiền.

Chúng ta chọn cái bên sáng tác hướng về nghệ thuật; còn bên kia hãy đưa qua địa hạt nghiên cứu khảo luận. Đã đồng ý về nội dung rồi, xin gọi nó là tùy bút, thay vì bút ký. Vì chữ ký thấy không hợp. Ở đây chuyện ghi chép sự việc không phải là cái quan trọng. Ký và phóng sự cốt ghi nhận thực tại, đi sát thực tại. Trong tùy bút cũng có thực tại, có sự việc, có tài liệu, dĩ nhiên. Tùy bút của Phạm Đình Hổ có, tùy bút của Nguyễn Tuân cũng có nữa: có ván cầu Hiền Lương đếm kỹ từng tấm chẳng hạn; nhưng những cái đó không làm ra giá trị của tác phẩm, không phải là đặc điểm của văn loại.

TÙY BÚT MỘT THỜI QUA PHÂN

Số người viết tùy bút ở ta không nhiều. Từ cuốn Vũ trung tùy bút hồi thế kỷ thứ XVIII vẫn được coi là tác phẩm đầu tiên của loại này cho đến nay lâu lâu mới lại thấy có một vài người viết tùy bút. Tùy bút gia không nhiều như thi gia, tiểu thuyết gia. Hồi tiền chiến, trong Nhà văn hiện đại thấy nêu ra hai vị, thực ra chỉ có Nguyễn Tuân là sở trường. Rồi suốt ba mươi năm sau đó cũng lại có mình Nguyễn Tuân tiếp tục bộ môn ấy ở Miền Bắc.

Trong Nam sau 1954 có nhiều người viết tùy bút hơn. Mai Nguyệt, Hiếu Chân có kiến văn rộng rãi, bút pháp điêu luyện, đã có những bài phiếm luận thật lý thú; Ký Giả Lô Răng cũng từng có nhiều thiên "tạp ghi" ý vị. Tuy nhiên những phiếm luận ấy viết đăng nhật báo, dính liền với thời sự và cũng phôi pha theo thời sự. Riêng Thanh Tâm Tuyền có chọn lựa cho xuất bản một tập Tạp ghi, và Mai Thảo một cuốn Tùy bút.

Hai người chuyên hẳn về tùy bút ở Miền Nam là Võ Phiến và Vũ Bằng.

Vũ Bằng là một nhà văn tiền chiến, nhưng trước 1945 ông viết tiểu thuyết, sau này mới chuyển sang loại tùy bút với những cuốn: Miếng ngon Hà Nội, Món lạ miền Nam, Thương nhớ mười hai.

Đề tài tùy bút Vũ Bằng là món ăn và quê hương. Quê hương mật thiết với món ăn, món ăn quấn quít lấy quê hương. Vũ Bằng thương nhớ đất Bắc qua những món ăn, ông tò mò về thức ăn miền Nam cũng là vì món ngon quê hương (miền Nam chỉ có món lạ, miền Bắc mới có miếng ngon). Vũ Bằng là một đại nghệ sĩ trong khoa ẩm thực. Ông thấu đáo đến cái tinh túy của từng món ăn dân tộc bất luận sang hèn, từ món chả cá mà giới tư bản người Hoa hâm mộ đến nỗi đặt máy bay chuyển cấp tốc từ Hà Nội về Hương Cảng để làm tiệc, cho đến mấy củ khoai lang lùi trong bếp lửa gia đình. Ông thưởng thức miếng ngon đã rành, mà cái cách ông "luận" về món ngon càng tuyệt vời. Xưa nay dễ chưa có ai luận một cách nhiệt liệt, thiết tha đến thế. Tản Đà có lẽ đã bỏ công trau luyện nghệ thuật đến mức thượng thừa, nhưng ông lặng lẽ "thực hành" nhiều hơn là đàm luận. Thạch Lam có cởi mở hơn, nhưng bên cạnh Vũ Bằng cũng hóa ra từ tốn, dè dặt hẳn. Vũ Bằng không dè dặt chút nào. Ông không ngại làm một kẻ cực đoan, quá khích. Phải chăng vì tình cảnh của ông Vũ khác người trước: ông nói về món Bắc khi không còn ở Bắc nữa, ông nói về nó, nói bằng tất cả nỗi tiếc nhớ da diết? Vả lại, có một khía cạnh này rất cần nêu lên: là miếng ngon đối với Vũ Bằng trong hoàn cảnh này không phải chỉ là miếng ngon. Món ăn đất Bắc gợi lại nơi đây, nó là cả cảnh vật cỏ cây, phong cảnh đất Bắc, nó là thời tiết nắng mưa nóng lạnh, là màn sương mù ở lưng chừng một ngọn đồi Chapa năm xưa, là cái rét nàng Bân một ngày hội "tung còn" của trai gái Thái được xem ngày còn trai trẻ, nó là phong tục tập quán từng vùng từng xứ, lại còn là kỷ niệm gia đình, là tình nghĩa vợ chồng v.v... Tất cả đã xa rồi, mất cả rồi. Cho nên nỗi nhớ tiếc những món ăn của Vũ Bằng nó vượt lên trên các món ăn, nó thành một nhớ tiếc mênh mông mà thống thiết.

Giữa một thời khói lửa, tiếng bom tiếng đạn ầm ĩ quanh mình, thiên hạ điêu linh khắp nước, mà có kẻ cứ thốt lên độc một tiếng xuýt xoa về ăn ngon, có lạ thật. Nhưng nghĩ lại, chuyện lạ cũng dễ hiểu thôi. Nỗi nhớ tiếc xoắn xuýt từ miền này hướng về miền kia của Vũ Bằng là cái tình cảm rất phổ biến ở một thời đất nước qua phân. Chắc chắn trong số cán bộ và đồng bào Nam tập kết ra

Bắc cũng có bao nhiêu là kẻ miệng nhai "món lạ miền Bắc" mà lòng nhớ về "miếng ngon miền Nam", bao nhiêu là kẻ canh cánh một nỗi "thương nhớ mười hai" tháng mỗi năm. Chẳng qua một bên thổ lộ ra được, một bên đành nín lặng vậy thôi.

Thực vậy, hãy nghe ông Vũ nói về trái vải làng Cầu Họ: "Thì ra cái vải gia dụng, cái vải thật ngon cũng có khác cái vải thường ta ăn rất nhiều. Ngay từ cái vỏ trái vải tiến cũng đã khác thường rồi: nó không đỏ màu huyết dụ, nhưng ong óng một màu nâu cổ kính, mà nhẵn lì đi chớ không có gai gồ ghề. Nhìn kỹ hơn một chút nữa thì trong cái làn da màu nâu ấy nổi lên những cái vân và thỉnh thoảng giữa cái vân lại có một chấm đỏ hiện lên. Trái vải này thực ra không lớn lắm, trung bình chỉ to hơn cái chén quân pha trà tàu một chút, nhưng đặc biệt là khi bóc vỏ ra rồi, không có nước tèm lem, mà hột thì nhỏ chỉ bằng cái đầu ngón tay. Cùi nó dày như cùi dừa, nhưng không trắng bạch mà lại hung hung màu ngà. Đặt lên lưỡi, cắn một miếng thì nước chan hòa, ngọt sắc mà nhai thì mềm, nhưng không nhão mà lại giòn, nhai khe khẽ mà chính tai mình thấy như sậm sựt."[164]

Yêu nhớ một thứ trái cây mà đến thế tưởng thực là đã hết lòng yêu nhớ, nhưng ai dám bảo nếu được phép thì trong số đồng bào miền Nam tập kết ra Bắc lại không có kẻ muốn thốt lên một tràng "sầu-riêng tụng" lâm ly như thế.

Chưa hết. Thế rồi từ trái lại nhớ luôn đến người; nhớ quay nhớ quắt, nhớ đau nhớ đớn ngần này thì ai nghe qua mà không xúc động: "Nhớ ơi, nhớ sao nhớ quá thế

---

[164] Thương nhớ mười hai.

này! Nhớ cũng vào một mùa vải như thế này, hai vợ chồng rảnh rang cùng đi về Vụ Bản thuê một căn nhà rơm để nghỉ mát thay vì đi lên núi, sáng sáng, lúc mặt trời chưa mọc, hai đứa cùng đi tha thẩn dưới rặng vải cùng uống mùi thơm của vải chín tiết ra trong không khí văn vắt. Chín mười giờ sáng, vào một cái quán ăn một bát canh bún, uống một chén chè tươi rồi lại đi... đi mãi dưới các vòm cây bất tận cho tới trưa, mệt quá, không thể đi được nữa, phải ngồi dựa vào gốc cây thiêm thiếp... Mặt trời bắt đầu lên cao. Có vài chỗ mạ đã tốt, dãi ra mơn mởn, xanh màu cốm dót.

Quỳ ơi, bây giờ em ở đâu? Tại cái xứ có nhiều loại kèn xe hơi cực kỳ tối tân này, em có biết rằng có người chồng thỉnh thoảng trông ra nắng tháng tư lại nhớ đến một buổi trưa tiền kiếp, chúng ta đang dựa gốc cây thiêm thiếp, sực nghe thấy tiếng chim tu hú, đều mở cả mắt ra để cùng tìm xem con chim tu hú đậu ở đâu mà kêu to như thế ở chính bên tai ta vậy?"[165] Đó cũng có thể là nỗi lòng của muôn vạn cặp vợ chồng trai gái cách xa ngang trái vì hoàn cảnh đất nước.

Tình vợ chồng thương nhớ nhau xưa nay trong văn chương đã mấy khi có những biểu lộ thiết tha đến thế? Người ta nhớ vợ khi giở mảnh tàn y, khi chợt nhìn cổ kính, nhớ những lúc sớm ngõ trưa sân, những lúc đêm thanh cảnh vắng, dưới ánh trăng tà v.v... Vũ Bằng vượt hết mọi khuôn sáo cũ mòn. Ông nhớ vợ khi nhúng chân xuống một dòng nước, khi nhìn ra nắng trưa, khi ngủ ngồi dưới bóng cây, tai nghe tiếng kêu sổ sàng của con

---

[165] Sđd.

chim tu hú. Cái tình của ông nó thực quá, cảnh của ông nó sống động quá, làm người đọc giật mình nhẩy nhổm.

Trong một cuốn Thương nhớ mười hai mỗi lúc ta mỗi bắt gặp những dòng chữ đứt ruột như vậy. Có thể trách văn chương ấy cá nhân quá, thiếu lập trường, thiếu giai cấp tính, thiếu đảng tính, thiếu hiện thực tính v.v...; nó tha hồ thiếu nhiều thứ tính, miễn nó có một tính người nồng nàn đến thế là đủ cho ta lấy làm quí.

Vũ Bằng viết văn làm báo non nửa thế kỷ, ông nổi danh từ thời tiền chiến, nổi danh như một tiểu thuyết gia; vào Miền Nam ông chợt quay ra viết một mạch mấy cuốn tùy bút liền. Mặc dù từng khảo về tiểu thuyết, sau này không thấy ông chú ý đến các chuyển biến trường phái, chủ nghĩa v.v... trong giới tư tưởng hay nghệ thuật. Ông không bênh vực văn nghệ tiền chiến, văn nghệ hôm qua, ông cũng không chạy theo văn nghệ hôm nay, ông không suy tư, băn khoăn, buồn nôn, quằn quại gì ráo. Mặc cho ai nấy nói điều lớn lao, ông chỉ vừa ăn món ngon vừa xuýt xoa khen ngợi, vừa nhớ vợ. Thế thôi. Nhưng tôi có cảm tưởng đây mới là thành công của ông.

TÙY BÚT VÀ CÁC ĐẶC TRƯNG THỜI ĐẠI

Cùng viết tùy bút, Võ Phiến khác Vũ Bằng, khác về nhiều phương diện.

Về mặt đề tài, trong khi Vũ Bằng cố thủ lấy một điểm nhất định không rời, thì Võ Phiến bung rộng ra khắp nơi: cái ăn cái uống có, mà nhà ở mà thú ăn chơi, phong tục tập quán, cách thức trang phục của dân tộc cũng có, đặc điểm sinh hoạt từng địa phương từng thời đại có, đặc điểm trong ngôn ngữ dân tộc cũng có, mà băn khoăn chính trị, thắc mắc triết lý, suy tưởng về nghệ thuật cũng có nữa.

Đề tài rộng hay hẹp là chuyện cá tính chuyện năng khiếu riêng của mỗi người, nhưng ngoài ra có lẽ cũng hàm thêm một ý nghĩa khác biệt giữa hai thế hệ. Thực vậy, mặc dù Vũ Bằng không hề nói đến chuyện vượt thời gian, nhưng cái chủ tâm chỉ viết về cái ăn cái yêu — đề tài muôn thuở — làm ông gần với Nhất Linh, Đông Hồ, Vi Huyền Đắc..., các cây bút tiền chiến. Trái lại, các xôn xao thời sự và khắc khoải tinh thần trong một số đề tài cho thấy Võ Phiến thuộc lớp nhà văn sau 1954. Ám ảnh của thời thế và triết học là đặc trưng một thời.

Mặt khác, tùy bút có những thể cách khác nhau. Phùng Tất Đắc phiếm luận chuyện đời, Nguyễn Tuân biểu tỏ tâm tình; dầu hai bên không giống nhau vẫn có thể đem cái luận của Phùng Tất Đắc đối chiếu với cái luận của Phạm Quỳnh chẳng hạn, chứ Nguyễn Tuân thì không ai nghĩ có thể đem ông ra so sánh với Phạm Quỳnh. Ông không lập luận, dù phiếm dù không phiếm. Ông chủ về cái tâm, không phải cái lý.

Vũ Bằng gần với Nguyễn Tuân. Chuyện giọt cà cuống, trái lê trái vải, con rươi, con chim ngói, chuyện người vợ tào khang, cô đào nương mặn mà duyên dáng v.v... không phải chuyện của lý trí. Vũ Bằng viết tùy bút tâm tình.

Võ Phiến cũng viết tùy bút tâm tình, và có những thiên tùy bút như thế là thơ tản văn (trong Tạp bút, Ảo ảnh, Phù thế). Nhưng có những tùy bút khác lại là phiếm luận (Tạp luận, Tạp bút). Ngoài ra Võ Phiến còn viết cả thứ tùy bút gần như là truyện ngắn. Phê bình cuốn Thư nhà, Đặng Tiến đã nhận xét: "Thật ra các tác phẩm Võ

Phiến đã cho in từ trước đến nay đều có ít nhiều tính cách tùy bút (...) Võ Phiến có lối hành văn rộng rãi, phóng túng, đưa truyện ngắn đến một lằn mức nào đó, mà lúc đã vượt qua, tác phẩm sẽ không còn là truyện ngắn."

Thành thử, từ Vũ Bằng đến Võ Phiến đã có một sự khuếch tỏa khuôn khổ của bộ môn tùy bút. Ranh giới của nó lại cũng bung rộng ra, rộng hơn bao giờ hết, lấn vào phạm vi của thơ của truyện.

Lại vẫn Đặng Tiến trong bài phê bình nói trên đăng ở nguyệt san Tin Sách: "thật ra, tùy bút là một danh từ khó định nghĩa. Trong văn chương bây giờ, cái gì mà lại không tùy bút." Như vậy, một lần nữa ở đây ngoài chuyện cá tính với năng khiếu, phải chăng lại có sự khác nhau giữa trước kia với bây giờ, giữa các thế hệ? Sự xóa nhòa ranh giới giữa các bộ môn, thể loại: một đặc trưng văn nghệ của thời đại?

Lại nhân câu chuyện thời đại tính mà nêu thêm một ...m nữa. Trong Vũ Bằng có sinh ly tử biệt, có vật vã kêu ...ng, nhưng ngoài thảm cảnh cá nhân ra không có gì ...ổ: Xã hội y nhiên tự tại. Còn về Võ Phiến, Đặng Tiến ...hấy "là một nhà văn bi quan, bi quan đến cái độ có ... cợt với tất cả phần tàn nhẫn của số mệnh. Nụ ... Võ Phiến không có gì cứu vãn nổi, và nói theo ...ười là ký hiệu một sự đau khổ đến cùng cực, ... giai đoạn nước mắt. Khóc than nguyền rủa ... nhiều luyến tiếc một trật tự nào đó, khi con ... cười với chính mình, cuộc đời không còn ... ào hết, như lúc nhân vật Julien Sorel của ... ời trước khi lên máy chém (...) Võ Phiến ... g thời đại, muốn chế riễu cả thời đại

lẫn vai trò nhân chứng của mình, chế riễu bằng một nụ
cười lặng lẽ. Và bên kia nụ cười, cuộc đời không còn gì
nữa cả." "Không còn gì nữa cả", lại là một đặc trưng của
thời đại.

Nguyệt Nga với Thúy Kiều, các cô gái tuyệt vời ấy
không những vật vã khóc than lại còn nhảy luôn cả
xuống sông hủy mình, thế nhưng dẫu họ có chết đi các
giá trị tinh thần phong kiến vẫn còn nguyên: trung hiếu
tiết nghĩa vẫn cứ là giá trị vững bền: "Trai thời trung
hiếu làm đầu, gái thời tiết hạnh là câu sửa mình". Trái lại
sau những biến thiên từ 1945 đến 1955 trên đất nước
ta, có một lớp người hoang mang đến nỗi không cần
than thở, chỉ có lặng lẽ cười thôi cũng đủ làm cho "cuộc
đời không còn gì nữa cả".

Viết đến đây không khỏi giật mình. Không thưa thốt
thì rõ ràng là thiếu sót: một bộ môn văn nghệ số phận nó
ra sao? nó còn nó mất? phát triển thế nào? đâu có lẽ
không nói đến. Nhưng trong bộ môn ấy lại chỉ có đôi
người, mà không tiện nói về cả đôi. Nói ra thì như tự vái,
e những kẻ có nhiều cảm tình với mình nhất cũng không
còn tìm ra lý do để tha thứ mình. Vì vậy không thể nhiều
hơn nữa.

THI CA

Viết về thi ca thời kỳ 1954-75, tôi nhận thấy tìm tài liệu thật khó khăn.

Ngoài hàng sách, rất hiếm. Từ 1975 đến nay ở hải ngoại các nhà xuất bản in lại nhiều tiểu thuyết của thời kỳ nói trên: truyện Nhã Ca, Hoàng Hải Thủy, Nguyễn Thị Hoàng, Lệ Hằng v.v... bày nhan nhản. Không hẳn vì tiểu thuyết "dễ đọc" mà in; sách biên khảo của Nguyễn Hiến Lê, Nguyễn Duy Cần, Nghiêm Xuân Hồng v.v... cũng được tái bản khá nhiều. Nhưng thơ thì thật là ít.

Trên báo chí, cũng hiếm nữa. Một số tạp chí có dành ra chỗ riêng để in lại những thơ cũ ở quê nhà trước 1975. Thật ra hầu hết đó là thơ tiền chiến, hay của những tác giả tiền chiến. Họa hoằn mới gặp một vài bài thơ của Nhã Ca, Nguyên Sa, Bùi Giáng v.v...

Dò hỏi nơi các bạn bè yêu thơ, khi bỏ nước ra đi có mang theo những tài liệu thi ca sưu tập được, thì vẫn thấy phần lớn là thi ca tiền chiến.

Thoạt tiên không khỏi thắc mắc: tại sao khi tìm về dĩ vãng trước hết không nhớ đến cái dĩ vãng gần mà lại nhớ về một dĩ vãng xa; tại sao không nhớ thơ trước 75 mà lại nhớ về thơ trước 45? Thi sĩ tiền chiến nhiều kẻ theo cộng sản, tập thể tị nạn có tinh thần chống cộng mạnh, giữa tập thể ấy và các thi sĩ Miền Nam trước 75 lẽ nào tâm tình không gần gũi bằng giữa dân tị nạn với thi sĩ tiền chiến? Tại sao có sự chọn lựa kỳ cục vậy?

Ngẫm lại, thấy sự "kỳ cục" xảy ra đã từ lâu. Ngày nay ở Hoa Kỳ người tị nạn tái bản các thi phẩm của Huy Cận, Xuân Diệu, Nguyễn Bính, Hồ Dzếnh v.v... mà không tái bản các tập thơ của Nguyễn Bắc Sơn, Nguyễn Đức Sơn, Thanh Tâm Tuyền, Tô Thùy Yên v.v..., ta ngạc nhiên. Nhưng trước 75, ngày còn ở Sài Gòn, chuyện xảy ra còn đáng ngạc nhiên hơn nữa: hồi đó có chính quyền, có chính sách chống cộng, có kiểm duyệt, mà chúng ta vẫn tìm ra lý do để in lại cho kỳ được thơ Huy Cận, Xuân Diệu, Nguyễn Bính, Hồ Dzếnh v.v... Như vậy không phải chỉ khi xa thời 54-75 ta mới quên thi ca thời ấy, mà quần chúng độc giả đã "quên" nó ngay lúc đang cùng sống với nó.

Sao vậy? Bộ thơ Miền Nam hồi đó dở lắm sao? — Nói vậy không được đâu. Lê Huy Oanh từng viết: "Về các bộ môn triết học, biên khảo, tiểu thuyết, kịch phẩm... nước ta có thể còn thua kém nhiều nước khác, nhưng riêng về bộ môn thơ, nước ta đứng ngang hàng với bất cứ nước nào trên thế giới (...) đều là những nhà thơ có vóc dáng quốc tế, không những là nhà thơ lớn của xứ ta mà còn phải được coi như những thi sĩ của chung nhân loại."[166] Mai Thảo từng bảo: "(...) ngôn ngữ và tư dung Bùi Giáng bấy giờ hiển lộng tới không bến không bờ, vô cùng vô

---

[166] Văn, phát hành tại Sài Gòn ngày 20-8-1974, trang 2.

tận, và tài năng ông cũng vậy. Bùi Giáng chất ngất một trời chữ nghĩa, Bùi Giáng trùng trùng một biển văn chương."[167] Độc giả "chê", nhưng văn giới lại có kẻ khen. Chê hơi nặng, mà khen cũng không vừa. Tình trạng khá phức tạp, ta đâu có thể buông thõng một lời kết thúc đơn giản: Xoàng! Dở!

MỘT NỀN THI CA KHÔNG TÌNH ÁI

Thiết tưởng thi ca của chúng ta trong thời kỳ 54-75 sở dĩ không được quần chúng thiết tha, truyền tụng, đó không phải là vì lý do giá trị, lý do nghệ thuật. Đó là vì cái nội dung, cái tinh thần của nó. Người đời đa số thích ngâm nga những câu tình tứ, hoa mỹ, không mấy ai ưa thích những lời hục hặc, đắng cay. Thơ tiền chiến là thơ của một thời thanh bình, lãng mạn, thơ của tình yêu, của mộng mơ, lời lời trau chuốt đẹp đẽ. Thơ Miền Nam 54-75 là thơ của một thời dằn vặt, suy tư, đau khổ.

Hoài Thanh, nhà phê bình thơ sành nhất thời tiền chiến, trong Thi nhân Việt Nam, sau khi viết xong về 45 nhà thơ đã toan "khép cửa lại, dù có thiên tài đến gõ cũng không mở." Vậy mà rồi rốt cuộc không cầm lòng nổi, ông đã phải mở cửa đón thêm một người nữa. Thi sĩ Trần Huyền Trân, người thứ 46, không phải là một thiên tài, Hoài Thanh nói đi nói lại rõ ràng như thế. Sở dĩ được quí mến chỉ vì "ít nói yêu đương". "Thơ Trần Huyền Trân không xuất sắc lắm. Nhưng sau khi đọc hoài những câu rặt anh anh em em tôi đã tìm thấy ở đây cái thú của

---

[167] Văn, phát hành tại Hoa Kỳ, số 26, tháng 8-1984.

người đi đổi gió."[168 Nói cách khác là sau khi duyệt qua hết thi ca tiền chiến, nhà phê bình mệt ngất ngư vì ái tình, ngấy tới tận cổ, cho nên vừa chợt bắt gặp một kẻ không yêu đương liền túm riệt lấy không buông ra nữa. Đó, cái khoản ái tình trong thơ tiền chiến nó sum suê, nó phồn vinh như vậy đấy. Vẫn Hoài Thanh nói về nhà thi sĩ tiền phong của phong trào thơ mới: "Thế Lữ đã làm giáo sư dạy khoa tình ái cho cả một thời đại."169 Thời đại ấy đúng là sở trường về "khoa" ấy. Nhưng mà giáo sư thì, ối! càng về sau càng nhiều, ông Thế Lữ đâu đã phải là tay lỗi lạc. Từ ông Tản Đà bà Tương Phố cho đến lớp sau chót như Tế Hanh, Hồ Dzếnh, suốt thời tiền chiến có ai không giảng dạy được dăm ba khóa về tình yêu. Có thứ tình nồng nàn mãnh liệt, có thứ tình mộc mạc thơ ngây, có thứ tình não nề thê thiết, có thứ tình đằm thắm dịu dàng v.v..., trong thơ Xuân Diệu, Huy Cận, Nguyễn Bính, Hồ Dzếnh, Lưu Trọng Lư v.v... muốn chọn thứ tình nào cũng có, thơ nào thanh niên nam nữ đều có thể đọc đi đọc lại, có thể chép vào vở, vào thư trao tặng cho nhau. Đời đời kiếp kiếp hễ trai gái lớn lên thì yêu, thì tìm những lời ngọt ngào nhất say sưa nhất cho người yêu và cho mình. Những lời ấy tất phải ở trong thứ thi phẩm có những nhan đề êm ái như Thơ thơ, Gửi hương cho gió, Tiếng thu, Lửa thiêng, Lỡ bước sang ngang v.v... Nó không thể được bắt gặp trong các tập thơ mang những cái tên khổ sở như Mật đắng (của Nguyễn Đình Toàn), Lá hoa cồn (Bùi Giáng), Tôi không còn cô độc, Liên, đêm mặt trời tìm thấy (Thanh Tâm Tuyền), Thân phận (Hoài

---

168 Hoài Thanh và Hoài Chân, Thi nhân Việt Nam, Hoa Tiên tái bản lần thứ 2 tại Sài Gòn, năm 1968, trang 386, 387.

169 Sđd, trang 62.

Khanh), Chiến tranh Việt Nam và tôi (Nguyễn Bắc Sơn) v.v... Thời trước cũng có đôi người quằn quại trong bệnh tật như Hàn Mặc Tử, Bích Khê, trong sầu não như Chế Lan Viên, và họ cũng gặp khó khăn như thế hệ thi nhân Miền Nam sau 1954 vậy; Thơ điên, Tinh huyết, Điêu tàn không phải là thứ thơ mà nữ sinh tìm tòi sao chép vào những cuốn vở có ép hoa ép bướm. Họ chép là chép những câu:

"Anh nhớ tiếng. Anh nhớ hình. Anh nhớ ảnh,
Anh nhớ em, anh nhớ lắm! em ơi."
(Xuân Diệu)

chứ chép làm chi:

"Mặt trời mọc
Mặt trời mọc
Rưng rưng mùa hoa gạo
Lỡ một ngày mai tôi chết trần truồng không cơm áo"
(Quách Thoại)

Yêu đương là tốt, sầu buồn không hẳn là xấu. Không phải thơ sầu thì kém độc giả. Tiền chiến cũng có lắm người sầu, vẫn từ Tản Đà cho đến những Lưu Trọng Lư, Huy Cận đều sầu. Nhưng hồi đó người ta sầu mộng: sầu mộng thì chấp nhận được lắm. Còn sau này, sau 1954 ở Miền Nam đã sầu thì sầu đau sầu đớn, sầu quằn quại, sầu chết thôi chứ không mộng mơ gì ráo: Cái đó không hấp dẫn. Những trạng thái tâm hồn bất thường, dữ dội làm người ta bàng hoàng sợ hãi, né tránh. Nó không thu hút quần chúng. Sự thể hiện độc đáo, lạ lùng của nó chỉ gây thán phục nơi một thiểu số, nơi giới văn nghệ sĩ, phê bình gia mà thôi.

Vừa rồi so sánh tiền chiến với hậu chiến, có ý cho rằng lớp sau thua lớp trước về mặt yêu đương. E không khỏi có người cự nự: Láo! Thời nào lại có thời không yêu? Chuyện gì mà đến nỗi ngừng yêu? Giặc giã hả? Giặc thì giặc chứ, tay gươm tay đàn, vẫn tình tứ như thường, ai cấm? Truyện Văn Quang, truyện Lệ Hằng, Nguyễn Thị Hoàng, Trần Thị NgH, Hoàng Ngọc Tuấn v.v... ra đời vào hoàn cảnh nào, nghĩ lại xem?

— Có thể thật. Tuy nhiên chúng ta không nói rộng về vấn đề tình yêu ngoài xã hội, ngoài đời. Chúng ta cũng không nói về tình yêu trong tiểu thuyết. Ở đây chỉ là vấn đề tình yêu trong thi ca. Có thể xảy ra trường hợp như thế lắm. Có thể bắt gặp ái tình khắp nơi, ngoại trừ trong thi ca. Trong công viên trên ghế đá người ta yêu nhau; trong rạp hát ngoài góc phố người ta yêu nhau; dưới bóng cây, trên giường trên nệm người ta yêu nhau; trong sách trong truyện người ta yêu nhau; nhưng người ta không chịu yêu nhau trong câu thơ thì sao?

— Lại có chuyện như vậy nữa!

— Có như vậy bất quá là có thứ tình ái không nên thơ, thế thôi. Có những lúc người ta vừa thoáng yêu, ý thơ đã lai láng; lại có những khi khác yêu nhau cho tới ngày thành đôi lứa vẫn chưa thấy cần có câu thơ nào. Trai gái yêu nhau thì thơ thì nhạc; ông già bà lão gặp nhau không mấy khi trao thơ. Vân Tiên với Nguyệt Nga mới gặp nhau đã làm thơ, Mã Giám Sinh gặp Kiều có thơ thẩn gì đâu. Những gì xảy ra trong các truyện của Lê Xuyên, Nguyễn Thị Hoàng, của Trần Thị NgH v.v... có phải là những mối tình để làm thơ chăng?

— Nhưng ai bảo thời 54-75 thiếu ái tình?

— Vẫn có đấy. Như thơ Nhã Ca yêu qua thơ Trần Dạ Từ yêu lại, như thơ Nguyên Sa, thơ Phạm Thiên Thư...

— Đấy xem!

— Vâng... Xem qua thấy ngay: Tiền chiến đa số là thơ tình trong đó có lẫn một ít thơ điên loạn khổ não; hậu chiến đa số là thơ khổ não suy tư trong đó có lẫn một ít thơ tình.

Nói thế là "châm chế" cho thời kỳ 54-75 rồi đó. Có người còn dùng lời tuyệt đối, quyết rằng thơ thời này không hề có cả ái tình lẫn thiên nhiên: không người đẹp cảnh đẹp gì ráo. Chẳng hạn Thanh Tâm Tuyền, ông bảo: "Tôi không ngợi ca tình yêu, tôi nguyền rủa tình yêu (...) Trong thơ tôi không hề có tình yêu, cái báu vật mà tôi mơ ước và tưởng rằng cùng với tự do là những hy vọng cuối của đời tôi (...) Thơ hôm nay không cần đến Tình Ái và khi Tình Ái đến với thơ hôm nay cùng với vẻ tiều tụy khốn khổ chịu đựng hất hủi như cả một cuộc đời (...) Trong thơ hôm nay hoặc là Thiên Nhiên không được nhắc đến nhường chỗ cho những vỉa hè, cột đèn, gạch ngói, khối sắt khối thép, da thịt, tay chân, mắt mũi hoặc là hiện ra thản nhiên lạnh lùng khó chịu nếu không muốn nhập một với ý thức."[170]

Lại chẳng hạn Lê Huy Oanh, dù ông này có hòa hoãn hơn: "Thơ Hậu chiến vẫn có đề cập tới Ái Tình (một đề tài muôn thuở) nhưng quả thật đã không còn quá mơ màng đắm đuối với Ái Tình."[171]

---

170 Liên, đêm mặt trời tìm thấy.
171 Tạp chí Văn, số phát hành ngày 20-8-74, trang 8.

Đắm đuối? Không có đâu. Nghe tới Ái tình có khi nó còn ngượng nghịu ngang xương nữa là khác! Cuốn Đường vào tình sử xuất bản năm 1962, khi trao bản thảo cho Đoàn Thêm thi sĩ Đinh Hùng vừa cười vừa bảo: "đây là loại thơ tình, có xem thì xem..." Ông Đoàn (người viết lá thư thay lời tựa cho thi phẩm này) tinh ý có ngay một ý nghĩ: "vì sao tác giả đã thốt ra câu đó?" Ông ngờ Đinh Hùng e ngại ông coi thơ tình không hợp thời chăng? Báo hại ông Đoàn phải an ủi mãi một đoạn dài trong đề từ! Một thi sĩ đàn anh lừng lẫy cuối thời trước như Đinh Hùng mà đến đây cũng đâm ra thế thì phải biết Ái tình nó đang sa sút, mất thớ quá lắm.

Thơ 1954-75 đã thiếu ái tình, lại còn chất chứa toàn những thứ làm mệt người đọc. Lại xin lấy trường hợp Thanh Tâm Tuyền: ông có những lời sôi nổi về thơ của mình: "Mỗi tiếng, mỗi lời viết ra tôi đều thấy nó chứa đựng những hằn thù, khinh bỉ, dày vò, đớn đau, tuyệt vọng, nhơ nhuốc, dối trá, hằn học, trơ trẽn, bệnh hoạn, xấc láo, thô bạo, cục cằn, tủi hổ, yếu đuối, bất lực, chết chóc, nghĩa là tất cả những thứ mà tình yêu loại trừ."[172]

Thơ như vậy làm sao xếp chung với hoa với bướm trong vở lưu niệm của học trò được, làm sao trao đổi cho nhau giữa tình nhân với tình nhân được, làm sao in đi in lại cung cấp cho thị trường độc giả đông đảo được?

MỘT NỀN THI CA KHÔNG TRAU CHUỐT

Đã vậy, thơ 54-75 thường khi lại thiếu hình thức trau chuốt, đẹp đẽ.

---

[172] Liên, đêm mặt trời tìm thấy.

Không, những người như Quách Thoại, như Thanh
Tâm Tuyền, Nguyễn Đức Sơn, Bùi Giáng v.v..., những con
người quằn quại ấy không thèm trau chuốt một cái gì, kể
từ cái hình dáng của họ kể đi. Mặt mũi, áo quần, bộ tịch,
lời ăn tiếng nói của họ đã không trau chuốt, kể gì câu
thơ. Nếu thơ của họ mà hay, là bởi tự nó hay, lỡ nó hay,
chứ không phải vì trau chuốt mà hay. Họ đọc họ viết
năm này sang năm nọ, họ sống với chữ nghĩa, ăn nằm
với chữ nghĩa, triền miên với vần điệu, cho nên tránh
sao khỏi cái chuyện họ phọt miệng tung ra những câu
thơ tuyệt diệu, thần tình. Những câu như thế phọt ra
tình cờ, lẫn lộn với những câu cẩu thả, lôi thôi. "Câu hay
lẫn với câu tồi" là thường.

Họ làm thơ không phải để có những bài thơ hay, họ
làm thơ vì một cơn lốc trong tâm hồn bắt họ phải bộc lộ.
Hồi tiền chiến có hai người mà Hoài Thanh bảo là đã "cai
trị trường thơ Loạn": một trong hai người là Hàn Mặc
Tử. Nhà phê bình nói về thi sĩ ấy: "Hàn Mặc Tử đi trong
trăng, há miệng cho máu tung ra làm biển cả, cho hồn
văng ra, và rú lên những tiếng ghê người (...) Một tác
phẩm như thế, ta không thể nói hay hay dở, nó đã ra
ngoài vòng nhân gian, nhân gian không có quyền phê
phán."[173] Đối với nhiều thi sĩ đau thương sau này,
chuyện thơ dở hay cũng đại khái như thế. Làm thơ như
Bùi Giáng, cái lạ thường nào có khác gì Hàn Mặc Tử:
cũng dị kỳ khó hiểu như Hàn, cũng dào dạt phong phú
vô chừng như Hàn, cũng ở ngoài vòng nhân gian như
Hàn!

---

[173] Hoài Thanh và Hoài Chân, sđd, trang 209.

Mai Thảo bảo: "... cõi văn cõi thơ Bùi Giáng bấy giờ ào ạt vỡ bờ, bát ngát trường giang, mênh mông châu thổ. Bùi Giáng mỗi tuần viết cả ngàn trang khiến chúng tôi bàng hoàng khiếp đảm (...) cái sức viết hồi đó đến như Bùi Giáng là tột đỉnh, là không tiền khoáng hậu (...) Ngủ ra thơ, thở ra thơ, đi ra thơ, đứng ra thơ. Chứ không phải nghĩ thơ, làm thơ. Ta cứ tạm hiểu cái trạng thái thơ kỳ lạ khác thường ở Bùi Giáng là như vậy."[174]

Tuy không "ngoạn mục" bằng Bùi Giáng, nhưng những Nguyễn Đức Sơn, Vũ Hữu Định v.v... làm thơ cũng dễ dàng, nhiều, nhanh. Và lối sống của họ, hình thù của họ cũng đại khái độc đáo, gần quái đản như nhau.

Mai Thảo kể một vài kỷ niệm: "Mái tóc ông đổi màu. Mấy chiếc răng cửa bị gãy, nụ cười vừa trẻ thơ vừa móm mém. Cặp mắt sâu hoắm xa khuất dần với mọi hình hài thực tế (...). Ông vào tòa soạn, ngồi xuống ghế, nhìn mọi người, cười trẻ thơ, thường nói khát quá và xin một chai bia uống. Ông uống từng ngụm nhỏ, nói thích chai bia lớn vì uống được nhiều hơn, châm thuốc hút, những ngón tay vụng về lóng ngóng, uống cạn chai bia, cái túi vải đeo lên và bỏ đi. Đó là cái đến cái đi êm ả của Bùi Giáng. Nhiều lần không thế. Ông ra tắm ở cái máy nước trước tòa soạn, thản nhiên trước người qua kẻ lại, quần áo lướt thướt đi qua đường, một đám con nít tròn mắt đi theo. Một vài lần khác, chúng tôi đi ra ngoài một lát trở về, thấy ông nằm ngủ ngon lành trên hai cái bàn viết kê liền lại. Giấc ngủ dài, quên đời, quên hết, mặc hết, phải đánh thức dậy. Những lần đó, ông ngồi dậy im lặng, bất động, thì thầm câu "Vui thôi mà, vui thôi mà" rồi lặng lẽ

---

174 Tạp chí Văn ở California, Hoa Kỳ, số 26, tháng 8-1984.

bỏ đi, cái bóng dáng gãy đổ, gầy guộc trong chiều xuống."[175]

Về Nguyễn Đức Sơn, cứ nghe chính lời ông tự nói về mình cũng đủ, ông không hay màu mè, che đậy: "tác giả tự biết không một nơi nào trên trái đất này quạnh quẽ đến đau thương, phong phú đến chỗ muốn tự sát, như trong lòng tác giả, cũng không nơi nào có thống khổ mênh mông và cực lạc xa vời như trong hồn tác giả (...) Một buổi chiều trốn học lang thang trên bờ biển Nha Trang, thời niên thiếu, tác giả suýt nổi cơn điên khi trực nhận mãnh liệt cái quá ư ngắn ngủi của kiếp sống và từ đó đâm ra khật khùng cho đến nay."[176]

Có thể vì thấy đời quá ngắn, cũng có thể vì thấy đời quá dài, có thể vì lòng quá quạnh quẽ, cũng có thể vì lòng quá phong phú... ai hiểu được tất cả lý do, chỉ biết thế hệ này có nhiều kẻ "khật khùng" như thế. Người khật khùng thơ tất khật khùng, người cô đơn thơ cũng quằn quại theo. Và hạng người ấy làm thơ là vì sự khật khùng, vì cái cô đơn khắc khoải của mình, chứ không phải vì nghệ thuật, vì lời hoan hô của quần chúng thưởng ngoạn quanh mình. Quần chúng! quần chúng nào chịu sưu tập ngâm nga những câu như:

"Hãy mang tôi tới bất ngờ
Giết tôi ngẫu nhĩ trong giờ ngẫu nhiên
Hãy mang tôi tới diện tiền
Giết tôi chết giữa người thuyền quyên kia
Hãy mang tôi tới mép rìa

---

[175] Xem 1.
[176] Nguyễn Đức Sơn, Đêm nguyệt động, An Tiêm xuất bản, Sài Gòn, 1967.

Giết tôi chết lúc mép rìa bốc hơi."
(Bùi Giáng)

như:

"ôi một đêm bụi cỏ dáng thu người
em chưa đái mà hồn anh đã ướt."
(...)
hai đứa nhìn nhau bảo phải im ru
em sắp đái và hồn anh chết cứng."
(Nguyễn Đức Sơn)

hay là như:

"tôi gọi tên tôi cho đỡ nhớ
thanh tâm tuyền
(...)
tôi gào tên tôi thảm thiết
thanh tâm tuyền"
(Thanh Tâm Tuyền)

Cái lối làm thơ mỗi tuần ngàn trang (hay trăm trang, hay chục trang) của họ khác hẳn lối "thôi sao" của các thi sĩ khác. Họ không làm thơ cho người đời, họ làm vì sự đòi hỏi nơi họ. Họ không gọt dũa những công trình đẹp đẽ. Làm thơ như họ không phải là vấn đề của nghệ thuật, mà là của tâm tư cá nhân. Trong một thời như thế không thể đếm bao nhiêu thi sĩ hay bao nhiêu thi sĩ dở, chỉ biết kể bao nhiêu trường hợp tâm hồn kỳ dị, khắc khoải.

Hình như ở Pháp, sau 1950, làng thơ cũng "loạn" lắm. Trong cuốn Tự điển thi ca Pháp hiện đại (Dictionnaire de la póesie francaise contemporaine) Jean Rousselot trưng ra 749 thi sĩ; trong cuốn Sách vàng của thi ca Pháp 1940-1960 (Le livre d"or de la poésie francaise 1940-1960), Pierre Seghers rút lại còn 265 thi sĩ; sau đó, trong cuốn Nền Thi Ca Mới của Pháp (La Nouvelle Póesie francaise) rút gọn nữa còn trăm nhà thơ trẻ! Nhà viết lịch sử văn học hồi sau này không còn được đứng trước một tình trạng rõ ràng minh bạch như trước kia: sự thể rối rắm, khó xử hơn nhiều. Thứ thơ mỗi tuần ngàn trang của Bùi Giáng đó có phải là những công trình nghệ thuật chăng? hay đó là một phương thức biểu hiện của tâm thức dị thường, cũng như sự "tắm máy nước, quần áo lướt thướt" là một phương thức biểu hiện khác? Rồi đời sẽ còn xét đi xét lại dài dài đa!

Thanh Tâm Tuyền nói về chuyện nghệ thuật Apollon với nghệ thuật Dionysos. Ông nhất định bảo mình không phải là thi sĩ. "Thơ không còn là thơ, không còn gì nghệ thuật (...) những người làm thơ hôm nay không muốn được gọi là thi nhân vì thơ đối với họ không còn là cứu cánh của đời sống, thơ chỉ còn là phương tiện để họ vào sâu trong ý thức gặp mình, gặp được đời sống và may ra gặp được hồn người (...) xin đừng ai gọi tôi là thi sĩ."[177]

Ai là thi sĩ, ai không phải là thi sĩ trong lúc này? Thơ nào là thơ, thơ nào không phải là thơ? Thơ nào, người thơ nào đáng giữ lại? thứ nào vất đi, loại đi? Pháp đã gặp chuyện khó ra sao không biết; biết riêng một chuyện của ta bây giờ đã rối lắm rồi.

Hoài Thanh khen thơ Xuân Diệu có "cái dáng dấp yêu kiều, cái cốt cách phong nhã", "cái lối làm duyên rất có duyên (...) cái vẻ đài các rất hiền lành". Và khi nói về thơ Thâm Tâm, ông bảo nó "không mềm mại uyển chuyển như phần nhiều thơ bây giờ". Còn Vũ Ngọc Phan thì cho rằng Quách Tấn: "chú trọng vào sự gọt dũa nhiều quá,

---

177 Sđd.

ông cân nhắc từng chữ, ông lựa từng câu", lại cho rằng Vũ Hoàng Chương "rất chú trọng đến sự gọt dũa lời thơ". Tóm lại các nhà phê bình tiền chiến thấy phần nhiều thơ hồi ấy mềm mại, uyển chuyển, gọt dũa, yêu kiều, phong nhã, duyên dáng. Đẹp đẽ quá đỗi. Chúng ta biết tìm đâu cho thấy trong nền văn học một thời hoang mang khổ đau khói lửa tơi bời sau này thứ thơ đẹp đẽ như thế. Người thơ cũng vậy, sau này chúng ta tìm đâu cho thấy những con người hình dáng, y phục chỉnh tề, trang trọng, chải chuốt mỗi khi ra ngoài, như Đông Hồ, Quách Tấn, Vũ Hoàng Chương v.v...

Thi sĩ với thi sĩ, họ cùng sống với nhau, cùng gặp gỡ nhau hàng ngày trong xã hội, nhưng xê xích nhau một thế hệ họ cách biệt nhau muôn trùng — từ trong ra ngoài, từ cuộc sống cho đến nghệ thuật.

ĐẶC ĐIỂM HAI GIAI ĐOẠN

Ngay trong một thời kỳ, giữa giai đoạn trước với giai đoạn sau cũng có sự khác nhau rõ rệt.

Trước tự do sau khuôn khổ

Trong giai đoạn trước (1954-63), về hình thức, câu thơ mãi hục hặc phá phách, đòi thoát khỏi khuôn khổ; trong giai đoạn sau (1964-75) nó thong thả trở về khuôn khổ, trở về những vần điệu quen thuộc. Trong giai đoạn trước, vẫn về hình thức, nó tích tập chữ nghĩa khó khăn, hiểm hóc, tối tăm, cầu kỳ; trong giai đoạn sau, nó trở nên trong sáng, dễ dàng, giản dị. Trong giai trước, về nội dung, thi ca nặng trĩu những suy tư khổ sở, trong giai đoạn sau, thơ nghe sảng khoái, khoáng đạt, thênh thang. Trong giai đoạn trước, nét suy tư trong thơ nhuốm màu triết học; trong giai đoạn sau, tư tưởng trong thơ nhuốm màu tôn giáo.

Trước hết hãy nói về chuyện khuôn khổ. Sau 1954, những Thanh Tâm Tuyền, Nguyên Sa, Tô Thùy Yên, Quách Thoại v.v... đều làm thơ "tự do". Mười năm sau, từ 1964, lớp thi sĩ mới không ai bảo ai, không biện luận, không kèn không trống lờ bỏ tự do, cứ thản nhiên viết thơ lục bát, thơ tám chữ, thơ thất ngôn, ngũ ngôn, thơ cổ phong, như không từng có gì xảy ra trước đó mười năm. Ấy là trường hợp của những Nguyễn Đức Sơn, Bùi Giáng, Nguyễn Bắc Sơn, Vũ Hữu Định, Tú Kếu, Trần Dạ Từ, Nhã Ca v.v... (Tất nhiên trong lớp sau cũng có người làm thơ tự do. Nhưng chúng ta nói đây là nói cái xu thế của đa số.)

Trước tự do sau khuôn khổ, đó không những là xu thế của hai lớp người, mà cũng là cái xu thế biểu hiện nơi cùng một người vào hai giai đoạn khác nhau. Thanh Tâm Tuyền suốt thời kỳ 54-75 vẫn trung thành với sự đề xướng lúc đầu: thơ tự do. Nhưng sau 1975, trong hoàn cảnh lao tù ông có nhiều bài thơ hay viết theo các thể truyền thống. Tô Thùy Yên trong giai đoạn đầu đăng trên Sáng Tạo nhiều bài thơ tự do; về sau dần dần ông trở về các luật thơ cũ. Sao Trên Rừng thoạt đầu cũng tự do tợn; về sau hầu hết các tác phẩm do Mặt Đất và An Tiêm xuất bản là thơ luật...

Như vậy chuyện gì đã xảy ra trong khoảng thời gian mười năm ấy khiến cho câu thơ của chúng ta lúc thì muốn tự do lúc lại chán tự do? — Thanh Tâm Tuyền là người đề xướng thơ tự do. Bênh vực chủ trương của mình, ông cho rằng nhịp điệu trong thơ cũ "đơn giản", "nghèo nàn"; nhịp điệu trong thơ tự do là "một thứ nhịp điệu rộng rãi phức tạp, ở một trình độ nghệ thuật cao". Ông bảo thơ tự do "không gieo vần lối đồng âm đồng thanh, vần của nó là vần ẩn giấu cách xa (có thể đi tới khác âm, nghịch thanh), nhịp điệu của nó là sự phối hợp của một toàn thể không khuôn trong một số câu nhất định khiến cho hơi thơ tự do dễ kéo dài hơn các hơi thơ khác." Trong thơ tự do, ông lại còn tìm thấy một thứ nhịp điệu gọi là "nhịp điệu của hình ảnh", rồi ông lại "tìm đến được thứ nhịp điệu của ý tưởng", cả hai thứ "là sự thể hiện của nhịp điệu của ý thức."[178]

Vậy, đó quả là rộng rãi và phức tạp. Nhưng tại sao sau khi tìm ra được những thứ mới lạ, có nhiều ưu điểm như vậy, cuối cùng các thi sĩ tự do lại trở về với khuôn khổ, với cái nghèo nàn, đơn giản?

Thực ra trong thơ cũ không phải chỉ có vần điệu âm thanh mà thôi. Trong thơ cũ cũng có thể có màu sắc hòa hợp với màu sắc, hình ảnh phối hợp với hình ảnh, ý tưởng đối chiếu với ý tưởng: những xếp đặt hài hòa đẹp đẽ như thế trong thơ Nguyễn Du, trong thơ Đường luật, không phải là những hình thức nhịp điệu của hình ảnh, của ý tưởng sao?

Tuy vậy sự xuất hiện của thơ tự do không phải không có ý nghĩa gì. Nó có ý nghĩa một thay đổi sâu xa trong tâm hồn một lớp người mới.

Thường thường bất cứ thể thơ nào, trước khi đạt đến hình thức hoàn chỉnh, cố định, cũng bắt đầu bằng những quờ quạng rất "tự do" trong một thời gian. Lục bát của ta trong ca dao có những câu dài mười lăm mười bảy chữ, và

---

[178] Sđd.

trong những tác phẩm viết trước thế kỷ thứ XIX, trong Gia huấn ca chẳng hạn, từ số chữ, luật bằng trắc, cho đến cách gieo vần đều lỏng lẻo, phóng túng, đầy những ngoại lệ bất thường. Đến Truyện Kiều của Nguyễn Du thì lục bát đạt tới hình thức tuyệt mỹ của nó. Đến đây không còn những sờ soạng tìm tòi, không còn thay đổi gì nữa. Hình thức lục bát trong Kiều thành cố định. Thơ mới của ta, từ bài Tình già của Phan Khôi, những bài thơ câu ngắn câu dài không đều trong buổi đầu của Thế Lữ, Lưu Trọng Lư, cho đến thể thơ tám chữ đều đặn sau 1940, con đường diễn biến không khác. Mà những thể ngũ ngôn, thất ngôn của Tàu cũng trải qua một quá trình tương tự: trước đời Đường là những sô hình tương đối sơ sài, đến đời Đường mới đạt tới chính thể.

Chính thể tất phải đẹp đẽ tinh vi hơn các sơ thể, nhưng chính thể cũng lại có nhiều qui tắc trói buộc chặt chẽ hơn. Bởi vậy mỗi khi đời sống tinh thần trải qua một đổi thay lớn lao, người nghệ sĩ muốn diễn tả tâm trạng mình bỗng dưng cảm thấy tất cả cái khó chịu ngột ngạt trong khuôn khổ những hình thức văn nghệ cũ. Rồi thì xảy ra sự phá phách. Cuộc chiến đấu cho "tự do" trong nghệ thuật làm tan vỡ các thể điệu đã thành hình vất vả qua nhiều năm tháng.

Phá phách xong, thắng lợi rồi, một thời gian sau thế hệ mới có thể cho ra đời thêm một đôi hình thức mới, có thể lại ríu ríu trở về các hình thức cũ với một vài cải cách.

Sơ thể, chính thể, phá thể, rồi lại chính thể, phá thể... Truyện dài cách mạng văn nghệ nhiều hồi cứ thế tiếp tục. Thành thử nhiều năm sau khi Thanh Tâm Tuyền phát huy cái hay của thơ tự do, Trần Kha trở lại vần điệu của thơ cũ, điều ấy không có gì lạ. Và nhiều năm sau những tìm tòi phá phách của giai đoạn thứ nhất, các thi sĩ thuộc giai đoạn thứ hai của thời kỳ 1954-75 lại làm thơ cũ tỉnh bơ, ấy cũng không có gì lạ.

Trước tối sau sáng

Bây giờ đến điểm khác biệt thứ hai: trước tối sau sáng.

Những thi sĩ nổi tiếng của giai đoạn trước: Thanh Tâm Tuyền, Cung Trầm Tưởng, Bùi Giáng, Hoàng Trúc Ly, Quách Thoại v.v... họ khó đọc hơn những Nguyễn Bắc Sơn, Tú Kếu, Nguyễn Đức Sơn... của giai đoạn sau nhiều. Nói "khó đọc" là một cách nói láu lỉnh, để cho một số người có thể hiểu tạm rằng những kẻ sành điệu (trong đó có mình?) vẫn "đọc" được. Bởi vậy tôi xin thưa trước không có mình trong cái số may mắn vẫn rành thưởng thức những câu như:

"Xin mời em chối bỏ tên anh
vì tên em là cuộc đời
Ba. Bảy. Năm. Tám. Sáu.
Hai. Bốn. Chín. Mười. Mười.
Con số có tên kiếp người có tuổi
Anh già rồi chối bỏ tên anh?"
(Hoàng Trúc Ly)

hay là như:

"Một hai hai một di hài
Dài hy hữu mộng an bài chẩm ma
Chả xin? Chả hỏi? Vịt gà?
Và thân thể máu me và da xương"
(Bùi Giáng)

Có những trường hợp cùng một người mà ở giai đoạn trước đang rối rắm khó khăn, vào giai đoạn sau bỗng giản dị, rõ ràng. Chẳng hạn Tô Thùy Yên, chẳng hạn Sao Trên Rừng... Trước, Tô Thùy Yên từng có những câu: "Tôi vốn nặng đầu như chiếc nấm. Chiếc nấm ấy, sáng hôm nào trời đất bình minh, trông thấy một con sơn ca buồn rầu lẻ bạn. Thế là chiếc nấm đột nhiên biến thành một con sơn ca nhẹ nhàng cất cánh liệng bay theo" ("Lễ tấn phong tình yêu"). Sau này ông thường làm những bài thơ luật tuyệt vời không chút cầu kỳ. Còn Sao Trên Rừng thì... ồ, dài dòng làm chi, hãy cứ xem ngay cái tên hiệu: trước ký Sao Trên Rừng, không ngộ sao? Về sau ông hiện nguyên hình Nguyễn Đức Sơn, trình nguyên cái tên do cha mẹ đặt, không trăng sao gì nữa cả, rồi ông viết những câu thơ trong leo lẻo như nước suối nguồn. Thơ văn cũng như tên hiệu: trước còn điệu bộ, lắm trò; sau cứ thẳng toạc ra.

Vừa rồi chúng ta có dịp nghe Thanh Tâm Tuyền nói về những gì chất chứa trong thơ ông. Trong thơ Quách Thoại cũng không phải là cái gì đáng mơ ước:

"Ta thức một đêm trắng
Tỏ tình với trăng hoa
Ta chết nằm liêu vắng
Không bóng người đi qua"
("Liêu vắng")

"Ta khóc than nghĩ tủi phận đời ta
Một linh hồn lạc lõng giữa bao la
Một tình yêu chưa một chiều trao gởi
Tim cô đơn chưa một lần ấm sưởi
Lạnh trong hồn và lạnh thấu trong xương"
(...)
Hoàng hôn về ta lạc giữa mù sương
Nghe đêm xuống tưởng buồn như tận thế

Ta rất nhớ cảm sầu thương thế hệ
Lệ rất nhiều mà khóc chẳng ai lau"
("Như Băng trường tình")

Lại như trong thơ của Hoàng Trúc Ly, của Chế Vũ, của Hoài Khanh v.v... cũng lại đầy những ưu tư hoang mang. Thật khác xa giọng thơ của những Trần Đức Uyển, Nguyễn Đức Sơn, Nguyễn Bắc Sơn sau này.

Nguyễn Bắc Sơn "luận" về chuyện sống ở đời:
"Bậc thánh triết là những tay biếng nhác
Sống khề khà quanh bữa tiệc nhân sinh"
("Đại lãn")

Cái "bữa tiệc nhân sinh" mà Nguyễn Bắc Sơn "khề khà" không có gì thịnh soạn, tôi chắc thế. Bắc Sơn là chiến binh, Tô Thùy Yên là một chiến binh khác. Tô quân mô tả cái nhân sinh của ông:

"Giặc đánh lớn — mùa mưa đã tới
Mùa mưa như một trận mưa liền
Châu thổ mang mang trời sát nước
Hồn chừng hiu hắt nỗi không tên
Tiếp tế khó — đôi lần phải lục
Trên người bạn gục đạn mươi viên
Di tản khó — sâu dòi lúc nhúc
Trong vết thương người bạn nín rên
Người chết mấy ngày chưa lấy xác
Thây sình mặt nát lạch mương tanh"
("Qua sông")

Trong cảnh nhân sinh như thế, họ cứ khề khà, tha hồ khề khà. Không một ai than thở ưu tư. Họ toàn là những người dễ tính. Tô Thùy Yên, Nguyễn Bắc Sơn thì cứ dừng quân là bạn bè nhậu nhẹt vui vẻ. Trần Đức Uyển thì: "Tự hỏi về đâu? Đâu chả được

Hãy tìm bên suối ngủ đêm nay
Gối đầu lên đá nhìn trăng sáng
Rừng núi sương mù ướt chẳng hay"
("Buổi chiều ngồi trên đồi")

Cứ nghĩ rằng những dòng thơ nghe rờn rợn của Quách Thoại ra đời vào độ ngưng chiến thanh bình, mà mấy câu khơi khơi vừa rồi lại xuất hiện giữa lúc Bắc quân đánh tràn qua sông Bến Hải, đánh khắp Miền Nam, không khỏi lấy làm kỳ lạ. Sao mà khi yên lành lại nặng trĩu suy tư nhăn nhó khó khăn, lúc cùng cực khổ đau lại nhẹ nhõm cười cợt?

Cho hay cái quan trọng không phải ở nơi hoàn cảnh mà là ở thái độ ứng xử trong hoàn cảnh ấy. Trong giai đoạn sau chúng ta không buồn thắc mắc quằn quại nữa. Chúng ta ngẩng mặt mà chấp nhận hoàn cảnh. Cười cười mà chấp nhận. Tha thứ, khoan dung. Chính người trong cuộc, những người cầm súng vào sinh ra tử, là những người thênh thênh khinh khoái hơn cả: Tô Thùy Yên, Nguyễn Bắc Sơn, Hà Thúc Sinh, Nguyễn Tiến Cung v.v... Hiện tượng tâm lý nào đã xảy ra lúc bấy giờ? Niềm tin tưởng tôn giáo có vai trò gì trong thái độ ấy, bởi không khí tôn giáo lúc bấy giờ bàng bạc khắp thơ văn chúng ta.

LÝ DO

Từ giai đoạn trước tới giai đoạn sau, chúng ta thấy thi ca có nhiều điểm thay đổi về hình thức lẫn nội dung. Nhìn kỹ, những thay đổi ấy không hề có tính cách tản mạn, ngẫu nhiên. Tôi có cảm tưởng chúng cùng bắt nguồn từ một vài nguyên nhân, cùng liên hệ với nhau.

Đã nhiều lần, chúng ta đối chiếu hai giai đoạn. Trong giai đoạn đầu chúng ta ý thức sự khác biệt sâu xa trong tâm hồn đối với lớp tiền chiến và nổi lên ý định gây dựng một nền văn nghệ mới, giai đoạn đầu là giai đoạn của những cố gắng nghiêm chỉnh, những tìm tòi thắc mắc căn bản về lẽ sống. Phải chăng chính cái ý thức về sự chuyển biến sâu xa trong lòng người đã phá vỡ khuôn khổ thơ tiền chiến? phải chăng vì những cố gắng tìm tòi nọ mà thi ca của giai đoạn trước hóa ra tối tăm, cầu kỳ, kiểu cách? mà nó nặng trĩu triết lý?

Giai đoạn sau là giai đoạn của thất vọng, buông thả, của tự do, phóng túng, cũng là của ảnh hưởng Phật giáo. Vì vậy mà câu thơ có dịp hớn hở chạy về với luật lệ cũ, với cái ngôn ngữ giản dị thường nhật. Nó trở về với sự dễ dãi, xuề xòa. Như sợi dây thun đang căng được buông ra liền rút nhanh về vị trí cũ. Trong vị trí thoải mái ấy, thơ thành ra thơ của mọi người, vừa tầm thưởng thức của độc giả đông đảo.

Tuy vậy, nó chưa lúc nào trở về tới cái điểm hội tụ, cái quê chung của thơ tiền chiến: tình yêu.

Trong Nguyễn Đức Sơn có tình dục, trong Bùi Giáng có những mơ tưởng huyễn loạn về người nữ, trong Phạm Thiên Thư ái tình lẫn với tôn giáo mông lung. Làm gì còn có thứ tình yêu như trong thơ Nguyễn Bính, Xuân Diệu, Tế Hanh v.v... Làm gì còn nữa!

Một người kỹ nữ tiền chiến có lần kêu lên trong câu thơ Xuân Diệu: "Chớ để riêng em phải gặp lòng em" và ông Hoài Thanh tinh nhạy đã thấy ngay cái vấn đề lớn của thời đại: "lời khẩn cầu của người kỹ nữ cũng là lời khẩn cầu của người muôn thuở. Đời sống của cá nhân cần phải vin vào một cái gì thiêng liêng hơn cá nhân và thiêng liêng hơn sự sống."[179] Dẫu sao cá nhân tiền chiến cũng còn tìm được niềm an ủi, tìm được hơi ấm trong sự quấn quít lấy nhau. Người con gái tiền chiến run rẩy:

"Em sợ lắm. Giá băng tràn mọi nẻo;
Trời đầy trăng lạnh lẽo suốt xương da."

Thực ra cái cô đơn lạnh lẽo hồi ấy đã thấm vào đâu. Hồi ấy người ta có lứa đôi, người ta ríu ra ríu rít, đó đây vang dậy tiếng yêu đương, khắp xã hội ấm nồng tình ái. Thuở xưa kia là cái ta, sau cuộc gặp gỡ Tây phương là cái tôi; cá nhân có nhỏ bé thực, nhưng là cá nhân từng cặp thì cũng đỡ cô đơn, cá nhân đỏm đáng chỉnh tề trau chuốt là thứ cá nhân của những giao tiếp xã hội. Còn sau 1954, sau những đổ vỡ tinh thần, mất mát niềm tin, thậm chí tình yêu trai gái cũng không còn yên lành thơ mộng nữa. Từng cái tôi quay lưng với xã hội, từng cá nhân đơn lẻ đi sâu vào ý thức mình, riêng gặp lòng mình, riêng đối diện với những hoang mang, thắc mắc của mình.

Thời tiền chiến còn lưu lại Miền Nam một số thi sĩ lỗi lạc: họ đều thành công trong xã hội, đều được trọng vọng; họ xuất hiện chỉnh tề, lắm khi chải chuốt. Và những vị lão thành ấy cho ra đời những tập thơ tình thắm thiết: Đường vào tình sử, Ta đợi em từ ba mươi năm... Trái lại, những Bùi Giáng với Nguyễn Đức Sơn chẳng hề có đời sống xã hội. Một người bạn — Bửu Ý —

---

179 Hoài Thanh và Hoài Chân, Thi nhân Việt Nam, Hoa tiên tái bản lần thứ 2 tại Sài Gòn năm 1968, trang 119.

mô tả Nguyễn Đức Sơn như một con tê giác cô đơn ("hình ảnh của con tê giác, từ tính tình đến cách ăn nói, dáng đi (...) Đơn độc quắt queo. Dã man nghiệt ngã. Chỉ thong dong ở chốn không người: rừng và biển.") Và Nguyễn quân lấy đó làm lời tri kỷ. Xã hội không chấp nhận những con người ấy, ngược lại những con người kỳ cục nọ cũng không biết tới xã hội.

Phải mãi đến giai đoạn sau, đến cuối thời kỳ 1954-75, trong hỗn loạn chém giết tơi bời, thế hệ này mới tung hết mọi ưu tư bận bịu mà... khề khà quanh bữa tiệc nhân sinh.

KỊCH

Tình hình kịch ở Miền Nam sau 1954 có chỗ lý thú. Tháng 11 năm 1974 (tức đã vào cuối thời kỳ 54-75) ông Nguyễn Đông Châu của báo Văn đến phỏng vấn ông Vũ Khắc Khoan. Ông Nguyễn bảo (hai lần) là ngành kịch bế tắc, ông Vũ cho là kịch "đang đi lên và không hề bế tắc."[180] Hai bên không biện giải; sự khác biệt không được giải quyết.

KỊCH PHÁT TRIỂN?

Sự thực, thiết tưởng có thể nói kịch bế tắc cũng được, mà nói kịch đang đi lên cũng được.

Ông Vũ thấy kịch đi lên thì quả nó có đi lên: Trước kia, ở Việt Nam không hề có trường nào dạy dỗ về kịch cả, sau này đã có trường Quốc gia Âm nhạc và Kịch nghệ

---

[180] Văn, xuất bản tại Sài Gòn, số ra ngày 15-11-74.

tại Sài Gòn, có môn học về kịch tại Đại học Sư phạm và Đại học Văn khoa ở Sài Gòn, ở viện Đại học Đà Lạt có ban kịch Thụ Nhân, rồi chính ông Vũ lại đang dự định thành lập cả một phân khoa Kịch nghệ và Điện ảnh tại Học viện Tri Hành, dự định thành lập một nhóm kịch Chúng Ta tại Học viện Tri Hành này nữa, rồi cũng lại chính ông phăng phăng viết kịch đều đều, hăng hái (những năm sau này viết "ít nhất mỗi năm một vở"), ngoài ra lại còn soạn sách biên khảo về kịch nghệ Việt Nam. Như thế phải thấy làø kịch đang đi lên chứ.

Ngoài ra, về một phương diện khác, phương diện phẩm chất của các vở kịch sáng tác trong thời kỳ này, thì tình hình cũng rất là đáng mừng: các vở kịch của Vũ Khắc Khoan đều có giá trị. Trong hai kịch tác gia lỗi lạc nhất của tiền chiến thì một vị là Vi Huyền Đắc có mặt ở Miền Nam. Sau 1954 ông Vi vẫn tiếp tục viết một số kịch bản, nhưng ngày càng lu mờ, không theo kịp Vũ Khắc Khoan. Hậu tiến như thế là có tiến rõ ràng chứ.

Lại xét về một phương diện khác nữa, phương diện xu hướng sáng tác, thì trong thời kỳ 1954-75 kịch Miền Nam có những khai phá đáng kể. Hồi tiền chiến các ông Vũ Đình Long, Đoàn Phú Tứ, Vi Huyền Đắc viết những vở kịch về phong tục, về xã hội, về tình yêu v.v... Sau 1954, chúng ta thấy nẩy sinh thêm vài xu hướng hoàn toàn mới: tức xu hướng chính trị với Trần Lê Nguyễn (Bão thời đại), Ngô Xuân Phung (Con vật phi lý), xu hướng triết lý với Vũ Khắc Khoan (Ngộ nhận, Ga xép v.v...), Nghiêm Xuân Hồng (Người viễn khách thứ mười).

Chính trị và triết học là những cái sở trường, là mối ám ảnh của thời kỳ 54-75. Người ta thấy ảnh hưởng của nó trên khắp các bộ môn: tiểu thuyết, thi ca, tùy bút, v.v...

chứ không riêng gì ở kịch. Dù sao, đó không phải là lý do để lờ đi một đặc điểm của kịch hậu Genève tại Miền Nam.

Thế rồi cũng không nên bỏ qua chuyện này: là số người viết kịch của thời kỳ sau này cũng không đến nỗi tiêu điều. Có người chuyên hẳn về kịch như Vũ Khắc Khoan, Trần Lê Nguyễn, Vũ Lang, Vi Huyền Đắc; có người hoặc là thi sĩ mà có kịch như Vũ Hoàng Chương (Vân Muội, Tâm sự kẻ sang Tần), hoặc là tiểu thuyết gia mà cũng có kịch như Doãn Quốc Sĩ (Trái cây đau khổ), hoặc là khảo luận gia mà cũng vẫn có kịch, như Nghiêm Xuân Hồng. Đó là những người thuộc thế hệ trước, những người đã xuất hiện từ thời tiền chiến hay xuất hiện trong giai đoạn đầu của thời kỳ hậu Genève. Về sau cũng lại có mấy cây bút trẻ tiếp tục viết kịch: Dương Kiền, Phan Tùng Mai, Phạm Đức Thịnh... Những kịch gia của giai đoạn sau quả chưa có thành tích khả dĩ sánh kịp thế hệ trước, tuy vậy họ cũng đã bắt đầu được tán thưởng. (Hai vị vừa kể sau cùng đều được giải thưởng Văn học Nghệ thuật về các kịch bản của họ.)

Ấy là chưa kể cái viễn tượng mà Vũ Khắc Khoan đưa ra trong cuộc phỏng vấn nọ: Sinh viên tốt nghiệp phân khoa Kịch nghệ và Điện ảnh của học viện Tri Hành rồi sẽ đi làm giáo sư trung học, sẽ viết kịch, đạo diễn kịch, viết truyện phim, sẽ hoạt động ở các ngành vô tuyến truyền hình, vô tuyến truyền thanh, sẽ thành những ông tiến sĩ kịch nghệ nữa v.v... Con đường thênh thang ấy tha hồ thu hút thanh niên ưu tú của nước nhà. Hàng ngũ những người làm kịch viết kịch diễn kịch tha hồ đông đảo. Làm sao có thể cầm lòng được? làm sao không lạc quan trước những điều như thế?

KỊCH BẾ TẮC?

Tuy vậy, cái cảm tưởng của ông Nguyễn Đông Châu cũng không phải là vô căn cứ: kịch ở Miền Nam bấy giờ vẫn ở trong một tình trạng bế tắc. Nó không có quần chúng. Kịch rốt cuộc là chuyện của giới làm kịch với nhau, không liên quan gì đến giới thưởng ngoạn, đến quần chúng. Thế không phải là một bế tắc sao?

Trước hết ông Vũ Khắc Khoan cũng nhận rằng giai đoạn đầu, cho đến 1963 thoại kịch vắng mặt trên sân khấu, ngoại trừ vài hoạt động của Vũ Đức Diên. Nhưng từ sau 1963, vào giai đoạn sau thì ông cho rằng thoại kịch đã "dần dần thu hút được một số khán giả". Một trong những trung tâm phát động phong trào kịch là Đà Lạt. Tại Đà Lạt, cái trung tâm ấy là viện đại học Đà Lạt, tại viện đại học ấy cái trung tâm chắc chắn là ban kịch Thụ Nhân của đám sinh viên ông Vũ. Thành tích đáng kể nhất là thành tích năm chót: trình diễn Les Justes của Camus, Thành Cát Tư Hãn, Ga xép của Vũ Khắc Khoan ở các viện đại học, ở trường Quốc gia Âm nhạc và Kịch nghệ, tại Đà Lạt, Sài Gòn.

Một ban kịch của sinh viên học kịch, được trường cấp một khoản kinh phí, tập dượt và diễn kịch cho thầy cho bạn, cho một vài trường bạn khác xem chơi. Ban kịch sinh viên Đà Lạt hoạt động như thế, ban kịch của sinh viên trường Quốc gia Âm nhạc và Kịch nghệ cũng đã hoạt động như thế, sau này rồi ban kịch Chúng Ta của viện Tri Hành rồi cũng hoạt động như thế nữa chăng? Nếu vậy thì bảo có bế tắc, không sai mấy.

Người ta tự hỏi: Tại sao kịch đã tập xong, phông màn y trang sắm xong, sau khi diễn cho thầy cho bạn xem xong, lại không liều mình đem ra bán vé trình diễn cho đồng bào xem với? Để có chút ngân khoản cho các hoạt động kế tiếp mà phát triển ngành kịch, để gây phong trào kịch trong quần chúng v.v...

Lại tự hỏi: tại sao ngoài những ban kịch sinh viên, không có những ban kịch chuyên nghiệp sống bằng lợi tức trình diễn các vở kịch có giá trị? thoại kịch ta từ Vũ Đình Long đến Vũ Khắc Khoan chắc chắn là có thừa tác phẩm để cung cấp cho một vài ban chứ.

Kẻ muốn gây phong trào cũng như người muốn sống với nghề đều tránh mang kịch ra quần chúng, sự kiêng kỵ ấy tôi ngờ rằng chỉ có một lý do: quần chúng không sốt sắng, không chịu bỏ tiền mua vé xem kịch. (Ở đây chúng ta chỉ nói đến thoại kịch chứ không nói về ca kịch, và trong thoại kịch chúng ta cũng chỉ đề cập đến thứ thoại kịch có liên hệ với văn học, tức là có những kịch bản ấn hành như văn phẩm, chứ không phải loại thoại kịch vẫn diễn trên truyền hình, hay vẫn do Kim Cương soạn và diễn trên sân khấu.)

Bởi kịch ở ta không có quần chúng hưởng ứng, không gây lợi tức, cho nên không có diễn viên chuyên nghiệp. Trước sau chỉ nghe nói đến những thi sĩ, văn sĩ, kịch tác gia, những bạn bè của họ và học trò của họ lên sân khấu diễn lấy kịch của mình viết ra mà thôi: Vũ Hoàng Chương, Đoàn Phú Tứ, Thế Lữ, Hoàng Cầm, Nguyễn Tuân, Vũ Khắc Khoan, Đinh Hùng v.v... Kịch sĩ đấy! Sao mà vất vả thế? Như vậy mà chưa gọi là bế tắc thì e có bao dung quá đi chăng?

Mà giá có kêu lên là kịch gặp bế tắc thì tưởng cũng không bao hàm một trách cứ nào cả. Không phải lỗi của thời kỳ 1954-75, vì trước đó có thời nào là thời kịch phát triển mạnh? Không phải lỗi của Miền Nam, vì ở Miền Bắc cũng không nghe có đoàn kịch chuyên nghiệp nào sinh sống bằng đồng tiền của quần chúng; ở Miền Bắc, một vở kịch như Anh Sơ đầu quân của tác giả danh tiếng Nguyễn Huy Tưởng chẳng hạn nếu không được giải thích là nên xem để học tập, để củng cố lập trường, mà đòi phải mua vé đi xem thì chắc cũng chẳng có mấy ai chịu hưởng ứng. Cũng không phải lỗi ở các nhà soạn kịch, vì ngay từ hồi Vũ Đình Long đăng vở Chén thuốc độc trên báo Hữu Thanh thi sĩ Tản Đà đã khen là có giá trị rồi, sau đó càng ngày kịch viết càng hay còn trách vào đâu được?

Kịch Việt Nam nó không phải chỉ bế tắc ở Việt Nam. Sau 1975, đồng bào ta chạy hàng triệu người ra nước ngoài, lưu vong khắp Á, Âu, Úc, Mỹ: ở đâu kịch cũng bế tắc. Tạp chí Nhân Văn (xuất bản ở San Jose, số Xuân Giáp Tý 1984, trang 13) lại phỏng vấn Vũ Khắc Khoan. Ông đáp: "Sinh hoạt èo uột, phẩm chất nghèo nàn, số lượng ít oi. Nguyên nhân? Đó là sự thiếu thốn về mọi mặt. Thiếu vở, thiếu người (đạo diễn, diễn viên, chuyên viên kỹ thuật âm thanh và ánh sáng...) và nhất là thiếu tiền (tiền thuê rạp, mướn nhân viên tổ chức, bán vé, thuế, thù lao, chuyên chở, quảng cáo...)"

Ta nên đặc biệt chú ý tới cái thiếu "nhất là": tiền! Có tiền thì có cả diễn viên, chuyên viên, rạp, thuế, quảng cáo v.v... Mà tiền thì các vị chăm lo giáo dục, phát triển kịch nghệ ở trong nước cũng không quên: ông Vũ nói với ông Nguyễn Đông Châu về tiền của viện đại học cấp cho sinh viên, ông Hoàng Trọng Miên (trong cuộc phỏng vấn của Nguyễn Ngu Í đăng trên Bách Khoa số 122) thì đặt vấn đề trịnh trọng hơn: ông viện ra một ý kiến đâu đó cho rằng cứ nhìn vào sân khấu của một nước có thể biết được trình độ văn hóa của dân tộc nước ấy, và ông cho rằng chính phủ luôn luôn có phận sự "trợ cấp hữu hiệu cho nền sân khấu quốc gia". Chắc các ông Hoàng và Vũ đều nhận rằng chính phủ có làm cái phận sự trợ cấp đó đối với trường Quốc gia Âm nhạc và Kịch nghệ. Nhưng sao trợ cấp lại thiếu hữu hiệu?

Dầu sao trợ cấp từ nơi này nơi nọ e không phải là giải pháp vĩnh cửu cho nghệ thuật. Từ vở kịch Chén thuốc độc của Vũ Đình Long đến cuối thời 1954-75 vừa qua là hơn năm mươi năm: năm mươi năm của thế kỷ XX là một thời gian dài lắm, dài quá lắm đấy nhé. Chừng ấy thời gian mà không lay chuyển nổi thái độ của quần chúng thì có lẽ chúng ta có quyền nêu lên một vài thắc mắc, ngờ vực. Thoại kịch có gì không hợp với quần chúng ta chăng?

KỊCH VÀ NĂNG KHIẾU CỦA DÂN TỘC

Quái, ta viết truyện theo quan niệm Tây phương: đồng bào ham đọc; ta soạn nhạc ta ca hát theo Tây phương: đồng bào ham nghe; nhưng ta diễn kịch: bà con không ham xem. Tiểu thuyết, nhà nước không nuôi dưỡng mà nó sống; hội họa ca nhạc, nhà nước không trợ cấp mà nó cũng cứ sống; thơ mới không được chính quyền chăm bón mà vẫn phát triển rộng rãi; các loại ca kịch (cải lương, hò Quảng, ca Huế v.v...) càng phất mạnh. Duy thoại kịch, thứ được giảng dạy ở đại học, trao phát bằng cấp xênh xang, được nhà nước làm phận sự trợ cấp mà lại cứ bị kẹt hoài. Quần chúng có gì đố kỵ với thoại kịch? Có một sự đố ky như vậy chăng? Có một sự thiên lệch như thế trong năng khiếu của dân tộc chăng? Vấn đề đáng được xem xét kỹ, đào sâu thêm, trong khuôn khổ cuộc nghiên cứu giải pháp phát triển kịch.

Trong cuộc phỏng vấn vừa nói của tạp chí Nhân văn, ông Vũ Khắc Khoan bảo rằng: "Gần đây tôi có nghĩ một cách để giải quyết (...) Tôi nghĩ đến sự thành lập tại mỗi tỉnh ly trên nước Mỹ, ở bất kỳ địa phương nào có khá đông đảo người Việt lưu vong, có người Việt lưu vong yêu sân khấu — San Jose, Sacramento, Santa Ana, Washington DC, Minneapolis, Houston, Dallas, Seattle... — ở mỗi nơi một đoàn thể "Hội những người yêu kịch". Hội sẽ xin được quy chế bất vụ lợi, sẽ được miễn thuế và có thể nhận tiền ủng hộ trong những dịp tổ chức trình diễn. Hội viên đóng tiền nguyệt liễm và chuyên hoạt động cho sân khấu. Sân khấu. Còn sân khấu? Nói đến sân khấu, ta phải lập tức quên đi những hình ảnh lộng lẫy năm xưa của sân khấu Việt Nam với tấm màn nhung đỏ. Sân khấu trường Quốc gia Âm nhạc Sài Gòn, sân khấu Spellman đại học Đà Lạt, nhà hát lớn Hà Nội, rạp Thống Nhất Sài Gòn. Nghĩ đến kịch ở đây, hôm nay, ta hãy trở về một quá khứ xa xưa hơn nữa, khi sinh hoạt kịch nghệ chỉ là sinh hoạt những ban hát bội, những ban hát chèo nho nhỏ, diễn viên gánh đồ trang trí và nhạc cụ, đêm đêm vượt mấy cánh đồng, hát rong từ thôn này tới xóm khác, khi sân khấu chỉ là một chiếc chiếu trải rộng giữa sân đình, khán giả quây quần chung quanh đầm ấm cùng "sống" say sưa với những éo le Lưu Bình, Dương Lễ, những liếc mắt lẳng lơ Thị Mầu, hào khí ngất trời Đổng Kim Lân, Khương Linh Tá."

Tội ngờ rằng cái cách mà ông Vũ mới nghĩ ra hồi gần đây cũng không giải quyết được gì. Cách mới không khác những cách cũ, ở Mỹ không khác ở Việt Nam: cũng là sự giúp đỡ của chính quyền, cũng là sự hi sinh của "người yêu kịch". Hi sinh quá quắc: đã bỏ công đem tài ra diễn cho người ta xem, còn bỏ tiền ra đóng nguyệt liễm cho hội nuôi kịch. Mệt quá.

Chung qui cũng chỉ vì thiếu người xem kịch. Chữ "yêu kịch" trong cái tên đoàn thể trên đây chưa được định rõ nghĩa: phải nói là hội của những người yêu viết kịch và diễn kịch. Còn yêu xem kịch thì cần gì phải vào hội đóng liễm phí hàng tháng: xưa nay quần chúng khán giả có lệ đóng tiền... hàng đêm. Ở ta số người yêu viết và diễn kịch đông hơn số người yêu xem kịch, cho nên... mệt!

Vả lại nguyên cái ý kiến về sự thành lập "Hội những người yêu kịch" đã chứng tỏ hạng người ấy còn hiếm hoi. Trên đời không ai dám có sáng kiến lập "Hội những người yêu gái". Một đàng e quá nhiều hội viên không quản trị nổi, một đàng quá ít không thành lập nổi.

Ông Vũ có nói đến hát bội hát chèo. Hãy thêm bài chòi ở Trung, cải lương ở Nam nữa. Những hình thức ca kịch ấy, thứ "thấp" thứ "cao" đều được quần chúng Việt Nam tán thưởng. Nó sống không cần trợ cấp của chính quyền, không cần nguyệt liễm của người "yêu". Đồng bào ta hình như chỉ "chịu" được ca kịch mà không chấp nhận thoại kịch; trên sân khấu Việt Nam phải có tí ngâm nga mới được. Tại sao vậy? Nhớ Hồ Thích nghiên cứu về hí kịch Trung Hoa có lần từng nói đại khái là kịch tuồng ban đầu kết liên với ca xướng, về sau dần dần thoát ly ra. Còn vướng víu vần điệu bổng trầm, kịch tuồng khó bề diễn tình đạt ý đến nơi đến chốn, khó bề dựng nên những nhân vật linh hoạt sống động, tâm lý sâu sắc. Từ khi thoát khỏi ca xướng, nó trở nên tinh vi hơn nhiều. — Vậy kịch tuồng ở ta là một sự chậm trễ? một sự chậm trễ cố ý? Cái ngâm nga trên sân khấu làm giảm hiệu lực tả tình đạt ý, ta bất cần. Ta nhất định cứu lấy tiếng hát; còn cái hình ảnh của thực tại đưa lên sân khấu có vì đó mà bị tổn thương, ta không ngại. Ta có vẻ không bao giờ ngại về điều đó. Nghệ thuâït của ta không chủ ý theo sát thực tại. Ta không muốn nhại thực tại.

Thử nghĩ qua một chút về năng khiếu dân tộc. Diễn viên chèo không nói năng giống ngoài đời, điệu bộ trong tuồng hát bộ không giống cử chỉ ngoài đời, tình tiết xảy ra trên sân khấu cải lương không theo sát sự việc ngoài đời...: trong ca kịch không cái gì giống hẳn thực tại cả. Kịch thì giống quá. Hay ít ra nó cố gắng giống. Đồng bào ta không thích thế. Xưa kia, ta không có lối vẽ hệt người thực cảnh thực, không có truyện tả chân như Maupassant, Balzac... Á đông không có năng khiếu tả chân. Trên màn ảnh chiếu bóng tài tử Âu Mỹ diễn cứ y hệt như thực; tài tử Á Đông không nhại được thực tại, kém rõ. Tài tử trên màn ảnh của Tàu, của Nhật, của ta lúc nào cũng cứ như là... đóng phim, nhiều màu mè điệu bộ quá.

Ta không có cái sở trường mô tả sát thực tại. Mà giữa thoại kịch với ca kịch thì thoại kịch theo sát cuộc đời hơn, vì vậy mà quần chúng ở ta thiên về ca kịch?

Vả lại nói chung kịch tuồng của ta xưa nay vẫn èo uột. Nguyên Sa kêu: "Trong nền văn chương cổ điển, thơ

khỏe ghê, đông lắm, kịch thấy gần như chẳng có gì cả."181
Còn trong nền văn chương tiền chiến thì: "so với tác
phẩm thơ và truyện, kịch chắc chắn ở một mức độ thấp
hơn. Tại sao? Thiếu sân khấu, thiếu phương tiện dựng
kịch, thiếu sự trình diễn kích thích sự sáng tạo, hay vì
các kịch gia Việt Nam chưa thích ứng được hình thức
thoại kịch Tây phương với tâm hồn Việt Nam."182

Xét về tác phẩm kịch tuồng từ cổ tới kim thì như thế.
Xét về mặt trình diễn thì giới diễn viên vẫn bị coi rẻ, coi
là hạng "vô loài". Ấy vậy mà thoắt cái, sau cuộc tiếp xúc
với Tây phương, các văn nhân tài tử của ta bỗng nắm tay
nhau hớn hở nhảy lên sân khấu, bôi mặt vẽ mày thập
phần hồ hởi. Đó đã là một thay đổi đột ngột và lạ lùng
rồi. Lại còn diễn ít mà viết nhiều, diễn còn bế tắc mà viết
cứ hào hứng như thường, hay ho ra phết. Như thế riêng
trong phạm vi văn học bộ môn kịch đã ghi được một
điểm son, các kịch tác gia đã cố gắng và thành công đáng
khen.

Còn tác phẩm của họ rồi quần chúng khán giả nơi hí
trường có tiêu thụ nổi hay không, thoại kịch rồi có dần
dà thích ứng được với tâm hồn Việt Nam hay không,
những vấn đề ấy thuộc phạm vi khác, nên được nghiên
cứu kỹ lưỡng để tránh khỏi phí phạm sự nỗ lực của một
số nhân tài vào một hoạt động lỡ ra không có công dụng
gì xứng đáng.

<hr />

181 Nguyên Sa, Một bông hồng cho văn nghệ, Sài Gòn, 1967,
trang 86, 87.
182 Sđd.

KÝ

Giữa ký với bút có đôi điều chưa dứt khoát: tên gọi chưa nhất trí, ranh giới phân biệt chưa minh bạch. Trước kia, Vũ Ngọc Phan phân làm hai bộ môn: bút ký và phóng sự. Sau này, có người (như Phạm Văn Sĩ) gộp lại làm một, gọi chung là ký.

Theo cái gọi của Vũ Ngọc Phan trong Nhà văn hiện đại thì bút ký tương ứng với bộ môn mà chúng tôi gọi là tùy bút; còn phóng sự gần tương ứng với cái mà chúng tôi xin gọi là ký. Trong bộ môn ký, ngoài phóng sự ra, chúng tôi muốn bao gồm luôn cả các loại: ký sự, hồi ký, tạp ký, tất cả đều có một điểm chung là nặng về ghi chép sự việc. Bởi điểm ấy, ở bộ môn trước chúng tôi đã thay chữ bút ký của ông Vũ ra chữ tùy bút, chủ ý là muốn phân biệt bút với ký, tách cái này ra khỏi cái kia. Một bên nặng về cảm nghĩ, một bên thiên về ghi chép; một bên chú trọng nghệ thuật, sáng tạo, một bên chú trọng thực tại. Phóng sự có những công trình tiếng tăm lừng lẫy vì khai quật được những bí mật lớn lao, những cảnh đời bất ngờ; nhưng phóng sự lắm khi viết vội đăng lên nhật trình không nhằm tồn tại vì giá trị nghệ thuật. Mặc dù vậy, dù chỉ cốt ghi lại sự việc, vẫn có nhiều thiên ký thành công về mặt nghệ thuật.

Còn theo Phạm Văn Sĩ thì thể ký bao gồm "phóng sự, bút ký, tùy bút, thư, truyện ký"[183]. Như thế e không ổn. Phóng sự với bút ký (tức tùy bút) đã được ông Vũ phân đôi; rồi đến thể truyện ký trong Nhà văn hiện đại cũng lại được tách biệt ra nữa. Gom chung lại những loại như thế được sao? Tùy bút như "Gió đã lên" của Nguyễn Tuân lại có thể xếp cùng với thiên phóng sự về những trận đánh mùa mưa bên Hạ Lào hay với phóng sự về đời sống ở trại Lý Bá Sơ được sao? Khó quá. Khó quá lắm. Dù là "ký Miền Nam", dù là "ký Miền Nam giải phóng" cũng không đến nỗi thế. Vậy hãy xin trở về cách phân loại đại khái như của Vũ Ngọc Phan với chút ít sửa đổi và mở rộng thành phần thể ký như đã nói trên.

PHONG PHÚ

Hiểu như vậy, ký là cái đặc biệt của văn học Miền Nam trong thời kỳ 1954-75.

Hồi 1942, sau khi phóng sự đã ra đời ở Việt Nam được vài chục năm, Vũ Ngọc Phan có điều phàn nàn: "Hoàn cảnh và tình hình chính trị nước ta cũng lại không dung cho phóng sự, nên phóng sự bị cằn cỗi, không nẩy nở ra được." Có thể thật. Trước 1945 khó lòng phanh phui những bí mật chính trị, đề cập đến những hoạt động cách mạng chẳng hạn, cho nên quanh đi quẩn lại chỉ có những phóng sự về cuộc đời lầm than của dân nghèo, của gái làng chơi, về những mánh khóe làm ăn

---

[183] Văn học giải phóng Miền Nam, trang 62.

của bọn đồng bóng, về cuộc đời ám muội của một số sư sãi v.v... Vũ Trọng Phụng, Tam Lang, Trọng Lang đều chọn những đề tài phóng sự xã hội.

Sau 1945 ở khu vực cộng sản phóng sự xã hội tịt hẳn: không ai được phép nói đến bất công xã hội nữa, không ai được bới móc cảnh khổ dưới chế độ mới nữa. Người viết ký cũng như bao nhiêu người cầm bút thuộc các bộ môn khác, chỉ có một công việc: ca ngợi. Lúc đánh nhau thì ca ngợi dân và quân đánh giặc giỏi; khi ngưng chiến thì ca ngợi nông công sản xuất tốt. So với tiền chiến: mất đi một loại đề tài, lại cũng chỉ được thay thế bằng một loại đề tài khác.

Ở Miền Nam sau 1954 đề tài của ký mở rộng ra, phong phú hẳn.

Nhà văn có thể cứ tiếp tục đưa ra ánh sáng các tệ nạn xã hội, cứ kể xấu cuộc đời bằng thích: Triều Đẩu viết về dân làng bẹp, Hoàng Hải Thủy chuyên về các em ca-ve, và liên tiếp trên các báo có những phóng sự về gian thương tham nhũng...

Nhà văn có thể chọn lãnh vực chính trị: phơi bày các hoạt động của những nhân vật lịch sử, hoạt động công khai cũng như bí mật, xấu cũng như tốt. Cao Văn Luận kể chuyện phía bên này (Bên giòng lịch sử), Kim Nhật kể chuyện phía bên kia (Về R), Lê Tử Hùng nói về những người và việc xung quanh biến cố 1-11-63 (Bốn tướng Đà Lạt, Những cái chết trong cách mạng 1-11-63, Những bí mật cách mạng 1-11-63), Đoàn Thêm vẽ lại hình ảnh một thời đang qua (Hai mươi năm qua, Những ngày chưa quên), vẽ truyền thần, tỉ mỉ, chính xác...

Nhà văn lại cũng có kẻ hoặc chú ý đến phong tục sinh sống, hoặc đến một đề tài kinh tế chẳng hạn. Lê Hương có thiên phóng sự lý thú về những Chợ trời biên giới Việt Nam – Cao Miên, hội Bút Việt từng phát giải thưởng cho một phóng sự về tục thờ cá ông voi của ngư dân ở một địa phương nọ...

Nhưng đề tài được chú ý đến nhiều nhất tất nhiên là cuộc chiến tranh. Mỗi người theo dõi một khía cạnh. Có người tò mò về các hoạt động bên phía đối phương (Trần Văn Thái với Trại Đầm Đùn, Dzoãn Bình với Đường mòn Hồ Chí Minh, Xuân Vũ với Đường đi không đến...). Có người là phóng viên chuyên nghiệp, dong ruổi khắp các chiến trường, tường thuật đầy đủ những cuộc hành quân lớn, những chiến dịch qui mô: cuộc hành quân sang Cam-bốt, sang Lào, cuộc tử chiến ở An Lộc, trận giải phóng cố đô Huế, cổ thành Quảng Trị, cuộc rút lui thảm hại khỏi Cao nguyên hồi mùa xuân 75 v.v...; những Nguyễn Tú, Dzoãn Bình đã cùng nhiều cây bút nhà nghề khác bám sát mặt trận, viết ngay tại chỗ những trang thật sống động. Có những nhà văn trước chưa từng chuyên về ký, nay hoàn cảnh khiến cho chạm mặt chiến tranh, lại viết ngay được những thiên ký để đời: Nhã Ca với Giải khăn sô cho Huế, Dương Nghiễm Mậu với Địa ngục có thật...

Tuy nhiên viết về chiến tranh nhiều nhất phải là chính các chiến sĩ. Trong quân đội Việt Nam Cộng Hòa lúc bấy giờ không còn phải chỉ là lính, là hạ sĩ. Bấy giờ thành phần thanh niên trí thức, có lớp xuất thân từ các đại học trong nước, có lớp du học Âu Mỹ về, đã phục vụ trong quân đội nhiều. Họ giữ nhiệm vụ lớn, họ hoạch định chiến lược chiến thuật, họ điều khiển các trận đánh, lăn lộn trên chiến trường, tại sao chính họ lại không viết ký chiến tranh? Ở Miền Nam không có văn sĩ nhà nước được phái đi tham quan, đi thực tế v.v... Nhưng ở đây có những tư lệnh Không quân, những hạm trưởng, những cấp úy cấp tá Nhảy dù, Thủy quân Lục chiến, Quân y v.v... tự tay viết ký. Toàn Phong (Đời phi công), Phan Lạc Tiếp (Bờ sông lá mục), Phan Nhật Nam (Dấu binh lửa...), Trang Châu (Y sĩ tiền tuyến) v.v...là những tác giả như thế. Cũng từ một vị thế nhà binh mà thi sĩ Nguyên Sa nhìn thấy một khía cạnh độc đáo của chiến tranh (Vài ngày làm việc ở chung sự vụ).

Chúng ta đã thấy ký Miền Nam bấy giờ rất phong phú. Số lượng tác giả viết ký đã đông đảo, mà phạm vi đề tài khai thác cũng rộng rãi.

Chẳng những thế cái phong phú còn ở nơi các dạng vẻ khác nhau nữa. Trong cái chủ ý truy tìm và ghi lại thực tại, các tác giả thời kỳ này đã sử dụng hình thức đa dạng hơn trước Từ lối ghi chép cẩn thận, đều đặn, kiên trì của Đoàn Thêm, đến lối phóng bút hùng hổ như vũ như bão của Phan Nhật Nam, từ lối kể chuyện chững chạc của Phan Lạc Tiếp đến cách bỡn cợt bay bướm hư hư thực thực của Hoàng Hải Thủy, ký bấy giờ thật lắm vẻ.

Phải nhận rằng có một số phóng sự viết khá cẩu thả. Điều ấy dễ thông cảm. Phóng sự ra đời vào giai đoạn thứ hai, cuối những năm 1960 đầu 70, phần nhiều được viết vội vàng in gấp rút. Người viết không phải là văn nhân nhà nghề, không chủ tâm làm văn chương, chẳng qua vừa đánh giặc vừa hí hoáy cây bút. Viết để ghi lấy những cảnh tượng trót nghe trót thấy mà không nỡ bỏ qua, viết để trút ra những giận dữ căm uất, để vơi bớt nỗi xót thương trong lòng trước thực tại ác liệt. Có kẻ viết như nguyền như rủa (Phan Nhật Nam), có người viết như khóc than ai oán (Nhã Ca với Giải khăn sô...). Ký trong giai đoạn cuối thời kỳ 54-75 nó sôi nổi đầy xúc cảm, nó là thứ ký chủ quan của người trong cuộc, không phải là của ai đâu từ ngoài đến tham quan, tìm hiểu, điều tra, ghi nhận.

THIẾT THA

Bởi vậy ở đây có vài điều ngộ nghĩnh đáng để ý. Trong các bộ môn thi ca, tùy bút, tiểu thuyết, vẫn thấy sự có mặt của các cây bút tiền chiến. Nhất Linh, Nguyễn Vỹ sau 1954 tiếp tục cho xuất bản nhiều tác phẩm; Vũ Hoàng Chương, Đinh Hùng tiếp tục làm thơ; Vũ Bằng viết và in liên miên. Nhưng ở Miền Nam sau 1954 có bao nhiêu nhà văn tiền chiến chuyên về phóng sự, họ đều ngưng bút. Trong các phóng sự gia xuất sắc hồi tiền chiến mà Vũ Ngọc Phan đã nói đến, hai vị còn sống đều vào Nam cả: Tam Lang và Trọng Lang. Ngoài ra còn Triều Đẩu đã có thành tích trước 1954 ở Hà Nội. Triều Đẩu hồi mới vào Sài Gòn cũng viết phóng sự xã hội. Rồi sau nín bặt. Rồi sau, lớp già tuổi tác có vẻ như là ngoại cuộc. Chiến trường là thuộc về một lớp người khác. Thực tại, cái thực tại khốc liệt đầy âm thanh cuồng nộ, đầy chết chóc máu me không phải là chỗ lảng vảng của các văn nhân luống tuổi. Mà phóng sự vào những năm cuối ở Miền Nam không bám lấy cái thực tại ấy thì còn chọn cái gì? còn gì quan trọng hơn?

Ký trong thời kỳ này có sự khác nhau giữa hai giai đoạn trước và sau 1963.

Trong giai đoạn trước có ít; về sau thật nhiều: chính trường càng sôi động hồi ký càng nhiều, chiến trường càng sôi động phóng sự càng nhiều.

Trong giai đoạn đầu đề tài còn quanh quẩn ở những chuyện quen thuộc từ trước: chuyện hút xách ăn chơi (Hoàng Hải Thủy, Triều Đẩu), chuyện kháng chiến chống Pháp đã qua (Vũ Bình với Bảy Ngàn, máu và nước mắt, và nhiều phóng sự khác trên báo Tự Do). Về sau, ký bám sát hiện tại, thiên hẳn về đề tài chiến sự.

Trong giai đoạn đầu ký hòa hợp cùng các bộ môn khác, ở giai đoạn sau ký phát triển trong một bầu không khí riêng. Sau, chiến tranh càng gay cấn, tình trạng an ninh trong nước càng suy kém, thì giới văn nghệ sĩ càng thu rút về Sài Gòn, càng cách biệt thực tại gay cấn của đất nước. Trong khi máu đổ xương phơi ở đại lộ Kinh hoàng, ở Khe Sanh, ở Bình Long... thì tại Sài Gòn thịnh phát một nền văn nghệ tiêu khiển, tràn đầy những sách Kim Dung, Quỳnh Dao, những chuyện ái tình mùi mẫn, chuyện đêm ngà ngọc v.v... Ký của Nhã Ca, của Dương Nghiễm Mậu, của Phan Lạc Tiếp, của Phan Nhật Nam, của Nguyễn Tú v.v... tách biệt hẳn ra ngoài bầu không khí tinh thần ấy.

Vào giai đoạn sau, Sài Gòn dần dần xa lạc cảnh đời thực của toàn quốc, Sài Gòn thành chỗ trú ẩn trốn lánh thực tế đau thương; ở đây là chỗ hoan lạc phè phỡn của một từng lớp giàu có tiền rừng bạc bể, là chỗ nhởn nhơ của những thành phần đứng ngoài cuộc chiến, ngày ngày tìm thú tiêu khiển, hoặc thở ra giọng phản chiến, hư vô, hoặc chống phá lung tung gây xáo trộn thường xuyên, hoặc kháo nhau về những giải pháp hòa hợp hòa giải không tưởng. Ở đây thành ra trung tâm giành giật của những khối quyền lực chính trị, tôn giáo, kinh tế, với những mưu mẹo âm hiểm... Từ các trung tâm tạm trú của đồng bào tị nạn hay từ các mặt trận về Sài Gòn như từ một thế giới sang một thế giới khác. Từ thứ văn thơ của thành phần không tham dự đến loại ký của những tác giả vừa viết vừa chiến đấu hay sống sát cạnh chiến địa, sự xa cách cũng đại khái như vậy. Mặc cho những không đàm hư tưởng, những ướt át mê li, những viễn vông, những chuyển biến suy đốn của văn chương đô thị vào những năm cuối cùng, ký cứ một mực dấn thân, tích cực. Những người trẻ tuổi trực diện với địch quân, họ cùng có một thái độ như nhau. Ký không có thứ ký phản chiến, không có thứ ký viễn mơ, không có ký tả khuynh, thân cộng; không có tinh thần chủ bại, đầu hàng, hòa giải hòa hợp trong ký, không có văn công chui vô nằm vùng trong ký.

Vào những ngày cuối cùng của Miền Nam, từng vùng lãnh thổ lớn lần lượt rơi vào tay địch, từng đơn vị lớn tan rã, nhiều giới chức chính trị, quân sự tìm đường thoát ra khỏi nước, trong khi ấy thì Xuân Lộc, thì một số cứ điểm rải rác đây đó trên đất nước tiếp tục giữ vị trí. Người ta có thể nghĩ đến cái vị trí kiên cường của ký Miền Nam lúc bấy giờ.

Sau tháng 5-1975, thật ít người viết ký đi thoát. Trong số ở lại, có kẻ bị tù đày điêu đứng mãi đến nay chưa được buông thả, có người rồi đành tự hủy mình ngay tại Sài Gòn.

Ngày nay, ngồi nghĩ và viết ba điều bốn chuyện về bộ môn ký, người viết không sao ngăn được ý nghĩ khỏi lan man vượt ra ngoài phạm vi văn chương nghệ thuật.

CỞI MỞ

Mà ký Miền Nam vào giai đoạn sau, lắm khi quả không phải là chuyện văn nghệ. "Thưởng thức" nó như những tác phẩm văn nghệ, hoặc khen nó hay hoặc chê nó dở, nó cẩu thả v.v..., có khi bất nhẫn.

Trước kia Vũ Trọng Phụng viết về chuyện lục-xì, chuyện cơm thầy cơm cô, chuyện kỹ nghệ lấy Tây, Trọng Lang viết về những ông sư bà vãi bậy bạ với nhau, Tam Lang viết về giới phu xe v.v..., ấy là nhà văn viết về người khác, về... thiên hạ. Đàng này, những gì Phan Lạc tiếp, Trang Châu, Phan Nhật Nam, Dương Nghiễm Mậu v.v... viết trong ký của họ là cái sống cái chết của bạn bè và của chính họ. Trường hợp khác hẳn.

Đến đây lại liên tưởng đến những cuốn ký bên phía cộng sản. Chắc chắn, ở bên nào lời nói chân thành của kẻ sống những giờ phút kinh hoàng ngoài mặt trận cũng cảm động. Tuy nhiên chuyện viết ký dưới chế độ cộng sản có khác ở Miền Nam chúng ta. Xuân Vũ kể lại hồi ông ở ngoài Bắc được đề cử đi tiếp xúc với một anh hùng gốc Miên tên là Sơn Ton để viết ký về vị anh hùng này. Sau một thời gian chung sống với nhau, Sơn Ton thực thà thú với Xuân Vũ là anh ta không hề biết tại sao mình thành anh hùng. Xuân Vũ dò lần lên trung đoàn mới hỏi ra nguyên do: người ta đã đem thành tích của cả huyện gán vào cho một mình Sơn Ton! Báo hại, sau vụ đó Sơn Ton bị bắt đi học xa, để tránh những gặp gỡ và tiết lộ tai hại.[184]

---

[184] Tạp chí Văn Học, xuất bản tại California, số 4 tháng 4-1986.

Đối chiếu với những trò léo lận như thế, ký Miền Nam thật đường đường chính chính. Không ai đặt đường lối, ra chỉ thị, cấp giấy tờ cho Phan Nhật Nam đi "ba cùng" với bất cứ nhân vật nào để viết ký cả. Phan Nhật Nam nằm trong tù "tranh thủ" chút thì giờ rảnh rỗi, viết cuốn Dọc đường số 1. Viết vì sau tám năm lính "chính cảnh đời vừa qua kích thích và ảnh hưởng trên tôi quá đỗi". "Thôi thì viết bút ký: Viết bút ký hay là một thứ cầu kinh trong một niềm cô đơn đen đặïc, viết bút ký để thấy những giọt nước mắt vô hình tha hồ tuôn chảy sau bao nhiêu lần nín kín, viết bút ký như một tiếng nức nở được thoát hơi sau hàm răng nghiến chặt thấm ướt máu tươi từ đôi môi khô héo. Tôi viết bút ký như một tiếng thở dài trong đêm."[185]

Sau khi xem qua những Sống như anh, Đất nước đứng lên... của văn học "giải phóng" rồi trở về với những trang phóng sự, ký sự của Phan Lạc Tiếp, Phan Nhật Nam, Dương Nghiễm Mậu, ta có cảm tưởng như khi mới vừa tiếp xúc với mấy anh điu-lơ bán xe hơi, anh brốc-cơ bán nhà, xong lại được về gặp vài "thằng" bạn cũ: họ bộc trực, họ ăn ngay nói thẳng, điều họ nói ra có cái mình đồng ý có cái không đồng ý nhưng lời nào cũng là lời để tin nhau. Nghe nhau như thế một lát, thấy đời ấm hẳn lên.

Trong ký Miền Nam cùng một chính biến mỗi người có thể nhìn từ một khía cạnh, kẻ tán thưởng người trách mắng, cùng một cảnh xuống đường một vụ chỉnh lý có người này ca ngợi nồng nhiệt người nọ phản đối hết mình. Trong ký của chúng ta, ngay của quân nhân nữa,

---

[185] Dọc đường số 1, trang 12 và 15.

cũng không thiếu những đoạn mỉa mai hằn học đối với tướng lãnh, bỉ báng các nhân vật lãnh đạo. Chết một anh binh nhì, một anh lính truyền tin bên cạnh, có khi tác giả chửi đổng, la toáng lên: người viết ký của chúng ta có khi nhắng quá, nóng quá, cáu kỉnh quá. Nhưng bốc thơm nhảm nhí, tâng bốc, lươn lẹo thì không.

Đọc ký là cốt nhìn thấy thực tại cho đúng cho rõ, thì chắc chắn phải lấy làm thích thú thứ ký của những người cởi mở, chân thành, dù tính phổi bò và đôi khi có hơi ồn ào một chút.

KẾT

Trong hai mươi năm văn học — từ cuối 1954 đến đầu 1975 — ba phần tư thời gian Miền Nam bị chìm trong xáo trộn, trong chiến tranh. Nhưng loạn lạc không ngăn trở sự phát triển của văn học: Ở Miền Nam Việt Nam trong thời kỳ ấy đã phát triển một nền văn học xứng đáng về phẩm lẫn lượng.

Nhớ hồi đầu thập kỷ 40 Nguyễn Tuân viết Ngọn đèn dầu lạc, đang ngon trớn nói chuyện hút xách bỗng dưng tác giả nổi hứng cao giọng luận qua văn chương và con người miền Nam: "... ở xứ nhiệt đới Nam kỳ, người trong ít làm thơ ca du dương và hay có tính gây lộn và chém chặt nhau là phải. Khí hậu! Ảnh hưởng." Sau câu nhận định nọ, vào thập kỷ 50 tiếp liền theo, trong khung cảnh những cuộc vùi dập nhau, chém chặt nhau hung tợn xảy ra hàng ngày xung quanh ông Nguyễn để thực thi chính sách cải cách ruộng đất, thơ văn Miền Bắc có phần đóng góp lớn. "Chém chém chém — Giết giết giết — Bàn tay không phút nghỉ" v.v... những hô hào gào thét như thế, thứ ngôn ngữ văn chương thiếu du dương như thế, ông Nguyễn còn lạ gì. Khi ấy, ở trong Nam (xứ nhiệt đới) là thời kỳ thơ văn của những Phạm Thiên Thư, Nguyễn Đức Sơn, Hoàng Ngọc Tuấn, Thanh Tâm Tuyền, Tô Thùy

Yên v.v... Du dương? Có nhiều đấy. Ngoài ra còn thêm nhiều thứ khác: thiền vị, triết vị, thiên nhiên, nhân sự, bảy tình, đủ cả. Ngoại trừ cái chém chặt.

Cuối thời tiền chiến, Vũ Ngọc Phan kiểm điểm một thời kỳ văn học ba mươi năm. Kể từ lớp các nhà văn tiên phong cho đến lớp sau cùng, trong mọi bộ môn sáng tác bằng văn xuôi, ông chỉ đếm được có ba tác giả trên phần đất từ vĩ tuyến 17 trở vào: một Hồ Biểu Chánh ở Nam phần, và Thanh Tịnh với Nguyễn Vỹ ở Trung phần. Cả ba người đều chỉ viết truyện. Ở các bộ môn kịch, ký, tùy bút: không có ai cả.

Cuối thời 1954 – 1975, ông Cao Huy Khanh kiểm điểm riêng về một bộ môn tiểu thuyết trong hai mươi năm ở Miền Nam. Theo ông, số người viết truyện xấp xỉ hai trăm; trong ấy trên dưới sáu chục người có giá trị. "Có giá trị", lời lẽ nghe có phần mông lung. Tuy nhiên, lấy ba vị kể trên làm căn cứ, thì ước lượng của ông Cao không có gì quá đáng. Sáu chục so với ba: số lượng tiểu thuyết gia ở Miền Nam trong vòng hai mươi năm sau nhiều gấp hai chục lần so với số lượng của ba mươi năm trước.

Sự phát triển ở địa hạt tiểu thuyết chưa ngoạn mục bằng ở nhiều địa hạt khác: Trước, không hề có một ai viết kịch, viết ký, viết tùy bút; sau 1954 ở khắp các bộ môn này, Miền Nam đều có những thành tích khả quan.

Số văn nhân thi sĩ tăng cao, địa bàn hoạt động văn học nghệ thuật mở rộng, thể loại văn chương phát triển thêm, mà cái sáng tác bấy giờ lại hào hứng, mạnh mẽ. Ở Miền Bắc, trong thời kỳ hai mươi năm "xây dựng chủ nghĩa xã hội", từ 1954 đến 1975, chỉ có 570 tác phẩm văn xuôi (gồm 397 cuốn truyện ký và 173 cuốn tiểu thuyết) ra đời[186]. Nguyễn Hiến Lê trong Hồi ký cho rằng ngoài Bắc "sách báo in chỉ bằng một phần năm trong Nam", rằng "trong hai chục năm sau ngày tiếp thu Hà Nội, không có nhà văn nào cho ra được chín, mười tác phẩm, trung bình chỉ được một, hai". Cùng một thời kỳ ấy, trong Nam có đến 150 nhà xuất bản in sách rầm rập theo nhịp độ tự do cạnh tranh; có tác giả như chính ông Nguyễn Hiến Lê cho ra đời liên tiếp cả trăm nhan sách (trong đó có những bộ nhiều cuốn tổng cộng một đôi nghìn trang). Bảo rằng hơn kém nhau theo tỉ lệ bên một bên năm, ước lượng của ông Nguyễn quá dè dặt.

Viết nhiều, tuy vậy, không phải lúc nào cũng hay. Nhiều có năm bảy cách nhiều. Xua nhau viết ào ào mà thơ nào văn nấy toàn một điệu tung hô lãnh tụ ca ngợi chế độ, tấm tắc kêu chiến sĩ ta giỏi khủng khiếp, từng đánh sụm cả hàng không mẫu hạm Mỹ ở bến Bạch Đằng v.v..., viết mà cả "đội ngũ" văn nghệ cứ rập ràng như thế quanh năm, thì giá trị của cái viết ít thôi.

Ở Miền Nam, bao nhiêu dạng vẻ khác nhau tha hồ tự phô bày; các tìm tòi từ hình thức, kỹ thuật, đến nội dung, đề tài, tha hồ xuất hiện. Thơ tự do, tiểu thuyết mới, kịch phi lý, siêu thực, mọi xu hướng đều có kẻ say mê đeo đuổi. Những băn khoăn, trầm tư về thân phận con người, về chế độ chính trị, về ý nghĩa cuộc sống v.v... thấm sâu vào tác phẩm văn nghệ. Tất nhiên có những cái quá lố. Có lúc triết lý tràn lan như một món thời thượng lộng hành; và nó bị chế giễu.

---

[186] Phan Cự Đệ, tạp chí Văn Nghệ, số ra ngày 8-12-1985.

Tuy vậy, chắc chắn nó đã đến đúng lúc, hợp hoàn cảnh. Dân tộc đang chết hàng triệu người vì bất đồng ý thức hệ. Vào lúc ấy sao có thể không suy nghĩ về lẽ sống? sao có thể điềm nhiên phó thác tất cả cho một nhóm lãnh đạo, tin chết vào lãnh đạo? Mặt khác, lúc bấy giờ cũng là lúc nhiều trào lưu tư tưởng mới đang gây xúc động ở Tây phương; phản ứng ở Miền Nam chứng tỏ chúng ta có một từng lớp trí thức nhạy bén, có cuộc sống tinh thần sinh động.

Gác qua mọi ý định so sánh, một nền văn học — bất luận hay dở cao thấp — tự nó vẫn quí, vẫn đáng trân trọng ở chỗ nó phản ảnh cái sinh hoạt của dân tộc vào một thời nào đó, ở một nơi nào đó. Ngoại trừ trường hợp bị chế độ độc tài điều khiển chặt chẽ một chủ trương gian dối, xuyên tạc sự thực, thì văn học luôn phản ảnh sinh hoạt: Sinh hoạt vật chất và tinh thần, sinh hoạt trí thức và tình cảm. Qua tác phẩm văn nghệ chúng ta bắt được hình ảnh của người dân xứ ta các thời trước, họ đã từng ăn ở làm lụng sinh sống ra sao, buồn vui yêu ghét ra sao. Từ cốt cách hào hùng Lý Thường Kiệt, nét thanh cao của Nguyễn Trãi, đến cái mười thương chất phác của anh nông dân, mỗi mỗi đều ghi dấu trong văn thơ. Mất đi một văn phẩm là mất dấu một cốt cách.

Mới đây một hôm đọc cuốn hồi ký của ông Huỳnh Văn Lang xuất bản năm 1999 ở Hoa Kỳ, thấy có câu chuyện xảy ra ở nhà lao Tam Hiệp (tại Biên Hòa). Ông Huỳnh năm ấy (1965) bị giam cầm một thời gian. Tù được người nhà thăm nuôi mỗi tháng hai lần. Nhiều tù nhân giữ quần áo dơ lại, chờ hai tuần một lần gửi người nhà đem về giặt, kỳ thăm sau đem lại. Anh bạn tù nằm cạnh ông Huỳnh, trước khi vợ vào thăm lại tự mình giặt đồ cho sạch, chờ trao vợ mang về, mặc qua để lấy hơi trước khi đem vào trả cho chồng. Anh ta giải thích: "Không có hơi hám của vợ, tôi không làm sao ngủ được." Ối! Đưa hơi vào tù để chồng đêm đêm an giấc ngủ, tất nhiên là quá cỡ; mà nguyên một chuyện mang quần áo tù về giặt gya đều đều, thăm nuôi như vậy không phải quá ra rít sao? Vợ chồng ra rít là một chuyện, chế độ lao tù này cũng có thể thêm vào một cái để suy nghĩ nữa.

Chốn lao tù còn thế, ngoài xã hội tự do, trong các gia đình ắt còn đậm đà hơn. Quả có vậy. Trong nhiều cuốn truyện của Nhã Ca, của Doãn Quốc Sỹ, những cha mẹ, con cái, chú cháu, chị em quấn quít nhau, đùa giỡn với nhau, thật rộn ràng. Anh con trai (trong truyện của Nhã Ca) ngoài mặt trận viết thư về mẹ, nhắc tới "ông già Tây đen bạn thân của mẹ" (tức ống kem đánh răng Hynos), thư về cho cha hỏi thăm các cô ở sở của ba đã có cô nào lên cân bằng mẹ chưa. Đám trẻ trong xóm hẻm Thành Thái (truyện của Doãn Quốc Sỹ) vây lấy ông chú giáo sư đại học để hát ghẹo: "Vợ chú Ba trông giống đầm tây, vợ chú Ba cổ cao ba ngấn tóc mây rậm rì" v.v... Ai nấy hồn nhiên, ăn nói tự do thân mật. Họ khác hẳn các nhân vật tiểu thuyết thời Nhất Linh Khái Hưng, nhất là nhân vật của Nguyễn Tuân chẳng hạn. Vào thời 54-75, ảnh hưởng Nho giáo đã phai lạt nhiều, những tai biến khôn lường liên tiếp xảy đến trong hoàn cảnh bất an của đất nước, làm cho mối thâm tình giữa các thành phần trong gia đình càng thêm nồng nàn, các hình thức tôn ti lễ mễ được loại bỏ dần. Cái độ "ấm" trong các tổ ấm Việt Nam xưa nay dễ không bao giờ được thế.

Tình gia đình như vậy, tình nam nữ cũng trải qua những thay đổi sâu xa. Cho đến Tố Tâm – Đạm Thủy, trai gái yêu nhau bằng con tim. Qua thời Nhất Linh, chàng Trương đê mê với chiếc áo lót của cô Thu, ông Giáo Đông Công Ích Tin Lành chịu cái mùi của chiếc khăn cô Bé; nhưng về phía nữ thì các cô vẫn còn dè dặt, còn nặng về cảm xúc mà úy kỵ cảm giác. Vào thời Nguyễn Thị Hoàng, cô giáo Trâm yêu "thằng" Minh, cô đã để các giác quan của cô phát biểu mạnh mẽ: người nữ đã phát giác ra cái yêu bằng mũi bằng mắt.

Mặt khác, trong hoàn cảnh chiến tranh, mỗi nơi mỗi lúc con người cũng có tâm lý khác nhau, thái độ khác nhau. Cái quyết liệt của những chiến sĩ gọi phi cơ dội bom xuống ngay đầu mình như đã xảy ra tại đồn Dakseang theo lời thuật lại của phi công Lê Xuân Nhị; cái oái oăm trong trường hợp những người lính trở về hành quân ngay nơi làng quê của mình, hướng mũi súng vào chính xóm nhà của mình, chạy vào làng bồng lấy đứa cháu đeo nó theo trên lưng trước giờ khai hỏa trên trang sách Phan Nhật Nam; tâm trạng lạ lùng của người binh sĩ trong một cuộc chiến tranh ý thức hệ, cuộc chiến trên quê hương giữa đôi bên cùng một nòi giống, trước giờ lâm trận kẻ bên này thầm gọi người phía kia là "chú mày" trong những câu thơ Nguyễn Bắc Sơn v.v...

Chao ôi, bao nhiêu hình ảnh, bao nhiêu nông nỗi của một thời!

Nhất là khi nó được phản ảnh trung thành, chân thực trong văn chương. Phản ảnh tự do.

Ở ta, không cứ trong những thời gian ngoại thuộc, mà ngay lúc nước nhà độc lập, ngay dưới các chế độ dân chủ cộng hòa, cộng hòa xã hội, vẫn chưa từng có tự do phát biểu. Được ban phát rộng rãi nhất thường chỉ có một cái tự do ca ngợi bề trên.

Nhưng ở Miền Nam, giữa chiến thời, trên sách báo vẫn nở rộ những tràng cười sảng khoái, công kích điều sai chuyện quấy, đùa giỡn những phần tử xấu xa. Những phần tử ấy không thuộc hạng Xã Xệ – Lý Toét: Không hề có nhân vật nào thấp bé như thế bị bêu riếu trong thời kỳ này. Nạn nhân là từ hạng những tay cầm đầu một tỉnh cho đến các vị cầm đầu cả nước. Tiếng cười cợt ngang nhiên, hể hả, râm ran khắp cùng trên mặt sách báo. Mặt khác, những mất mát, lo lắng, đau đớn, kinh hoàng, đều tha hồ bày tỏ, mọi quan niệm nhân sinh, mọi tín ngưỡng, hay có dở có, cao thâm có, mà ngông cuồng gàn dở cũng có nữa, đều được phô bày. Trước và sau thời 54-75 ở Miền Nam, không thấy ở nơi nào khác trên nước ta văn học được phát triển trong hoàn cảnh cởi mở như vậy.

Cái sinh hoạt của một thời như thế rồi bị xóa lấp dấu vết trong lịch sử dân tộc; nền văn học nghệ thuật đã phản ảnh cái sinh hoạt ấy, phản ảnh cái tâm tình cùng suy tưởng của hơn hai chục triệu người rồi bị chôn vùi, do chính người mình hủy diệt ngay trên đất nước mình: chuyện thật quái dị. Vậy mà chuyện quái dị cứ xảy ra.

Phân tranh và chiến tranh Nam Bắc, ở nước ta sự việc ấy không phải chỉ xảy ra một lần. Trước kia, sau khi Trịnh thắng Nguyễn, Lê Quí Đôn được cử vào Thuận Hóa. Ở đây sáu tháng, ông vừa lo việc quan vừa viết sách. Trong cuốn Phủ biên tạp lục ông chê vua chúa Nguyễn chểnh mảng việc giáo dục, không biết chuộng văn học, nhưng ông cho rằng văn nhân trong Nam "Văn mạch một phương, dằng dặc không dứt, thực đáng khen lắm." Ông khen chung chung, rồi ông lại cẩn thận tìm

hiểu mà khen từng người: Nguyễn Cư Trinh, Nguyễn
Đăng Thịnh, Mạc Thiên Tứ, Nguyễn Quang Tiền, Trần
Thiên Lộc... Ông sưu tầm ghi chép, thơ văn mỗi người để
lưu lại đời sau. Thậm chí có kẻ như Ngô Thế Lân quyết
ẩn cư, mời mãi không chịu đến, ông vẫn không tiếc lời
xưng tụng.

Hầu hết những kẻ được Lê Quí Đôn nêu cao tên tuổi,
trân trọng tác phẩm, là những kẻ từng có địa vị cao quan
tước lớn, từng có công với các chúa Nguyễn, tức từng là
đối địch của ông Lê.

Đối phương với đối phương, thái độ của Lê Quí Đôn
hai trăm năm trước (1775) là thế. Và hai trăm năm sau,
giả sử hồi 1975 mà Nam thắng Bắc, thiết tưởng đối với
văn nhân và văn học Miền Bắc nhà cầm quyền Miền Nam
cũng có thể, rất có thể, học theo thái độ Lê Quí Đôn.

Hãy tưởng tượng: Những thứ truyện Người mẹ cầm
súng, Sống như anh (được ông Phạm Văn Sĩ trầm trồ
như danh phẩm), những truyện bịa anh này chị nọ mẹ
kia đánh giặc giỏi, bịa đặt thô sơ dễ dãi, những thơ "đầu
lòng con gọi", "con quì trước Bác mênh mông" v.v...,
những loại tác phẩm nghệ thuật như vậy, chính quyền
chiến thắng có cần phải vội vàng thu giấu, tiêu hủy
không? những văn nhân nghệ sĩ từng theo sự dìu dắt mà
lập sự nghiệp như thế có cần phải tóm cổ nhốt tù cấp kỳ
không? Chắc chắn không cần thiết đâu. Và không cần
thiết phải xúi giục cán bộ dưới quyền viết bài xuyên tạc
phỉ báng đâu. Cũng như báo chí Nhân Văn – Giai Phẩm,
cũng như bao nhiêu thơ truyện của Phan Khôi, Trần
Dần... đều nên phục hồi cả. Mọi thứ tha hồ được phơi
bày y nguyên trước sự phán đoán của thiên hạ đời đời.

Nhà cầm quyền Miền Nam có gì để ngần ngại? Cái xấu cái sai, những vết tích thương đau trong đời sống tinh thần dân tộc dưới một thời mê muội bạo tàn, há dám coi thường mà để phôi pha? Còn những phản ứng can trường dưới sự áp bức, dĩ nhiên càng nên trân trọng giữ gìn.

Vậy mà tại Miền Nam Việt Nam vào cuối thế kỷ XX đã xảy ra một trận tiêu diệt văn học. Việc làm ấy có liên lụy đến mạng người, đến xương máu. Hăm ba năm sau ngày Miền Nam sụp đổ, tạp chí Khởi Hành (ở California), số tháng 4-1998, đăng một danh sách dài những văn nghệ sĩ đã mất mạng từ 30-4-1975 đến nay, và cho rằng trong vòng trên hai mươi năm qua số người bị sát hại nhiều hơn trong trăm năm Pháp thuộc. Trăm năm đô hộ của giặc Tây thì thế; lại còn trong nghìn năm đô hộ của giặc Tàu, liệu có sử gia nào liệt kê được một bản danh sách nạn nhân dài bằng danh sách này chăng?

Mạng người là quí, đã mất là mất vĩnh viễn. Một nền văn học đã mất vẫn còn hi vọng được phục hồi, đã trót bị dìm vào cố ý quên lãng còn có thể được cố gắng nhớ lại phần nào.

Sách này không phải viết để chống quên. Sách không mong có khả năng ấy. Một tập tổng quan, cái chứa của nó có là bao; mà cả bộ dăm bảy cuốn sách cũng chẳng trình bày được gì đáng kể. Cuộc sống vật chất và tinh thần của dân tộc (hay một nửa phần dân tộc) nó phản ảnh trong mọi công trình văn nghệ một thời, trong nghìn vạn pho sách lớn nhỏ dày mỏng một thời thuộc đủ môn loại. Hình ảnh của một thời, ai mà độc lực thu gọn được? Sách một thời cần được khôi phục đầy đủ.

Vậy không có sách chống "quên". Chẳng qua sách chỉ mong nêu lên cái ý chống quên. Cái ý muốn rằng người Việt Nam hãy đừng "quên" mất một mảng đời Việt Nam.

Viết xong tại Los Angeles tháng 5-1986
Sửa và thêm, tháng 7-1999
Võ Phiến